அன்னையின் குரல்

சரத்சந்திரர்

தமிழில்

வி.எஸ்.வெங்கடேசன்

பரிசல்

பரிசல் புத்தக நிலையம்

அன்னையின் குரல்

ஆசிரியர் : சரத்சந்திரர் சட்டர்ஜி

மொழிப்பெயர்ப்பாளர் : **வி.எஸ்.வெங்கடேசன்**

முதல் பதிப்பு : டிசம்பர் 2024

வெளியீடு : பரிசல் புத்தக நிலையம்

47, B1-பிளாட், தாமோதர் பிளாட் ஐஸ்வர்ய அபார்ட்மெண்ட்
ஓம் பாராசக்தி தெரு, விஓசி நகர், பம்மல், சென்னை - 600 075

பேச: 9382853646, 8825767500

மின்னஞ்சல்: parisalbooks2021@gmail.com

பக்க வடிவமைப்பு: யு.நிலா

அச்சாக்கம்: தி பிரிண்ட் பார்க், சென்னை 600 117.

பக்கம்: 280   விலை: ரூ. 300 /-

ANNAYIN KURAL

Author : SARATH CHANDRA CHATTERJI

Translator by : V.S. VENKATESAN

First Edition : December 2024

Published by: Parisal Putthaga Nilayam

No47 B1 Flat, First floor,

Dhamodar Flat Aiswarya Apartment, Om Parasakthi St,

Voc Nagar pammal, Chennai - 600 075

Mobile: 93828 53646

E-mail: parisalbooks2021@gmail.com

Designed by: Y.NILA

Printed at: The Print Park, Chennai 600 117.

ISBN: 978-93-91947-37-8

Pages: 280   Price: Rs. 300 /-

முன்னுரை

“அன்னையின் குரல்” என்ற சரத்சந்திரரின் இந்த நாவல் 1928ஆம் ஆண்டில் “வங்கவாணி” என்ற பத்திரிகையில் தொடர் கதையாக வெளிவந்த போது அப்போதைய பிரிட்டிஷ் அரசின் கண்டனத்திற்கு இலக்காகியது. வங்கத்தில் நல்ல செல்வாக்குப் பெற்ற ஆஷுதோஷ் முகர்ஜியின் புதல்வர்களான சியாமபிரசாத் முகர்ஜி, ரமாகாந்த முகர்ஜி ஆகியவர்களால் அந்தப் பத்திரிகை நடத்தப்பட்டதால் அரசாங்கம் “வங்கவாணி” மீது நடவடிக்கை எடுக்கத் தயங்கியது.

இந்த நாவலை நூல் வடிவில் கொண்டுவரும் பொறுப்பினை வங்கத்தின் பெரிய பதிப்பகத்தாரான என். ஸி. சர்க்கார் அன் சன்ஸ் ஏற்றுக்கொண்டு அந்த நூலினை வெளியிடும் உரிமைக்காக ரூபாய் ஆயிரமும் கொடுத்து விட்டனர். ஆனால் நூலை வெளியிடுவதற்கு முன் தங்கள் சட்ட ஆலோசகரை அணுகிய போது நூலை அப்படியே வெளியிட்டால் அரசின் தண்டனையிலிருந்து தப்ப முடியாது என்றும், அரசுக்கு எதிரான கருத்துக்களைச் சிகப்பு மையினால் கோடிட்டும் கொடுத்தாராம். வக்கீல் கூறியதை வெளியீட்டாளர்கள் சரத்பாபுவிடம் கூறி குறிப்பிட்ட இடங்களை மாற்றித் தரும்படி கேட்டார்களாம். நூலில் ஓர் எழுத்தைக்கூட மாற்ற இணங்காமல் சரத்பாபு உரிமைத் தொகையினைத் திரும்பத் தந்து விட்டார்களாம். இந்த நிலையில் வங்க வாணியின் உரிமையாளர்களே அதனை வெளியிட முடிவு செய்தனர். நூல் வெளியிடுவது தெரிந்தால் உடனே அதைப் பறிமுதல் செய்ய அரசு உத்தரவிடலாம். அவ்வாறு நேரிடாமல் தவிர்ப்பதற்காக வங்கவாணியில் கதை தொடரும் எனப் போட்டு, அரசு வக்கீல் கதை தொடரும் என்ற எண்ணத்தில் இருக்கும்போதே நூலினை வெளியிட்டு விடலாம் என முடிவு செய்து, மிகுந்த சிரமத்தின் பேரில் ஓர் அச்சகத்தை ஏற்பாடு செய்து, அதில் வரும் இன்பதுன்பங்களுக்குத் தாங்களே பொறுப்பேற்று நூலினை ரமாகாந்த முகர்ஜியின் பேரில் “வழி உரிமை வேண்டுவோர்” என்ற தலைப்பில் மூவாயிரம் பிரதிகள் வெளியிட்டனர். நூல்கள் முழுமையும் நூல் வெளிவந்த ஒரே வாரத்தில் விற்பனையாகி விட்டதால் மறுபதிப்பு வேலை தொடங்கியபோது நூலினைப் பறிமுதல் செய்யும் அரசாங்க ஆணையுடன் வங்க வாணி அலுவலகத்துக்கு

அதிகாரிகள் வந்த போது, பறிமுதல் செய்ய ஒரு பிரதிகூட கிடைக்கவில்லை. அரசு அதிகாரி கேட்டுக் கொண்டதற்கிணங்க தன் சகோதரியிடமிருந்து ரமாகாந்த முகர்ஜி ஒரு நூலினை வாங்கிக் கொடுத்தார். நூல் தடை செய்யப்பட்டது தெரிந்ததும் ரூ.50 லிருந்து ரூ. 100 வரை கொடுத்தாவது ஒரு பிரதி பெற அநேகர் முன் வந்தனர். அச்சமயம் பதவியில் இருந்த பெரிய காவல்துறை அதிகாரி இந்நூலினை எழுதி, காவல் துறையினருக்குத் தாங்க முடியாத தொல்லையைச் சரத் பாபு கொடுத்துவிட்டதாகவும் எந்தப் புரட்சிக்காரரைக் கைது செய்யச் சென்றாலும் அவர்களிடம் 'பகவத்கீதை', 'பதேர் தாயி' (வழி உரிமை வேண்டுவோர்) என்ற இரு நூல்களும் இருப்பதாகக் கூறினாராம்.

இவ்வாறு வங்க அரசை அக்காலத்தில் வெகுவாகக் கலங்க வைத்த சரத்சந்திரரின் ஒரு சிறந்த படைப்பு இது. இதனைத் தொடர்ந்து இந்நாவலின் கதாபாத்திரங்களான பாரதி, அபூர்வன் ஆகியவர்களைக் கொண்டு மகாத்மா காந்தியின் தலைமையில் நடந்த சுதந்திரப் போராட்டத்தில் ஈடுபடுவதாக வைத்து இதன் இரண்டாம் பாகத்தை எழுதப் போவதாக தேசபந்து சித்தரஞ்சன் தாஸிடம் சரத்பாபு கூறியிருந்தாராம். ஆனால் எக்காரணம் பற்றியோ அது எழுதப்படவில்லை.

1941-ஆம் ஆண்டில் நடந்த தனியார் சத்தியாக்கிரகத்தின் போது இந்த நூலை நான் சென்னைச் சிறைச்சாலையில் மொழி பெயர்த்தேன். அது "ஹிந்துஸ்தான்" பத்திரிக்கையில் தொடர்கதையாக வெளிவந்தது. பிறகு அதனை என் சகோதரன் அ.கி.கோபாலன் 'பாரதி' என்ற பெயரில் நூலாக வெளியிட்டார்.

அதை மீண்டும் ஒரு முறை மொழி பெயர்க்க விரும்பினேன். ஆனால் என் நண்பர் வெங்கடேசன் மொழிபெயர்க்க ஆசைப்பட்டார். அவருடைய மொழிபெயர்ப்பே தற்பொழுது வள்ளுவர் பண்ணை திரு. பழநியப்பன் முயற்சியால் உங்கள் கையில் உள்ள 'அன்னையின் குரல்'. ஏனைய சரத் சந்திரர் நூல்களுக்கு அளித்த ஆதரவை தமிழ் மக்கள் இந்நூலுக்கும் அளிப்பார்கள் என நம்புகிறேன்.

'கனகதாரா' அ. கி. ஜயராமன்
P60, சீதம்மா காலனி 27-7-77
சென்னை-18.

அன்னையின் குரல்

"அபூர், நீ வேடிக்கையானவன். உன் அண்ணன் எந்தக் கட்டுத் திட்டத்தையும் மதிப்பதில்லை. நீயோ எதையும் ஒத்துக் கொள்ளமாட்டாய். யார் சொன்னாலும் கேட்க மாட்டாய்" என்று அபூர்வனை அவன் நண்பர்கள் கிண்டல் செய்வார்கள்.

"நீங்கள் எதையாவது நினைத்துக் கொள்ளுங்கள் உங்கள் யோசனை எனக்கு வேண்டாம். அதை என்னால் ஏற்க முடியாது. என் அண்ணன்களைப் போல் நான் நடக்க மாட்டேன்" என்று பதிலுக்குக் கூறுவான் அவன்

நண்பர்கள் விடமாட்டார்கள். "நீ கல்லூரியில் படித்துப் பட்டம் பெற்று, பட்ட மேற்படிப்பையும் முடித்து விட்டாய். எம்.எஸ்ஸியில் முதலாவதாகவும் தேறிவிட்டாய். ஆனாலும் உன் உச்சிக்குடுமி மாத்திரம் போகவே இல்லை. ஒரு வேளை உனக்கு மின்சாரம் பற்றிய அறிவு உச்சிக்குடுமி வழியாக மூளைக்குச் சென்றிருக்குமோ என்னவோ!" என்று கேலி செய்வார்கள்.

"உச்சிக்குடுமி வைத்திருக்கக் கூடாது என்று எந்தப் புத்தகத்திலும் சொல்லியிருப்பதாக எனக்குத் தெரியவில்லை. உச்சிக்குடுமி வைத்துக் கொள்வது தவறு என்று நீங்கள் சொல்வதை நான் ஒப்புக் கொள்ள மாட்டேன். மின்சாரம் பற்றிய ஆராய்ச்சி இன்னும் முற்றுப் பெறவில்லை. உங்களுக்குச் சந்தேகமாக இருந்தால் பட்டமேற்படிப்புப் படிப்பவர்கள் யாரையாவது கேட்டுப் பாருங்கள் என்று பதிலுக்குக் கூறுவான் அபூர்வன்.

வாதாடுபவனுடன் வாதாடலாம். ஆனால் நீ பிடிவாதக்காரன். உன்னுடன் விவாதம் செய்வது தவறு" என்று சொல்லி அவர்கள் ஒதுங்கிக் கொள்வார்கள்.

“நீங்கள் சொல்வது முற்றிலும் உண்மை” சிரித்துக் கொண்டே சொல்லிவிட்டு அபூர்வன் நண்பர்களை விட்டுப் புறப்பட்டுச் சென்றுவிடுவான்

அபூர்வனின் தந்தை டிப்டி மாஜிஸ்டிரேட்டாக பதவி வகித்து வந்தார். ஆங்கிலேயர்களின் பழக்க வழக்கங்களில் ஊறிப்போனவர். அவருடைய பேச்சு, நடவடிக்கை ஆகியவற்றைப் பார்த்தும் கேட்டும், அபூர்வனின் அண்ணன்கள் அவரைப் பின் பற்றி நடந்தார்கள். எல்லாருக்கும் தெரியும் படியாகவே கோழிமுட்டை, இறைச்சி போன்றவற்றைச் சாப்பிட்டார்கள். ஓட்டலுக்கும் சென்று சாப்பிட்டார்கள். சம்பிரதாயத்துக்கு மாத்திரமே பூணூல் போட்டுக் கொண்டிருந்தார்கள். குளிக்கும் சமயத்தில் அதை எடுத்து ஆணியில் மாட்டுபவர்கள் சில சமயம் மீண்டும் அணிந்து கொள்ளவும் மறந்து விடுவார்கள் சில சமயங்களில் பூணூலை வண்ணானிடம் கொடுத்து வெளுத்து வரச் சொல்லலாமா என்றும் கேலியாகக் கேட்பார்கள்.

அப்போது அபூர்வன் சிறுவனாக இருந்தான். அவனுக்குப் பூணூல் கூடப் போடவில்லை. ஆனாலும் தகப்பனார், சகோதரர்கள் பழக்க வழக்கங்களால் அவன் தாயார் கருணாமயி வேதனைப் படுவதை உணர்ந்திருக்கிறான். அவள் மறைவான ஓர் இடத்தில் அமர்ந்து கண்ணீர் பெருக்கியதையும் பார்த்திருக்கிறான். வேதனைப்பட்டு கண்ணீர் பெருக்கினாலும் கருணாமயி கணவன் முன்னால் ஒரு சொல்லும் சொன்னது கிடையாது. இதற்கு இரண்டு காரணங்கள் இருந்தன. அவள் பேச்சைப் பிள்ளைகள் கேட்க மாட்டார்கள். கணவரோ சச்சரவு செய்வார். கருணாமயியின் தகப்பனார் புரோகிதத் தொழில் செய்து வந்தார். அதைக் குத்திக்காட்டும் வகையில் “தாத்தாவைப் போல் பேரன்கள் இல்லை என்பது உண்மை தான். உச்சிக்குடுமி வைத்துக் கொள்ளவில்லை, தலையில் ஹரட் அணிந்து கொள்ளுகிறார்கள். இதற்காக அவர்கள் தலையை வெட்டி விடலாமா?” என்று கணவர் கேட்பார்.

இப்படிப்பட்ட சச்சரவுகளை விரும்பாத கருணாமயி பிள்ளைகளின் போக்கைப் பார்த்தும் பார்க்காதவள் போல இருந்து விடுவாள். ஆனால், தன் ஆசாரங்களை விடமாட்டாள். அதை மற்றவர்களுக்குத் தொல்லை கொடுக்காத வகையில் மேற்கொண்டு வந்தாள்.

கணவன் காலமான பிறகும் கருணாமயி அதே வீட்டில் வசிக்க வேண்டியதாயிற்று. அவளுக்குத் தனியாக மாடியில் ஓர் அறை இருந்தது. அறையின் முன் பாகத்தில் மறைப்பு வைத்துத் தடுத்துக் கொண்டாள். அங்கேயே சமையல் செய்து சாப்பிட்டு வந்தாள். பிள்ளைகளும் இதுபற்றி ஒன்றும் கேட்பதில்லை.

உச்சிக் குடுமியுடனேயே அபூர்வன் பள்ளியிலும், கல்லூரியிலும் படித்தான். படிப்பில் முதல்வனாக விளங்கினான். கல்லூரியில் படிக்கும் போது கூட அவன் வீட்டில் ஏகாதசி, பௌர்ணமி போன்ற நாட்களில் நடைபெறும் பூஜைகளில் கலந்து கொள்வான். கால்பந்து, கிரிக்கெட், ஹாக்கி போன்ற விளையாட்டுகளில் பங்கெடுத்துக் கொண்டாலும் தாயாருடன் கங்கைக்குச் சென்று குளித்து வருவான். அவன் இப்படிச் செய்வதை அவனுடைய அண்ணிமார்கள் கேலி செய்வார்கள். "கல்லூரிப் படிப்பு முடிந்து விட்டது. கோவணம் உடுத்திக் கையில் சிமிட்டாவைப் பிடித்துக் கொண்டு சந்நியாசியாக வேண்டியது தான் பாக்கி. கணவனை இழந்த பிராமணப் பெண்களைகூட நீ ஆசார விவகாரங்களில் மிஞ்சி விட்டாய்" என்று கூறுவார்கள்.

அபூர்வன் சிரித்துக் கொண்டே "ஆமாம் அண்ணி, பிராம்மணக் கைம்பெண்ணை மிஞ்சுவது இருக்கட்டும். அம்மாவுக்கு ஒரு பெண் இல்லை. அவளுக்கும் வயது ஆகி விட்டது. அவளுக்கு உடம்பு சரியில்லாமல் போனால் ஒரு பிடி அரிசி பொங்கிப் போட வேண்டாமா? சந்நியாசம் போக வேண்டியிருந்தால் கோவணமும் சிமிட்டாவும் உங்களிடம் வாங்கிக் கொள்கிறேன்". என்று பதிலுக்குக் கூறுவான்

அவனுடைய குத்தல் பேச்சு பெரிய அண்ணியின் மனத்தை வருந்தச் செய்துவிடும். அவள் வருத்தத்துடன் "என்ன செய்வது தம்பி. எங்கள் தலை எழுத்து" என்று கூறுவாள்.

"ஆமாம், ஆமாம்" என்று சொல்லிக் கொண்டே அபூர்வன் தாயார் இருக்குமிடம் செல்வான். தாயாரையும் கண்டிக்க அபூர்வன் தவறமாட்டான். அம்மா, நீ வீணாகப் பிடிவாதம் செய்கிறாய். அண்ணன்கள் எப்படியாவது இருக்கட்டும். அண்ணிகள் கோழி முட்டையோ இறைச்சியோ சாப்பிடுவதில்லை. ஓட்டலுக்கும் போவது கிடையாது. பிடிவாதமாக நீயே சமைத்துச் சாப்பிடுகிறாய். இப்படியே உன் ஆயுள் முழுவதும் இருக்கமுடியுமா? என்று கேட்பான்.

“ஒரு பிடி அரிசி பொங்க என்னால் முடியாதா? எனக்குத் தள்ளாத காலம் வருவதற்குள் உன் மனைவி வந்துவிட மாட்டாளா?” என்று கருணாமயி கேட்பாள்.

“அப்படியானால் இப்போதே ஒரு பெண்ணை ஏற்பாடு செய்யக்கூடாதா? நல்ல பண்டிதர் வீட்டுப் பெண்ணாகப் பார்த்து விரைவாகக் காரியத்தை முடித்துக் கூட்டி வரலாமா? உனக்குச் சமைத்துப் போட என்னால் முடியாது. ஆனால் நீ படும் துன்பத்தைப் பார்க்கும் போது எனக்கு வருத்தமாக இருக்கிறது. நானே அண்ணன்களின் கையை எதிர்பார்த்து இருக்கிறேன். என்ன செய்யலாம்?” என்று கூறுவான்.

அபூர்வன் சொல்லைக் கேட்டு கருணாமயி பூரிப்படைவாள். “ஏண்டா அப்படிச் சொல்கிறாய்? ஒரு பெண்ணுக்குச் சோறு போட உனக்குத் திறமை இல்லையா? நீ நினைத்தால் வீட்டில் உள்ள அனைவரையுமே காப்பாற்றலாமே”

“அம்மா. நீயுமா இப்படிச் சொல்கிறாய்? உலகத்தில் உன்னுடைய இந்தப் பிள்ளைக்குச் சமமானவர் வேறுயாருமே இல்லையா?” என்று கூறும்போதே அபூர்வனுக்குத் தாயின் நம்பிக்கை உள்ளத்தை உறுக்கிக் கண்களில் கண்ணீர் பெருகத் தொடங்கிவிடும். அவன், தன் கண்ணீரை மறைக்க அங்கிருந்து போய் விடுவான்.

2

அபூர்வன் தன் படிப்பு, திறமை ஆகியவை பற்றி என்ன வேண்டுமானாலும் நினைத்திருக்கட்டும். பெண்ணைப் பெற்று விட்டு மாப்பிள்ளைக்காக அவதிப்படும் பெற்றோர்கள் சும்மா இருக்கவில்லை. அவர்கள் அபூர்வனின் பெரிய அண்ணன் விநோதனை முற்றுகையிடத் தொடங்கினார்கள். விநோதனுக்கு இது பெரிய தொல்லையாக இருந்தது. அவன் ஒரு நாள் கருணாமயியிடம் வந்து “அம்மா பெண்ணைப் பெற்றவர்கள் படையெடுப்பிலிருந்து என்னைக் காப்பாற்று. வீட்டிற்குப் பெரிய பிள்ளையான என்னையே அவர்கள் பெரிதாக நினைக்கிறார்கள். ஆசார அனுஷ்டானங்கள் தெரிந்த ஒரு நல்ல பெண்ணாக நீயே பார்த்து அபூர்வனுக்குக் கலியாணம் செய்து வை. இல்லாவிட்டால் இவர்கள் என்னை வீட்டில் தங்கவே விடமாட்டார்கள்” என்றான்.

அவன் சொன்னதைக் கேட்டு கருணாமயி ஆத்திரமடைந்தாள். ஆனால், நிதானத்தை இழக்கவில்லை. அவள் மெல்லிய ஆனால் திடமான குரலில் "அவர்கள் நினைப்பதில் தப்பு என்ன இருக்கிறது? உன் அப்பா இல்லாததினால் நீ தான் வீட்டிற்குப் பெரியவன். ஆனால் அபூர்வன் சம்பந்தமாக யாருக்கும் வாக்குக் கொடுக்காதே. எனக்கு அழகோ, பணமோ தேவையில்லை. நானே நல்ல பெண்ணாகப் பார்த்து ஏற்பாடு செய்கிறேன்" என்றாள்.

"நல்லது அம்மா. அப்படியே செய். ஆனால், தயவு செய்து எவ்வளவு விரைவாக முடியுமோ அவ்வளவு விரைவாகச் செய். அழகான பழத்தை மக்கள் முன்னால் வைத்து ஆசை காட்டி ஏமாற்றி விடாதே" என்று சொல்லி விட்டு விநோதன் அங்கிருந்து வேகமாகச் சென்று விட்டான்.

கருணாமயி முன்பே ஒரு தீர்மானம் செய்து கொண்டிருந்தாள், அவள் தினமும் குளிக்க நதிக்கரைக்கு செல்வாள். அப்போது ஓர் அழகான பெண்ணும் அவள் தாயாரும் அங்கே வருவார்கள். அவர்களும் கருணாமயியின் ஜாதியைச் சேர்ந்தவர்கள் தாம் என்பதை அவள் தெரிந்துகொண்டாள். நதியில் குளித்த பிறகு அந்தப் பெண் சிவ பூசை செய்வாள். பூசையில் எந்த ஒரு குறையும் இருக்காது. கருணாமயி மறைந்திருந்து இதைக் கவனித்திருக்கிறாள், அந்தப் பெண்ணைப் பற்றிய மற்ற விவரங்களைத் தெரிந்து கொண்டு பிறகு முயற்சி செய்யவேண்டும். நான் நினைப்பதுபோல் எல்லாம் இருந்தால் வரும் வைகாசி மாதத்திலேயே திருமணத்தை முடித்து விடலாம் என்று கருணாமயி தீர்மானித்திருந்தாள். திடீரென்று ஒரு நாள் அபூர்வன் வந்தான். "அம்மா எனக்கு ஒரு நல்ல வேலை கிடைத்திருக்கிறது" என்றான்.

கருணாமயி மகிழ்ச்சியடைந்தாள். "என்னடா இப்போது தானே நீ படிப்பை முடித்திருக்கிறாய், இதற்குள் உனக்கு யாரடா வேலை கொடுத்தது?" என்று கேட்டாள்.

அபூர்வன் சிரித்துக் கொண்டே "யாருக்கு ஆள் வேண்டுமோ அவர்கள்தான் வேலை கொடுத்தார்கள். கல்லூரியின் பிரின்ஸிபால் தான் வேலைக்கு ஏற்பாடு செய்தார். போதா நிறுவனத்தார் ரங்கூனில் ஒரு கிளை அலுவலகம் திறக்கப் போகிறார்களாம். நன்றாகப் படித்தவனாகவும் திறமைசாலியாகவும் உள்ள வங்காள வாலிபன் ஒருவன் வேண்டும் என்று

பிரின்ஸிபாலிடம் சொன்னார்களாம். தங்க, வீட்டு வசதி செய்து தருவதுடன், மாதம் நாநூறு ரூபாய் சம்பளம் கொடுப்பார்களாம். நிறுவனத்தை நல்ல விதமாக முன்னுக்குக் கொண்டு வந்தால் மேலும் இருநூறு ரூபாய் "சம்பளம் தருவார்களாம்" என்றான்.

ரங்கூன், பர்மா என்றதுமே கருணாமயியின் முகம் வாட்டமடைந்தது. அவள் வருத்தம் தோய்ந்த குரலில் "அபூர்வா, உனக்கு என்ன மூளை கெட்டுப்போய் விட்டதா? அந்த நாட்டிற்கு யாராவது போவார்களா? அங்கே ஜாதி, மதம், ஆசாரம் எதுவும் கிடையாது. உன்னையா அங்கே அனுப்புவது? என்னால் முடியாது. அனாசார நாட்டிற்குச் சென்று நீ சம்பாதிக்கும் பணம் எனக்குத் தேவையில்லை" என்றாள்.

கருணாமயியின் எதிர்ப்பைப் பார்த்து அபூர்வன் அச்சமடைந்தான். சிறிது மனத்தைத் திடப்படுத்திக் கொண்டு "அம்மா உனக்குப் பணம் தேவையில்லாமலிருக்கலாம். ஆனால், இப்படிப்பட்ட அபூர்வமான சந்தர்ப்பம் வேறு ஒரு சமயம் கிடைக்காது. உன் கட்டளைப்படி நான் பிச்சை எடுத்தும் பிழைக்கலாம். ஒன்றை மாத்திரம் மனத்தில் பதிய வைத்துக்கொள். உன் பிள்ளையைப்போல் படித்துப் பட்டம் பெற்ற அறிவாளிகளான பிள்ளைகள் ஒவ்வொரு வீட்டிலும் இருக்கிறார்கள். நீ என்னை அனுப்பாவிட்டால் போதா நிறுவனத்தார் கிளை அலுவலகத்திற்கு ஆள் கிடைக்காமல் அலைய மாட்டார்கள். கல்லூரி பிரின்ஸிபால் எனக்காக நிறுவனத்தாரிடம் வாக்குக் கொடுத்திருக்கிறார். அவரை அவமானப்படுத்துவது நல்லதல்ல. அத்தோடு நம் வீட்டின் நிலைமையும் உனக்குத் தெரியாதது இல்லை" என்றான்.

கருணாமயி சிறிது நேரம் மௌனமாக இருந்தாள். பிறகு "வரும் வைகாசி மாதம் உன் கல்யாணம் நிச்சயமாகியிருக்கிறது" என்றாள்.

அபூர்வன் திடுக்கிட்டு "நிச்சயம் செய்துவிட்டாயா? சரி நல்லது. முகூர்த்தத்தை இரண்டு மூன்று மாதம் தள்ளி வைத்துவிடு. பிறகு நல்ல நாள் பார்த்துக் கடிதம் போடு வந்து உன் ஆசையை நிறைவேற்றி வைக்கிறேன்" என்றான்.

கருணாமயி தோற்றத்தில் ஒன்றுமே தெரியாதவள்போல் காணப்படுவாள். ஆனால், சமயோசிதமாக நடந்து கொள்வாள். சிறிது நேரம் மௌனமாக இருந்த பிறகு "ஹும். நீ பிடிவாதமாகப் போகவேண்டும் என்றால்

நான் என்ன செய்யமுடியும்? எதற்கும் உன் அண்ணன்களைக் கலந்து அவர்களுடைய விருப்பத்தைத் தெரிந்து கொள்" என்றாள்.

அபூர்வன் ரங்கூன் செல்வதைப் பற்றி தன் பெரிய பிள்ளைகள் கருத்தை அறிய வேண்டும் என்று சொன்னபோது கருணாமயிக்கு அவள் அனுபவித்து வரும் துன்பங்கள் நினைவுக்கு வந்தன. உடனே அவளுக்கு ஆத்திரம் பொங்கி வந்தது. ஆனால் அதை அபூர்வன் முன்னால் காட்டிக் கொள்ளவில்லை.

கருணாமயியின் தந்தை கோகுல திக்தியில் பிரபலமான வந்தோபாத்தியாய வம்சத்தைச் சேர்ந்தவர். பரம்பரையாகவே அந்த வம்சத்தினர் மிகவும் ஆசார சீலர்களாக இருந்து வந்துள்ளனர். அந்தப் பழக்க வழக்கங்கள் கருணாமயியின் ரத்தத்தில் ஊறிப் போயிருந்தன. ஆனால், அவளுடைய கணவன், பெரிய பிள்ளைகள் ஆகியோரால் அவளுடைய நியமநிஷ்டைகள் உருக்குலைந்தன. அப்படியும் அவள் சகிப்புத் தன்மையுடன் இருந்தாள். அபூர்வன் ஒருவனுக்காகவே அவள் அந்த வீட்டில் இருந்தாள். இப்போது அபூர்வனும் அவளை விட்டுக் கண்காணாத நாட்டுக்குப் போக விரும்புகிறான். இதை நினைக்கும்போது அவளுடைய கவலையும் அச்சமும் அதிகரித்தன. அவள் மனத்தைத் திடப்படுத்திக் கொண்டு அபூர்வா! இன்னும் எத்தனை நாள் இருக்கப்போகிறேன். என் மனத்தை நோகச் செய்யாமல் இரு" என்றாள். அதைச் சொல்லும் போதே அவள் கண்கள் நீரைச் சொரிந்தன.

தாயின் கண்களில் நீரைக் கண்டதும் அபூர்வனும் கண் கலங்கினான். அவன் தடைப்பட்ட குரலில் "அம்மா இப்போது நீ இருக்கிறாய். என்றைக்காவது ஒருநாள் சொர்க்கத்திலிருந்து உனக்கு அழைப்பு வரும். அன்றைக்கு நீ உன் அபூர்வனை விட்டுப் போகத் தானே வேண்டும்? என்னை நீ சரியாகப் புரிந்து கொள்ளவில்லை. புரிந்து கொண்டிருந்தால் இப்படி அழமாட்டாய். இதை ஒரு நாள் நீயே தெரிந்து கொள்வாய். அந்த நம்பிக்கை எனக்கு இருக்கிறது" என்று கூறிவிட்டு அவன் அங்கிருந்து சென்றான்.

3

அன்று மாலை கருணாமயி பூசை செய்தாள். துளசி மணி மாலையை வைத்துக் கொண்டு ஜபம் செய்தாள். ஆனால் அவள் மனம் அதில்

ஈடுபடவில்லை. யந்திரம் போல் அவற்றைச் செய்தாள். அதே சமயம் மனத்தில் பொங்கி எழுந்த வேதனை அவள் கண்களின் வழியாக நீரைப் பெருக்கின. எந்த வகையாலும் அவள் வேதனையை அடக்க முடியவில்லை. கடைசியில் அவள் எழுந்து பெரிய பிள்ளையின் அறையின் முன் சென்று நின்றாள்.

விநோதன் வேலையிலிருந்து திரும்பி வந்து பலகாரம் சாப்பிட்டான். வேறு உடைகள் அணிந்து கொண்டு கிளப்பிற்குச் செல்ல ஆயத்தமானான். அப்போது தாயார் தன் அறைக்கு முன்னால் வந்து நின்றதைக் கண்டு திடுக்கிட்டான்.

"விநோத், உன்னிடம் ஒன்று கேட்க வேண்டும்" என்று பேச்சைத் தொடங்கினாள் கருணாமயி.

"என்ன அம்மா?" என்று பணிவுடன் கேட்டான் விநோதன்.

விநோதனைக் காண வருவதற்கு முன்னதாக கருணாமயி தன் கன்னங்களில் பெருகிய கண்ணீரைத் துடைத்துக் கொண்டாள். ஆனாலும் கன்னங்களில் கண்ணீரின் கரை மாத்திரம் மறைக்கமுடியாமல் அப்படியே இருந்தது. அபூர்வனுக்கு வேலை கிடைத்தது; அவன் பர்மா செல்ல வேண்டியிருப்பது ஆகியவற்றைச் சொன்னாள். பிறகு வருத்தம் தோய்ந்த குரலில் "இதுதான் விநோத்" "பண்ணத்திற்கு ஆசைப்பட்டு அவனை அந்த ஊருக்கு அனுப்பலாமா வேண்டாமா என்றுதான் சிந்திக்கிறேன் விநோத்" என்றாள்.

விநோதன் ஏளனமாகப் பேசத் தொடங்கினான். "உன் அபூர்வனைப் போன்ற பிள்ளை உலகத்தில் கிடைக்கவே மாட்டான். இதை அனைவரும் ஒப்புக் கொள்கிறோம். அதே சமயம் முதலில் நானூறு ரூபாய் சம்பளம் என்பது சாதாரணமானதல்ல. அது உன் மகனை விட உயர்வானது இதை எல்லாரும் ஒப்புக்கொண்டு தான் தீர வேண்டும்" என்றான்

அதைக் கேட்டு கருணாமயி வருத்தமடைந்தாள். "அந்த நாடு மிலேச்சர்கள் வாழும் நாடு என்று சொல்கிறார்களே" என்றாள்.

"அம்மா. யாரோ எதையோ சொல்வதை ஒப்புக் கொள்ள முடியாது" என்று திடமாகச் சொன்னான் விநோதன்.

அவன் சொன்னதைக் கேட்டு கருணாமயி வருத்த மடைந்தாள். "உங்களுக்கு நினைவுத் தெரிந்த நாளிலிருந்து இன்றுவரை இதையே சொல்லி வந்திருக்கிறீர்கள். அப்படியும் எனக்குப் புத்தி வரவில்லை.

வயதான என்னிடம் இப்போது அதையே சொல்லாதே. அபூர்வனைப் பற்றித் தெரிந்து கொள்ள நான் வரவில்லை. தூர தேசத்திற்கு அவனை அனுப்பலாமா, அது நல்லதா என்று தெரிந்து கொள்ளவே வந்தேன்" என்றாள் படபடக்க.

சட்டென்று குனிந்து விநோதன் தாயின் பாதங்களைத் தொட்டு வணங்கினான். பிறகு "அம்மா. உன் மனத்தை நோகச் செய்ய நான் அதைச் சொல்லவில்லை. அப்பாவோடு நாங்கள் சேர்ந்து கொண்டோம், அவர் பழக்க வழக்கங்களின் படி நடந்து கொண்டோம் என்பது உண்மை. ஆனால் உலகத்தில் பணம் முக்கியமானது என்பதையும் அவரிடம்தான் தெரிந்து கொண்டோம். அபூர்வனைப் பொறுத்தவரை நான் பணத்தாசையை உனக்கு ஏற்படுத்தவில்லை. சூட், தொப்பி ஆகியவற்றுள்ளிருக்கும் என் மனம் சொந்தத் தம்பிக்கும் சோறு போட பயந்து அவனை வெளிநாட்டுக்கு அனுப்ப நினைக்கவில்லை அதற்கான துணிவும் என்னிடம் இல்லை. ஆனால். நான் ஒன்றைச் சொல்கிறேன். அவனை ரங்கூனுக்கு அனுப்பு. நம் நாட்டில் இப்போது தோன்றியிருக்கும் சூறாவளியைப் பார்க்கும் போது அவனை எங்காவது வெளிநாட்டிற்கு அனுப்புவது தான் நல்லது. இது நமக்கு மாத்திரமல்ல, அவனுக்கும் நல்லது. உனக்கு நினைவிருக்கிறதா அம்மா? அப்போது இயக்கம் ஆரம்பித்த சமயம் அபூர்வன் சிறுவன். அவனுடைய செயலினால் அப்பா வேலையை விட்டு விலகும். படியான நிலைமை கூட உண்டாயிற்றே" என்றான்.

கருணாமயி வெட்கமடைந்தாள். அவள் பதட்டத்துடன் இல்லை, "இல்லை. இப்போது அவன் அதிலெல்லாம் ஈடுபடுவதே இல்லை. சின்ன வயதில் ஒன்றும் தெரியாமல் அந்தக் கூட்டத்தாருடன் சேர்ந்து..." என்றாள்.

விநோதன் சிரித்துக் கொண்டே தலையை அசைத்து "அப்போது அவன் ஒன்றும் செய்யவில்லை என்று நீ சொல்வது உண்மையாக இருக்கலாம். ஆனால், ஒவ்வொரு நாட்டிலும் அப்படிப்பட்டவர்கள் தோன்றுகிறார்கள். அவர்கள் ஒரு தனி இனம். உன் சின்னப்பிள்ளை அபூர்வன் அந்த இனத்தைச் சேர்ந்தவன். நாட்டின் மண்தான் இவர்களுடைய உடல் தசை, நாட்டின் நீர் இவர்கள் உடலில் ஓடும் ரத்தம், மண், நீர் மாத்திரமல்ல. நாட்டிலுள்ள மலைகள், காடுகள், சூரிய சந்திரர்கள், ஆறு, குளம், ஏரி, ஒளி, நிழல் என்னென்ன இருக்கின்றனவோ

அவ்வளவையும் இவர்கள் தங்கள் உடலின் அங்கங்களாகக் கருதுகிறார்கள். இவர்களில் ஒருவன் தான் "பிறந்த பொன்னாடே என்ற சொல்லை உருவாக்கினானோ என்னவோ! நாட்டைப் பற்றிய வரையில் இவர்களை நம்பாதே. உனக்கு ஏமாற்றமே ஏற்படும். இவர்கள் வாழ்வது, மடிவது ஆகியவற்றில் இவ்வளவு தான் வேற்றுமை" என்று தன் ஆள் காட்டி விரலின் நுனியைச் சுட்டிக் காட்டினான்.

சிறிது நேர மௌனத்திற்குப் பிறகு "இந்த ஒரு விவகாரத்தில் கேடு கெட்ட நடத்தையுடைய நான் உச்சிக்குடுமியுடன், எம். எஸ்ஸி. பாஸ் செய்த உன் அபூர்வனை விட எவ்வளவோ மேல் என்றான்.

விநோதன் சொன்னதைக் கருணாமயி முழுவதும் நம்பிவிடவில்லை. ஆனால், ஒரு காலத்தில் அவள் அபூர்வனின் செயலால் அச்சமும் வேதனையும் அடைந்தாள். நாட்டின் மேல் திசையில் கருமேகங்கள் திரண்டிருந்தது கண்களுக்குப் புலப்பட்டது. கருணாமயிக்கும் இது தெரியும். அவளுக்குத் திடீரென்று ஒன்று நினைவுக்கு வந்தது. அப்போது அவளுடைய கணவர் உயிரோடிருந்தார். இப்போது அவர் மறு உலகத்தில் இருக்கிறார்.

தாயின் வேதனை அவள் முகத்தில் தெரிந்தது. விநோதனும் இதைக் கவனித்தான். அவன் அவசரமாக வெளியே போக வேண்டும். அதனால் அவன் "அம்மா. அபூர்வன் நாளைக்கே ஊருக்குப் போய் விடப் போவதில்லை, குடும்பத்தில் அனைவரும் ஒன்று சேர்ந்து யோசித்து ஒரு முடிவுக்கு வரலாம்" என்று கூறிவிட்டு அவன் வெளியே சென்றான்.

4

அபூர்வன் கப்பலில் பல நாட்கள் பிரயாணம் செய்தான், பிராம்மண இனத்தின் புனிதத்தைக் காப்பாற்ற அவன் ஊர் புறப்படும்போதே அவல், சந்தேஷ், இளநீர் ஆகியவற்றைத் தன்னுடன் எடுத்து வந்திருந்தான். அவற்றைச் சாப்பிட்டுக் கொண்டே பயணம் செய்தான். ரங்கூன் வந்து இறங்கும் போது அவன் பாதி உயிரோடுதான் காணப்பட்டான்.

போதா நிறுவனத்திலிருந்து அபூர்வனை வரவேற்க இரண்டு பணியாட்களும், மதராஸைச் சேர்ந்த ஓர் ஊழியனும் வந்திருந்தார்கள். அவர்கள் தம் நிறுவனத்தின் புதிய மானேஜரை வரவேற்றார்கள்.

அவனுக்காக நிறுவனமே முப்பது ரூபாய் வாடகையில் ஓர் இடத்தையும் ஏற்பாடு செய்திருக்கிறார்கள். வீட்டை அலங்கரிக்கச் சாமான்களையும் கொண்டு வைத்திருக்கிறார்கள், என்பதைப் பெருமையுடன் அவர்கள் சொன்னார்கள்.

பங்குனி மாதம் முடிவடையும் தருவாயில் இருந்தது. கடுமையான வெயில் அப்போதே ஆரம்பமாகி விட்டது. கப்பல் பயணத்தால் களைத்துப் போன அபூர்வனுக்குத் தனி அறையில் கையையும் காலையும் நீட்டிப் படுத்துத் தூங்க வேண்டும் என்ற எண்ணம் தோன்றியதும் அவனுக்கு இன்பமாக இருந்தது.

ஹால்தார் குடும்பத்தில் வெகு காலமாக வேலை செய்யும் பிராம்மணன் திவாரி மிகவும் நல்லவன். சமையல் செய்யத் தெரிந்தவன். அதனால் அவனை அபூர்வனுக்குச் சமைத்துப் போட கருணாமயி அனுப்பியிருந்தாள். திவாரியை உடன் அனுப்பியதால் கருணாமயிக்குச் சிறிது நிம்மதி உண்டாயிற்று. சமையல் காரனுடன் அரிசி, பருப்பு, மசாலாபொடி, உருளைக் கிழங்கு மாவு முதலியவற்றையும் கொடுத்து அனுப்பியிருந்தாள்.

நிறுவனத்தின் பணியாட்கள் வாடகைக்கு ஒரு வண்டி ஏற்பாடு செய்தனர். அதில் அபூர்வன் கொண்டு வந்த சாமான்களை ஏற்றினர். சில சாமான்களைப் பணியாட்களே கையில் எடுத்துக் கொண்டனர். அபூர்வனையும் தீவாரியையும் வண்டியில் உட்காரச் சொன்னார்கள். கப்பல் பயணத்திற்குப் பிறகு தரையில் கால் வைத்ததும் அபூர்வனுக்கு மகிழ்ச்சி உண்டாயிற்று. அவன் வண்டியில் ஏறி உட்கார்ந்தான்.

அபூர்வனுக்காக ஏற்பாடு செய்திருந்த வீட்டின் முன் பத்து நிமிடங்களுக்குள்ளாகவே வண்டி வந்து நின்றது. பர்மா நாட்டுக் கூலியாளை உரத்தக் குரலில் கூப்பிட்டான். பணியாள் வந்ததும் சமான்களை மாடி அறைக்கு எடுத்துச் செல்லும்படிக் கூறினான். மற்றவர்களும் சாமான்களை எடுத்துச் செல்ல முயன்றார்கள்

முப்பது ரூபாய் வாடகையில் அவனுக்காக அமர்த்தி யிருந்த வீட்டைப் பார்த்ததும் அபூர்வன் திகைத்தான். வீட்டின் தோற்றம் கவர்ச்சிகரமாக இல்லை. வாயிலிலிருந்து மூன்றாவது மாடி வரை மரப்படிகள் சென்றது. அந்த வீட்டில் ஐந்தாறு பேர் குடியிருந்தார்கள். செங்குத்தான மாடிப் படிகளில் ஏறும்போதோ இறங்கும் போதோ கால் தவறினால் கருங்கல் சரளை போட்ட

தெருவில் தான் வந்து விழவேண்டும். பிறகு மருத்துவமனை. மூன்றாவது எங்கே என்று நினைக்காமலிருந்தால் போதுமானது.

மாடிப் படிகளில் ஏறிப் பழக நாலைந்து நாட்களாவது பிடிக்கலாம். அபூர்வனுக்கு அந்த இடம் புதியது. அவன் எச்சரிக்கையுடன் பணியாட்களைப் பின்பற்றி காலை ஊன்றிப் படிகளில் ஏறினான். பணியாள் இரண்டாவது மாடி வரை சென்று நின்று கதவைக் காட்டி "ஐயா, இதுதான் உங்களுக்கு ஏற்பாடு செய்துள்ள இடம்" என்றான்.

அபூர்வன் அவனுடைய அறைக்கு வலப் புறமாக உள்ள அறையின் கதவைச் சுட்டிக் காட்டி, பணியாளிடம் "இதில் யார் குடியிருக்கிறார்கள்?" என்று கேட்டான்.

"சீனாவைச் சேர்ந்த ஒருவர் இருப்பதாகச் சொன்னார்கள்" என்றான் பணியாள்.

"மாடியில் யார் இருக்கிறார்கள்?" என்று அபூர்வன் கேட்டான்.

"கறுப்பு துரை இருக்கிறார். மதராஸைச் சேர்ந்தவராம்".

மாடியிலும், பக்கத்து அறையிலும் குடியிருப்பவர்களைத் தெரிந்து கொண்டதும் அபூர்வன் ஒரு நீண்ட பெருமூச்சு விட்டான். அவனுடைய அறையினுள் காலடி எடுத்து வைத்ததும் கவலையும் அவனை வந்தடைந்தது.

அபூர்வனுக்காக ஏற்பாடு செய்திருந்த பகுதியில் மரப் பலகையால் தடுப்பு வைக்கப்பட்ட மூன்று அறைகள். பாத்ரூம், சமையல் அறை முதலியவையும் இருந்தன. தெருப் பக்கமாக இருந்த அறைதான் காற்றோட்டமானது. அதையே படுக்கையறையாக வைத்துக் கொள்ள வேண்டியதுதான்.

"போதா" நிறுவனத்தாரே மேஜை, இரண்டு நாற் காலிகள் கொண்டு போட்டிருந்தார்கள். அறைக்கு வெளியே காலாறுவதற்காச ஓர் இடைவெளியிருந்தது. பொழுதுபோக அங்கு வந்து நின்று தெருவில் போவோர் வருவோரைப் பார்க்கலாம்! மற்றபடி அறையினுள் வெளிச்சம், காற்று வருவதற்கு வழியே இல்லை.

மரத்தினால் உருவாக்கப்பட்ட அந்த வீடு அபூர்வனுக்கு மகாபாரதக் கதையை நினைவூட்டிற்று. பாண்டவர்களை ஒழிக்க அரக்குமாளிகை

நிர்மாணித்த துரியோதனன் கூட இப்படிப்பட்ட குருவிக் கூண்டு போன்ற மரத்திலான வீட்டைக் கட்டியிருக்க மாட்டான். பிறந்த நாடு, சொந்த வீடு, தாயார், அண்ணன், அண்ணிகள் எல்லாரையும் விட்டு இந்த வெளிநாட்டுக்கு வந்தது பற்றி அபூர்வன் வருத்தப்பட்டான். இங்கே எப்படிக் காலம் தள்ளப் போகிறோம். என்ற எண்ணம் அவனை வாட்டியது. ஆனால், குளியலறைப் பக்கம் போய் குழாயில் தண்ணீர் வந்து கொண்டிருப்பதைப் பார்த்ததும் மகிழ்ச்சி உண்டாயிற்று, குளிக்கலாம் நல்லவிதமாக உணவு தயாரித்துச் சாப்பிடலாம், என்ற நிம்மதி ஏற்பட்டது. ஆனால் அதற்கும் பஞ்சம் வந்து விடுமோ என்று அஞ்சினான்.

நிறுவனத்தின் பணியாள், அபூர்வனின் மனநிலையைப் புரிந்து கொண்டான், "பாபு கவலை வேண்டாம். தண்ணீரைச் சிக்கனமாகச் செலவு செய்தால் குறைவு வராது. குடியிருப்பவர்களுக்காக மாடியில் ஒரு தண்ணீர்த் தொட்டி கட்டி வைத்திருக்கிறார் வீட்டுக்காரர். எப்போதும் தண்ணீர் வந்து கொண்டேயிருக்கும் என்றான்.

சமையல் அறையை ஒரு நோட்டம் விட்டான் அபூர்வன். கல் அடுப்பு இருந்தது. அறையின் சுவர்களில் கரி ஏறியிருந்தது. அதைப் பார்த்ததும் அவனுக்குப் பல சந்தேகங்கள் தோன்றின. இந்த அறையில் யார் குடியிருந்தார்களோ அவர்கள் எந்த இனத்தவரோ என்று எண்ணினான். கல் அடுப்பைப் பயன்படுத்த முடியாது. ஊரிலிருந்தே அடுப்புக் கரியும் எடுத்து வந்திருந்தான். அதனால் அடுப்புக்கரி அடுப்பு ஒன்று வாங்கினால் சமையல் வேலைக்கு உதவும். ஆனால் இந்த ஊரில் அது கிடைக்குமா என்று எண்ணினான். அதை அவன் சொன்னபோது நிறுவனத்தின் பணியாள் "பணம் கொடுத்தால் எதுதான் கிடைக்காது. நான் போய் வாங்கி வருகிறேன்" என்றான். அபூர்வனிடம் பணத்தை வாங்கிக்கொண்டு அவன் போனான்

சாமான் மூட்டைகளை அவிழ்த்து எடுத்து அவற்றை வைக்கத் தொடங்கினான் திவாரி. பெட்டிகளைத் திறந்து துணிகளை எடுத்தான். மர ஸ்டாண்டுகளில் கோட், நிஜார் முதலியவற்றை மாட்டித் தொங்கவிட்டான். ஒருவிதமாக இருவரும் சேர்ந்து வீட்டை ஒழுங்குபடுத்தினர்.

பணியாள் இரும்பு அடுப்பு வாங்கி வந்தான். அதை திவாரியிடம் ஒப்படைக்கும் போது, ஊர் புறப்படும் போது தாயார் சொன்னது

அபூர்வனுக்கு நினைவுக்கு வந்தது. ரங்கூன் சேர்ந்ததும் அவள் தந்தியடிக்கச் சொல்லியிருந்தாள். அதனால் திவாரியை குளித்துச் சமையல் செய்யச் சொல்லி விட்டு பணியாளுடன் புறப்பட்டான்.

தெருவில் காலடி எடுத்து வைத்ததுமே எங்கும் விழாக் கோலம் பூண்டிருப்பதைக் கண்டான். தெருவில் ஒவ்வொரு வீட்டையும் உற்று நோக்கிக் கொண்டே நடந்தான். அன்று கிறிஸ்துவர்களுக்கு ஏதோ பண்டிகை போலிருக்கிறது. அவர்கள் வீடுகள் அலங்காரம் செய்யப்பட்டிருந்தன. அநேகமாக அந்தத் தெருவில் அந்த ஊரைச் சேர்ந்த வெளிநாட்டுக் கிறிஸ்துவர்கள் வசிப்பதாகவே தோன்றியது.

அபூர்வன் தன்னுடன் வரும் பணியாளிடம் "இங்கு வங்காளிகள் நிறையப் பேர் வசிக்கிறார் களாமே, அவர்கள் எந்தத் தெருவில் இருக்கிறார்கள்?" என்று கேட்டான்.

"எந்த ஒரு குறிப்பிட்ட தெருவில் வசிக்கிறார்கள் என்று சொல்ல முடியாது. இந்தத் தெருவில் மாத்திரம் பரங்கிக் காரர்கள் பலர் குடியிருக்கிறார்கள். துரைமார்கள் இந்தத் தெருவில் குடியிருக்கவே விரும்புவார்கள்" என்றான் பணியாள்.

ஒரு வகையில் அபூர்வனும் துரைதான். அவன் ஒரு நிறுவனத்தில் உயர் பதவி வகிக்கப் போகிறான். இந்து மதத்தின் ஆசார விவகாரங்களில் பூர்ண நம்பிக்கை வைத்து அதன்படி நடப்பவன். ஆனாலும் வேறு மதத்தை அவன் பழித்ததே இல்லை. அப்படியும் அவன் வசிக்கும் தெரு மாத்திரமல்ல, வீட்டிலும் கிறிஸ்துவர்களே இருப்பது அவனுக்கு ஒரு வெறுப்பை ஏற்படுத்திற்று. அவன் தன் பணியாளிடம் "இங்கு வேறு நல்ல வீடு கிடைக்காதா?" என்று கேட்டான்.

"கிடைக்காமல் என்ன? ஆனால் இந்த வாடகைக்கு இவ்வளவு வசதியுடன் கூடிய வீடு கிடைக்காது" என்றான் பணியாள்.

அதன் பிறகு அபூர்வன் ஏதும் பேசாமல் அஞ்சல் நிலையத்தை நோக்கிப் பணியாளனுடன் நடந்தான். அவர்கள் ஒரு கிளை அஞ்சல் நிலையத்தை அடைந்தார்கள். அப்போது அஞ்சல் நிலைய ஊழியர் பலகாரம் சாப்பிடச் சென்றிருந்தார். அவரும் ஒரு இந்தியர்தான். மதராஸ் மாநிலத்தைச் சேர்ந்தவர்.

சுமார் ஒரு மணி நேரம் காத்திருந்தப் பிறகு அஞ்சல் நிலைய ஊழியர் வந்தார். அவர் தன் கைக் கடிகாரத்தைப் பார்த்தார். அபூர்வனிடம் "இன்று விடுமுறை. பகல் இரண்டு மணியுடன் அலுவலக வேலை முடிகிறது. இப்போது இரண்டே கால் மணியாகிறது" என்றார்.

அதைக் கேட்டதும் அபூர்வனுக்கு ஆத்திரம் வந்தது. "நாங்கள் ஒரு மணி நேரமாகக் காத்திருக்கிறோம். நீங்கள் இப்போது சாவகாசமாக வந்து இப்படிச் சாக்குப் போக்கு சொல்கிறீர்களே?" என்று கேட்டான்.

ஆனால் அஞ்சல் நிலைய ஊழியர் பதிலே சொல்லவில்லை. அபூர்வனுடைய உருட்டல் மிரட்டலுக்கும் அவர் அசையவில்லை. இனி இவனிடம் வாதிட்டுக் கொண்டிருப்பதில் பயனில்லை என்ற முடிவுக்கு வந்து அபூர்வன் தலைமை தந்தி நிலையத்திற்குச் சென்றான். "நலமாக வந்து சேர்ந்தேன்" என்று தாயாருக்குத் தந்தி கொடுத்தான்.

வந்த வேலை முடிந்ததும் பணியாள் "பாபு, நான் வெப்தூரம் போக வேண்டும். வருகிறீர்களா?" என்று அவசரப்படுத்தினான்.

தெருவின் எண் பார்த்து வீடு போய்ச்சேரமுடியும் என்று அபூர்வன் நம்பினான். அதனால் பணியாளை அப்படியே வீட்டிற்குப் போகச் சொல்லி விட்டு அவன் தன் வீட்டை நோக்கி நடந்தான்.

பயணக் களைப்பு, பசி ஆகியவற்றுடன் அபூர்வன் வீடு திரும்பி மாடிப் படிகளில் ஏறும் போதே திவாரி கையில் குண்டாந்தடியுடன் நின்று கத்திக் கொண்டிருப்பதை பார்த்துவிட்டான்.

மேல் மாடியிலிருக்கும் ஒருவர் ஆங்கிலத்தில் திவாரிக்குப் பதில் சொல்வதாகக் கத்திக் கொண்டிருந்தார். அடிக்கடி அவர் சாட்டையையும் சொடுக்கினார். திவாரி அவரைக் கீழே இறங்கி வரச் சொன்னான். அவரோ அவனை மேலே வரும்படி கூப்பிட்டார்.

அபூர்வனுக்கு ஒன்றும் புரியவில்லை. அவன் திவாரியைப் பிடித்து உள்ளே தள்ளினான். அப்போது திவாரிக்கு ஏற்பட்ட ஆத்திரம், அவமானம் ஆகியவற்றால் அழுகையே வந்தது. "பாபு அவன் செய்த அக்கிரமத்தைப் பாருங்கள்" என்று சமையல் அறையைச் சுட்டிக் காட்டினான்.

திவாரி செய்துவைத்திருந்த கிச்சடியின் மணம் மூக்கைத் தாக்கியது. அதே சமயம் சமையலறை முழுவதும் வெள்ளக் காடாக இருந்தது.

சமையலறை மாத்திரமல்ல. எல்லா அறைகளுமே தண்ணீர் நிறைந்திருந்தது. பெட்டி, புத்தகங்கள், மரக்கட்டையின் மேல் விரித்திருந்த படுக்கை – எல்லாமே நனைந்து போயிருந்தன. இவற்றைப் பார்த்ததும் அபூர்வனுக்கிருந்த பசி, களைப்பு எல்லாம் எங்கோ ஓடி மறைந்தன. "இது எப்படி?" என்று திவாரியிடம் கேட்டான்.

திவாரி நடந்தவற்றைச் சுருக்கமாகச் சொன்னான். அன்று கிறிஸ்துவர்களுக்கு ஏதோ திருவிழா. அதனால் அவர்கள் திருவிழாவைக் கொண்டாட பாட்டு, நடனம் என்று ஆரம்பித்தார்கள்.

அவர்கள் ஆடிய ஆட்டத்தில் மாடியிலிருந்து தண்ணீர் சொட்டத் தொடங்கிற்று. சமையல் செய்யும் இடத்தில் தண்ணீர் கொட்டியதால் எல்லாம் கெட்டு விடுமே என்று திவாரி மேல் மாடிக்குப் போய் விவரத்தைச் சொன்னான். அவனுடைய துணிவைக் கண்டு துரைக்கு ஆத்திரம் வந்தது. அவர் உடனே வாளியில் தண்ணீரை மொண்டு மொண்டு கொட்டினார்.

அபூர்வனுக்கு எல்லாம் விளங்கி விட்டது. "துரையுடன் வேறு யாராவது இருக்கிறார்களா?" என்று கேட்டான்.

"இருக்கலாம். சாராயம் குடித்து விட்டு எவனோ சண்டை போட்டுக் கொண்டிருந்தான்" என்றான் திவாரி.

"கடவுள் நம்மீது கோபமடைந்திருக்கிறார். அதனால் தான் நம்முடைய உணவைக் கூட உண்ண முடியாமல் செய்து விட்டார். போகட்டும். இன்றைக்கும் கப்பலிலேயே. பயணம் செய்வதாக நினைத்துக் கொள்ளலாம். அவல், சந்தேஷ் ஏதாவது இருந்தால் எடு. அதைச் சாப்பிட்டுவிட்டுப் படுக்கலாம்" என்றான் அபூர்வன்.

"பாபு நாம் வேறு வீடு பார்க்க வேண்டியதுதான்" என்றான் திவாரி,

"சரி. நாளையே காரியலாய ஆளிடம் சொல்லி வேறு வீட்டிற்கு ஏற்பாடு செய்யலாம். இப்போது ஏதாவது சாப்பிட நீ ஏற்பாடு செய்."

திவாரி உணவுக்கு ஏற்பாடு செய்ய முனைந்தான் சண்டை பற்றிச் சொன்னவன் சண்டைக்குக் காரணமான பரங்கிக் காரன் மீது ஒரு குற்றமும் சொல்லவில்லை. ஆனால் அபூர்வனால் அவனைப்போல் மௌனமாக இருக்க முடியவில்லை. அவன் கைத் தடியை எடுத்துக் கொண்டு சந்தடி செய்யாமல் மேல் மாடிக்குச் சென்றான்.

அறையின் கதவு மூடி உள் பக்கம் தாளிடப்பட்டிருந்தது. அபூர்வன் கதவை பலமாகத் தட்டினான்.

"யார் அது!" என்று கதவைத் திறக்காமலே உள்ளே இருந்து ஒரு பெண்மணி கேட்டாள்.

"கீழ் மாடியில் குடி வந்திருப்பவன் ஐயா இருக்கிறாரா?" என்று கேட்டான் அபூர்வன்.

"எதற்கு?"

"அவரால் எனக்கு எவ்வளவு இழப்பு ஏற்பட்டிருக்கிறது என்பதைக் காட்டத்தான்."

"அவர் தூங்குகிறார்."

"அவரை எழுப்புங்கள். அவரிடமிருந்து பதில் பெறாமல் நான் போகவே மாட்டேன்."

"நான் அவருடைய பெண். அவருக்காக நான் மன்னிப்புக் கேட்டுக் கொள்கிறேன். தங்களுக்கு ஏற்பட்ட இழப்பை நாளையே நாங்கள் சரி செய்து கொடுக்கிறோம்" என்று பணிவான குரலில் சொன்னாள்.

"நான் வெளி நாட்டைச் சேர்ந்தவன். இன்றுதான் இங்கு வந்தேன். நாளைக்கே அவர் என்னைச் சந்தித்து செய்த தவறுக்கு மன்னிப்புக் கோருவார் என்று நம்புகிறேன்."

"சரி. அப்படியே செய்யலாம். ஆனால் நாங்களும் நேற்றுதான் இங்கு குடி வந்தோம்" என்றாள் அந்தப்பெண் மணி.

அபூர்வன் வேறு ஒன்றும் சொல்லாமல் கீழே இறங்கி வந்தான்.

திவாரி தயாரித்திருந்த உணவைச் சிறிது சாப்பிட்டு விட்டு படுக்கச் சென்றான் அபூர்வன். நனைந்திருந்த படுக்கையை எடுத்துக் கீழே போட்டு விட்டு மரக்கட்டிலில் படுத்தான். ஊர் வந்த அன்றே சச்சரவும், தொல்லையும் ஏற்பட்டது அவனுக்கு வேதனையை அளித்தது. இந்த ஊரில் எப்படிக் காலம் கழிக்கப் போகிறோம் என்ற கவலையும் தோன்றிற்று.

மாடியறையில் தன்னுடன் பேசிய பெண் எப்படியிருப்பாள்? அவளுடைய ஆங்கிலப் பேச்சு பரங்கிக் காரர்களுடையதைப் போல் இல்லை.

மதராஸியாகவோ கோவாக்காரியாகவோ தான் இருக்கலாம். ஆனால் அவள் தந்தையைப் போல் முரட்டுக்குணம் படைத்தவள் இல்லை. அவன் பேச்சிலிருந்து தந்தையை அவள் எவ்வளவோ தடுத்திருக்கிறாள் என்று தெரிந்தது. அதனால் விவகாரத்தை இத்துடன் விட்டு விடுவதுதான் நல்லது என்று தீர்மானித்தான்.

அடுத்த அறையில் திவாரி பாத்திரங்களைச் சுத்தம். செய்து கொண்டிருந்தான். திடீரென்று "யார்?" என்று அவன் குரல் கேட்டது.

பதில் சொன்னவரின் குரல் கேட்கவில்லை. ஆனால் திவாரி, "வேண்டாம் மிஸ்ஸி. நாங்கள் சாப்பிட்டு விட்டோம். இவற்றை எடுத்துச் செல்லுங்கள். நாங்கள் தீண்டக். கூடமாட்டோம்" என்று சொன்னது தெளிவாகக் கேட்டது.

ஒரு கணத்திற்குப் பிறகு திவாரி மீண்டும் "எடுத்துக் கொண்டு போங்கள். பாபுவுக்குத் தெரிந்தால் கோபித்துக் கொள்வார்" என்றான்.

ஆபூர்வன் சந்தடி செய்யாமல் எழுந்து வந்து திவாரியின் முன் நின்றான். "என்ன திவாரி?" என்று கேட்டான்.

வெளிப்புறம் யாரோ ஒரு பெண் நின்றிருந்தாள். மாலை மங்கும் ஒளியில் அவளை நன்றாகப் பார்க்க முடியவில்லை. ஆனால் தெரிந்தவரை அவள் பரங்கிக் காரரைப் போல் இல்லை. சிவப்புதான். அவளுக்கு இருபது வயதிருக்கலாம். உயரமாகவும் ஒல்லியாகவும் இருந்தாள். மதராஸிகளைப் போல் புடவை உடுத்தியிருந்தாள். கால்களில் செருப்பு காணப்பட்டது. பைக்கா தட்டில் ஆப்பிள், சாத்துக்குடி, திராட்சைப் பழங்கள் இருந்தன.

"இவை எதற்காக?" என்று அபூர்வன் கேட்டான்.

இன்று எங்களுக்குப் பண்டிகை. அம்மா கொடுத்து அனுப்பினாள். நீங்கள் இன்னமும் சாப்பிடவில்லை அல்லவா? என்றாள் அந்தப் பெண்.

"நாங்கள் சாப்பிட்டாகி விட்டது. தயவு செய்து இவற்றை எடுத்துச் செல்லுங்கள். தங்கள் தாயாருக்கு எங்கள் நன்றியைத் தெரிவியுங்கள்" என்றான் அபூர்வன்.

அவள் எவ்வளவு கெஞ்சிக் கேட்டுக் கொண்டும் அபூர் வன் பழங்களை ஏற்றுக் கொள்ளவில்லை. அவள் வருத்தத்துடன் தட்டை எடுத்துக் கொண்டு மாடிக்குச் சென்றாள்.

"பாபு நீங்கள் செய்தது தவறு கண்டிப்பாகப் பேசியிருக்கக் கூடாது. நாம் பழங்களை எடுத்துக் கொண்டிருக்கலாம். பிறகு வேண்டாம் என்றால் தூர எறிந்து விட்டிருக்கலாம்" என்றான் திவாரி.

"போடா பழங்களை எடுத்துக் கொள்வதாம். பிறகு தூர எறிவதாம். மூளையிருக்கிறதா உனக்கு?" என்று கேட்டுவிட்டு அபூர்வன் படுக்கச் சென்றான்.

படுக்கையில் படுத்த அபூர்வனுக்கு அவன் கண்டிப்பாக நடந்து கொண்டது தவறு என்று தோன்றியது "ஆனால் அப்படிச் செய்ததும் நல்லதுதான்" என்றும் எண்ணினான். அப்போது அவனுக்கு அவனுடைய மாமனாரின் நினைவு வந்தது. அவர் கடுமையான ஆசாரக்காரர். அவர்களுடைய வீட்டில் கூடச் சாப்பிடமாட்டார். ஒரு முறை அவர் வந்திருக்கும் போது நடந்த சம்பவம் இது. அபூர்வனுடைய தாயார் எவ்வளவு மன்றாடியும் அவர் சாப்பிட மறுத்து விட்டார்.

"அக்கா உன் கணவர் மானஸ்தர். அவருக்கு இது தெரிந்தால் கோபப்படுவார். என் குருநாதர் உண்மையாக நடந்து கொள். அதற்காக எவ்வளவு துன்பம் நேர்ந்தாலும் கவலைப் படாதே" என்று கூறியிருக்கிறார். எனக்கு எதுவும் வேண்டாம் என்று கூறினார். அவர் சாப்பிடாமலே அங்கிருந்து சென்றார்.

பலமுறை கருணாமயி இப்படி வேதனைப் பட்டிருக்கிறாள். ஆனால் தன் தம்பியை ஒருநாளும் குறை சொன்னதே கிடையாது.

5

காலையில் ஊரையும், கடைத்தெருவையும் பார்த்து வரலாம் என்று நினைத்தான் அபூர்வன். இந்த ஊரில் இருக்கும் மிலேச்சர்களின் கெட்ட காரியங்கள் கடல் கடந்து அவள் தாயாருக்கும் தெரிந்திருந்தது. இது முற்றிலும் உண்மை ஆனால் இந்து மதத்தின் கொடியை எடுத்துக் கொண்டு அவன் மாத்திரம் இந்த ஊருக்கு வரவில்லை. இந்துக்கள் பல வேலை காரணமாக இந்துமதக் கொள்கைகள், கட்டுப்பாடுகள் இரண்டிற்கும் மையமான ஒரு பாதை வகுத்துக் கொண்டு, கொள்கைக்கும் பிழைப்புக்குமுள்ள பகையை ஒதுக்கித் தள்ளி இங்கே வந்திருக்கிறார்கள். அவர்கள் வழியிலேயே தானும் செல்ல வேண்டும் என்று அபூர்வன் தீர்மானித்தான்.

தாய்க்குக் கொடுத்த வாக்குப் பிறழாமல் இங்கே வாழ முடியுமா என்பதை அவன் ஊரையும், மக்களையும் பார்த்துத் தெரிந்துக் கொள்ள வேண்டியது அவசியம். இதற்காகவேனும் அவன் வீட்டை விட்டு வெளியே போய்வர வேண்டும். ஆனால் ஒரு தர்ம சங்கடம். மாடியிலிருப்பவர் எப்போது வந்து மன்னிப்புக் கேட்பாரோ! அவருடைய மதுபோதை இந்நேரம் தெளிந்திருக்கும். அவருடைய மனைவியும், பெண்ணும் அவரை மன்னிப்புக் கேட்கச் செய்யாமல் விடமாட்டார்கள். இதை முதல் நாளே அந்தப் பெண் கொடி காட்டிவிட்டாள். அபூர்வன் பூரண நம்பிக்கையுடன் இருந்தான் அதனால் காலடிச் சப்தம் கேட்கும் போதெல்லாம் மாடிவீட்டுக்காரர் தான் வருகிறார் என்று எண்ணினான்.

மணி ஒன்பது அடித்தது. அபூர்வன் தன் அலுவலகத்திற்குச் செல்ல வேண்டிய நேரம் வந்து விட்டது. அதேசமயம் மாடிப்படிகளில் காலடிச் சப்தம் கேட்டது. மறுகணம் திவாரி ஓடி வந்தான். "பாபு, அந்தத்துரை கதவைத் தட்டுகிறார்" என்றான்.

"கதவைத் திறந்து அவரை உள்ளே வரச் சொல்" என்று கட்டளையிட்டார் அபூர்வன்.

திவாரி சென்று கதவைத்திறந்ததும் கம்பீரமான குரல் டேய். உன் பாபு எங்கேடா? என்று கேட்டது

திவாரி சொன்ன பதில் அபூர்வனுக்குக் கேட்கவில்லை. "அவரை அழைத்து வாடா" என்று ஆத்திரத்தில் சொன்னது எதிரொலித்தது.

அபூர்வன் மெள்ள எழுந்து முன் பக்கம் போனான் அவனைக் கண்டதும் பாபு வீட்டுக் காரன் "ஆங்கிலம் தெரியுமா?" என்று கேட்டான்.

"தெரியும்" என்றான் அபூர்வன்.

"நான் தூங்கியபிறகு நீ என் அறைப் பக்கம் வந்தாயா?"

"வந்தேன்"

"குண்டாந்தடியைக் காட்டினாயா? கதவை உடைப்பதாகச் சொன்னாயா?"

அபூர்வன் பதில் கூறவில்லை. ஒன்றும் தோன்றாமல் நின்றான்.

"கதவைத் திறந்திருந்ததால் நீ என் மகள், மனைவி இரு வரையும் என்ன செய்திருப்பாயோ! உன்னுடைய நல்ல காலம் நான் தூங்கி விட்டேன்" என்று படபடவென்று அவன் சொன்னான்.

"நீங்கள் தான் தூங்கி விட்டீர்களே இதெல்லாம் உங்களுக்கு எப்படித் தெரியும்?" என்று கேட்டான் அபூர்வன்.

"என்மகள் சொன்னாள். அவளிடம் நீ மரியாதைக் குறைவாக நடந்து கொண்டாயாம்."

அவன் அருகில் அந்தப் பெண்ணும் நின்று கொண்டிருந்தாள். முதல் நாள் பழங்களை எடுத்து வந்தவள்தான். அப்போது அபூர்வன் அவளைச் சரியாகப் பார்க்கவில்லை. இப்போதும் அவள் அந்த பழுத்த மனிதரின் பின்னால் மறைந்திருந்தாள்.

"நீ செய்த காரியத்துக்கு உன்னை சும்மா விடப்போவதில்லை. உன்னுடைய நல்ல காலம், நான் தூங்கி விட்டேன். இல்லாவிட்டால் உன்னை உதைத்துப் பல்லை உடைத்திருப்பேன். போலீசிடம் சொல்லி உன்னை என்ன பண்ணுகிறேன் பார்,"

"சரி, சரி அப்படியே செய்யுங்கள்" என்றான் படபட வென்று அபூர்வன்.

மாடி வீட்டுக்காரன் பெண்ணின் கையைப்பற்றி "வா போகலாம். இவனுக்குச்சரியான பாடம் கற்பிக்க வேண்டும்" என்று முணுமுணுத்த வண்ணம் சென்றான்.

திவாரி பயந்து "பாபு இனி என்ன நடக்கும்?" என்று கேட்டான்.

"என்ன நடக்கும்?"

"போலீஸுக்குப் போகலாம். துரைமார்கள் இல்லையா?"

"போகட்டும்" என்றான் அலட்சியமாக அபூர்வன்.

"பாபு, அண்ணாவுக்குத் தந்தி கொடுத்து வரச் சொல்லுங்கள்."

திவாரியைச் சமாதானப்படுத்தி விட்டு அலுவலகத்திற்குச் செல்ல ஆயத்தங்களைச் செய்யத் தொடங்கினான் அபூர்வன்.

திவாரி உள்ளே சென்றான். எல்லாமே புரியாத புதிராக இருந்தது அவனுக்கு. இவ்வளவு தொல்லைகளுக்கும் தானே காரணம் என்று அவன் எண்ணினான். அந்த நாட்டின் அனசாரப் போக்கையும், கிரகங்களின் வக்ரத்தையும், புறப்படுவதற்கு நாள் பார்த்துச் சொன்ன புரோகிதரையும். எல்லாவற்றிற்கும் மேலாக எஜமானியம்மாள் கருணாமயியின் பணத்தாசையையும் வசை பாடி மன அமைதி தேட முயன்றான்.

திவாரி பல வித எண்ணங்களுடனும் கவலைகளுடனும் சமையல் வேலையைச் செய்து முடித்தான். கருணாமயியிடம் இருந்து பழகியவன் எவ்வளவு தான் கவலையிருந்தாலும் வேலையில் மாத்திரம் கவனப்பிசகு ஏற்படுவதில்லை.

அபூர்வன் சாப்பிட வந்தான். திவாரியின் பயத்தைப் போக்குவதற்காக அவனுடைய சமையலைப் பாராட்டினான். "நேரமாகி விட்டதற்காகப் பயந்து அவசரத்தில் சமைத்திருப்பாய் என்று நினைத்தேன். ஆனால் சாப்பாடு அபூர்வம். சரியான ஆளாகப் பார்த்துத்தான் அம்மா என்னுடன் உன்னை அனுப்பியிருக்கிறாள்!" என்றான் அபூர்வன்.

திவாரி பதிலுக்கு 'ம்' என்றான்.

தலை நிமிர்ந்து அவன் முகத்தைப் பார்த்து "ஏன் கவலைப்படுகிறாய் அவன் பயமுறுத்தியதற்குபயந்து விட்டாயா?அவன் போலீசுக்குத் தானே போகிறான். போகட்டுமே அவனுக்கு. சாட்சி இருக்கிறதா?" என்றான் அபூர்வன்.

"துரைகளுக்கு சாட்சி தேவை இல்லை. அவர்கள் சொன்னால் போதும்" என்றான் திவாரி.

"சொன்னால் போதுமா? சட்டம் நீதி ஒன்றும் இல்லையா? அதிருக்கட்டும், இவர்கள் ஆங்கிலேயர்களா? முகத்தைப் யார்! கருங்குரங்கு போல சின்னப்பிள்ளைகளிடம் பூச்சி காட்டுகிறான் முரடன், முட்டாள்"

திவாரி மவுனமாக இருந்தான். அவர்கள் இல்லாத போது கூட அவர்களைப் பற்றிப் பேச அவனுக்குத் துணிவு வரவில்லை.

"திவாரி, அந்தப் பெண்ணைப் பார்த்தாயா! நேற்று ஒன்றும் தெரியாத

பூனை மாதிரி இருந்தாள். இன்று பார். எவ்வளவு பொய் சொல்கிறாள். இவர்களைப் புரிந்து கொள்ளவே முடியாது" என்றான் அபூர்வன்.

"இவர் பரங்கியர் அல்லவா பாபு?"

"ஆமாம் என்றான் அபூர்வன். அதே சமயம் இவர்களுக்கு நல்லது கெட்டது, உண்மை பொய் என்பதே தெரியாது, எதைச் சாப்பிடலாம் எதைச் சாப்பிட கூடாது என்பதும் இல்லை என்று எண்ணிக் கொண்டான். பிறகு திவாரியைப் பார்த்து "ஆங்கிலேயர் இவர்களை அடியோடு வெறுக்கிறார்கள். இவர்களுடன் ஒரு மேஜையில் சாப்பிடக்கூட மாட்டார்கள். ஆங்கிலேயர்களைப் போல உடை உடுத்தி, மாதா கோயிலுக்குப் போய்வந்தாலும் இவர்களை ஆங்கிலேயரில் ஒருத்தன் கூட மதிப்பதில்லை. குலதர்மத்தை விட்டவர்கள் நல்லவர்களாக இருக்க முடியுமா?" என்றான்.

இவ்வளவு தொல்லைகளுக்கும் தானே காரணம் என்ற திவாரிக்கு இருந்தது. அதனால் அவனுக்கு நல்லவர் கெட்டவர் ஆராய்ந்து பார்க்கக் கூடிய எண்ணம் ஏற்படவில்லை. அபூர்வன் அலுவலகத்திற்குப் போக வேண்டிய நேரம் நெருங்கிக் கொண்டிருந்தது. அவன் சென்று விட்டால் தனியாக இருக்க வேண்டுமே என்ற கவலை அவனை வாட்டிற்று. போலீசுக்குப் புகார் கொடுக்கப் போயிருக்கிறார்கள். திரும்பி வரும் சமயம் போலீஸையும் அழைத்து வரலாம். மூடியிருக்கும் கதவையும் உடைத்து விடலாம். வேறு எதுவும் கூடச் செய்யலாம். என்னதான் நடக்கும் என்பது தீர்மானமாகத் தெரியாது. குழப்பமான மன நிலையில் திவாரிக்கு உண்மையான ஆங்கிலேயன் யார் என்று பாகுபடுத்திப் பார்க்கும் எண்ணம் இல்லை.

அபூர்வன் உணவு அருந்தினான். அலுவலகத்திற்குச் செல்ல உடைகளை அணிந்தான். அப்போது திவாரி திரையை விலக்கி அபூர்வனைப் பார்த்து "பாபு இன்னும் சிறிது நேரம் பார்த்து விட்டு புறப்படலாம் அல்லவா?" என்று கேட்டான்

"ஏன் அப்படிக் கேட்கிறாய்?" என்று ஆச்சரியத்துடன் கேட்டான் அபூர்வன்.

"அவர்கள் வரும்வரை நீங்கள் இருக்கலாம் என்று தான்"

"அது முடியுமா? இன்று தான் முதல் முதலாக அலுவலகத்திற்குப் போகிறேன். என் வேலையை ஒப்புக் கொள்ள வேண்டும். இன்றைக்கே நான் தாமதமாகப் போனால் அவர்கள் என்ன எண்ணுவார்கள்?"

திவாரி பதில் சொல்லவில்லை. மௌனமாக இருந்தான்.

"கதவை மூடி தாழ்ப்பாள் போட்டுக் கொண்டு உள்ளே இரு. விரைவாக வரப்பார்க்கிறேன்... அவன் ஒன்றும் செய்ய முடியாது. பயப்படாதே" என்றான் அபூர்வன்.

"நல்லது பாபு" என்றான் திவாரி வந்த பெருமூச்சை அடக்கியபடியே.

அபூர்வன் வெளியில் கிளம்பும் சமயம் கதவைக் கையில் பிடித்துக் கொண்டே "பாபு நடந்து போகாதீர்கள். வண்டி ஏற்பாடு செய்து கொள்ளுங்கள்" என்றான் திவாரி.

"அப்படியே செய்கிறேன்" என்று சொல்லி விட்டு அபூர்வன் புதிய பூட்ஸ் மரப்படிகளில் பெரிய ஒலி எழுப்ப நடந்து சென்றான். அவனுடைய நடையிலிருந்தே வேலைக்குச் செல்கிறோம் என்ற மகிழ்ச்சி ஏற்பட்டிருப்பது தெரிந்தது.

6

போதா நிறுவனத்தின் ஒரு பங்குதாரரும் மேற்குப் பிராந்திய நிர்வாகியுமான ரோஸன் அப்போது பர்மாவில் இருந்தார். ரங்கூனில் கிளை அலுவலகத்தை அவர் தான் ஆரம்பித்து வைத்தார். அபூர்வனை கண்டு அவர் கௌரவமாக வரவேற்றார். அவனுடைய தோற்றம், கல்வி அறிவு, பணிவான நடத்தை ஆகியவற்றைக் கண்டு மகிழ்ச்சியடைந்தார்.

அலுவலகத்தின் மற்ற ஊழியர்களை அழைத்து அபூர்வனுக்கு அறிமுகம் செய்து வைத்தார் ரோஸன். அவர் இந்த அலுவலகத்திற்கு வந்து மூன்று மாதங்களாகின்றன. அந்தக் காலத்தில் அவருக்கு வியாபாரத்தில் ஏற்பட்ட அனுபவங் களையும் வியாபாரத் தந்திரங்களையும் அபூர்வனுக்கு விளக்கமாகச் சொன்னார்.

புதிய வேலை, ரோஸன் அவர்களின் பெருந்தன்மையான நடவடிக்கைகள் ஆகியவற்றால் அபூர்வன் தன்னுடைய கவலைகளை மறந்தான். அலுவலகத்தில் மற்ற எல்லாரையும் விட ஒருவர் தான் அவனை

அதிகமாகக் கவர்ந்தார். அவர் அந்த அலுவலகத்தின் கணக்குகளைக் கவனிப்பவர். தென்னிந்தியாவைச் சேர்ந்தவர். ராமதாஸ் தளவர்கர் என்பது அவர் பெயர். அவருக்குச் சுமார் நாற்பது வயதிருக்கலாம். நல்ல கட்டுடல், கவர்ச்சிகரமான தோற்றம். சிவந்த மேனி. கவலையில்லாதவர் போல் காணப்பட்டார். அவருடைய ஆங்கில உச்சரிப்பும், சொற்களின் நயமும் நேர்த்தியாக இருந்தது. நீண்ட அங்கி, பைஜாமா, தலையில் தலைப்பாகை அணிந்து கொண்டிருந்ததுடன் நெற்றியில் சிவப்பு சந்தனப் பொட்டும் வைத்திருந்தார். ஆங்கிலம் நன்றாகப் பேசினாலும் ஆரம்பத்திலிருந்தே அபூர்வனுடன் இந்தியில்தான் பேசினார்.

அபூர்வனுக்கு இந்தி அவ்வளவாகத் தெரியாது. அதனால் அவன் "நான் பேசும் இந்தியில் பிழை இருக்கலாம்" என்றான்.

"எனக்கும்தான் அதிகமாக இந்தி தெரியாது. நான் பேசுவதிலும் பிழை ஏற்படலாம். ஆனால் உங்களுக்கோ எனக்கோ இந்தி தாய்மொழி அல்ல" என்றார் ராமதாஸ்.

"தாய்மொழியல்லாத வேறு மொழியில் பேசுவதென்றால் ஆங்கிலத்திலேயே பேசலாமே! அதனால் தவறு என்ன?"

ராமதாஸ் சிரித்துக் கொண்டே "ஆங்கிலத்தில் பேசினால் மேலும் பிழை ஏற்படலாம். உங்களுக்கு விருப்பமிருந்தால் ஆங்கிலத்தில் பேசுங்கள். நான் மாத்திரம் இந்தியில் தான் பேசுவேன். அதற்காக மன்னிக்க வேண்டும்" என்றார்.

"அப்படியானால் தங்களுடன் பேசும்போது நானும் இந்தியிலேயே பேசுகிறேன். தவறு ஏற்பட்டால் மன்னிக்கவும்."

பிறகு இருவரும் ரோஸன் அவர்களின் அறைக்கு வந்தார்கள். ரோஸனுக்கு ஐம்பது வயதிருக்கலாம். அவர் ஹாலந்து நாட்டைச் சேர்ந்தவர். மீசை தாடி வைத்துக் கொண்டிருந்தார். வியாபாரத்தில் கைத் தேர்ந்தவரான அவர் ஆங்கிலப் பேச்சு அவ்வளவு சுத்தமாக இல்லை. சமீபத்தில் அவர் பர்மா பூராவும் சுற்றிப் பார்த்திருக்கிறார். பலதரப்பட்ட மக்களைச் சந்தித்திருக்கிறார். இந்த அனுபவத்தின் மூலம் அவர்தம் நிறுவனத்தின் வியாபாரம் பற்றி முக்கியமான சிலவற்றைக் குறித்திருந்தார். அதை அபூர்வனிடம் கொடுத்து அவனுடைய கருத்தை அறிய

விரும்புவதாகச் சொன்னார். ராமதாஸிடம், உங்களுக்குக்கூட இதன் பிரதி ஒன்று பார்வைக்காக மேஜையின் மீது வைத்திருக்கிறேன். இப்போதே அதைப் படித்துப் பார்க்க வேண்டாம். நமது அலுவலகத்திற்குப் புதிதாக அபூர்வன் அவர்கள் நிர்வாகப் பொறுப்பை ஏற்க வந்திருக்கிறார். அவருக்கு மரியாதை காட்டும் வகையில் பகல் இரண்டு மணியுடன் அலுவலக வேலைகள் முடியப் போகிறது. பிற்பகல் விடுமுறை. நான் விரைவிலேயே இங்கிருந்து போய் விடுவேன். நீங்கள் இரு வரும்தான் இந்த அலுவலகத்தின் வேலைகளைக் கவனித்துக் கொள்ள வேண்டும். நான் ஆங்கிலேயனல்ல. ஒரு காலத்தில் இந்த நாடு எங்களிடம் சிக்குவதாக இருந்தது. அது போகட்டும். ஆனால் நாங்கள் இந்தியர்களையும் சுதேசிகளையும் ஆங்கிலேயர்கள் நினைப்பது போல் தாழ்வாக நினைக்க மாட்டோம். எங்களுடைய சக ஊழியர் என்றே எண்ணுவோம். இந்த நிறுவனத்திற்காக மாத்திரமல்ல. எங்களுடைய கடமை உணர்ச்சிதான் எங்களுக்கு மேலான எண்ணத்தைக் கொடுக்கிறது. சரி, வருகிறேன். வந்தனம். இரண்டு மணிக்கெல்லாம் நிறுவனத்தை மூடலாம்" என்று அவர் வேகமாகச் சென்றார். சில வினாடிகளில் கார் புறப்பட்டுச் சென்றது.

7

பகல் இரண்டு மணிக்கு அலுவலகத்தை மூடிக்கொண்டு மற்ற பணியாட்களை அனுப்பிவிட்டு அபூர்வனும் ராம தாஸும் கிளம்பினார்கள்.

ராமதாஸ் அங்கிருந்து பத்துமைல் தூரத்திலுள்ள இன் சின் என்ற பகுதியில் குடியிருந்தார். அவருக்கு மனைவியும் ஒரு பெண்ணும் இருந்தார்கள். ராமதாஸ் குடியிருந்த வீட்டைச் சுற்றி காலியாக நிலம் இருந்தது. அதில் அவர்கள் காய்கறிகளை பயிரிட்டு வந்தார்கள். அமைதியான சூழ்நிலையிலுள்ள அந்த இடத்திலிருந்து நகரத்திற்கு வந்துபோக வசதியாக ரயில் இருந்தது.

"பாபு, நாளை மாலை அலுவலகம் மூடியதும் என் வீட்டிற்குத் தேனீர் அருந்த வரவேண்டும் என்று அழைப்பு விடுத்தார் ராமதாஸ்."

"நான் தேனீர் அருந்துவதில்லை" என்றான் அபூர்வன்.

"நானும்தான் தேனீர் பருகுவதில்லை. இதற்காக என் மனைவி அடிக்கடி என்னிடம் சச்சரவு செய்வாள்... தேனீர் இல்லாவிட்டால் என்ன, ஏதாவது சாப்பிட்டால் போயிற்று. நாங்களும் பிராம்மணர்கள்தான்."

“யார் இல்லை என்று சொன்னார்கள்? ஆனால் முதலில் நீங்கள் எங்களுடன் சாப்பிட்டால்தான் பிறகு உங்கள் மனைவி கொடுப்பதை நான் சாப்பிடுவே”ன் என்றான் அபூர்வன்.

“நான் சாப்பிடத் தயார். என் மனைவி விவகாரம் அவளைக் கேட்டுத்தான் சொல்ல வேண்டும். உங்கள் வீடு அருகில் தானே இருக்கிறது? நான் ஐந்து மணி ரயிலுக்குத் தான் போகப்போகிறேன். உங்கள் வீடுவரை வருகிறேன்” என்றார் ராமதாஸ்.

அது வரை அபூர்வன் தன் வீட்டைப்பற்றி நினைக்கவே இல்லை. அதை மறந்து மகிழ்ச்சியுடன் இருந்தான். ஆனால் வீட்டின் நினைவு வந்ததும் அவனுடைய முகத்திலிருந்த மகிழ்ச்சி மாயமாய் மறைந்துவிட்டது. வீட்டின் நினைப்பே அவனுக்கு நரகமாகத் தோன்றிற்று. வீட்டு விவகாரத்தை ராமதாஸிடம் சொல்ல அவன் விரும்பவில்லை. இதற்குள் அங்கே என்ன நடந்திருக்குமோ! திவாரி தனியாக இருக்கிறான். ராமதாஸுக்குச் செய்தி தெரிந்தால் என்ன எண்ணுவார்? அபூர்வன் தட்டுத் தடுமாறி ராமதாஸிடம் பேசத் தொடங்கினான். “பாபு, எல்லாம் என்ன ஆயிற்றோ? என்ன நடந்திருக்குமோ!” என்றான்.

அவனுடைய தடுமாற்றத்தையும் தயக்கத்தையும் கவனித்த ராமதாஸ் சிரித்துக்கொண்டே “ஒரே நாளில் எல்லாம் சீராகிவிடும் என்று எண்ணமாட்டேன். நானும் ஒரு காலத்தில் புதுக்குடித்தனம் தொடங்கியவன் தான். அப்போது என்னுடன் என் மனைவியிருந்தாள். உங்களுக்கோ மனைவியும் இல்லை. இன்றைக்குத் தாங்கள் தயங்குகிறீர்கள். உங்கள் மனைவியை நீங்கள் அழைத்து வராவிட்டால் ஒரு ஆண்டு கடந்தாலும் உங்களுடைய தயக்கம் போகாது. வாருங்கள், என்னால் ஏதாவது உதவி செய்ய முடியுமா பார்க்கலாம். இப்படிப்பட்ட சமயங்களில் நண்பர்களின் உதவி கட்டாயம் இருக்க வேண்டும்” என்றார்.

அபூர்வன் மௌனமாக இருந்தான். அவனும் விளையாட்டையும், வேடிக்கையும் விரும்பக் கூடியவன் தான். அவன் சிரிக்காமல், எனக்கும் என் மனைவிக்கும் சரிப்பட்டு வராது என்று சொல்லியிருப்பான். ஆனால் அப்போது அவன் மனம் இருந்த நிலையில், விளையாடவோ கேலி செய்யவோ விரும்பவில்லை. இப்படிப்பட்ட வெளிநாட்டில் நண்பர்கள் கட்டாயம் இருக்க வேண்டும். இன்றைக்குத்தான் ராமதாஸ் நண்பரானார். அவரிடம் தன் வீட்டுச் சச்சரவைச் சொல்ல அவன் விரும்பவில்லை.

நண்பர்கள் இருவரும் மௌனமாகவே நடந்து வீட்டை அடைந்தார்கள். வீட்டு வாசல் வரை வந்த நண்பரை உள்ளே வரும்படி சொல்லாமல் இருப்பதற்கில்லை. அவரை உள்ளே வரும்படி அழைத்தான் அபூர்வன்.

அவர்கள் இருவரும் படிகளில் ஏறிச் செல்லும்போது மாடியறையிலிருந்து அந்தப் பெண் இறங்கி வந்து கொண்டிருந்தாள். அவள் தங்கையைக் காணோம். நண்பர்கள் இருவரும் ஒதுங்கி நின்று அவளுக்கு வழி விட்டனர். அவர்கள் இருவரையும் பார்க்காதவளைப் போலவே அவள் தலை குனிந்து சென்றாள்.

"இவள் மேல் மாடியில் இருக்கிறாளா?" என்று கேட் டார் ராமதாஸ்.

"ஆமாம்" என்றான் அபூர்வன்.

"வங்காளிதானே?"

"இல்லை. பரங்கியர். மதராஸோ, கேரளாவைச் சேர்ந்தவர்களோ தெரியாது."

"அவள் உடையைப் பார்த்தால் வங்காளிபோலத்தான் தோன்றுகிறது."

வியப்புடன் "வங்காளியைப்போல் இருப்பதாக அபூரிவன் எப்படிச் சொல்கிறீர்கள்?" என்று கேட்டான்.

பம்பாய், பூனா, சிம்லா முதலிய இடங்களில் இருந்தேன். அங்கெல்லாம் பல வங்காளப் பெண்களைப் பார்த்திருக்கிறேன். இந்தியாவில் வங்காளிகளைப் போல் இவ்வளவு நேர்த்தியாக உடை உடுத்துபவர் வேறு எங்கும் இல்லை.

"யார் கண்டது. நீங்கள் சொல்வதுபோலவும் இருக்கலாம்" என்றான் அபூர்வன்

இருவரும் அறையின் முன் வந்து சேர்ந்தார்கள். அபூர்வன் கதவை மெல்லத் தட்டினான்.

அறையின் உள்ளே இருந்து "யார் அது?" என்று மெலிந்த குரல் கேட்டது.

"நான்தான் கதவைத்திற பயப்படாதே" என்று சொல்லிக் கொண்டே வீட்டினுள் நுழைந்த அபூர்வன் தொல்லையெதுவுமின்றி திவாரி வீட்டினுள் பத்திரமாகஇருக்கிறான் என்று தெரிந்து நிம்மதியுற்றான்.

அறையினுள் வந்த ராமதாஸ் எல்லா இடங்களுக்கும் சென்று பார்த்தார். அவருக்குத் திருப்தி ஏற்பட்டது "நான் பயந்ததுபோல் எதுவும் இல்லை. உங்கள் வேலைக்காரன் மிகவும் கெட்டிக்காரன். எல்லா சாமான்களையும் ஒழுங்காக எடுத்து வைத்திருக்கிறான். இங்கு போடப்பட்டுள்ள மேஜை நாற்காலிகளை நான்தான் வாங்கச் சொன்னேன். மேலும் ஏதாவது தேவையானால் சொல்லுங்கள். ரோஸன் அவர்கள் சொல்லியிருக்கிறார். வாங்கி அனுப்புகிறேன் என்றார்.

"சாமான்கள் எதுவும் வேண்டாம். இந்த வீட்டிலிருந்து போனால் நல்லது" என்று தடைபட்ட குரலில் சொன்னான் திவாரி.

அவன் சொன்னது ராமதாஸுக்குக் கேட்கவில்லை. அபூர்வன் காதில் கேட்டுவிட்டது. ராமதாஸ் அங்கு இல்லாத சமயத்தில் திவாரியிடம் "ஏதாவது நடந்ததா?" என்று. கேட்டான்.

"ஒன்றும் நடக்கவில்லை" என்றான் திவாரி.

"அப்படியானால் ஏன் இந்த வீட்டை விட்டுப் போக. வேண்டும் என்கிறாய்?"

திவாரி பயந்த குரலில் "பகல்பூராவும் அவர்கள் அடித்தக் கூத்து பொறுக்க முடியவில்லை" என்றான்.

அபூர்வன் சிந்தித்தான். அது அவ்வளவு மோசமானதல்ல. ஒருவன் கொடுக்கும் சிறு தொல்லைக்காக வேலைக்காரனுடன் சேர்ந்து கவலைப்படுவது சரியானதல்ல. அதனால் அபூர்வன் அலட்சியமாக "நீ என்னதான் நினைத்துக் கொண்டிருக்கிறாய்? இது மரத்தினாலான வீடு. இதன் படிக்கட்டுகளில் ஏறி இறங்கினால் சப்தம் எடுக்கத்தான் செய்யும். உனக்காக அவர்கள் படிகளில் ஏறி இறங்கக் கூடாதா?" என்று கேட்டான்.

திவாரி வருத்தத்துடன் "ஒரே இடத்தில் குதித்துக் ஏறி கொண்டிருப்பது தான் படிகளில் இறங்குவதா?" என்றான்.

"அப்படியா? அவன் மீண்டும் சாராயம் குடித்திருக்கலாம்."

“இருக்கலாம். நான் அவன் வாயிலிருந்து வந்த நாற்றத்தை முகர்ந்து பார்க்கவில்லை” என்று சொல்லி சிறிது மன அமைதி பெற்றவன்போல் சமையல் அறைக்குப்போய்க் கொண்டே “எது எப்படியாவது இருக்கட்டும். இனி இந்த வீட்டில் இருக்கக் கூடாது” என்றான்.

திவாரியின் குற்றச்சாட்டு சரியானதல்ல. அவன் சொல்வதைக் கேட்பது கூடாது. மோசமானவர்களின் குணம் ஒரே நாளில் மாறிவிடும் என்று அவன் நம்பவில்லை. ஆனால் புரியாத பயம் அவனை ஆட்கொண்டது. புதிய ஊரில் வாழ்க்கையை தொடங்கிய அன்றே கருமேகங்கள் சூழ்ந்திருந்தன. நடுவே அலுவலகத்திற்குச் சென்றபோது சிறிது சூரியன் ஒளி தென்பட்டது. மாலை தொடங்கியதும் மீண்டும் கருமேகங்கள் சூழ்ந்து கொண்டன.

ரயிலுக்குப் போக ராமதாஸ் புறப்படத் தயாரானார். திவாரியின் குற்றச்சாட்டு, அபூர்வனின் தோற்றம் ஆகியவற்றைக் கொண்டு அவரால் எதையும் தெரிந்து கொள்ளவில்லை. அவர் விடைபெறும் சமயம் “இந்த வீட்டில் உங்களுக்கு என்ன தொல்லை?” என்று கேட்டார்.

அபூர்வன் சிரித்து ‘ஒன்றுமில்லை’ என்றான். ஆனால் ராமதாஸ் அவனையே பார்த்துக் கொண்டிருப்பதை உணர்ந்ததும் “மாடியில் குடியிருப்பவர் எங்களிடம் நல்லவிதமாக நடந்து கொள்ளவில்லை” என்றான்.

“அந்தப்பெண்ணா?” என்று ராமதாஸ் ஆச்சரியத்துடன் கேட்டார்.

“இல்லை. அவளுடைய தகப்பனார்” என்று கூறி முதல் நாள் முதல் அன்று காலைவரை நடந்தவற்றை விவரித்தான். ராமதாஸ் சிறிது நேரம் மௌனமாக இருந்தார். பிறகு “நானாக இருந்தால் நடப்பதே வேறு விதமாக இருக்கும். அவன் என்னிடம் மன்னிப்புக்கேட்காமல் இந்த இடத்தை விட்டுப் போயிருக்கவே முடியாது” என்றார்.

“மன்னிப்புக் கேட்காவிட்டால் என்ன செய்வீர்கள்?” “அதுதான் சொன்னேனே அவனைப் போக விடமாட்டேன்.”

அவர் சொன்னதில் அபூர்வனுக்கு நம்பிக்கை ஏற்பட வில்லை. ஆனாலும் அவருடைய துணிச்சலான சொற்களைக் கேட்டு அவனுக்கும் சிறிது துணிவு உண்டாயிற்று. அவன் அவரைப் பார்த்துப் புன்முறுவல் செய்து

கொண்டு "சரி, இப்போது வாருங்கள். உங்களுக்கு ரயிலுக்கு நேரமாகி விடும்" என்று அவர் கையைப் பிடித்துக்கொண்டு படிகளில் இறங்கினான்.

அவர்கள் மாடிக்கு வரும்போது நடந்த திகைக்கக் கூடிய, சம்பவம் இப்போதும் நடந்தது. மாடி அறையில் குடியிருக்கும் பெண் படிகளில் ஏறிவந்து கொண்டிருந்தாள். அவள் கையில் ஏதோ பொட்டலம் இருந்தது. கடைக்குச் சென்று என்னவோ வாங்கிக்கொண்டு வருகிறாள்

அவளுக்கு வழிவிட அபூர்வன் ஒரு பக்கமாக நகர்ந்து கொண்டான். ராமதாஸோ வழி மறித்து நின்று கொண்டதைப் பார்த்து திடுக்கிட்டாள். ராமதாஸ் அந்தப் பெண்ணிடம் ஆங்கிலத்தில் "மன்னிக்கவும். ஒரு நிமிஷம் நில்லுங்கள் இவர் என் நண்பர். இவருக்கு வீணாகத் தொல்லைகள் கொடுத்தீர்களாம். அதற்கு நீங்கள் வருந்தவேண்டிவரும்" என்றார்.

அவள் தலை நிமிர்ந்து பார்த்தாள். பிறகு அலட்சியமாக. "இதை என் தகப்பனாரிடம் சொல்லுங்களேன்" என்றாள். அப்பா வீட்டில் இருக்கிறாரா?

"இல்லை."

"அவர் வரும்வரை எனக்குத் தங்கியிருக்க அவகாசம் இல்லை. எனக்காக நீங்களே இதைச் சொல்லி விடுங்கள். அவருடைய தொல்லைகளால் என் நண்பரால் இந்த வீட்டில் குடியிருக்க முடியவில்லை."

அவள் முன்போலவே அலட்சியமாக "என் தந்தைக்குப் பதிலாக நானே சொல்லுகிறேன். இவர் விரும்பாவிட்டால் வேறு இடத்திற்குக் குடி போகட்டுமே" என்றாள்.

ராமதாஸ் ஏளனமாகச் சிரித்துக்கொண்டே "பரங்கியரின் குணங்கள் எனக்குத் தெரியாதா? உங்களிடமிருந்து இதைத்தவிர வேறு நல்ல பதிலை எதிர்பார்க்க முடியாது தான். உங்கள் தொல்லையால் என் நண்பருக்கு மன அமைதியே இல்லை. இவர் போனால் நான் இங்கு குடிவருவேன் என் பெயர் ராமதாஸ் தளவர்கர் தென் இந்திய பிராம்மணன். தளவர்கர் என்றால் என்ன தெரியுமா? உங்கள் தந்தையைத் தெரிந்து கொள்ளச் சொல்லுங்கள், வந்தனம், வருகிறேன்" என்று கூறி அபூர்வனின் கையைப் பற்றிக் கொண்டு படிகளில் இறங்கி வீதியை அடைந்தார்.

அந்தப் பெண்ணின் முக மாறுதலை அபூர்வன் கவனித்தான். அவள் முகம் கடுமையானதைப் பார்த்ததும் அபூர்வனுக்கு ஏதும் பேசத் தோன்றவில்லை.

வீதியை அடைந்ததும் ராமதாஸைப் பார்த்து "நீங்கள் இங்கே குடிவந்தால் என்ன செய்வீர்கள்?" என்று கேட்டான். "நீங்கள் வேறு இடத்திற்குப் போன பிறகு நான் குடி வரவேண்டும். அப்போது நான் நடந்து கொள்கிறதே வேறு விதமாக இருக்கும்" என்றார் ராமதாஸ்.

"நீங்கள் அலுவலகம் சென்று விட்டால் உங்கள் மனைவி தனியாக இருப்பாளே?"

"அவள் தனியாக இருக்கமாட்டாள். கையில் இரண் வயது குழந்தை இருக்கிறது."

"வேடிக்கையாகப் பேசுகிறீர்களா?"

"வேடிக்கையாகப் பேசவில்லை. அது எனக்குத் தெரியவும் தெரியாது."

ராமதாஸின் முகத்தை உற்றுப் பார்த்தான் அபூர்வன். பிறகு மெல்லிய குரலில் "இந்த வீட்டை நான் காலி செய்ய வேண்டாமா?" என்றான்.

ராமதாஸ் சட்டென்று அவனுடைய இரண்டு கைகளையும் பிடித்துக்கொண்டு "ஆமாம் பாபு. ஆமாம். தொல்லைகள், கொடுமைகள் ஆகியவற்றைக்கண்டு பயப்படக்கூடாது நம் இனத்தவரோ பயந்து ஓடி மறைகிறார்கள். அது கூடவே கூடாது." என்றார்.

அபூர்வனின் ஒரு கையைப் பிடித்துக்கொண்டே ரயில் நிலையத்தை நோக்கி நடந்தார் ராமதாஸ். ரயில் நிலையத்தை அடைந்ததும் தயாராக இருந்த ரயிலில் ஏறிக்கொண்டார். ரயில் புறப்படும் சமயம் அபூர்வனின் கையைப்பிடித்துப் பலமாகக் குலுக்கினார். பிறகு கைகூப்பி வந்தனம் செய்து விடைபெற்றார்.

ரயில் நிலையத்தில் ஒரு பகுதியில் மக்கள் கூட்டம் இல்லா திருந்தது. அபூர்வன் அந்த இடத்திற்குச் சென்று உலாவத் தொடங்கினான். முதல் நாள் முதல் அன்றுவரை—ஒரு நாளைக்குள் அவனுடைய வாழ்க்கையில் ஒரு ஆண்டே கழிந்து விட்டது போன்ற உணர்வு உண்டாயிற்று. வாழ்க்கை விளையாட்டாக ஓடிக் கொண்டே இருக்கிறது. அதில் மன அமைதியில்லை. தியாகம் இல்லை. மகிழ்ச்சியில்லை. எதையும் சிந்தித்துப் பார்க்க அவகாசமும் இல்லை. மக்கள் ஒருவரோடு ஒருவர் சச்சரவு செய்துகொண்டு

கடுமையானக் கோடைக்காலத்துப் பகல் வேளை போல் இரண்டு கைகளாலும் நெருப்பை அள்ளி ஒருவர் மீது ஒருவர் வீசிக் கொள்கிறார்கள். இந்த ஊரில் அபூர்வனின் தாயாரில்லை. சகோதரர்கள் இல்லை. அண்ணிகள் கூட இல்லை. அன்புகாட்ட ஒருவரும் இல்லை.

தொழிலகங்களில் யந்திரங்கள் எங்கே பார்த்தாலும் ஓடிக் கொண்டிருக்கின்றன. சிறிது கவனக் குறைவாக நடந்து கொண்டாலும் உயிர் தப்ப முடியாது. அபூர்வனின் கண்களில் நீர் சுரந்தது.

பிளாட்பாரத்தின் ஓரத்தில் மரப்பெஞ்சு ஒன்றுபோடப் பட்டிருந்தது. அபூர்வன் அந்தப் பெஞ்சுக்குச் சென்று உட்கார்ந்தான். துணியால் கண்ணீரைத் துடைத்தான்.

திடீரென்று யாரோ பின்னாலிருந்து அவனை உந்தித் தள்ளினார்கள். அபூர்வன் குப்புறத் தரையில் விழுந்தான். அவன் தன்னைத் திடப்படுத்திக் கொண்டு மெள்ள எழுந்து நின்றான். சுற்றும் முற்றும் பார்த்தான். நான்கு ஐந்து ஆங்கிலேயச் சிறுவர்கள் வாயில் சிகரெட்டை வைத்து உறிஞ்சிக் கொண்டிருந்தார்கள். அவர்களில் ஒருவன் பெஞ்சியில் எழுதியிருப்பதைச் சுட்டிக்காட்டி “டேய்! இது ஆங்கிலேயருக்காகப் போடப்பட்டது. உங்களுக்காக இல்லை” என்று சொன்னான்.

ஆத்திரம், அவமானம்,கையாலாகத்தனம் எல்லாமாகச் சேர்ந்து அபூர்வனின் கண்ணீரை நிறுத்தி விட்டன. கோபத்தால் அவன் உதடுகள் நடுங்கின. அவன் என்ன சொன்னான் என்று அவனுக்கே தெரியவில்லை! அவனைப் பார்த்து ஆங்கிலேயச் சிறுவர் மேலும் ஏளனம் செய்தார்கள். அவர்களில் ஒருவன் “டேய் பால்கார முட்டாள். கண்களைப் பார். நீ ஜெயிலுக்குப் போகக்கூட பயப்பட மாட்டாய்” என்றான்.

எல்லாச் சிறுவர்களும் ஏளனமாகச் சிரித்தார்கள். ஒரு வன் அவனைப் பார்த்து கேலி செய்து கீழ்க்கை அடித்தான். ஒன்றையும் சிந்தித்துப் பார்க்கவும் தோன்றவில்லை. ஆத்திரத்தில் அபூர்வனுக்கு அந்தச் சிறுவர்களை அடிக்க முன்னால் அடி எடுத்து வைத்தான். அருகில் ரயில் ஊழியர்கள் சிலர் உட்கார்ந்து விளக்குகளை துடைத்துக் கொண்டிருந்தார்கள். அவர்கள் இந்தியர்கள். குறுக்கே வந்து அபூர்வனைத் தடுத்து பிளாட்பாரத்திற்கு வெளியே அழைத்துப் போனார்கள். அச்சமயம் ஒரு ஆங்கிலேயச் சிறுவன் ஓடிவந்து பூட்ஸ் காலால் அபூர்வனை

உதைத்தான். அபூர்வன் இந்தியர்களிடமிருந்து தன்னை விடுவித்துக் கொள்ள முயன்றான்.

அப்போது ஒரு இந்திய ஊழியன் "வங்காளி பாபு. ஆத்திரப் படாதீர்கள். ஆங்கிலேயனைத் தொட்டால்கூட இந்த ஊரில் ஒரு ஆண்டு சிறைத்தண்டனை கொடுப்பார்கள். போங்கள் வெளியே போங்கள்" என்றான்

வேறு ஒரு ஊழியன் "டேய் இவரும் ஒரு அலுவலக அதிகாரி போலத் தோன்றுகிறது. கை தொட்டுத் தள்ளாதே"என்று சொல்லி அபூர்வனை வெளியில் விட்டுக் கதவை மூடினான்.

ரயில் நிலையத்திற்கு வெளியே அபூர்வனைச் சுற்றி மக்கள் கூடிவிட்டார்கள். நடந்த சம்பவத்தைப் பார்க்காதவர்கள் என்ன என்ன என்று கேட்டார்கள். பார்த்தவர்களும் ஒவ்வொருவரும் ஒவ்வொரு விதமாகப் பேசினார்கள். கூட்டத்தில் பட்டாணி, கடலைவிற்கும் ஒரு இந்துஸ்தானிக்காரனும் இருந்தான். அவன் சில காலம் வங்காளத்திலும் வசித்திருந்தான். அதனால் அவனுக்குச் சிறிது வங்காளியும் தெரிந்திருந்தது. அவன் அபூர்வனிடம் வந்து வங்காளியில் "இங்கே சட்காமில் சிலர் பால் வியாபாரம் செய்கிறார்கள். அவர்கள் உங்களைப் போலவே பைஜாமா, ஜிப்பா போட்டிருப்பார்கள்" என்றான்.

அபூர்வன் அலுவலகத்திலிருந்து திரும்பியதும் உடைகளை மாற்றிக் கொண்டான். பைஜாமா, ஜிப்பா, அணிந்தவன் அப்படியே ராமதாஸூடன் ரயில் நிலையத்திற்கு வந்து விட்டான். அவனைத் தவறுதலாகப் பால்காரன் என்று ஆங்கிலேயச் சிறுவர்கள் கேலி செய்துவிட்டார்கள். தவறை உணர்ந்த பிறகும் அபூர்வனுக்கு ஆத்திரம் அடங்கவில்லை. அவனுக்குச் செய்தக் கொடுமையை ரயில் நிலைய அதிகாரிக்குத் தெரியப்படுத்தியே தீரவேண்டும் என்று எண்ணினான். அதனால் ரயில் நிலைய அதிகாரி இருக்கும் இடத்தை விசாரித்துக் கொண்டுச் சென்றான்.

ரயில் நிலைய அதிகாரியும் ஒரு பரங்கிக்காரர்தான். அவரிடம் அபூர்வன் விவரத்தைச் சொல்லி தன் உடையிலிருந்த பூட்ஸ் அழுக்கையும் காட்டினான்.

அதிகாரி அவன் சொன்னதை அலட்சியமாகக் கேட்டார். பிறகு "நீ ஏன் ஆங்கிலேயருக்கான பெஞ்சியில் போய் உட்கார்ந்தாய்?" என்று கேட்டார்.

அபூர்வன் ஆத்திரமாக "எனக்குத் தெரியாது" என்றான்.

"இப்போது தெரிந்து கொண்டாய் அல்லவா?"

"தெரியாமல் ஒருவன் செய்த தவறுக்கு இப்படி நடந்து. கொள்வதா?"

ரயில் நிலைய அதிகாரி வெறுப்புடன் அவனுக்கு அறை கதவுப்பக்கம் சுட்டிக்காட்டி "போ, போ" என்று சொன்னதுடன் ஊழியனை அழைத்து அவனை வெளியே பிடித்துத் தள்ளும்படியும் சொன்னார்.

அங்கிருந்து புறப்பட்ட அபூர்வன் எப்படி வீடுவந்து சேர்ந்தான் என்பது அவனுக்கே தெரியாது. இரண்டு மணி நேரத்திற்கு முன் ரயில் நிலையத்திற்கு ராமதாஸுடன் செல்லும்போது அவர் நடந்து கொண்ட முறை மனதை வாட்டிற்று. அவருடைய ஆதரவான பேச்சுகள் அவனுக்கு. அப்போது மன அமைதிக்குப் பதில் கவலையையே தூண்டிவிட்டது.

மாடியில் வசிக்கும் பரங்கிப் பெண் என்ன தவறு செய்திருந்தாலும் பெண்தானே. அவள் தனியாக வரும்போது ஒரு ஆண் அப்படிப் பேசலாமா? அதனால் பட்டமேற்படிப்பு படித்த, நல்ல உள்ளம் படைத்த அபூர்வனின் மனம் ராமதாஸ் கூறியவற்றிற்காக வருந்திற்று. ஆனால் இப்போது வீடு திரும்பிய சமயம் அந்த வருத்தம் ஓடி மறைந்து விட்டது. இப்போது அந்தப் பெண்ணைப்பற்றி நினைக்கும் போது அவள் பெண்ணாகவே தோன்றவில்லை. அவள் பரங்கியரின் பெண். கெட்ட செயல், மானக்கேடான போக்கு, பிறருக்குக் கொடுமை செய்யும் குணம் மற்றும் தீமைகளின் பிறப்பிடம். தனக்கு இழைக்கப்பட்ட அவமானத்தைப் பற்றி சிறிதும் சிந்திக்காமல் வெளியே துரத்திய ரயில் நிலைய அதிகாரிக்கு. இவள் ஏதாவது ஒரு வகையில் உறவினளாகவும் இருக்கலாம் என்று அபூர்வன் எண்ணினான்.

தன்னை மறந்த நிலையில் கட்டிலில் வந்து உட்கார்ந்தான், அபூர்வன். அப்போது திவாரி வந்து "பாபு, சாப்பாடு தயாராக இருக்கிறது" என்றான்

"ஹும் வருகிறேன்" என்றான் அபூர்வன். ஆனால் அவன் உட்கார்ந்த இடத்தைவிட்டு எழுந்திருக்கவே இல்லை.

அவன் வருவான் என்று உள்ளே சென்ற திவாரி பத்து நிமிஷங்களாகியும் வராததால் மீண்டும் வந்தான். "உணவு ஆறிப்போகிறது, வாருங்கள்" என்றான்.

"எனக்குப் பசிக்கவில்லை. தொந்தரவு செய்யாதே" என்று எரிந்து விழுந்தான் அபூர்வன்.

படுக்கையில் படுத்த அபூர்வனுக்குத் தூக்கமே வரவில்லை. இரவு நேரமாக ஆக அவனுக்குப் படுக்கையே முள்ளாகக் குத்தியது. இனம் புரியாத வேதனை அவன் உடல் முழுவதும் தோன்றிற்று. ரயில் நிலையத்தில் அவனை அவமானப் படுத்தும் போது அங்கே இந்தியர்கள் பலர் இருந்தது நினைவுக்கு வந்தது. அவ்வளவு பேர் இருந்தும் அவனுக்கு இழைக்கப்பட்ட அவமானத்தைப் பற்றி ஒருவர்கூட அதைத் தட்டிக் கேட்க முன்வரவில்லை. தாய் நாட்டைச் சேர்ந்த ஒருவனுக்கு அவன் தாய் நாட்டைச் சேர்ந்தவர்கள் முன்னால் மானக் கேடான செயல் நடந்தது. உலகத்தில் வருந்தக் கூடியது வேறு என்ன இருக்கிறது? உலகத்தில் வேறு எங்காவது இப்படி நடக்குமா?– என்ற கேள்வி அவன் மனதில் எழுந்து அவனை வாட்டி வதைத்தது.

8

மூன்று நாட்கள் அமைதியாகக் கழிந்தது. மாடியில் இருக்கும் பரங்கிக்காரார் புதிய தொல்லையையும் கொடுக்க வில்லை. இதன் மூலம் அந்தப் பெண் அன்று மாடிப்படியில் நடந்த சம்பவத்தைத் தகப்பனாரிடம் சொல்லவில்லை என்று அபூர்வன் எண்ணினான். முதல் நாள் சண்டைக்குப் பிறகு அந்தப்பெண் பழங்களை எடுத்து வந்ததுடன் ஒப்பிட்டுப்பார்க்கும் போது சரியாகவே இருக்கும் என்று எண்ணினான்

அடிக்கடி மாடிக்கு யார் யாரோ வந்து போனார்கள் அந்தப் பெண்ணையும் இரண்டு மூன்று முறை படி வழியாய் பார்த்தான் அபூர்வன். ஒவ்வொரு முறையும் அவள் முகத்தைத் திருப்பிக் கொண்டு அவனைப் பார்ப்பதை அகற்றினாள். ஆனால் அவளுடைய முரட்டுத் தகப்பனாரை அந்த சம்பவத்திற்குப் பிறகு பார்க்கவே இல்லை. அவருடைய பெரிய பூட்ஸின் சப்தத்திலிருந்து அவர் வீட்டிலிருப்பது தெரிந்தது.

அன்று திவாரி உணவு பரிமாறிக் கொண்டே "மாடியிலிருப்பவன் போலீஸில் பிராது கொடுக்கவில்லை போல் தோன்றுகிறது" என்றான்.

“அப்படித்தான் தோன்றுகிறது. இடி முழக்கத்தைப் போல் மழை பொழியவில்லை” என்று சொன்னான் அபூர்வன்.

“அதற்காக நாம் இங்கே அதிக நாட்கள் வசிக்க முடியாது. அவன் மீண்டும் சாராயம் பருகிவிட்டு வந்து சச்சரவு செய்யலாம்.”

“செய்ய மாட்டான். அந்தப்பயம் வேண்டாம்.”

“அப்படியே தொல்லை கொடுக்காமலிருக்கட்டும். ஆனால் தலைக்கு மேல் பரங்கியர் இருக்கிறார்கள். இவர்கள் செய்யும் சமையலை நினைத்தால்...”

அபூர்வன் இடைமறித்து “சாப்பிடும் போது எதையாவது சொல்லி வைக்காதே” என்றான்.

பரங்கியரின் சமயைலைப் பற்றி அவன் குறிப்பிட்ட போதே வாந்தி வந்து விடும் போலிருந்தது. திவாரிக்கும் தான் செய்தது பெரிய தவறு என்று தோன்றிற்று.

அலுவலகத்திற்குச் சென்று அபூர்வன் மாலை வீட்டிற்குத் திரும்பி வந்தான். திவாரியை பார்த்ததும் பயந்தேபோனான்.

ஒரு பகல் பொழுதிற்குள்ளாகவே திவாரி பாதியாக இளைத்து விட்டதாகக் காணப்பட்டான்.

“என்ன... என்ன நடந்தது?” என்று அபூர்வன் கேட்டான்.

திவாரி பதில் சொல்லாமல் சுவரில் ஒட்டிக் கொண்டு தொங்கிய மஞ்சள் நிற அச்சடித்த காகிதங்களை எடுத்துக் கொடுத்தான். அவை ராணுவ நீதிமன்றத்திலிருந்து சம்மன்– நீதிமன்றத்துக்கு வரும்படியான கட்டளை– வழக்குத் தொடுத்தவர் ஜோஸப். பிரதிவாதிகள் அபூர்வன், வேலைக்காரன் திவாரி, நான்கு பிரதிகள் இருந்தன. அன்று பிற்பகல் நீதிமன்ற ஊழியன் சம்மனை ஒட்டி விட்டுப் போயிருந்தான். மறுநாள் காலையில் நேரில் ஒரு சம்மன் கொடுப்பதாகவும் சொல்லிச் சென்றிருந்தான். நீதிமன்ற ஊழியன் வந்த போது மாடி வீட்டுப் பரங்கிக்காரரும் இருந்தாராம்.

சம்மன்களை திவாரியிடம் கொடுத்து விட்டு “ஒன்றும் குடிமுழுகிப் போய்விடவில்லை. நீதி மன்றத்திற்குப் போக வேண்டும்.” என்றான்

திவாரிக்கு துக்கம் தொண்டையை அடைக்க "எந்த நாளி லும் நான் நீதி மன்றத்தில் காலடி வைத்ததில்லை." என்றான். அபூர்வன் ஆத்திரமாக "காலடி வைத்தால் என்ன? இப்படி ஒவ்வொன்றுக்கும் கூக்குரலிடுவதானால் எதற்காக இந்த நாட்டிற்கு வந்தாய்?" என்று கேட்டான்.

"இப்படியெல்லாம் நடக்கும் என்று எனக்குத் தெரியாதே பாபு!"

"ஒன்றும் தெரியாதவன் ஏன் குண்டாந்தடியை எடுத்துக் கொண்டு சண்டைக்குப் போனாய்? சந்தடி செய்யாமல் அறையினுள்ளேயே கதவை மூடிக் கொண்டு இருக்க வேண்டியதுதானே?"

மறுநாள் நீதிமன்ற ஊழியன் வந்து அபூர்வனிடம் நேரில் சம்மனைக் கொடுத்தான் அதற்கு அடுத்த நாள் திவாரியை அழைத்துக் கொண்டு குறிப்பிட்ட நேரத்திற்கு நீதி மன்றத்திற்கு வந்து சேர்ந்தான் அபூர்வன்.

இப்படிப்பட்ட சச்சரவு வழக்குகளில் அபூர்வனுக்குப் பழக்கமில்லை. மேலும் வந்திருப்பதோ வேறு நாடு. இங்கு அவனுக்கு யாரையும் தெரியாது. அதற்காக அவன் அச்சமடைந்து விடவில்லை. அவன் மனம் திடீரென்று எப்படி உறுதியடைந்து விட்டது, என்பதை அவனால் புரிந்து கொள்ள இயலவில்லை. ராமதாஸிடம் சொல்லி அவர் உதவியை நாடவும் அவன் வெட்கப்பட்டான்.

ஒரு அவசியமான வேலை இருப்பதாகக் கூறி ரோசன் அவர்களிடம் அன்று ஒரு நாள் மாத்திரம் விடுப்பு வாங்கி வந்திருந்தான்

நீதி மன்றத்தில் அவன் பெயரைச் சொல்லி அழைத்தார்கள். டிப்டி கமிஷனர் அவர்களே வழக்கைப் பதிவு செய்திருந்தார். வாதி ஜோசப் பொய்யும் மெய்யும் கலந்து வாக்கு மூலம் கொடுத்திருந்தான்.

பிரதிவாதியான அபூர்வன் வக்கீல் அமர்த்தவில்லை. அவனே தன் பதிலை தெள்ளத் தெளிவாக எடுத்துச் சொல்லியிருந்தான். வாதிக்குச் சாட்சி அவன் மகள். நீதி மன்றத்தில் அவளுடைய உண்மையான பெயரையும் மற்ற விவரங்களையும் கேட்ட பிறகு அசந்து விட்டான் அபூர்வன்.

யாரோ காலஞ் சென்ற பட்டாச்சாரியாரின் மகள். அவள் பெயர் பட்டாச்சார்யா பாரதி. தகப்பனார் இறந்த பிறகு அவளுடைய தாயார் மகளுடன் கிறிஸ்துவ மிஷின் வேலையாக பெங்களூருக்குச் சென்றாள். அங்கு ஜோசப்பைச் சந்தித்தாள். அவன் தோற்றத்தைக் கண்டு மனதைப்

பறி கொடுத்தாள். அவனையே மணந்து கொண்டாள். அதனால் பாரதியின் முழுப் பெயர் இப்போது மேரி பாரதி ஜோஸப் என்று மாறி விட்டது.

குற்ற விசாரணை நீதிபதி பாரதியை நடந்த விவரங்களைச் சொல்லும்படி கேட்டார்: அவள் உண்மையைச் சொல்லவில்லை என்பது அவள் கூறியதிலிருந்தே தெரிந்தது. இதை நீதிபதி மாத்திரமல்ல, நீதி மன்ற ஊழியர்களும் உணர்ந்து கொண்டனர்.

வாதி, பிரதிவாதி இருவருமே வழக்காட வக்கீல் வைக்கவில்லை. சிறிய விவகாரத்தைப் பெரியதாக்க நீதிபதியும் விரும்பவில்லை. திவாரியைக் குற்றமற்றவன் என்று விடுவித்தார், அபூர்வனுக்கு மாத்திரம் இருபது ரூபாய் அபராதம் விதித்தார்.

அபராதத் தொகையைக் கொடுத்து விட்டு அபூர்வன் திவாரியுடன் நீதிமன்றத்தை விட்டு வெளியே வந்தான். வெளியில் ராமதாஸ் நின்று கொண்டிருந்தார். அவரைப் பார்த்ததும் அவனையறியாமலே "இருபது ரூபாய் அபராதம் விதித்தார்கள். இனி என்ன செய்யலாம், உயர்நீதி மன்றத்திற்கு மனு செய்து கொள்ளலாமா?" என்றான்.

அவன் கையைப் பற்றிய ராமதாஸ் நிதானமாக "இருபது ரூபாய் அபராதத்தை ஒழிக்க ஆயிரக்கணக்காகச் செலவு செய்யப் போகிறீர்களா பாபு? போதும். தொல்லை இத்தோடு விட்டதே" என்றார்.

"இருபது ரூபாய்தான் அபராதம் என்றாலும் தண்டனை தானே?"

"ஆமாம். பொய் வழக்கு, பொய் சாட்சிதான். வழக்கு கொடுத்தவர் பரங்கியர் என்ற காரணத்தால் உங்களுக்குத் தண்டனை அளித்து விட்டார்கள். ஆனால் இந்த நீதி மன்றத்திற்கும் மேலேஒன்று இருக்கிறது. அந்த நீதிபதி நீதி தவறவே மாட்டார். அந்த நீதி மன்றத்தில் நீங்கள் குற்றவாளியே இல்லை" என்று வானத்தைக் காட்டினார் ராமதாஸ்.

"அது மனிதர்களுக்கு எங்கே தெரியப் போகிறது? அவர்கள் முன் நான் குற்றவாளிதானே?"

திவாரியை வீட்டிற்கு அனுப்பினான் அபூர்வன். அவன் சென்ற பிறகு அபூர்வனின் கையை அன்புடன் பற்றிக் கொண்டு ராமதாஸ் "வாருங்கள் பாபு, ஆற்றோரமாகச் சிறிது தூரம் போய் வரலாம்" என்றார்.

இருவரும் நடந்து கொண்டிருக்கும் போது பாபு, நிறுவனத்தில் நான் தங்களுக்குக் கீழ் பணிபுரிபவனாக இருக்கலாம். வயதில் உங்களைவிட மூத்தவன். நான் சொல்வதை தவறாக நினைக்காதீர்கள் என்றார்.

அபூர்வன் மௌனமாக நடந்தான்.

ராமதாஸ் மீண்டும் பேசத் தொடங்கினார். "இந்த வழக்குப் பற்றி எனக்கு முன்பே தெரியும். தீர்ப்பு எப்படியிருக்கும் என்பதும் தெரியும். மனிதர்களைப் பற்றி நீங்கள் சொல்கிறீர்கள். ஹால்தாருக்கும் ஜோசப்பிற்கும் விவகாரம் ஏற்பட்டு ஆங்கிலேய நீதிமன்றத்திற்குச் சென்றால் தீர்ப்பு எப்படியிருக்கும் என்பது அவர்களுக்குத் தெரியும். உங்களுக்கு விதிக்கப்பட்டது இருபது ரூபாய் அபராதம் தானே?"

"ஒரு குற்றமும் செய்யாமல் அபராதம் என்றால்..."

"குற்றம் செய்யாததற்குத் தான் அபராதம். நானும் ஒரு குற்றமும் செய்யாமல் இரண்டு ஆண்டு சிறைத் தண்டனை அனுபவித்திருக்கிறேன்."

"சிறைத் தண்டனையா? இரண்டு ஆண்டுகளா?"

"ஆமாம். அது மாத்திரமல்ல." என்று கூறி முதுகின் பக்கம் சுட்டிக் காட்டி "சொக்காயைக் கழட்டினால் என் முதுகில் பிரம்படி படாத இடத்தையே நீங்கள் பார்க்க முடியாது"

"என்ன நீங்கள் பிரம்படிப்பட்டீர்களா?" என்றான் ஆச்சரியத்துடன் அபூர்வன்.

ராமதாஸ் சிரித்துக் கொண்டே "ஆமாம், ஒரு குற்றமும் செய்யாமல் தண்டனை அடைந்தேன். இலட்சியமில்லாமல் நாலு பேர் முன் திரிகிறேன். தாங்கள் இந்த இருபது ரூபாய் அபராதத்தைப் பொறுத்துக் கொள்ள மாட்டீர்களா?" என்றார்.

ராமதாஸின் முகத்தைப் பார்த்துத் திகைத்தான் அபூர்வன். அச்சமயம் தெரு விளக்குகளை ஏற்றுபவன் அருகில் வந்தான். நேரமாகி விட்டதை அறிந்த ராமதாஸ் "வாருங்கள். உங்களை வீட்டில் விட்டு நானும் ரயிலுக்குப் போகிறேன்" என்று அவசரப்படுத்தினார்.

அபூர்வன் உணர்ச்சி வசமாகி "இப்பொழுதே வீட்டிற்குப் போகிறீர்களா? உங்களைப் பற்றி நான் பல தெரிந்து கொள்ள விரும்புகிறேன்" என்றான்.

ராமதாஸ் சிரித்துக் கொண்டே "அது ஒரு நொடியில் முடியாது, பல நாட்களாகும்." என்றார்.

'பல' என்பதை ராமதாஸ் அழுத்திச் சொன்னார். அப்போது அவருடைய முகத்தை அபூர்வனால் கூர்ந்து பார்க்காமல் இருக்கமுடியவில்லை. ஆனால் மகிழ்ச்சியுடன் கூடிய அவருடைய முகத்தில் எவ்வித அறிகுறியும் தென்படவில்லை.

ராமதாஸ் தெரு முனையிலேயே விடைபெற்றுக் கொண்டு ரயில் நிலையத்தை நோக்கி வேகமாக நடந்தார். அபூர்வன் மாடிப்படி ஏறி அறையின் முன் வந்து நின்றான். மூடிய கதவிற்குப் பின்னால் சந்தடியே காணப்படவில்லை. அபூர்வன் குரலைக் கேட்ட பிறகே திவாரி வந்து கதவைத் திறந்தான்.

"பாபு புறப்படும் சமயம் இரண்டு பத்து ரூபாய் நோட்டுகளை இங்கே போட்டுவிட்டீர்களே" என்றான் திவாரி.

அபூர்வன் ஆச்சர்யத்துடன் "எங்கே போட்டு விட்டேன்?" என்று கேட்டான்.

"இங்குதான்" என்று நிலைப்படியைச் சுட்டிக் காட்டினான்.

நோட்டு எப்படி கீழே விழுந்தது என்று சிந்தித்தபடி சாப்பிட்டு விட்டுப் படுக்கப் போனான்.

9

உணவருந்தி, வேலைகளையெல்லாம் முடித்துக் கொண்டு அபூர்வன் அறைக்கு வந்தான் திவாரி. அவன் கண்களில் கண்ணீர் ததும்ப, கைகுவித்து தடைபட்ட குரலில் "பாபு, என் பேச்சைக் கேளுங்கள். நாளைக் காலையிலேயே வேறு எங்காவது குடிபோய் விடலாம்" என்றான்.

அபூர்வன் திடுக்கிட்டு, "நாளைக்காலையா? போவது இருக் கட்டும். எங்கே குடிபோவது? சத்திரத்திற்குச் செல்வதா?"

இந்த இடத்தைவிட சத்திரம் எவ்வளவோ மேலானது. வழக்கு அவன் பக்கம் வெற்றியாகி விட்டது. இதன் பிறகு அவன் என்றைக்கு வேண்டுமானாலும் சாராயம் பருகிவிட்டு வந்து சச்சரவு செய்யலாம். நம்மை அடித்துப் போடலாம்.

அபூர்வனுக்கு வந்த ஆத்திரத்தை அடக்க முடியவில்லை. "எனக்குத் தொல்லை கொடுத்துக் கொண்டிருக்கத்தான் அம்மா உன்னை அனுப்பியிருக்கிறாள். உன்னை வைத்துக் கொண்டிருக்க என்னால் முடியாது. நாளைக்குக் கப்பல் போகிறது. உன்னை அனுப்பி விடுகிறேன், போ. என் தலையெழுத்துப்படி நான் எப்படியாவது இருக்கிறேன்," என்றான்.

திவாரி அதற்குமேல் பேசவே இல்லை. அவன் சந்தடி செய்யாமல் அங்கிருந்து போய்விட்டான்.

திவாரி சொன்னது அபூர்வனுக்கு ஆத்திரத்தைக்கிளப்பி விட்டு விட்டது. அதனால்தான் அவனிடம் கடுமையாக நடந்து கொண்டான். அதே சமயம் ஆத்திரத்தில் தவறுதலாக ஒன்றையும் சொல்லிவிடவில்லையே என்று மன அமைதி கொண்டான்.

எது எப்படியாவது போகட்டும். நாளையே வேறு ஒரு. வீடு தேட வேண்டும் என்று தீர்மானம் செய்து கொண்டான்.

மறுநாள் அலுவலகத்திற்குச் சென்றவன் எல்லாரிடத்திலும் வேறு வீடு பார்க்கச் சொன்னான்.

திவாரி மீண்டும் ஏதும் குறை கூறவில்லை. ஆனால் வேலைக்காரன், முதலாளி இருவரிடையே ஒரு வித அச்சம் இருந்து வந்தது. அவர்கள் இருவரும் நொந்த மனத்துடனே பழகி வந்தார்கள்.

தினமும் நிறுவனத்திற்குச் சென்று திரும்பும் சமயம் என்ன செய்தியைக் கேட்கப் போகிறோமோ என்று அபூர்வன் பயந்து கொண்டே வருவான். நாட்கள் கடந்து கொண்டி ருந்தனவே தவிர ஒரு கெட்ட செய்தியும் கேள்விப்படவில்லை. வழக்கில் வெற்றி பெற்ற ஜோஸப் மூலமாக பல பல தொல்லைகள் ஏற்படலாம். அது இயற்கையானதுதான். ஆனால் எந்தவிதத் தொல்லையும் இல்லாமலிருப்பது தான் ஆச்சரியமாக இருந்தது.

ஒரு நாள் அபூர்வன் அலுவலகத்திலிருந்து மாலை திரும்பி வந்தான். அவனைக் கண்டதும் திவாரி மகிழ்ச்சியுடன் "ஒரு நல்ல செய்தி" என்றான்.

அபூர்வன் ஆச்சரியத்துடன் "என்ன" என்று கேட்டான்.

"மாடி விட்டுப் பரங்கிக்காரன் கால் முறிந்து விட்டது. மருத்துவமனையில் படுத்திருக்கிறான் பிழைப்பானோ, இல்லையோ! கால்

முறிந்து ஆறு நாட்களாகின்றனவாம் அதாவது வழக்கு முடிந்த மறுநாள்...?"

அபூர்வன் திகைத்து "உனக்கு இது எப்படித் தெரியும்?" என்று கேட்டான்.

"இந்த விட்டின் சொந்தக்காரர் நம் மாநிலத்தைச் சேர்ந்தவர் அல்லவா? இன்று அவரைச் சந்தித்தேன். வாடகை வாங்க வந்திருந்தார். வாடகை யார் கொடுத்தார்கள்? மாடிவிட்டுக்காரன்தான் மருத்துவமனையில் கிடக்கிறானே" என்றான் திவாரி.

அபூர்வன் பதில் சொல்லாமல் அறையினுள் சென்றான். உடைகளைக் கழட்டினான். கல்கத்தாவை விட்டுப் புறப்பட்டு வந்த பிறகு இன்றுதான் திவாரி உண்மையிலேயே மகிழ்ச்சியுடன் இருக்கிறான்.

மாடி வீட்டுக்காரன் கால் முறிந்ததை அபூர்வனிடம் பேசலாம் என்று விரும்பினான். ஆனால், அபூர்வனோ அவன் உற்சாகத்தைக் கிளப்பும்படி பேசவில்லை. அப்படியும் திவாரி விடவில்லை. மாடி வீட்டுக்காரனுக்கு ஏதாவது ஆபத்து ஏற்படும் என்று அவனுக்கு முன்பே தெரிந்தது போலப் பேசினான்.

"ஒரு நாள் இப்படி ஏதாவது ஒரு விபத்து ஏற்படும். நான் தவறாமல் முறையாக சந்தியா வந்தனம் செய்யா விட்டாலும் காயத்திரி ஜபம் மாத்திரம் செய்து வருகிறேன். வழக்கு அன்று கூட நான் ஜபம் செய்தேன். மாடிவீட்டுக் காரனுக்கு கால் முறிந்ததற்குக் காரணமானது பாபுவுக்குத் தெரிந்ததோ இல்லையோ? எனக்கு மாத்திரம் காயத்திரி ஜபத்தினால் இந்த விபத்து ஏற்பட்டிருக்கிறது என்று தெரியும். ஜாதி கெட்டவன் பிராம்மணன் தலையில் உதைப்பது போல எப்போதும் மாடியில் குதித்துக் கொண்டிருந்தான் அல்லவா?" என்றான் திவாரி.

மறுநாள் அலுவலகப் பணியாள் ஒருவன் மூலம் தெரிந்து கொண்டு திவாரியை அழைத்தான் அபூர்வன். "வேறு வீடு இருக்கிறதாம். நீ இவருடன் போய் வீட்டைப் பார்த்து வருகிறாயா?" என்று கேட்டான்.

திவாரி சிரித்துக் கொண்டே "இனி மேல் வேறு வீடு தேவை இல்லை பாபு. எல்லாவற்றையும் நான் சரி செய்து விட்டேன். வரும் முதல் தேதி யார் வீட்டை காலி செய்து கொண்டு போகவேண்டுமோ அவன் போகிறான். நாம்

இப்போது வீட்டைக் காலி செய்து புது வீடு போவதில் பல தொல்லைகள் இருக்கின்றன'' என்றான்.

வேறு குடி போவதென்றால் பல தொல்லைகள் இருக்கத்தான் இருக்கும். இது அபூர்வனுக்குத் தெரியும். ஜோஸப் கால் குணமாகி வந்தால் சும்மா இருப்பானா என்று எண்ணினான். அதனால் வேறு வீட்டிற்கு விரைவிலேயே குடி போய்விட வேண்டியது தான்.

அபூர்வன் அலுவலகத்திற்குப் புறப்படும் சமயம் திவாரி வந்து பர்மியர்களின் 'பாமா' ஆலயத்திற்குப் போய்வரலாம் என்றிருக்கிறேன். தாங்கள் அனுமதி கொடுக்கவேண்டும் என்று சொன்னான்.

அபூர்வனுக்குச் சிரிப்பு வந்தது. ''நீ கூட கோயிலுக்கு, வேடிக்கை பார்க்கப் போகிறாயா**?**'' என்றான்.

''ஆமாம். வெளிநாட்டிற்கு வந்து விட்டோம். அங்குள்ளவற்றைப் பார்க்க வேண்டாமா**?**''

''சரி, சரி. போய்வா. மாடி வீட்டுக்காரர்கூட மருத்துவ மனையில் இருக்கிறார். ஒரு தொல்லையும் இல்லை. உன்னோடு யார் வருகிறார்கள்**?** போய் விரைவாக வந்துவிடு.''

முதல் நாள்தான் திவாரிக்கு அவன் ஊரைச் சேர்ந்த ஒருவன் நட்பு கிடைத்தது. அவன் ஆலயத்திற்குப் போக வழைத்தவுடன் மாடி வீட்டுக் காரனுக்கும் கால்முறிந்த மகிழ்ச்சியால் அவனுடன் தான் செல்லப்போகிறான். ஒப்புக் கொண்டு விட்டான்.

திவாரியைப் போய்வரும்படி கூறிவிட்டு அபூர்வன் அலுவலகம் சென்றான்

அவன் சென்று ஒரு மணி நேரத்திற்குப் பிறகு. திவாரியை அழைத்துப் போக அவன் புதிய நண்பன் வந்தான். அபூர்வனிடம் ஒரு சாவி இருந்ததால் திவாரி விட்டைப் பூட்டிக்கொண்டு நண்பனுடன் ஆலயத்திற்குப் புறப்பட்டான். அப்போது அவனுக்கு உண்டான மகிழ்ச்சிக்கு ஒரு எல்லையே இல்லை.

10

மாலை அலுவலகத்திலிருந்து அபூர்வன் விட்டிற்குத் திரும்பி வந்தான். பர்மியர் கோயிலுக்குச் சென்ற திவாரி அப்போதும் திரும்பி வரவில்லை. வீட்டின் மற்றொரு சாவி அபூர்வனிடம் இருந்தது. அதைப் போட்டுப் பூட்டைத் திறக்கலாம் என்று சாவியை எடுத்துப் பூட்டில் பொருத்தினான் ஆனால் பூட்டில் சாவி நுழையவில்லை. அப்போதுதான் அது வேறு ஏதோ பூட்டு, அவனுடையது இல்லை என்பதைக் கவனித்தான்.

என்ன செய்வது என்று அபூர்வன் திகைத்திருக்கும் சமயம் மாடியில்வசிக்கும் பரங்கியரின் பெண் பாரதி அவனைப் பார்த்து "இதோ வருகிறேன்" என்று கூறிக்கொண்டே கையில் சாவிக் கொத்துடன் கீழே இறங்கி வந்தாள். சாவியைப் போட்டு பூட்டைத் திறந்தாள். கதவைத் திறந்து அபூர்வனை உள்ளே போகச் சொன்னாள், அவனும் அவள் பின்னாலேயே உள்ளே வந்தான். அறையினுள் எல்லாச் சாமான்களும் தாறுமாறாகக் கிடந்தது. புத்தகங்கள் சிதறியிருந்தன.

அபூர்வன் ஒன்றும் தோன்றாதவனாய் பாரதியைப் பார்த்து "என்ன நடந்தது?" என்று கேட்டான்.

பாரதி நடந்ததை சுருக்கமாகச் சொன்னாள். திவாரி நண்பனுடன் கோயிலுக்குச் சென்ற சிறிது நேரத்திற்கெல்லாம் உங்கள் அறையிலிருந்து சப்தம் கேட்டது. அம்மா என்னை அழைத்து என்ன சப்தம் என்று பார்த்து வரச் சொன்னாள். எங்கள் அறையின் தரைப்பகுதியில் ஒரு துவாரம் இருக்கிறது. அதன் வழியாகப் பார்த்தேன். இரண்டு மூன்று பேர் கதவைத் திறந்து கொண்டு உள்ளே வந்து உங்கள் பெட்டிகளின் பூட்டுகளை உடைத்துக் கொண்டிருந்தார்கள். எனக்கு ஏற்பட்ட பயத்தில் நான் உரக்க கத்தினேன். அவர்கள் பெட்டிகளையும் சாமான்களையும் அப்படியே போட்டுவிட்டு ஓடிவிட்டார்கள். பிறகு நான் எங்கள் வீட்டுப் பூட்டை எடுத்துவந்து அறையின் கதவை மூடிப் பூட்டினேன். ஓடியவர்கள் மீண்டும் வருவார்களோ என்ற பயத்தில் எங்கள் அறையின் முன்னால் போய் உட்கார்ந்து கொண்டேன்."

அபூர்வன் முகம் ஒரேயடியாக வெளுத்து விட்டது. அவன் அப்படியே சட்டென உட்கார்ந்து கொண்டான்.

"உங்கள் சாமான்களெல்லாம் சரியாக இருக்கிறதா பாருங்கள். நீங்கள் என்ன வைத்திருக்கிறீர்கள் என்று எனக்குத் தெரியாது. உங்கள் வீட்டுச் சாமான்கள் உங்களுக்குத் தெரியுமல்லவா?" என்று கேட்டாள் பாரதி.

அபூர்வன் நாணத்தால் குனிந்து "எனக்கு ஒன்றும் தெரியாது. எல்லாம் திவாரிக்குத்தான் தெரியும்" என்றான்.

"அப்படியா? நல்லது. உங்கள் சாமான்கள் சரியாக இருக்கின்றனவா இல்லையா என்பதை நீங்களே தெரிந்து கொள்ளலாம்!" என்று கூறிக் கொண்டே பெட்டியின் அருகில் உட்கார்ந்தாள். திறந்திருந்த பெட்டியின் பக்கத்தில் கிடந்த உடைகளை ஒவ்வொன்றாக எடுத்தாள். ஒவ்வொன்றிலும் எவ்வளவு என்று கேட்டுச் சரி பார்த்துப் பெட்டியினுள் வைத்தாள். உடைகள் எதுவும் களவு போகவில்லை என்று தெரிந்தது.

உடைகளின் மத்தியில் ஒரு பொன் கடிகாரச் சங்கிலி காணப்பட்டது. அதை எடுத்துக் காட்டி "கடிகாரம் எங்கே" என்று கேட்டாள்.

அபூர்வன் தன் சட்டையிலிருந்து கடியாரத்தை எடுத்துக் காட்டினான். பிறகு மகிழ்ச்சியுடன் சங்கிலியைக் காட்டி "அது என் அப்பாவினுடையது. அவர் நினைவாக வைத்துக் கொண்டிருக்கிறேன். நல்ல வேளை இதைத் திருடன் எடுத்துப் போகவில்லை" என்றான்.

"மோதிரங்கள் வைத்தீர்களா?" என்று பாரதி கேட்டாள்.

"என்னிடம் மோதிரமே கிடையாது!."

"சரி போகட்டும். பொன் பித்தான் ஏதாவது உண்டா?"

"ஆமாம், ஒரு சட்டையில் போட்டு பெட்டியின் மேல்பாகத்தில் வைத்திருந்தேன்" என்று பதட்டத்துடன் சொன்னான் அபூர்வன்.

பாரதி பெட்டியிலும், அறையின் மற்ற பாகங்களிலும் தேடிப் பார்த்தாள். அபூர்வன் சொன்ன சட்டை காணப்படவில்லை. "சரிதான். பித்தானுடன் சட்டையும் போய் விட்டது...பெட்டியில் பணம் வைத்திருந்தீர்களா? எவ்வளவு?"

"ஆமாம் வைத்திருந்தேன். எவ்வளவு என்று தெரியாது ஆனால் என் மணிபர்ஸில் சிறிது பணம் இருக்கிறது" என்று சொல்லி சட்டைப் பையிலிருந்த மணி பர்ஸை எடுத்துக் காட்டினான்.

பாரதி அதை வாங்கினாள்— பர்ஸிலிருந்த பணத்தை எடுத்து எண்ணிப் பார்த்தாள். இருநூற்றைம்பது ரூபாய் எட்டணா இருந்தது. “நீங்கள் ஊர் புறப்படும் போது எவ்வளவு எடுத்துக் கொண்டே வந்தீர்கள்?”

“அறுநூறு ரூபாய்” என்றான் அபூர்வன்.

பாரதி காகிதம் பேனாவை எடுத்து, கப்பல் கட்டணம் வண்டி வாடகை, என்று ஒவ்வொரு செலவாக அவரைக் கேட்டிருந்தாள், பிறகு அவற்றை கூட்டினாள். வீட்டிலிருந்து எடுத்து வந்த பணத்தில் செலவும் கையில் இருந்த தொகையையும் கழித்த பிறகு இரு நூற்றி எண்பது ரூபாய் குறைந்தது. அதுதான் திருட்டுப் போயிருக்கிறது என்று பாரதி சொன்னாள்.

“நீங்கள் சொல்வது தவறு. இரு நூற்றி அறுபது ரூபாய் தான் களவு போயிருக்கிறது. என்றான் அபூர்வன்.

“அப்படியே இருக்கட்டும். இருபது ரூபாய் வித்தியாசத்தில் என்ன ஆகி விடப் போகிறது?” என்றாள் பாரதி.

பாரதியின் திறமையையும் அவள் பழகும் விதத்தையும் பார்த்து அபூர்வன் வியப்படைந்தான்.

“போலீஸுக்குப் புகார் கொடுத்தால் மட்டும் என்ன ஆகப் போகிறது? ஆனால் ஒன்று நிச்சயம். சாட்சி, வாக்கு மூலம் என்று எனக்குத்தான் அவர்கள் தொல்லை கொடுப்பார்கள்.”

அபூர்வன் ஒன்றும் சொல்லாமல் இருந்தான்.

“நடந்தது நடந்து விட்டது. பொருள் போய் விட்டது. இனி மேல் போலீஸ் வருவதால் அவமானம்தான் ஏற்படும்” என்றாள் பாரதி.

“அவமானம் ஏற்படுமோ! என்னவோ? குற்றவாளி கண்டுபிடிக்கப்பட்டு சட்டப் படி தண்டிக்கப்படலாம், அல்லவா” என்று அபூர்வன் கூறும் போதே குறுக்கிட்டு,

“சட்டம் எப்போதும் தான் இருக்கிறது. அன்று உங்களுக்கு அபராதம் விதித்த போதும் சட்டம் இருக்கத்தான் செய்தது. ஆனால் இன்று உங்களைப் போலீஸில் புகார் செய்ய மாத்திரம் நான் அனுமதிக்கவே மாட்டேன்” என்றாள் பாரதி.

“பொய் வழக்குத் தொடுத்துப் பொய்ச் சாட்சி சொல்லும் போது சட்டமும் நீதியும் என்ன செய்ய முடியும்?” என்று கேட்டான் அபூர்வன்.

அவன் பாரதியின் முகத்தையே – பார்த்தான். அவள் முகத்தில் ஒரு மாறுதலும் ஏற்படவில்லை.

"பொய் சாட்சி சொல்லாமலிருந்தால் சட்டமும் நீதியும் தூயதாக இருந்து விடுமா? அவ்விதம் இருந்தால் நல்லது தான். உண்மையில் அவ்விதம் நடப்பதில்லை" என்றாள் பாரதி.

அபூர்வன் மௌனமாக இருந்தான், பாரதியின் பேச்சு அவனுக்கு வியப்பை அளித்தது. முதலில் அவன் அழைக்காமலே வந்து உதவி செய்யத் தொடங்கினாள். அப்போது அவள்மீது அபூர்வனுக்கு ஒரு நல்ல எண்ணம் உண்டாயிற்று. ஆனால் பிறகு அவள் பேச்சிலிருந்து சந்தேகமும் தவறான எண்ணமும் ஏற்பட்டது.

சிறிது நேர மௌனத்திற்குப் பிறகு "சில பொருள்களும் பணமும்தான் களவு போயிருக்கிறது. களவு போன பணம் அவ்வளவு பெரிய தொகையும் இல்லை. ஆனால் கள்ளனை சும்மா விடக் கூடாது" என்றான்.

பாரதி வெறி பிடித்தவள் போல் "என்ன சொல்கிறீர்கள் பாபு? என் தந்தை உங்களுக்குத் தொல்லை கொடுத்தார். வழக்குத் தொடுத்து உங்களை நீதி மன்றத்திற்கு அழைத்தார். இது உண்மைதான். ஆனால் அவர் நல்லவர். ஏதோ ஆத்திரத்தில் அவரும் அப்படி நடந்து கொண்டார். நானும் அவருக்கு உதவியாக நடந்து கொண்டேன். அதற்காக இப்போது நான் உங்கள் வீட்டில் பூட்டை உடைத்து, பொருளைக் களவாடினேன் என்று நினைக்கலாமா! ஐயோ! என்ன செய்வேன். நல்லது செய்யப் போய் இப்படி ஒரு கெட்ட பெயரா?" என்று சொல்லிக் கொண்டே நடுங்கிய உள்ளத்துடன் அவள் அங்கிருந்து வேகமாக மாடிப்படிகளை நோக்கிச் சென்றாள்.

11

வீட்டின் பூட்டை உடைத்து களவு செய்யப் பட்டதைப் போலீஸில் புகார் கொடுத்து விடுவது என்று அபூர்வன் தீர்மானம் செய்து கொண்டான். மறுநாள் அலுவலகத்திற்கு செல்லும் போது போலீஸ் நிலையத்திற்குப் போய் புகார் கொடுத்து விடுவது என்று முடிவு செய்து கொண்டான்.

முதல் நாள் எண்ணியபடி மறுநாள் அலுவலகத்திற்கு முன்னதாகவே புறப்பட்டான். போலீஸ் நிலையத்தை நோக்கி நடந்தான். அப்போது அவன் பாரதியின் ஒவ்வொரு செயலையும் நினைத்துப்பார்த்தான். அவள்

ஆரம்பத்திலிருந்தே பொய் சொல்லி வந்திருக்கிறாள். அப்படியிருக்கும் போது அவளை எப்படி நம்புவது? அவளே ஏன் அறையின் பூட்டை உடைத்துத் தேவையானவற்றை எடுத்துக் கொண்டு ஒன்றும் தெரியாதவள் போலும். ஒத்தாசை செய்பவள் போலும் நடித்திருக்கக் கூடாது?

பாரதியின் ஒவ்வொரு செயலும் சந்தேகத்தை ஏற்படுத்தினாலும் மனதின் ஒரு மூலையில் அவள் ஏன் நிரபராதியாக இருக்கக் கூடாது? அவள் சொன்னது ஏன் உண்மையாக இருக்கக் கூடாது என்ற எண்ணமும் உண்டாயிற்று.

அபூர்வன் மூளையைக் குழப்பிக் கொண்டே போலீஸ் நிலையத்தை நெருங்கினான். அச்சமயம் அந்த வெளிநாட்டில் "டேய் அபூர்வா" என்று கூப்பிடுவது கேட்டது.

குரல் தெரிந்ததாக இருக்கவே அபூர்வன் நின்று திரும்பிப்பார்த்தான். எதிரில் நிமாயி பாபு நின்றிருந்தார். அவர் இந்திய ரகசிய போலீஸில் ஒரு அதிகாரியாக இருக்கிறார். அபூர்வனுடைய தகப்பனார் தான் நிமாயிக்கு போலீஸில் வேலை வாங்கிக் கொடுத்தார். நிமாயி அவரை அண்ணன் என்று அழைப்பது வழக்கம். அதனால் அபூர்வனும் அவன் சகோதரர்களும் நிமாயிபாபுவை சித்தப்பா என்று கூப்பிட்டு வந்தனர்.

அபூர்வன் சுதேசி இயக்கத்தில் ஈடுபட்டிருந்தான். அவனைப் போலீஸார் கைது செய்தார்கள். ஆனால் அவனுக்கு, ஒரு தண்டனையும் இல்லாமல் விடுதலையானதற்குக் காரணம் நிமாயி பாபுதான்

அபூர்வன் ஆச்சரியத்துடன் மகிழ்ச்சியுமடைந்தான். நிமாயிக்கு வந்தனம் சொல்லி விட்டு "சித்தப்பா, இவ்வளவு தூரம் எங்கே வந்தீர்கள்?" என்று கேட்டான்.

"நீயோ என்னை விட வயதில் சிறியவன். நீயோ அம்மா, அண்ணன், அண்ணி முதலியவர்களையும் சொந்த ஊரையும் விட்டு இந்த வெளிநாட்டுக்கு வந்திருக்கிறாய். நான் மாத்திரம் அங்கேயே இருக்க வேண்டுமா? இந்த ஊருக்கு ஊருக்கு வரக் கூடாதா?" என்று சிரித்துக் கொண்டே கேட்டார் நிமாயி. பிறகு குடும்பநலன்கனைப் பற்றி விசாரித்தார்.

அபூர்வன் அனைவருடைய நலன்களையும், தனக்கு வேலை கிடைத்ததையும் சொன்னான்.

"அலுவலகத்திற்குப் போக நேரமிருக்கிறதல்லவா? என்னுடன் துறைமுகத்திற்கு வருகிறாயா?" என்று கேட்டார்.

"துறைமுகத்திற்கு மாத்திரமா? வேறு எங்காவது போக வேண்டியிருக்கிறதா?" என்று அபூர்வன் வேடிக்கையாகக் கேட்டான். இருவரும் பேசிக் கொண்டே நடந்தார்கள்.

"துறைமுகத்திற்கு முதலில் போகவேண்டும். பிறகு வேறு இடங்கள் சிலவற்றிற்குப் போக வேண்டும். நான் ஒருவரை வரவேற்க இங்கு வந்திருக்கிறேன். அவருடைய புகைப்படமும் மற்ற விவரங்களும் இந்த ஊர் போலீஸாருக்குக் கொடுக்கப்பட்டிருக்கிறது. அவர்களால் அவரைப் பிடிக்க முடியுமோ முடியாதோ, அவருக்காக நான் வந்திருக்கிறேன்."

நிமாயி சொன்னதிலிருந்து அவர் கண்டுபிடிக்க வந்திருக்கும் நபர் சாதாரணமானவனல்ல என்பதை அவன் யூகித்துக் கொண்டான். "அந்த ஆசாமி யார்? நீங்கள் வந்திருப்பதைப் பார்த்தால் அவன் வங்காளத்தைச் சேர்ந்தவனாக இருக்கலாம் என்று தோன்றுகிறது. ஆனால் அவன் கொலைகாரனா? கொள்ளைக்காரனா? இல்லை..."

நிமாயி குறுக்கிட்டு "எதையும் நிச்சயமாகச் சொல்வதற்கில்லை. அவன் மீது எந்தவிதமான குற்றமும் கூறப்படவில்லை. ஆனாலும் அவனை உன்னிப்பாகக் கவனித்து வரவேண்டும் என்று அரசாங்கம் நினைக்கிறது. இதற்குமேல் எதையும் கேட்காதே" என்றார்.

"நீங்கள் சொல்வதிலிருந்து அவன் அரசியலில் சம்பந்தப் பட்டவனாகத்தான் இருக்க வேண்டும். உண்மை தானே?"

"உன்னைக் கூடத்தான் ஒரு சமயம் அரசியல்வாதி என்று சொன்னார்கள். இவன் ராஜத்துரோகி, மன்னரின் விரோதி. அரசாங்கத்திற்கு விரோதமானவன். அவன் தனக்கு ஸ்வயகாசி என்று பெயர் வைத்துக் கொண்டிருக்கிறான். இவனுடைய இரண்டு கைகளும் ஒரே விதமான வேகத்தில் துப்பாக்கியை இயக்கும் பத்மா நதி போன்ற ஆற்றிலும் பாய்ந்து வரும் வெள்ளத்தை எதிர்த்து நீந்தக் கூடியவன். ஆங்கில அரசாங்கத்தின் ரகசிய குறிப்பின்படி இவன் பெரிய சூராதி சூரன். அவன் கால்நடையாகவோ, அல்லது வண்டியிலோ அல்லது கப்பலிலோ பர்மாவுக்குப் பயணமாகி விட்டான். அவன் பலே கைகாரன்...அபூர்வன் நான் சொன்னவற்றை வேறு

யாரிடமும் சொல்லாதே. வேலையிலிருந்து ஓய்வு பெறும் போது உதவிப் பணம் கிடைக்காமல் போய் விடப் போகிறது.''

அபூர்வன் கவலை தோய்ந்த குரலில் ''அவன் இவ்வளவு நாட்கள் என்ன செய்து கொண்டிருந்தான்? நான் இதுவரை ஸ்வயகாசி என்ற பெயரைக் கேள்விப் பட்டதே இல்லையே''! என்றான்.

''இவனைப் போன்றவர்கள் என்ன பெயர் வேண்டுமானாலும் வைத்துக் கொள்வார்கள். இவ்வளவு நாட்கள் அவன் என்ன செய்து கொண்டிருந்தான் என்று எனக்குத் தெரியாது. புனாவில் மூன்று மாதங்களும், சிங்கப்பூரில் மூன்று ஆண்டுகளும் சிறைத் தண்டனையை அனுபவித்திருக்கிறான். அவனுக்குப் பல மொழிகள் தெரியும். ஜெர்மனியில் மருத்துவக்கல்லூரியில் படித்து பட்டம் பெற்றிருக்கிறான். பிரான்சில் பொறியியல் கல்லூரியில் படித்து பட்டம் பெற்றிருக்கிறான். இங்கிலாந்து, அமெரிக்கா போன்ற இடங்களுக்கும் சென்றிருக்கிறான். அங்கெல்லாம் என்ன படித்து பட்டம் வாங்கினானோ? அவனுக்கு சொந்த வீடு என்று ஒன்றில்லை. உற்றார் உறவினர் யாரோ தெரியாது. அவனுக்குத் தூக்கு தண்டனையைத் தவிர வேறு எந்த தண்டனையும் பயனே இல்லை. அவனுடைய உடலின் ஒவ்வொரு அணுவிலும் பயங்கரமான தீ கொழுந்து விட்டு எரிந்துகொண்டேயிருக்கிறது. நாமுந்தான் இந்திய நாட்டில் பிறந்தோம். அவன் எப்படி நம் நாட்டில் பிறந்தான் என்பது புரியவே இல்லை'' என்றார் நிமாயி.

அபூர்வன் மௌனமாக இருந்தான். அவன் உடலிலும் ஒரு வித தீ பரவுவது போல் தோன்றிற்று. அவன் பயந்த குரலில் ''சித்தப்பா, அவரைக் கைது செய்யப் போகிறீர்களா?''

''அவன் அகப்பட்டால் தானே கைது செய்ய? அவனைப் பிடிப்பது முடியாத காரியம். அவன் எப்படியாவது தப்பித்துப் போய் விடுவான்.''

அவருக்கு என்ன வயதிருக்கும்?

''முப்பது முப்பத்திரண்டு இருக்கலாம். பயங்கர செயல்களில் ஈடுபடும் இவன் மிகவும் எளிமையாக இருப்பான். இதுதான் இவனைக் கண்டு பிடிக்க முடியாமல் போவதற்குக் காரணம்.''

"போலீஸ் கையில் அகப்படக் கூடாது என்றுதான் கால்நடையாகக் கிளம்பியிருப்பாரோ?"

"அப்படியிருக்காது. வேறு ஏதாவது எண்ணம் இருக்கலாம். இவரைப் போன்றவர்கள் பாதை ஒரு குறிக்கோளுடன் கூடிய தனிப்பாதை. சாதாரண மக்களால் அந்தப் பாதையில் செல்ல முடியாது. இன்றைக்கு நானா அவனா யார் தவறு செய்யப் போகிறோம் என்ற போட்டி நடைபெறுகிறது. எங்கள் பயணமும், உழைப்பும் வீணாகவும் போகலாம்."

"சித்தப்பா, உங்கள் பயணமும் உழைப்பும் வீணாகப் போக வேண்டும் என்று பகவானை வேண்டுகிறேன்" என்று இருகரங்களையும் தலைக்குமேலே குவித்துச் சொன்னான் அபூர்வன்.

நிமாயி சிரித்துக் கொண்டே "போலீஸ்காரர் முன்னால் இப்படிச் சொல்லக்கூடாது. உன் முகவரியை எழுதிக்கொடு. நாளைக்கு ஓய்வு கிடைத்தால் வருகிறேன். துறைமுகம் வந்து விட்டது. நான் போகிறேன்" என்று கூறி விட்டு வேகமாகச் செல்லத் தொடங்கினான்.

அபூர்வன் அவரைப் பின் தொடர்ந்து நடந்து கொண்டே. "சித்தப்பா இன்று நான் அலுவலகத்திற்குப் போகாவிட்டாலும் கவலையில்லை. அந்த உத்தமவீரன் உங்களிடம் அகப்படுவதை நான் விரும்பவில்லை. ஆனால் அப்படியே அகப்பட்டாலும் அவரைத் தூர இருந்தே ஒருமுறை பார்க்க ஆசைப்படுகிறேன். நானும் உங்களுடனேயே வருகிறேன்" என்றான்.

நிமாயிக்கு அவனை அழைத்துப்போக விருப்பமில்லை. ஆனால் அவன் பின் தொடர்ந்து வருவதைத் தடுக்கவுமில்லை. அவர் மெல்லிய குரலில் "உன் விருப்பப்படியே வா. ஆனால் இவர்களைப் போன்றவர்களிடம் தொடர்பு வைத்துக் கொள்ள மாத்திரம் எண்ணாதே. நீ இப்போது சிறுபையன் இல்லை. உன் தகப்பனாரோ காலமாகி விட்டார். உன்னுடைய எதிர்கால நல்வாழ்க்கையை நீதான் நிர்ணயித்துக் கொள்ள வேண்டியவன். நன்றாக யோசித்து எதையும் செய்" என்றார்.

"யாரையாவது சந்திக்க நீங்கள் யாருக்காவது சந்தர்ப்பம் கொடுத்ததுண்டா? ஒரு குற்றமும் செய்யாத ஒருவரைப் பிடிக்க கண்ணி வைத்து அலைகிறீர்கள்."

அதற்குமேல் இருவரும் பேசாமல் சென்றார்கள். அப்போது கப்பல் ஒன்று துறைமுகத்தினுள் வந்து கொண்டிருந்தது. துறைமுகத்தினுள் சாதாரண உடையில் ரகசிய போலீஸார் சிலர் நின்றுகொண்டிருந்தனர். அவர்கள் நிமாயியிடம் கண்களாலேயே பேசினார்கள்.

இந்த ரகசிய போலீஸ்காரர் இந்தியாவைச் சேர்ந்தவர்கள். இவர்கள் அனைவரும் அந்த "ராஜத் துரோகி"யைப் பிடிக்க வந்திருக்கிறார்கள்.

கப்பல் துறைமுகத்தை அடைந்தது. ரகசியப் போலீஸாரின் பார்வை உன்னிப்பாயிற்று. அபூர்வன் ஒரு ஓரமாக நின்று கொண்டான். மனதினுள்ளேயே, அந்த முன்பின் பார்த்திராதப் புரட்சித் தலைவனை நினைத்து தலைவணங்கி "நீ சாதாரணமானவனல்ல. உன் தோள்களில் சுமக்க முடியாத பாரத்தைச் சுமக்கிறாய்: பிறந்த பொன்னாட்டிற்காக உன்னையே நீ அளித்துக் கொண்டாய்; அடிமை நாட்டின் விடுதலைக்காகப் போராடும் ராஜத் துரோகியே நீ இருக்கும் திக்கு நோக்கி ஆயிரமாயிரம் முறை சிரம்தாழ்த்தி வணங்குகிறேன்" என்று கூறிக்கொண்டான்.

துறைமுகத்தினுள் பலர் போய்க்கொண்டிருந்தார்கள். பலர் வெளியே சென்று கொண்டிருந்தார்கள். அவர்கள் அனைவரும் தன்னைப் பார்க்கலாமே என்ற எண்ணம் கூட இல்லாமல் அபூர்வன் நின்றிருந்தான். அவன் மனப்போராட்டத்தினால் உடல் முழுவதும் வியர்வையால் நனைந்துவிட்டது. அவன் தன்னை மறந்திருந்த சமயம்தான் நிமாயி அவனைக் கூப்பிட்டார். சுயநினைவு வந்து என்ன என்று கேட்டபோது "அவன் தப்பி விட்டான்" என்றார் நிமாயி.

12

அந்த உத்தமன், பிறந்த பொன்னாட்டைத் தவிரவேறு எந்த தெய்வத்தையும் வணங்காத பக்தன் தப்பிவிட்டான். அரசாங்கத்தின் அடியாட்களான சித்தப்பா, அவர் கூட்டாளிகள் அனைவர் கண்களிலும் மண்ணைத் தூவிவிட்டு மறைந்து விட்டான் என்று செய்தி கேட்டதும் அபூர்வன் பெருமகிழ்ச்சியடைந்தான். ஆனால் அவனுக்கு ஒரு சந்தேகம். அவர் எப்படித் தப்பினார்? இவ்வளவு கட்டுக்காவல் இருக்கும் போது எவ்விதம் தப்ப முடியும்? இதை அவன் நிமாயி பாபுவீடமே கேட்டான்.

"அதுதானே விளங்கவில்லை? சுமார் முன்னூறு பயணிகள் கப்பலில் வந்தார்கள். இருபதுபேர் ஆங்கிலேயர்கள். மற்றவர்களில் பெரும்பாலோர் இந்தியர். மீதப்பேர் பர்மியர். அவன் யார் போல் வேஷம் போட்டுக் கொண்டு தப்பினானோ? இந்த ஊர் இன்ஸ்பெக்டர் ஜகதீஷ் ஆறுபேர்களை சந்தேகப்பட்டு நிறுத்தி வைத்திருக்கிறார். இவர்கள் அனைவரும் வங்காளிகள். இவர்கள் ஒருவனுடைய முகச் சாயல் ஸ்வயகாசினுடையது போல் இருக்கிறதாம். என்னை வந்து பார்க்கச் சொல்லியிருக்கிறார். வருகிறாயா?" நிமாயி.

இருவரும் போலீஸ் நிலையத்திற்குச் சென்றார்கள். போலீஸ் நிலையத்தின் முன்கூடத்தில் ஆறுபேர் தங்கள் சாமான்களுடன் உட்கார்ந்திருந்தார்கள். அவர்களுடைய பெட்டி சாமான் மூட்டைகளை ஜகதீசன் சோதனை செய்தார். அவர் அதிகமாகச் சந்தேகப்பட்டவன் ஒருமூலையில் உட்கார்ந்திருந்தான். மற்ற ஐவரும் வடக்கு பர்மாவில் வேலை செய்து கொண்டிருந்தவர்கள். அவர்கள் உடம்புக்கு அந்தப்பகுதி ஒத்துக் கொள்ளாததால் ரங்கூனுக்கு வந்திருக்கிறார்கள். அந்த ஐந்துபேரையும் விசாரணை செய்த பிறகு நிமாயியின் அனுமதியின் பேரில் விடுதலைசெய்து அனுப்பினார் ஜெகதீசன்.

இன்ஸ்பெக்டர் அதிகமாகச் சந்தேகப்பட்ட மனிதனை நிமாயியின் முன் அழைத்து வந்தார்கள். அவனுக்கு முப்பது முப்பத்திரண்டு வயதுக்குமேல் இருக்காது. காச நோயினால் அவதிப்படுபவனைப் போல் காணப்பட்டான். அவனைப் பார்க்கும் போது இன்னும் அதிக நாட்கள் இந்த உலகத்திற்கும் பாரமாக இருக்க மாட்டான் என்று தோன்றிற்று. உடல் மெலிந்து நோயின் வேதனையால் அவன் அவதிப்பட்டாலும் கண்களில் மாத்திரம் ஒரு அபூர்வமான ஒளி தென்பட்டது.

போலீஸ் நிலையத்திற்கு வந்த பிறகே ஸ்வகாசி என்ற பெயர் வைத்துக் கொண்டு மன்னரின் விரோதியின் பெயர் மல்லிக் கென்று தெரிந்தது

நிமாயி அந்த மனிதரை உற்றுப் பார்த்தார். ஜப்பானிய சில்க் ஜிப்பா, இடுப்பில் மெல்லிய சீமை வேட்டி, முழங்கால் வரை பச்சைக் கம்பள மேஜோடு. உயர்ந்த பூட்ஸ் அணிந்திருந்தான். கையில் மான் கொம்பு பிடிபோட்ட கைத்தடி வைத்திருந்தான். அவன் தலையில் தடவியிருந்த வேப்பெண்ணெய் அருகில் ஒருவரை நெருங்க விடாமல் தடுத்தது.

“உன் பெயர் என்ன?”, என்று நிமாயிபாபு அவனைக் கேட்டார்.

“கிரிஷ்மகா பாத்திரம்” என்றான் அவன்.

“ஹும். நீ ரங்கூனில் தான் இனி தங்கப்போகிறாயா? உன் சாமான்களைப் பார்த்தாகி விட்டது. இன்னும் அருகில்வா? உன் சட்டைப்பையில் என்ன இருக்கிறது பார்க்கலாம்,” என்றார் நிமாயி.

அவன் அருகில் வந்ததும் ஜிப்பாவின் பையில் கையைவிட்டுத் துழாவினார். ஒரு ரூபாய் ஆறு அணா சில்லரை, மடிக்கும் அடிகோல், நாலைந்து பீடிகள் மற்றும் ஒரு சிலிம்பியும் இருந்தது.

சிலிம்பியைப் பார்த்ததும் நிமாயி “கஞ்சா புகைப்பாயா?” என்று கேட்டார்.

“மாட்டேன்” என்றான் அவன்.

“கஞ்சா புகைக்காத உனக்குச் சிலிம்பி எதற்கு?”

“அது என்னுடையதில்லை. கீழே கிடந்து கிடைத்தது.. யாருக்காவது உபயோகமாக இருக்குமே என்று எடுத்துப், பையில் போட்டுக் கொண்டேன்.”

அச்சமயம் இன்ஸ்பெக்டர் ஜெகதீசன் அங்கு வந்தார். அவரைப் பார்த்ததும் நிமாயி சிலிம்பியைக் காட்டி “இவனைப்போல் உபகாரி எங்கே கிடைப்பான். வேறு யாருக்காவது உபயோகமாக இருக்குமே என்று இந்த சிலிம்பியை வழியில் கண்டெடுத்து வந்திருக்கிறான். டேய்! எங்கே உன் கைகளைக் காட்டு” என்று கூறிக் கொண்டே நிமாயி அவன் கைகளைப் பற்றி பரிசோதனை செய்யத் தொடங்கினார். அவனது கட்டை விரலைச் சோதித்து விட்டு “ஏண்டா பொய் சொல்கிறாய்? அடிக்கடி கஞ்சா கசக்கிய அடையாளம் இதோ இருக்கிறதே. போகட்டும். உன்னைப் பார்த்தால் இன்னும் அதிக நாட்கள் நீ உலகத்தில் இருக்க முடியாது என்று தோன்றுகிறது. வீணாகக் கஞ்சா புகைத்து காலனை விரைவில் அழைத்து விடாதே” என்றார்.

“ஐயா நான் சொல்வது உண்மை. நண்பர்கள் கசக்கிக் கொடுக்கச் சொன்னால் கசக்கிக் கொடுப்பேன். நான் புகைக்கவே மாட்டேன்.”

"சரி சரி, அப்படியே இருக்கட்டும். நீ சொல்வது உண்மைதான் இன்ஸ்பெக்டர் இவனைப் போகச் சொல்லலாமா?" என்று ஜகதீசன் அனுமதியைக் கேட்டார் நிமாயி. அவர் உத்தரவு கொடுத்ததும் கிரீஷ் மகாபாத்திரத்தைப் போகச் சொன்னார்.

கிரீஷ் மகாபாத்திரம் பதில் சொல்லாமல் படுக்கை, பெட்டியை எடுத்துக் கொண்டு வெளியே சென்றான்.

13

அபூர்வன் யந்திரம் போல் அலுவலக வேலைகளைச் செய்தான். ஆனால் அவன் மனம் அதில் பதிந்திருக்கவில்லை. 'தாய் நாட்டின் இழிநிலையைப்' போக்க தன்னையே அழித்துக் கொண்டு உயிரையும் பணயம் வைத்து தாய் நாட்டின் விடுதலைக்காகப் பாடுபட்டு வரும் அந்த உத்தம மல்லிக்கைப் பற்றியே அவன் எண்ணம் சுற்றிச் சுற்றி வட்டமிட்டது. அந்த உத்தமவீரன் போலீஸ்காரர்களுக்கு மாத்திரமல்ல, தன் கண்ணிலும் படாமல் மறைந்துவிட்டாரே என்று வருத்தமடைந்தான்.

கடந்த சில நாட்களாக சக ஊழியர் ராம்தாஸ் வீட்டிலிருந்து பகல் உணவு அபூர்வனுக்கு வந்து கொண்டிருந்தது அன்றும் அலுவலக பிராம்மண ஊழியன் ராம்தாஸின் மனைவி கொடுத்த பலகாரத்தை வாங்கி வந்திருந்தான்.

பகல் இடைவேளையில் ராம்தாஸும் அபூர்வனும் பலகாரம் சாப்பிடத் தனி அறைக்குச் சென்றார்கள். இருவரும் தங்கள் பலகாரங்களை எடுத்து வைத்துக் கொண்டு சாப்பிடத் தொடங்கினர். அபூர்வன் கலகலப்பின்றி யந்திரம் போல் நடந்து கொள்வதைப் பார்த்த ராம்தாஸ், "ஏன் ஒரு மாதிரியாக இருக்கிறீர்கள்? ... ஊரிலிருந்து கடிதம் வந்ததா? அனைவரும் நலம்தானே?" என்றுகேட்டார்.

"எல்லாரும் நலம்தான்" என்று சொன்ன அபூர்வன் முதல் நாள் வீட்டில் நடந்த களவு பற்றிவிவரித்தான். பிறகு மன்னரின் விரோதி, நாட்டின் துரோகி மல்லிக்கைப் பற்றி சொல்லத் தொடங்கினான். "பிறந்த பொன்னாடு விடுதலையடைய வேண்டும். நாட்டு மக்கள் சுதந்திரமாக வாழ வேண்டும் என்று நினைக்கும் ஒரு உத்தமனைப் பிடிக்க அரசாங்கம் ஏராளமான பணத்தைப் பாழாக்குகிறது. ஆனால் ஒரு கள்ளனைப் பிடிக்க அக்கறை எடுத்துக் கொள்ள மறுக்கிறது" என்றான்.

“நாட்டிற்கு நல்லது செய்ய விரும்புபவனைப் பிடிப்பது தான் முக்கியம், திருடர்களை பிடிக்க வேண்டியது அவ்வளவு அவசியமில்லை” என்றார் ராம்தாஸ்.

“அந்த உத்தமனைப் பிடிக்க இந்தியாவிலிருந்து வந்துள்ள போலீசாரின் தலைவன் எனக்கு மிகவும் வேண்டியவர். இதுதான் எனக்கு வேதனையை அளிக்கிறது.”

ராமதாஸ் ஏதோ சொல்ல நினைத்தார். ஆனால் மௌனமாகி விட்டார்.

“போலீசாரின் தலைவனாக வந்துள்ளவன் என் தந்தைக்கு வேண்டியவர். நான் அவரை சித்தப்பா என்று அழைப்பேன். ஆனால் அவரைவிட எனக்கு அந்த தேசத்துரோகிதான் மிகவும் நெருங்கிய உறவினனென்று சொல்லிக்கொள்ள ஆசைப்படுகிறேன்” என்றான் அபூர்வன்.

ராம்தாஸ் புன்முறுவல் பூத்துக்கொண்டே “அபூர்வ பாபு நீங்கள் இப்படிச் சொன்னால் பிறகு வருத்தப்பட வேண்டி வரலாம்” என்றார்.

“வருத்தம் என்ன? எப்படிப்பட்ட துன்பம் அனுபவிக்க நேர்ந்தாலும் கவலையில்லை. நம் நாட்டில் மாத்திரமல்ல உலகத்தில் அடிமையாய் இருக்கும், எந்த நாட்டின் விடுதலைக்கும் அதன் நன்மைக்கும் உழைக்கும் தியாகத் தலைவனை ‘துரோகி’ என்று பட்டம் சூட்டிக் கேலி செய்ய யார் வேண்டுமானாலும் நினைக்கட்டும்; ஆனால் என்னால் அது முடியாது” என்று உணர்ச்சியுடன் சொன்னான் அபூர்வன்.

அபூர்வன் அவ்வளவு உணர்ச்சி வசமாகி எங்கோ பேச்சைத் தொடங்கி எங்கோ வந்துவிட்டது தெரிந்தது. அதற்காக அவன் தன்னைக் கட்டுப்படுத்திக் கொள்ளவில்லை. அவன் மீண்டும் “ராம்தாஸ். உங்களைப் போல் நான் துணிச்சல் காரனில்லை. ஆனால் எனக்குப் பிறர் தீமை செய்தால் பொறுத்துக் கொண்டிருப்பேன் என்று நினைக்காதீர்கள். அன்று உங்களை ரயிலேற்றி விட்டு நான் பெஞ்சியில் உட்கார்ந்தபோது பரங்கிச்சிறுவர்கள் என்னைக் கீழேத் தள்ளி அடித்துக் கேலி செய்தார்கள். இந்த அநீதியை ரயில் நிலைய அதிகாரியிடம் சொல்லப் போனேன். அவரும் ஒரு ஐரோப்பியர். அதனால் அவர் என்னை இந்தியன் என்ற காரணத்தால்

ஒரு ஊழியனை அழைத்துக் கேவலமாகப் பிடித்து வெளியே தள்ளச் சொன்னார். எனக்கு ஏற்பட்டது போன்ற அவமானம் ஒவ்வொரு நாளும் தாய்மார்களுக்கும் சகோதர சகோதரிகளுக்கும் நடந்து கொண்டுதான் இருக்கிறது. இப்படிப்பட்ட கொடுமைகளை ஒழிக்கத் தம்மையே பணயமாக வைத்து உழைக்கும் உத்தமத் தியாகிகளை நம்மைச் சேர்ந்தவர்கள் என்பது குற்றமானால் அதை தினமும் செய்யத் தயாராக இருக்கிறேன். அதற்காக எத்தகைய துன்பமும் அனுபவிக்க வேண்டுமானாலும் எனக்குக் கவலையில்லை" என்றான் அபூர்வன்.

"ரயில் நிலையத்தில் நடந்த சம்பவத்தை என்னிடம் சொல்லவே இல்லை" என்றார் ராம்தாஸ்.

"சொல்வது இருக்கட்டும். அன்று என்னைக் கேவலப் படுத்தி ரயில் நிலையத்திலிருந்து வெளியே தள்ளியபோது இந்தியர்கள் பலர் இருந்தார்கள். அவர்களில் ஒருவருக்குக் கூட எனக்குச் செய்தது அநீதி என்ற எண்ணம் ஏற்படவில்லை. அவர்கள் உணர்ச்சியற்ற மரக்கட்டை போல் நின்று கொண்டிருந்தார்கள். இதை பார்க்கும்போது அவமானத்தால் மக்கி மடிந்து விடலாம் போலிருக்கிறது."

அன்று பிற்பகல் ரோஸன் அவர்கள் வந்தார். பர்மாவிலுள்ள சில கிளை அலுவலகங்களில் சரியாக வேலை நடைபெறவில்லை. சச்சரவும் குழப்பமுமாக இருக்கிறது. அபூர்வன் போய் அவற்றைச் சீர்படுத்தி விட்டு வரவேண்டும் என்று சொன்னார். அபூர்வனுக்கும் ரங்கூனிலேயே இருப்பது கடினமாக இருந்தது. புரட்சிவீரர் மல்லிக் பற்றிய விவரம் தெரிந்த பிறகு அவனுக்கும் சில நாட்களாவது எங்காவது போய் வர வேண்டும் என்ற எண்ணம் ஏற்பட்டிருந்தது. அதற்கு உதவி செய்வதாக ரோஸன் அவர்கள் சொன்னது இருந்ததால் நாளையே ஒரு வேலைக்காரனைத் தன்னுடன் அழைத்துக் கொண்டு காரியாலயங்களைப் பார்வையிடச் செல்வதாகச் சொன்னான்.

மறுநாள் ஒரு வேலைக்காரன் சமையலுக்கு ஒரு இந்துஸ்தானி பிராம்மணன் இருவரையும் அழைத்துக் கொண்டு பர்மா நகரத்திற்குப் புறப்பட்டான் அபூர்வன். ரயிலடிக்கு அவனை வழியனுப்ப ராமதாஸும் வந்தார்.

ரயிலில் முதல் வகுப்புப் பெட்டியில் அபூர்வனுக்கு இடம் பதிவு செய்யப் பட்டிருந்தது. வேலைக்காரன், சமையல்காரன் இவர்களுக்கு ஊழியர்களுக்கான பெட்டியில் இடம் ஏற்பாடு செய்திருந்தார்கள். வேலைக்காரனும் சமையல்காரனும் தங்கள் இடத்திற்குச் சென்று உட்கார்ந்து கொண்டார்கள். அபூர்வனும் தன் இடத்தில் உட்கார்ந்தான். ராமதாஸ் பிளாட்பாரத்தில் நின்று கொண்டிருந்தார்.

ரயில் புறப்பட இன்னும் சில நிமிஷங்கள் இருக்கும் போது பிளாட்பாரத்தில் பார்வையைச் செலுத்தினான் அபூர்வன். திடீரென்று "அதோ அவன் வந்திருக்கிறானே!" என்று சொன்னான்.

பிளாட்பாரத்தில் அன்று போலீஸ் நிலையத்தில் நிமாயி விசாரணை செய்தாரே அந்த கிரீஷ் மகாபாத்திரம் வந்து கொண்டிருந்தான். அதே சில்க் ஜிப்பா, வேட்டி பூட்ஸ். ஆனால் புலிப்படம் அச்சடித்தக் கைக்குட்டையைக் கழுத்தில் கட்டிக் கொண்டிருந்தான். அவன் அபூர்வன் உட்கார்ந்திருக் கும் பெட்டியின் அருகில் வந்ததும் "கிரீஷ் மகாபாத்திரம் எங்கே போகிறீர்கள்? என்னை அடையாளம் தெரிகிறதா?" என்று கேட்டான்.

கிரீஷ் பயந்து இரண்டு கைகளையும் சேர்த்து குவித்து வந்தனம் செய்து "தெரிகிறது. தெரிகிறது. எங்கே போகிறீர்கள் பாபு?" என்று பதிலுக்குக் கேட்டான்.

"பாமோவுக்குப் போகிறேன். நீங்கள்?"

"நண்பர்கள் இருவரும் ஈனாஞ்சானிலிருந்து வருவதாகச் சொன்னார்கள். அவர்களைச் சத்திக்க வந்தேன். ஆனால் அவர்கள் வராமல் ஏமாற்றி விட்டார்கள். எனக்கு இந்த பொய் ஏமாற்று எல்லாம் பிடிக்காது. நான் சட்டம் தர்மம் இவற்றிற்கு அஞ்சுபவன். சிலர் அபீன் கஞ்சா முதலியவற்றை கள்ளத்தனமாக எடுத்து வருகிறார்கள். நான் அப்படிப்பட்டக் கேவலமானச் செயலைச் செய்பவன் அல்ல."

"உங்கள் கொள்கைதான் என்னுடையதும். ஆனால் நீங்கள் என்னைத் தவறுதலாகப் போலீஸ்காரன் என்று எண்ணுகிறீர்கள் போலிருக்கிறது. அன்று நான் வேடிக்கைப் பார்க்கவே வந்திருந்தேன்."

ராமதாஸ் மிகவும் கூர்மையாக கிரீஷ் மகாபாத்திரத்தை பார்த்தார். பிறகு கிரீஷைப் பார்த்து, "உங்களை எங்கோ பார்த்ததாகத் தோன்றுகிறது" என்றார்.

"இருக்கலாம் பாபு. நான் வேலைதேடி பல இடங்களுக்கு செல்கிறேன்! எங்காவது பார்த்திருக்கலாம்" என்று கூறி விட்டு அபூர்வன் பக்கம் திரும்பி "என் மீது வீணாகச் சந்தேகபடாதீர்கள். ஏழைப் பிராமணன். ஏதோ சிறிது படித்திருக்கிறேன். உங்கள் பார்வை என்மீது பதிந்து விட்டால் பிறகு வேலைகூடக் கிடைக்காது வருகிறேன்" என்று கூறிக் கொண்டே கிரீஷ் அங்கிருந்து சென்றான்.

சிறிது நேரத்திற்கெல்லாம் ரயில் புறப்படத் தயாராயிற்று. ராமதாஸ் மெள்ள அபூர்வனின் கையை அழுத்திப் பிடித்தார். அவர் வாயிலிருந்து ஒரு சொல்லும் வெளிப்படவில்லை.

அபூர்வன் அப்போது ராமதாஸின் முகத்தைப் பார்க்கவில்லை. ரயில் புறப்படும் நேரம் அவன் தன்னை மறந்திருந்தான், ராமதாஸின் முகத்தை மாத்திரம் பார்த்திருந்தால் அவர் முகத்தில் கவலையின் கருமேகம் கவிந்திருப்பதையும், அங்கிருந்து பலநூறு மைல்களுக்கப்பாலுள்ள பிறந்த பொன்னாட்டை அவன் மனக்கண்ணால் பார்த்துக் கொண்டிருந்ததையும் கண்டிருக்கலாம்.

14

அபூர்வன் முதல் வகுப்புப் பயணிதான். அவனைத் தவிர வேறு ஒருவரும் இல்லை அந்தப் பெட்டியிலேயே. அவனுக்குப் பித்தளைப் பாத்திரத்தில் உணவுப் பொருள்களும் குடிக்கத் தண்ணீரும் பிராம்மண வேலைக்காரன் ராமசரண் கொண்டு வைத்திருந்தான்.

மாலை மங்கும் சமயம் அவன் சந்தியா வந்தனம் செய்தான். பிறகு சாப்பிட்டு விட்டுச் சிறிது நேரம் உட்கார்ந்திருந்தான். பிறகு விளக்குகளை அணைத்து விட்டுப் படுத்துக் கொண்டான். அவனை அறியாமலே தூக்கமும் வந்தது.

ரயில் ஒவ்வொரு பெரிய நிலையத்தில் நிற்கும் போதும் போலீஸ் அதிகாரி ஒருவர் வண்டியினுள் வந்து அபூர்வனை எழுப்பி அவனைப் பற்றிய விவரங்களைக் கேட்டுக் குறித்துக் கொண்டு போனார். ஒருசமயம் அவன் நன்றாகத் தூங்கிக் கொண்டிருக்கும் போது போலீஸ் அதிகாரி வந்து எழுப்பியதும் அவனுக்கு ஆத்திரமாக வந்தது. நான் முதல் வகுப்புப் பயணி. ஒரு அலுவலகத்தின் பொறுப்பாளர் அப்படியிருக்க ஏன் தொல்லை

கொடுக்கிறீர்கள் என்றும் கேட்டான். அதற்கு அதிகாரி அவனைக் கேவலமாகப் பேசியதுடன் "நீ ஆங்கிலேயனா?" என்றும் கேட்டுவிட்டார். இந்தியனான நீ ஏதாவது சச்சரவு செய்தாயோ ரயில் பெட்டியிலிருந்து இழுத்து வெளியே தள்ளுவேன் என்றும் பயமுறுத்திச் சென்றான்.

அபூர்வன் பதில் சொல்லாமல் வெட்கத்தாலும் அவமானத்தாலும் தலை கவிழ்ந்து கொண்டான்.

இரவு சென்று பகல் தொடங்கியதும் அபூர்வன் ரயிலின் வெளிப்பக்கம் பார்வையைச் செலுத்தினான். குன்றுகளும் மரம் செடிகளும் அவன் கண்ணையும் கருத்தையும் கவர்வதாக இருந்தன. இயற்கை அன்னையின் எழிலையும் அவள் மறைத்து வைத்துள்ள வளமான தாதுப் பொருளையும் அறிந்து தானே ஐரோப்பிய சமூகத்தினர் நான் நீ என்று போட்டி போட்டுக் கொண்டு பர்மாவுக்கு வந்தனர். அதன் பொருள் வளத்தை எடுத்து அனுபவித்து வருகின்றனர். அதனாலேயே மக்களையும் அடக்கி ஒடுக்கி வருகிறார்கள் என்று அபூர்வன் தனக்குள் சொல்லிக் கொண்டான்.

பாமோவுக்கு வந்து பதினைந்து நாட்களுக்கு மேலாகி விட்டன. அங்குள்ள காரியாலயத்தின் பிரச்னைகளை ஒருவிதமாகத் தீர்த்து அதை நல்ல விதமாக இயங்கச் செய்து விட்டான். மறு நாள் மிட்லாவுக்குச் செல்ல வேண்டும்.

அபூர்வன் தங்கியிருந்த வீட்டின் மாடியில் ஒரு பர்மாக் காரர் குடியிருந்தார். அன்று காலை அவர்கள் வீட்டில் பெரிய சச்சரவு ஏற்பட்டது. அந்த பர்மாக்காரருக்கு நான்கு பெண்கள். நான்கு பெண்களுக்கும் மணமாகி விட்டது. பர்மாக்காரர் வீட்டில் அன்று ஏதோ முக்கியமான நாள். அதற்காக அவருடைய நான்கு பெண்களும் மாப்பிள்ளைகளும் வந்திருந்தார்கள். மாப்பிள்ளைகளில் ஒருவன் முகம்மதியன். மற்றொருவன் போர்த்துக்கீசியன் மூன்றாமவன் ஆங்கிலேயன். கடைசி மாப்பிள்ளை பர்மாவில் தோல் வியாபாரம் செய்யும் சீனாக்காரன். நான்கு பெண்களின் திருமணமும் தாய், தந்தையர் சம்மதம் பெற்றோ அவர்கள் மூலமாகவோ நடைபெறவில்லை. ஒவ்வொரு பெண்ணும் பருவதசையை அடைந்ததும் ஒரு நாள் மறைந்து விடுவார்கள். சில நாள்களுக்குப் பிறகு கணவனுடன் வந்து நிற்பார்கள்.

பெண்களுக்கு அளவு மீறிச் சுதந்தரம் கொடுப்பதன் விளைவுதான் இந்த மாதிரி பல விவகாரங்கள் ஏற்படுவதற்குக் காரணம், எதுவும் ஒரு அளவுதான் இருக்க வேண்டும் என்று அபூர்வன் எண்ணினான்.

வாழ்க்கையில் சுதந்தரம்தான் அபூர்வனின் தாரக மந்திரமாக இருந்தது. அதற்காக அவன் மனப்பூர்வமாகப் பாடுபடக் காத்திருந்தான். ஆனால் சுதந்தரம் என்பது சாதாரணமானதா? கவலையில்லாமல் ஒரு முழுக்குப் போட்டுவர அது குளமோ குட்டையோ அல்ல. ஆழங்காண முடியாத பெரிய கடல் அது. பெரிய அலைகள் ஓயாது அடித்துக் கொண்டிருக்கும். சுறா போன்ற பயங்கரமான மீன்கள் வாயைத் திறந்து கொண்டு வந்தவரை விழுங்கக் காத்திருக்கும்.

“பாபு... சாப்பிடுகிறீர்களா?” என்று என்று ராம்சரண் கேட்டான்.

சிந்தனையிலிருந்த அபூர்வன் அவன் குரல் கேட்டுத் திடுக்கிட்டுக் கண் விழித்து “விளக்கு எடுத்து வா நாளை காலையே மிட்லாவுக்குப் பயணமாக வேண்டும். துரைக்குச் செய்தி அனுப்ப வேண்டும்” என்றான்.

“நாளை மறு நாள் போவதாகச் சொன்னீர்களே” என்றான் வேலைக்காரன்

“இங்கே வந்த வேலை முடிந்து விட்டது. இனி இங்கு தங்கக் கூடாது” என்று விவாதத்திற்கு ஒரு புள்ளி வைத்தான்.

மறுநாள் மிட்லா போய்ச் சேர்ந்தான். அங்கே அபூர்வனுக்கு மனம் எதிலும் ஈடுபடவில்லை. உள்ளூர்க்காரர் ஆங்கிலேயர் கொண்ட ஒரு ராணுவ தளம் இருந்தது. மிட்லா ஒரு விசித்திரமான நகரம். பார்ப்பதற்கு ஏராளமானவை இருந்தது. ஆனால் அபூர்வன் மன நிலையில் எதையும் பார்த்து ரசிக்கும் வண்ணம் இல்லை.

பாமோவுக்குக் கருணாமயி எழுதிய கடிதம் ஒன்றும் அங்கு வந்தது ராமதாஸ் இரண்டு கடிதங்கள் எழுதியிருந்தார். திவாரி நான் தாங்கள் ஊர் திரும்பும் வரை வீடு மாற்ற வேண்டிய அவசியம் இல்லை. தங்களிடமிருந்து கடிதம் கிடைத்துப்பத்து தினங்களாகின்றன என்றும் நலத்திற்கு உடனே கடிதம் எழுதும்படியும் எழுதியிருந்தார் ராமதாஸ்.

மிட்லாவுக்குச் செல்ல அபூர்வன் ரயில் நிலையத்திற்கு, வந்திருந்தார். ரயில் வருவதற்காக அவன் காத்திருந்தான். ரயிலும் வந்தது. அப்போது ஒரு ரயில் வண்டியிலிருந்து ரயில் ஊழியன் ஒருவனைப் பிடித்து இழுத்துப் பிளாட்பாரத்தில் தள்ளினார். மது போதையிலிருந்த அவன் வங்காளத்தைச் சேர்ந்தவன். அவன் கிழிந்த கோட் அணிந்திருந்தான் அவன் கையில் பழைய பிடில் உள்ள பெட்டி ஒன்று இருந்தது வேறு சாமான்கள் எதுவும் அவனிடம் இல்லை.

டிக்கட்டுக்கான பணத்தை சாராயம் வாங்கிக்குடித்து விட்டான். டிக்கட்டில்லாமல் பயணம் செய்தான். அவனுடைய இந்த குற்றத்திற்காக வண்டியிலிருந்து இறக்கி வழக்குப் பதிவு செய்யவும் இழுத்துப் போனார்கள். அதற்குள் அபூர்வன் விவரம் அறிந்து டிக்கட்டிற்குண்டான பணத்தைக் கொடுத்து அவனை மீட்டான். போதையிலிருந்த அவனிடம் ஐந்து ரூபாயைக் கொடுத்து செலவுக்கு வைத்துக் கொள்ளச் சொன்னான்.

கையில் பணத்தை வாங்கிய குடிகார வங்காளி தன் பிடில்பெட்டியைக் காட்டி அதை எடுத்துக் கொள்ளும்படி கேட்டுக் கொண்டான்.

அவன் பேச்சிலிருந்து மதுபோதையில் பேசுவதாகத் தெரியவில்லை. அதனால் அவன் பிடில் தனக்கு வேண்டாம் என்றான்.

குடிகார வங்காளியோ விடுவதாக இல்லை. "உங்கள் முகவரியை எழுதிக் கொடுங்கள் தாங்கள் எனக்கு உதவிய பணத்தை அனுப்புகிறேன்" என்றான்.

அபூர்வன் தன் முகவரியை எழுதிக் கொடுத்தான் அதைப் பெற்றுக் கொண்ட குடிகார வங்காளி "வந்தனம். தாங்கள் செய்த உதவியை மறக்கவே மாட்டேன்! இந்த வழி தானே வெளியே போவதற்கானது" என்று கேட்டுக் கொண்டே அவன் கம்பீரமாக நடந்தான்.

அவனுடைய தோற்றம் பேச்சு எல்லாவற்றிற்கும் மேலாக அவனுடைய ஒளி பொருந்திய கண்கள் அபூர்வனால் மறக்க முடியாததாக மனதில் பதிந்து விட்டது.

15

மிட்லாவில் வேலைகளை முடித்துக் கொண்டு ரங்கூனுக்குப் பயணமானார் அபூர்வன். அவர் ரங்கூனை அடைந்தபோது பகல் பன்னிரண்டு மணியாகி விட்டது. காலையில் அவன் குளிக்கவில்லை. சாப்பிடவில்லை. அவனுக்குப் பசியும் தாகமும் அதிகமாக இருந்தது. வண்டி வைத்துக்கொண்டு விரைவாக வீடு வந்து சேர்ந்தான்.

வீட்டை அடைந்த அபூர்வன் மூடியிருந்த கதவை பல முறை தட்டினான். கதவு மெள்ளத்திறந்தது.

வேகமாக உள்ளே செல்ல அடியெடுத்து வைத்தபோது அவன் கண்ட காட்சி அவனைத்திகைக்க வைத்தது. கறுப்புப் புடவை உடுத்தி பாரதி நின்று கொண்டிருந்தாள். அவள் முகத்தில் சோகம் குடி கொண்டிருந்தது. வெயிலில் வெகு தூரம் பயணம் செய்து, பல நாட்கள் ஊண் உறக்கமின்றியிருந்தவள் போல் காணப்பட்டாள்.

அபூர்வனைப் பார்த்ததும் "வந்து விட்டீர்களா பாபு. இனி கவலையில்லை. திவாரி உயிர் பிழைத்து விடுவான்" என்றாள் பாரதி.

அபூர்வன் பதட்டத்துடன் "ஏன் அவனுக்கு என்ன ஆயிற்று" என்றான்.

"இந்த ஊரில் பல இடங்களில் பிளேக் பரவிற்று. பலருக்கு அந்த நோய் வந்தது. திவாரிக்கும் அந்த நோய் வந்திருக்கிறது. நீங்கள் மேல் மாடிக்குச் செல்லுங்கள். அங்கே குளித்து சிறிது நேரம் ஓய்வு எடுத்துக் கொள்ளுங்கள். திவாரி தூங்குகிறான். அவன் விழித்ததும் உங்களை அழைக்கிறேன்."

"மாடிக்கா போகும்படிச் சொல்கிறீர்கள்?" என்று ஆச்சரியத்துடன் கேட்டான் அபூர்வன்.

"ஆமாம். மாடியை நான் காலி செய்து விட்டாலும் இன்னமும் என் பொறுப்பில்தான் இருக்கிறது. அங்கே யாரும் இல்லை. குழாயில் நன்றாகத் தண்ணீர் வரும்....உங்கள் வேலைக்காரனை வண்டியிலிருந்து சாமான்களைக் கொண்டு வைக்கச் சொல்லுங்கள்."

“அவர்களை ரயில் நிலையத்திலிருந்தே போகச்சொல்லி விட்டேன். இரண்டு மூன்று சாமான்கள் தானே? நானே போய் எடுத்து வருகிறேன்” என்று படிகளில் இறங்கினான்.

அதற்குள் பாரதி வண்டிக்காரனை அழைத்து “சாமான்களை மேலே எடுத்துவா. அதற்கும் ஏதாவது சேர்த்துக் கொடுக்கச் சொல்கிறேன்” என்றாள்.

பாரதியின் இனிமையான குரல் வண்டிக்காரனை உடனே சாமான்களைத் தூக்கி வரத்தூண்டிற்று. சாமான்கள் வந்ததும் அதை ஒரு பக்கமாக வைத்தான். படுக்கையை எடுத்து தெருப்பக்கமாக உள்ள அறையில் கொண்டு போட்டு வந்தான்.

அபூர்வன் மௌனமாக மாடிக்குச் சென்றான். குளித்துவிட்டுக் கீழே வந்தான். பாரதி அவனிடம் சர்க்கரை இருக்குமிடத்தைக் காட்டினாள். டம்ளரைக் கழுவச்சொன்னாள். எலுமிச்சம் பழத்தை அறுத்துச் சாறுபிழியச் சொன்னாள். சர்க்கரையைச் சேர்த்துக் கலக்கிச் சாப்பிடச் சொன்னாள்.

அபூர்வனுக்கு தாகம் அதிகமாக இருந்தது. அதனால் அவள் கூறியதற்கு மறுமொழி சொல்லாமல் சர்பத் தயார் செய்து வருகிறான்.

“இப்பொழுது உங்களுக்கு ஒரு வேலை கொடுக்கப் போகிறேன். உங்கள் தந்தி கிடைத்ததும் எதிர் வீட்டு ஓடியா சிறுவனை அழைத்துப் பாத்திரங்களைச் சுத்தம் செய்யச் சொன்னேன். சமையலுக்குத் தேவையான சாமான்கள் இருக்கின்றன. நான் அடுப்புக் கரியும் வாங்கி வந்திருக்கிறேன். பாத்திரங்களை தண்ணீரில் அலம்பி, அடுப்பை பற்றவையுங்கள். கிச்சடி செய்ய நான் சொல்லித் தருகிறேன். விரைவாகவே எல்லாம் செய்து முடித்தாகிவிடும். இன்று எப்படியோ போகட்டும். நாளைக்கு வேறு ஏற்பாடு செய்து கொள்ளலாம்” என்றாள் பாரதி.

பாரதி பேசும்போது அவள் குரலில் வருத்தத்தின் சாயை காணப்பட்டது. அதைக்கண்டு அபூர்வன் சிறிது தடுமாறினான். பிறகு நீங்கள் என்ன சாப்பிட்டீர்கள்? சாப்பாட்டுக்கு ஏதாவது ஏற்பாடு செய்திருக்கிறீர்களா? என்று கேட்டான்.

அதைப் பற்றிய கவலை வேண்டாம். பார்த்துக் கொள்ளலாம்.

அபூர்வன் சமையல் செய்யத் தொடங்கினான். பாரதி வாயிற்படிக்கு இந்தப் பக்கமே மறைவில் உட்கார்ந்து கொண்டு கிச்சிடி செய்யும் முறையைச் சொல்லிக் கொடுத்தாள். நான் இங்கே உட்கார்ந்திருப்பது தவறில்லையே!" என்றும் கேட்டாள்.

"தவறொன்றுமில்லை. இது உங்களுக்கும் தெரியுமே!"

சமையலில் பல தவறுகளை அபூர்வன் செய்தான். இதை பாரதியால் பொறுத்துக் கொள்ள முடியவில்லை. "நீங்கள் என்ன ஒன்றுமே தெரியாதவராக இருக்கிறீர்களே?" என்றாள்.

"இப்போது என்ன கெட்டு விட்டது. பருப்பு பொங்கிச் சிறிது கீழே வழிந்து விட்டது அதை எடுத்துக் கொண்டால் சரியாகிறது" என்று சமாதானம் சொன்னான் அபூர்வன்.

பாரதி சிரித்துவிட்டு சரி உருளைக்கிழங்கைத் தண்ணீரில் கழுவி வாணலியில் போடுங்கள். புட்டியில் மசாலா இருக்கிறது. அதைச் சிறிது போடுங்கள். உப்பைச் சரியான அளவு சேருங்கள் என்றாள்.

எப்படியோ சமையல் முடிந்து அபூர்வன் சாப்பிட்டு விட்டான். உதவிக்கு நன்றி தெரிவித்து விட்டு, உங்களை என்ன பெயரிட்டு அழைப்பது? என்று கேட்டான். பிறகு "இங்கே பலருக்கு பிளேக் நோய் வந்தது. திவாரிக்கும் அது வந்து படுத்திருக்கிறான், இருக்கட்டும் மாடி வீட்டைக் காலி செய்த நீங்கள் எங்கே குடிபோயிருக்கிறீர்கள்? உங்கள் தந்தை கால் குணமாகி வீட்டிற்கு வந்து விட்டாரா? தாயார். எப்படியிருக்கிறார்?" என்று கேட்டான்.

"தகப்பனார் மருத்துவமனையிலேயே கால் குணமாகாமல் இறந்து விட்டார். அதைவிடப்பெரிய துயரம் தாயாரும் இரண்டு நாட்களுக்குப் பிறகு மரணமடைந்தார்."

அபூர்வன் வருத்தமடைந்தான். அவள் கறுப்பு உடை உடுத்தியிருந்த போதே அவனுக்குச் சந்தேகமாக இருந்தது. தாயும் தந்தையும் ஒருவர் பின் ஒருவராக இறந்ததைக் கேட்டு அபூர்வன் அப்படியே அசந்து உட்கார்ந்து விட்டான். அப்போது அவனுக்குத் தன் தாயாரின் நினைவு வந்தது. அவன் உள்ளத்தில் ஒரு இனம்புரியாத வேதனை தோன்றிற்று.

பாரதி ஜன்னல் வழியே வெளியே பார்த்துக் கொண்டிருந்தாள். அவள் கண்கள் கண்ணீரைச் சொரிந்தன. சிறிதுநேரத்திற்குப்பின் கண்ணீரைத் துடைத்துக் கொண்டு அபூர்வன் பக்கம் திரும்பினாள். தடைப்பட்ட குரலில் அவள் பேசத் தொடங்கினாள். "என் தாயார் உடல் நலமில்லாமல் படுத்திருந்தாள். அப்போது திவாரிதான் எனக்கு பல உதவிகளைச் செய்தான். நான் இந்த வீட்டைக் காலிசெய்து கொண்டு போகும் சமயம் அவர் அழுதே விட்டார். என்னால் அவ்வளவு வாடகை கொடுக்க முடியாததால் காலி செய்தேன்" என்றாள்.

அபூர்வன் மௌனமாயிருந்தான்.

பாரதி திடீரென்று, எதையோ நினைத்துக் கொண்டவளைப் போல் "உங்கள் பணத்தையும் பொருள்களையும் திருடியவன் பிடிபட்டு விட்டான்" என்றாள்.

"அப்படியா?" என்றான் ஆச்சரியத்துடன் அபூர்வன்.

"ஆமாம், திவாரியை கோவிலுக்கு அழைத்துச் சென்றானே எதிர்வீட்டு வேலைக்காரன், அவனுடைய நண்பர்கள் தான் உங்கள் வீட்டில் திருடினார்கள். வேறுபல இடங்களிலும் அவர்கள் திருடியிருக்கிறார்கள். திருட்டுப் பொருள்களைப் பங்கு போடுவதில் அவர்களுக்குள் சண்டை வந்து விட்டது. அவர்கள் கூட்டாளிகளின் ஒருவன் எல்லாவற்றையும் போலீசில் சொல்லி விட்டான். போலீஸார் என்னை வந்து பார்த்தனர். என்னையும் ஒரு சாட்சியாகப் போட்டனர். திருட்டுப் போன உங்கள் பொருள்கள் கிடைத்துவிடும், என்று அவர்கள் சொன்னார்கள்" என்றாள்.

அபூர்வனின் தலை வெட்கத்தால் தாழ்ந்தது.

16

அபூர்வனின் மனம் வருத்தத்தால் நிறைந்தது. ஒரு நிரபராதியான பெண்ணை நான் எவ்வளவு தாழ்மையாக நினைத்து விட்டேன். குற்றம் செய்யாதவளை குற்றவாளியாக்கிக் கேவலமாகப் பேசவும் துணிந்தேனே என்று எண்ணினான். செய்த தவறுக்கு என்ன செய்தால் அது போகும் என்றும் சிந்தித்தான்.

பாரதி வேறு பக்கம் பார்த்துக் கொண்டே, "அன்று நான் வந்தபோது கதவு மூடி உள் பக்கம் தாளிடப்பட்டிருந்தது. பலமுறை கதவைத் தட்டினேன்.

கதவு திறக்கப்படவில்லை. நான் மாடிக்குச் சென்று தரையிலிருந்து துவாரம் வழியாக உள்ளே பார்த்தேன். ஜன்னல்களும் மூடியிருந்தன. சிறிது மங்கலான வெளிச்சம் தெரிந்தது. யாரோ நன்றாகப் போர்வையால் போர்த்திக் கொண்டு படுத்திருந்தார். திவாரியாகத்தான் இருக்கலாம் என்று உரத்த குரலில் அங்கிருந்தே அழைத்தேன். அவர் போர்வையை அகற்றி மெள்ள எழுந்து வந்து கதவை திறந்தார். நான் கீழே வந்து அவரைப் பார்த்தேன். அதன் பிறகு அவரை ஒன்றும் கேட்க வேண்டியதில்லை என்று தெரிந்து கொண்டேன். இரண்டு நாட்களுக்கு முன்னால் எதிர் வீட்டில் ஆந்திர மாநிலத்தைச் சேர்ந்த கூலி வேலை செய்பவனுக்கு ப்ளேக் வந்தது. போலீஸார் வந்து அவனை மருத்துவமனைக்கு அழைத்துச் சென்றார்கள். இது திவாரிக்கும் தெரியும். அதனால் என்னைக் கண்டதும் அவர் என்னை மருத்துவமனைக்கு எடுத்துப் போகச் சொல்லி விடாதீர்கள். அங்கே போனால் நான் உயிருடன் திரும்பமாட்டேன் என்று சொல்லி என் கால்களிலும் விழுந்து வணங்கத் தொடங்கினார். அவருக்கு துணிவை ஏற்படுத்தி, மருத்துவமனைக்கு அனுப்பமாட்டேன் என்று வாக்கும் கொடுத்தேன். திவாரி சொன்னது உண்மை அந்த மருத்துவமனைக்கு எடுத்துச் செல்லப்பட்டவர் மீண்டும் உயிரோடு திரும்பி வந்ததே இல்லை. அதனால் தான் திவாரி பயந்து கதவு ஜன்னல்களை மூடிக்கொண்டு படுத்து விட்டார். யாருக்காவது இது தெரிந்தால் பெரிய தொல்லை ஏற்படும்'' என்றாள்.

அபூர்வன் ஏதோ ஆழ்ந்த சிந்தனையில் மூழ்கியவனைப் போல் காணப்பட்டான். சிறிது நேரத்திற்குப் பிறகு ''அன்றிலிருந்து நீங்கள் இங்கேயேதான் இருக்கிறீர்களா? என் அலுவலகத்திலுள்ள ராமதாஸை உங்களுக்குத் தெரியுமே, அவரிடம் சொன்னால் எனக்குத் தகவல் கொடுத்திருப்பார் அல்லவா?'' என்று கேட்டான்.

''நீங்கள் சொல்லி விடுவீர்கள். இங்கே யார் இருக்கிறார்கள், யாரை அனுப்பிச் செய்தி சொல்வது? ராமதாஸே இங்கே வருவார் என்று எதிர் பார்த்தேன். அவர் வரவே இல்லை. திவாரிக்குப் பிளேக் கண்டிருப்பது வெளிக்குத் தெரியக்கூடாதே என்ற பயம். என்ன செய்வது?''

''ஆமாம். சொல்வது உண்மைதான்'' என்று கூறி ஒரு. பெருமூச்சு விட்டான் அபூர்வன். பிறகு அவள் முகத்தை உற்றுப் பார்த்து ''எப்படி மாறிப்போய் விட்டது'' என்றான்.

அவன் கூறியதைக் கேட்டு "இதற்கு முன் அழகாக இருந்ததோ!" என்று சிரித்துக் கொண்டே கூறினாள்.

அபூர்வன் உடனே பதில் சொல்லவில்லை. அன்பு, நன்றி, மரியாதை ஆகிய கங்கை நீரைக் கொண்டு பாரதியின் துன்பங்களையும் துயரங்களையும் கழுவிச் சுத்தம் செய்ய வேண்டும். என்று அவன் எண்ணினான். நீண்ட மௌனத்திற்குப் பிறகு அவன் "சாதாரண மனிதன் செய்ய முடியாத காரியத்தை நீங்கள் செய்து வந்திருக்கிறீர்கள். இனி உங்களை ஒரு சிறு வேலை கூடச் செய்ய அனுமதிக்கமாட்டேன். திவாரி எனக்கு வேலைக்காரனாக மாத்திரம் இருக்கவில்லை. என்னுடைய நண்பன். அவன் தோளில், மடியில் விளையாடித்தான் நான் பெரியவனானேன். அவனுக்குப் பணிவிடை செய்ய வேண்டியது என் கடமை. இன்னும் குளித்துச் சாப்பிடவில்லையே? போங்கள் வீட்டிற்குச் சென்று குளித்துச் சாப்பிடுங்கள். உங்கள் வீடு வெகுதூரமா? என்று கேட்டான்

"என் வீடு எண்ணெய் தொழிற்சாலைக்கு அருகில் இருக்கிறது. ஆற்றோரமாகச் சென்றால் விரைவாகப் போய் விடலாம். நல்லது, போய் நாளை வருகிறேன்"

அவர்கள் இருவரும் கீழ் மாடி அறைக்கு வந்தனர். திவாரி தன் நினைவு மறந்து படுத்திருந்தான். அபூர்வன் அவன் படுக்கை அருகில் சென்று உட்கார்ந்தான். பாரதி செல்வதற்கு முன் சில விவரங்களை அபூர்வனுக்குச் சொல்ல வேண்டியிருந்தது.

இந்த நோயின் பயங்கரத்திலிருந்து தன்னைக் காப்பாற்றிக்கொள்ள வேண்டும் என்று அவனுக்கு எச்சரிக்கை செய்தாள்.

அபூர்வன் மௌனமாக திவாரியின் முகத்தையே பார்த்தான். அதற்கு முன் அபூர்வன் பிளேக் நோயின் பயங்கரத்தைப் பார்த்ததே இல்லை. அதனால் அவன் மிகவும் பயந்து விட்டான்.

பாரதி அவன் அருகில் வந்ததும் அழமாட்டாத குறையாக "என்னால் எதுவுமே செய்ய முடியாது" என்று பல முறை திரும்பத் திரும்பச் சொன்னான்.

"திவாரிக்கு உங்களால் உதவி செய்ய முடியாதா?" என்று கேட்டாள் பாரதி.

அபூர்வனிடமிருந்து பதில் கிடைக்கவில்லை.

“உங்களால் முடியாவிட்டால் அவரை மருத்துவமனைக்கு அனுப்பி விடலாம்!” என்றாள் அவன் மௌனத்தைப் பார்த்து பாரதி.

அபூர்வன் அதிர்ச்சியடைந்து அங்கே போனவர்கள் உயிருடன் திரும்புவதில்லை என்று நீங்கள்தானே சொன்னீர்கள்?” என்றான்.

“பெரும்பாலும் இறந்து போகிறார்கள். அதனால்தான் அங்கே செல்லப் பயப்படுகிறார்கள்.”

அபூர்வன் சிறிது யோசித்துவிட்டு “திவாரிக்குச் சுயநினைவு வருவதே இல்லையா?” என்று கேட்டான்.

“வராமல் என்ன, வருகிறது.”

அச்சமயத்தில் திவாரி முனகினான். பாரதி அவன் அருகில் வந்து முகத்தின் நெருக்கமாகக் குனிந்து “என்ன திவாரி, என்ன வேண்டும்?” என்று கேட்டாள்.

திவாரியின் உதடுகள் அசைந்தன. அவன் சொன்னது அபூர்வனுக்குக் கேட்கவில்லை. பாரதிக்கு அவன் சொன்னது கேட்பது போலிருந்தது. அவள் திவாரியை வேறு பக்கமாகப் புரட்டிவிட்டாள். பிறகு “பாபு வந்திருக்கிறார்” என்று அவனிடம் சொன்னாள்.

திவாரி ஏதோ சொன்னான் கையைத் தூக்க முயற்சித்தான். முடியவில்லை. அவன் கண்களில் நீர் பெருகத் தொடங்கிற்று. அதைப் பார்த்ததும் அபூர்வன் கண்களும் கலங்கின. அதை மேல் துண்டால் துடைத்துக் கொண்டான்

சில வினாடிகள் அங்கு மௌனம் நிலவியது. அந்த மௌனத்தை பாரதிதான் கலைத்தாள். “வேறுவழியே இல்லை, திவாரியை மருத்துவமனைக்கு அனுப்புங்கள்” என்றாள்.

அதுவரை அவன் மனத்தை மறைத்திருந்த திரை விலகியது போலத் தோன்றியது. அவன் பலமாகத் தலையை ஆட்டி “முடியாது. அவனை மருத்துவமனைக்கு அனுப்ப முடியாது” என்றான்.

“நல்லது. நான் போகிறேன். சந்தர்ப்பம் கிடைத்தால் வருகிறேன்.”

அபூர்வன் பதில் சொல்லவில்லை.

“எல்லா சாமான்களும் இருக்கின்றன. மெழுகுவத்தி தான் இல்லை. அதை வாங்கிவந்து தந்துவிட்டுப் போகிறேன்” என்று சொல்லிவிட்டு பாரதி

மாடிப் படிகளில் இறங்கிச் சென்றாள். சில வினாடிகளில் மெழுகுவத்தியுடன் வந்தாள்.

பாரதி மெழுகுவர்த்தி வாங்கிக்கொண்டு திரும்புவதற்குள் அபூர்வன் தன்னை ஓரளவு திடப்படுத்திக் கொண்டான் கன்னங்களில் வழிந்திருந்த கண்ணீரைத் துடைத்துக் கொண்டான்.

பாரதி வந்து மெழுகுவர்த்தியை அபூர்வன் அருகில் வைத்தாள். அவள் புறப்படத் தயாரானதும் "திவாரி தண்ணீர் கேட்டால் என்ன செய்வது?" என்று கேட்டான் அபூர்வன்'

"கொடுங்கள்" என்றாள் பாரதி.

"திருப்பிப் படுக்க வைக்கச் சொன்னால்?"

"திருப்பிப் படுக்க விடுங்கள்."

"நீங்கள் சுலபமாகச் சொல்லிவிட்டீர்கள். என்னால் முடியுமா?... என் படுக்கை பாபு அறையில் இருக்கிறது."

பாரதியின் மனதில் என்ன எண்ணினாள் என்பதை அவள் முகத்தைப் பார்த்துத் தெரிந்து கொள்ள முடியவில்லை. பிறகு "வேறு ஒரு படுக்கை இங்கே இருக்கிறதே, அதில் படுத்துக் கொள்ளுங்கள்" என்றாள்.

"என் சாப்பாட்டிற்கு என்ன செய்வது?"

அவனுடைய சிறுபிள்ளைத்தனமா கேள்வி பாரதிக்குச் சிரிப்பை வரவழைத்தது. "உங்கள் சாப்பாடு, படுக்கை முதலியவைகளுக்குக் கூடவா நான் பொறுப்பு?" என்று கேட்டாள் பாரதி

அபூர்வன் கெஞ்சும் குரலில் "தயவுசெய்து இதற்கு நீங்கள் ஏற்பாடு செய்யுங்கள். திவாரிக்கும் நீங்கள் தான் உதவி செய்யவேண்டும்" என்றான்.

பாரதிக்கு ஒன்றும் தோன்றவில்லை. "இதற்கு முன் ஒரு போதும் நீங்கள் நோயாளிக்கு பணிவிடை செய்ததில்லையா?" என்று கேட்டாள்.

"இல்லை" என்றான் திடமாக அபூர்வன்.

"வெளியூர்களுக்கும் சென்றதில்லையா?"

"இல்லை. அம்மா வெளியூருக்குப் போகவே அனுமதிக்க மாட்டார்."

"இப்போது எப்படி அனுப்பினார்."

அபூர்வன் பதில் சொல்லவில்லை.

"பெரிய வேலை கிடைத்தது. அதனால் அனுப்பினார்கள் அப்படித்தானே?" என்றாள் பாரதி.

அதைக் கேட்டு அபூர்வன் வருத்தமடைந்தான். அவன் தடைப்பட்ட குரலில் "உங்களுக்கு என் தாயாரைத் தெரியாது. தெரிந்திருந்தால் இப்படிச் சொல்லியிருக்கமாட்டீர்கள். அவள் விருப்பமின்றியே என்னை அனுப்பி வைத்தாள். கணவனை இழந்த அவள் இந்த மோசமான நாட்டிற்கு எப்படி வருவாள்?" என்றான்.

ஒரு கணம் மௌனமாக இருந்து பிறகு "ஆங்கிலேயர்கள் மீது உங்களுக்கு வெறுப்பு இருக்கிறது. ஆனால் நோய் ஆங்கிலேயர், மற்ற இனத்தவர் என்று பார்ப்பதில்லை. ஏழை பணக்காரன் என்று பார்க்காமல் அது தன் கைவரிசையைக் காட்டத் தவறுவதில்லை. ஒரு சொல்லுக்குச் சொல்லுகிறேன். உங்களுக்கே ஒரு நோய் ஏற்பட்டால் உங்கள் தாயார் இங்கே வரமாட்டாரா?" என்று கேட்டாள்.

அபூர்வனுக்கு கூச்சத்தால் முகம் வெளுத்து விட்டது. அவன் நடுங்கும் குரலில் "நீங்கள் இப்படி பயமுறுத்தினால் என்னால் எப்படித் தனியாக இருக்கமுடியும்?" என்றான்

"நான் பயமுறுத்தாவிட்டாலும் உங்களால் தனியாக இருக்க முடியாது"

அபூர்வன் அதை மறுத்துக் கூறவில்லை.

"சரி, உங்களை ஒன்று கேட்கிறேன். நான் தீண்டிய பொருட்களை திவாரி சாப்பிட்டிருக்கிறான் அவன் குலம் கெட்டு விட்டது. அவன் உடம்பு குணமான பிறகு என்ன செய்வான்?"

இதற்கு இந்து தர்மப்படி என்ன செய்வது என்று அபூர்வனுக்குத் தெரியாது. அதனால் ஏதோ காரணம் கூறுபவன் போலச் சொன்னான். "உடல் நலமில்லாமல் தன் சுய நினைவின்றி சாப்பிட்டிருக்கிறான். சாப்பிடாமலிருந்தால் இறந்திருப்பான். இதனால் குலம் கெட்டு விட்டதென்றால் அதற்குப் பரிகாரன் செய்து கொண்டால் போகிறது" என்றான்.

"பரிகாரம் செய்துகொள்ள ஆகும் பணத்தை நீங்கள் தான் கொடுக்க வேண்டும். அவன் பரிகாரம் செய்து கொள்ளாவிட்டால் அவன் கையினால் நீங்கள் சாப்பிட முடியாது.

"பணத்தை நான் கொடுத்து விடுகிறேன். அவன் உடம்பு விரைவாக குணமாக வேண்டும்."

"நல்லது, நானே அவருக்குப் பணிவிடை செய்து அவரை குணப்படுத்துகிறேன் என்று அமைதியாகச் சொன்னாள் பாரதி"

அபூர்வன் நன்றியுடன் "இதுவரை நீங்கள் தான் திவாரியின் உயிரைக் காப்பாற்றி வந்திருக்கிறீர்கள். நீங்கள் இல்லா விட்டால் அவன் இந்நேரம் மடிந்து போயிருப்பான்" என்றான்.

பாரதி சிரித்தாள். "உங்கள் உயிரை பரங்கியர் காப்பாற்றலாம். ஆனால் அவர்கள் கையால் நீங்கள் தண்ணீர் கூடக் குடிக்கக் கூடாது... தண்ணீர் குடித்தால்கூட பரிகாரம் செய்துகொள்ள வேண்டும். நல்லது, இப்போது போகிறேன். நாளைக்கு சந்தர்ப்பம் கிடைத்தால் வருகிறேன்" என்று புறப்பட்டாள். மறுவினாடி திரும்பி நின்றாள். "எங்களுக்கென்று ஒரு சமூகச் சட்டத்திட்டம் இருக்கிறது. தங்களுடன் தனிமையில் இரவு தங்குவதை அது அனுமதிக்காது. காலையில் உங்கள் அலுவலகப் பணியாள் வந்ததும் ராமதாஸுக்குச் சொல்லி அனுப்புங்கள். உங்களுக்குத் தேவையான உதவியை அவர் செய்து கொடுப்பார்" என்றாள்.

"திவாரியைத் திருப்பிப் படுக்க வைப்பது சுலபமாக இருக்காதே! அவன் படுக்கையை மாற்ற வேண்டுமென்றால் என்ன செய்வது?" என்றான் அபூர்வன்.

"அவரைத் திருப்பிவிடுவது மிகவும் சுலபம். படுக்கையை மாற்றவேண்டி வந்தால் மாற்றுங்கள்" என்று அமைதியாகச் சொன்னாள் பாரதி. பிறகு அவன் அனுமதிக்காகக் காத்திராமல் அறையின் கதவைத் திறந்து வெளியே வந்து மூடினாள். அங்கிருந்து வேகமாகப் படியிறங்கினாள்.

17

திவாரியைப் பற்றியே நினைத்துக் கொண்டிருந்த அபூர்வன் பாரதி சென்றதைக் கவனிக்கவில்லை. ஆனால் அவன் கதவைத் திறந்து மூடி படிகளில் இறங்கிய காலடிச் சப்தம் கேட்டு திடுகிட்டான். அவன் ஜன்னல் பக்கம் போய் தெருவைப் பார்த்தான். அப்போதுதான் பாரதி தெருவில் இறங்கி நடக்க ஆரம்பித்திருந்தாள். அவளை என்ன சொல்லி அழைப்பது என்ற பிரச்சனை அவனுக்கு ஏற்பட்டது. கடைசியாக பாரதி என்றே உரத்த குரலில் அழைத்தான்.

பாரதி திரும்பி நின்று மாடியைப் பார்த்தாள். ஜன்னலில் அபூர்வன் கை குவித்து "தயவு செய்து வாருங்கள்" என்று சொன்னான்.

பாரதி திரும்பவும் படிகளில் ஏறி அபூர்வன் அறைக்கு வந்தாள். அங்கே அபூர்வனைக் காணவில்லை. திவாரி மாத்திரமே படுத்திருந்தான். பாரதி திடுக்கிட்டாள் அறையின் நாலா பக்கமும் பார்த்தாள். குளியல் அறையின் கதவு திறந்திருந்தது. அங்குச் சென்று பார்த்தபோது திகைப்பேற்பட்டது. அபூர்வன் தன் நினைவிழந்து கீழே விழுந்து கிடந்தான். பகல் சாப்பிட்ட உணவை வாந்தி எடுத்திருந்தான் பாரதி அவன் அருகில் குனிந்து "பாபு" என்று அழைத்தாள்

அவள் குரல் கேட்டுக் கண் விழித்தவன் மீண்டும் நினை விழந்தான். பாரதிக்குக் கண நேரம் என்னசெய்வது என்றே. புரியவில்லை. பிறகு அவள் அபூர்வன் அருகில் சென்று உட்கார்ந்து அவன் தலையை வருடிக் கொண்டே "பாபு எழுந்திருங்கள். முகத்தை கழுவிக் கொள்ளுங்கள்" என்றாள்.

அபூர்வன் தட்டுத் தடுமாறி எழுந்து உட்கார்ந்தான். அவனைத் தூக்கி நிறுத்தினாள் பாரதி. பிறகு அவனைக் குழாயடிக்கு அழைத்துச் சென்றாள். குழாயைத் திறந்துவிட்டு தலைமுகம் ஆகியவற்றைக் கழுவிக் கொள்ளும்படி சொன்னாள்.

துவாலை வைத்திருந்த இடம் தெரியவில்லை. அதனால் தன் முந்தானையால் துடைத்துவிட்டாள். பிறகு கட்டிலுக்கு. அழைத்துச் சென்று படுக்க வைத்தாள். அறையிலிருந்த விசிறியை எடுத்து வந்தாள். அதைக் கொண்டு விசிறிக் கொண்டே "அப்படியே தூங்குங்கள். உங்கள் உடம்பு குணமாகும் வரை நான் இங்கேயே இருக்கிறேன்" என்றாள்.

அபூர்வன் பொங்கி வந்த வெட்கத்தை அடக்கிக் கொண்டு "நீங்கள் ஒன்றும் சாப்பிடவில்லையே!" என்றான்.

"நீங்கள் எனக்கு சாப்பாடு போடவில்லையே. போகட்டும் தூங்குங்கள்"

"நான் தூங்கினதும் போய்விடுவீர்களா?"

"போக மாட்டேன். ஆனால் எங்கள் சமூகத்தில் கட்டுத் திட்டங்கள் இல்லையா? நான் அதற்கு அடங்கி நடக்க வேண்டாமா?"

அபூர்வனுக்கு என்ன பதில் சொல்வது என்று தெரியவில்லை. அதனால் அவன் இப்படி ஒரு கேள்வியைக் கேட்டான். "என் தாயார் இங்கே இல்லை எனக்கு உடம்பு சரியில்லாமல் போய்விட்டது என்று வைத்துக் கொள்ளுங்கள். அப்போது நீங்கள் என்ன செய்வீர்கள்? என்னைத் தனியே விட்டுச் செல்வீர்களா?"

"நான்தான் உங்களுக்கு உதவ இங்கே இருக்க வேண்டுமா? ராமதாஸுக்கு சொல்லி அனுப்பினால் அவர் வர மாட்டாரா?"

அபூர்வன் பலமாகத் தலையை அசைத்து "ஹூம். அது முடியாது. என் தாயார் அல்லது நீங்கள் என் அருகில் இருந்து கவனிக்காவிட்டால் நான் உயிர் பிழைக்கமாட்டேன். ஒரு வேளை நாளையே எனக்கு காலரா கண்டால்"...என்றான்.

அபூர்வன் சொன்னது பாரதியின் மனதில் எப்படித் தோன்றியதோ, அவள் மௌனமாக அவன் கட்டிலின் ஓரத்தில் உட்கார்ந்தாள். அவன் உடலை மெள்ளத் தடவிக் கொடுத்தாள். "பாபு, அப்படிச் சொல்லாதீர்கள். நான் இங்கிருந்து போகமாட்டேன்" என்று கூறியவள் திடீரென்று அவன் அருகில் உட்கார்ந்த தவறை உணர்ந்து எழுந்து நின்றாள். "உங்கள் உடம்பு குணமான பிறகு நீங்கள் பெரிய தொல்லைக்குள்ளாக வேண்டிவரும். நீங்கள் கட்டாயம் பரிகாரம் செய்து கொள்ள வேண்டும். போகட்டும். இப்போது கவலையில்லாமல் தூங்குங்கள். எனக்கு வேலை இருக்கிறது" என்றாள்.

"வேலையா? என்ன வேலை?"

"நான் குளிக்கவோ, சாப்பிடவோ வேண்டாமா?"

"இந்த நேரத்தில் குளித்தால் உடம்பு என்னத்திற்கு ஆகும்?"

"உண்மைதான். ஆனால் குளிக்கும் அறையில் நீங்கள் செய்திருக்கும் அசுத்தத்தை கழுவிய பிறகு குளிக்க வேண்டாமா? ஏதாவது சிறிது சாப்பிட வேண்டாமா?"

அபூர்வன் வெட்கத்தால் தலைகுனிந்து "நானே சுத்தம் செய்து விடுகிறேன்" என்று எழுந்தான்

பாரதி ஆத்திரத்துடன் "உங்கள் வீரம் இருக்கட்டும். பேசாமல் படுத்துத் தூங்குங்கள். உங்களைப் போன்ற ஒன்றும் தெரியாதவர்களை தாயார் எப்படித்தான் வெளிநாட்டுக்கு அனுப்புகிறாரோ? இங்கே உங்கள் தயார் இல்லை. நான் சொல்வது போல் நடந்து கொள்ளுங்கள். இல்லாவிட்டால் உங்களுக்குத் தான் தீமை உண்டாகும்" என்று கூறிவிட்டு அவள் அங்கிருந்து சென்றாள்.

கவலை, அச்சம், உடல் சோர்வு ஆகியவற்றால் எப்போது தூங்கினோம் என்பது அபூர்வனுக்கே தெரியாது. பாரதி வந்து அழைத்த போதே கண் விழித்தான்.

கடியாரத்தில் மணி பதினொன்று காட்டியது. எதிரே பாரதி நின்றிருந்தாள். அவள் அப்போதுதான் தலை முழுகி விட்டு வந்திருந்தாள். முழங்கால் வரை நீண்டு தொங்கும் அவள் கரிய கூந்தலிலிருந்து தண்ணீர் சொட்டிக் கொண்டிருந்தது. தேய்த்துக் குளித்திருந்த சோப்பின் மணம் வீசிக் கொண்டிருந்தது. கறுப்புக்கரை போட்ட புடவை உடுத்தியிருந்தாள். ரவிக்கை அணிந்து கொண்டிருக்கவில்லை. அதனால் அவளுடைய பருவ மலர்ச்சியடைந்திருந்த மார்பகங்கள் நன்றாகத் தெரிந்தன. பாரதியை அந்த நிலையில் பார்க்கும் போதும் ஒரு தனி அழகாகவே இருந்தது.

அபூர்வன் தன்னையறியாமலே "இவ்வளவு அடர்த்தியான நீண்ட கூந்தல் விரைவில் உலராதே" என்றான்.

"அது கிடக்கட்டும். என்னுடன் வாருங்கள்" அவனை அழைத்தாள் பாரதி.

குளியல் அறைக்கு அவனைக் கூட்டிச் சென்றாள். அங்கு கூடையில் பழங்கள், அரிவாள்மணை, டம்ளர் எல்லாம் இருந்தன.

“பழங்களையும் அரிவாள் மணை டம்ளர் ஆகியவற்றைச் சுத்தம் செய்து கொள்ளுங்கள். டம்ளரில் தண்ணீர் எடுத்துக் கொண்டு வாருங்கள்.”

“பழங்களை எப்போது வாங்கி வந்தீர்கள்?”

“நீங்கள் தூங்கிக் கொண்டிருக்கும் சமயம் போய் வாங்கி வந்தேன்! இங்கிருந்து சிறிது தூரத்தில் தான் பழக்கடை இருக்கிறது. அதில்தான் வாங்கினேன். அரிவாள்மணையில் கையை வெட்டிக் கொண்டு விடப் போகிறீர்கள்?”

அபூர்வன் விரிப்பின் மீது உட்கார்ந்து பழங்களை நறுக்கத் தொடங்கினான். பாரதி சற்றுத் தள்ளி உட்கார்ந்திருந்தாள். அவன் பழங்களை நறுக்குவதைப் பார்த்துச் சிரித்தாள்.

“நீங்கள் சிரிக்க வேண்டியதுதான். ஆண்கள் அரிவாள் மணையில் பழங்களை நறுக்குவதில்லை. இது உங்களுக்கும் தெரியும். ஏதோ எனக்காக இதையாவது வாங்கிவந்தீர்களே. அதுவே போதும். ஆனால் உண்மையைச் சொல்கிறேன்? என் தாயாரைத் தவிர எனக்கு இப்படி அக்கரையாக வேறுயாரும் ஏதும் வாங்கி வர மாட்டார்கள்.” என்றான் அபூர்வன்.

அவன் கடைசியாகச் சொன்னதை பாரதி கவனிக்கவில்லை. அதனால் அவள் “ஆண்கள் அரிவாள் மணையில் பழங்களை நறுக்குவதில்லை என்பது உண்மைதான். உங்களுக்கு தெரிந்த அளவு வேறு ஆண்களுக்குத் தெரிந்திருக்க நியாயமில்லை. திவாரிக்கு உடம்பு குணமாகட்டும். உங்கள் தாயாருக்கும் கடிதம் எழுதி அவரை இங்கே வரச் சொல்கிறேன். இல்லாவிட்டால் உங்களையாவது அழைத்துப் போகச் சொல்கிறேன். உங்களைப் போன்ற ஒன்றும் தெரியாதவரை வெளி நாட்டுக்கு அனுப்புவதே தவறு” என்றாள்.

“என் தாயாருக்கு என்னை நன்றாகத் தெரியும். இதுவே என் அண்ணன்களாக இருந்தால் உங்களையே எல்லாவற்றையும் செய்யச் சொல்லியிருப்பார்கள்.”

அவன் சொன்னது பாரதிக்குப் புரியவில்லை.

அபூர்வன் மீண்டும் “என் அண்ணன்கள் என்னைப்போல் இல்லை. அவர்கள் எதையும் சாப்பிடுவார்கள். ஓட்டல் பலகாரங்களிலிருந்து கோழிக்கறி வரை சாப்பிடக் கூடியவர்கள்.” என்றான்.

பாரதி ஆச்சரியத்துடன் "என்ன சொல்கிறீர்கள்?" என்று கேட்டாள்.

"உண்மையைத்தான் சொல்கிறேன். என் தந்தையை பாதி மேல்நாட்டுக்காரன் என்று சொல்லலாம். அவருடைய பழக்க வழக்கங்களினால் என் தாயார் சொல்ல முடியாத தொல்லைகளுக்கும் மன வேதனைக்கும் உள்ளாகியிருக்கிறார்."

"உண்மையா? உங்கள் தாயார் ஆசார விவகாரங்களில் அதிக பற்றுடையவரா?"

"ஆசார விவகாரங்கள் என்று தனியாக ஏதும் இல்லை. என் தாயார் இந்துப் பெண்களைப் போன்ற பழக்க வழக்க முடையவள்" என்றான் அபூர்வன். தாயாரைக் குறித்துப் பேசும் போது அவன் குரலில் வருத்தம் தோய்ந்திருந்தது.

"எங்கள் வீட்டில் இரண்டு மருமகள்கள் இருக்கிறார்கள். அப்படியும் என் தாயார் தனியாகச் சமையல் செய்து சாப்பிடுகிறார்கள். அவர் தன் மருமகளை அதிகாரம் செய்வதில்லை. அவர்கள் தன் சொற்படி நடக்கவில்லையே என்று குறை சொன்னதுமில்லை. அவளுடைய தனியான போக்கைப் பற்றி யாராவது கேட்டால் "நான் என் பழக்கவழக்கங்களை விட்டு என் கணவர் விருப்பப்படி நடக்கவில்லை. இப்போது இவர்கள் என்னுடன் ஒத்துழைக்கவில்லை என்று குறைப்பட்டுக் கொண்டால் அது தவறில்லையா? என் பழக்கவழக்கங்களின் படிதான் மருமகள் நடக்க வேண்டும் என்பது சட்டமா? என்று கேட்பார்!" என்றான் அபூர்வன்.

கண் காணாத தேசத்திலிருக்கும் அபூர்வனின் அந்த, உத்தம அன்னையை மனதினுள்ளே வணங்கி, பாரதி "உங்கள் தாயார் பழைமையில் அதிகப் பற்றுடையவர் என்று தெரிகிறது. ஆனால் அவரிடம் முற்போக்கான எண்ணமும் காணப்படுகிறது" என்றாள்.

அவள் சொன்னதைக் கேட்டு உற்சாகமடைந்த அபூர்வன் "முற்போக்கா? அவரை நேரில் பார்த்தால் கட்டாயம் நீங்கள் ஆச்சரியப் படுவீர்கள். இது உண்மை" என்றான்.

பாரதி மௌனமாக அவனையே பார்த்துக் கொண்டிருந்தாள்.

அபூர்வன் பழங்களை நறுக்குவதை சிறிது நிறுத்தினான். பிறகு "உண்மையாகச் சொல்கிறேன். என் தாயார் வாழ்க்கை முழுவதும்

துன்பத்தையே அனுபவித்து வந்திருக்கிறார்கள். கணவனும் பிள்ளைகளும் மேல்நாட்டு பழக்க வழக்கங்களில் மோகம் கொண்டு தலைவிரித் தாடினார்கள். இதை என் தாயார் மௌனமாகப் பார்த்துக் கொண்டு வேதனை நிறைந்த மனதுடன் வாழ்ந்து வந்தார்கள். என் ஒருவன் மீது தான் அவருக்கு ஒரு சிறு நம்பிக்கை இருக்கிறது. அவருக்கு உடல்நலமில்லாத போது நான்தான் அவருக்கு கஞ்சி முதலியவற்றைச் செய்து கொடுப்பேன்'' என்றான்.

''நீங்கள் இங்கே வந்து விட்டீர்களே! இப்பொழுது அவருக்கு உடம்பு சரியில்லாமல் போனால் யார் உதவிசெய்வார்கள்?''

''யார் உதவப் போகிறார்கள்? தனக்கு உதவ நான் அருகில் இருக்க வேண்டும் என்பதற்காகவே என்னை இங்கு அனுப்ப மறுத்தார். ஆனால் நான் அவருக்காக அருகிலேயே உட்கார்ந்திருக்க முடியாதே! எனக்குத் திருமணமாகி மருமகள் வந்தால் அவளாவது வந்து உதவி செய்யமாட்டாளா என்று நம்பிக் கொண்டிருக்கிறார்.''

பாரதி சிடுத்து ''அவருடைய நம்பிக்கையைப் பூர்த்தி செய்வது தானே?'' என்று கேட்டாள்.

''அவர் விருப்பத்தை நிறைவேற்றி விட்டு வரத்தான் எண்ணினேன். அவரே ஒரு பெண்ணையும் ஏற்பாடு செய்திருந்தார். ஆனால் நான் உடனே இங்கே வரவேண்டியிருந்ததால் நல்ல நாள் பார்த்துக் கடிதம் போட்டால் உடனே வருவதாகக் கூறி வந்திருக்கிறேன்.''

''ஆமாம். அவ்விதம் தான் செய்ய வேண்டும்.''

தாயாரின் அன்பை எண்ணி மனம் கசிந்து அபூர்வன் ''என் தாயார் விரதங்கள், உபவாசம் இருப்பார். ஆசார விவகாரங்களைக் கண்டிப்பாக மேற்கொள்வார். நல்ல குலத்தில், ஆசார விவகாரங்கள் தெரிந்தவற்றைக் கடை பிடிக்கும் பெண்ணாகக் கிடைத்தால் என் தாயாருக்கு உதவியாக இருக்கும். பாட்டு, நடனம் தெரிந்தவளாகவோ, கல்லூரியில் படித்துப் பட்டம் பெற்றவளாகவோ மனைவி இருப்பதால் எனக்கு என்ன நன்மை ஏற்படும்?'' என்றான் .

''ஆமாம். என்ன நன்மை ஏற்படப் போகிறது?''

அப்போது திவாரி முனகினான். அவரைக் கவனிக்க பாரதி எழுந்து சென்றாள். தாயின் துன்பம் நினைவுக்கு வந்ததால் அபூர்வனின் கண்கள் நீர் பெருக்கின. பாரதி அதைப் பார்த்து விடப்போகிறாளே என்று துடைத்துக் கொண்டான்.

சிறிது நேரத்தில் பாரதி திரும்பி வந்தாள். அப்போதும் அபூர்வன் பழங்களைச் சாப்பிடாமல் அவற்றை வைத்துக் கொண்டு உட்கார்ந்திருந்தான். அதைப் பார்த்ததும் பாரதி "ஏன் பழங்களைச் சாப்பிடாமல் உட்கார்ந்திருக்கிறீர்கள்?" என்று கேட்டாள்.

"உங்களுக்காகத்தான் காத்திருக்கிறேன்."

"எனக்காக எதற்கு?"

"நீங்கள் ஒன்றும் சாப்பிடவில்லையே!"

"எனக்கு இப்போது ஒன்றும் வேண்டாம். தேவைப்பட்டால் பார்த்துக் கொள்ளலாம்."

அபூர்வன் நறுக்கி வைத்திருந்த பழத்தட்டை தூரத் தள்ளினான். பிறகு "காலையிலிருந்து நீங்கள் ஒன்றுமே சாப்பிடவில்லை......" என்று சொல்ல வந்ததைச் சொல்லி முடிக்கவில்லை.

பாரதி கோபமாக குறுக்கிட்டு "உங்களுக்குப் பசித்தால் சாப்பிடுங்கள். இல்லாவிட்டால் பழங்களைத் தூக்கித் தெருவில் கொட்டுங்கள்" என்று சொல்லி, அங்கிருந்து வேகமாகச் சென்றாள்

18

கடந்த ஒரு மாதமாக திவாரியைக் காப்பாற்ற அபூர்வனுடைய அலுவலகத்தைச் சேர்ந்த அத்தனை பேரும் உழைத்தார்கள். ராமதாஸ் பல நாட்கள் தன் வீட்டுக்கே போகவில்லை. அபூர்வனுடன் பர்மாவிலுள்ள கிளை அலுவலகங்களுக்குச் செல்லும்போது அவனுடன் சென்ற ராம்சரண் தான் சமையல் வேலையைச் செய்து வந்தான்.

ரங்கூனிலிருந்து ஒரு பெரிய டாக்டர்தான் திவாரிக்கு மருத்துவம் செய்தார். திவாரி பிழைத்தெழுந்தாலும் அவன் உடலில் இன்னமும் தெம்பு ஏற்படவில்லை. மேலும் அவனுக்கு அந்த ஊர் உடலுக்கு ஒத்துக்

கொள்ளவில்லை. இதனால் அவனை மீண்டும் கல்கத்தாவுக்கே அனுப்பிவிடுவது என்று அபூர்வன் தீர்மானித்தான்.

அபூர்வன் தன் அலுவலக வேலையாக பர்மா முதலிய ஊர்களுக்குச் சென்றபிறகு பாரதிக்கும் திவாரிக்கும் நெருங்கிப் பழகச் சந்தர்ப்பம் கிடைத்தது. திவாரி தன் அறையில் உட்கார்ந்து வேலைகளைக் கவனித்துக் கொண்டிருப்பான். பாரதி அச்சமயங்களில் மாடிப்படிகளில் இறங்கி வருவாள் அல்லது மாடிக்குச் செல்வாள். ஒரு முறைகூட அவனைத் திரும்பிப் பார்க்க மாட்டாள். ஜோசப் மருத்துவமனையில் இறந்து இரண்டு நாட்களுக்குப் பிறகு பாரதியின் தாயார் காலமானார். அப்போது பாரதி வந்து திவாரி அறைக் கதவைத் தட்டினாள். ஜோசப் இறந்து விட்டதால் யார் என்று கேட்காமல் திவாரி கதவைத் திறந்தான். பாரதி தலைவிரிகோலமாக கண்ணீர் பெருக்கிக் கொண்டு அவன் முன் நின்றிருந்தாள். அவள் திவாரியின் கையைப் பிடித்துக் கொண்டு அழுதாள். தாயார் இறந்த செய்தியை சொன்னாள்.

திவாரிக்கும் அழுகை வந்தது. அவனும் பாரதியின் தாய்க்காகக் கண்ணீர் பெருக்கினான். ஊரிலுள்ள பலருக்குப் பாரதி கடிதம் எழுதிக் கொடுத்துச் செய்தி சொல்லி அனுப்பினாள். திவாரியும் முகம் கோணாமல் அவள் சொன்ன வேலைகளைச் செய்தான். பாரதியின் தாயார் சவ அடக்கத்திற்குப் போகாவிட்டாலும் அதற்கான ஏற்பாடுகளைச் செய்ய உதவினான்.

பாரதியின் தாய் இறந்து ஒரு வாரம் வரை வீட்டில் சமைக்க திவாரி அனுமதிக்கவே இல்லை. அவன் சமைத்து அவளுக்குக் கொண்டு கொடுப்பான். மேலும் ஒரு வாரத்திற்குள் பாரதி வீட்டைக் காலி செய்துவிட்டு வேறு இடத்திற்கு குடிபோய்விட்டாள். ஆனால் தினமும் காலையில் தலை முழுகிவிட்டு தன் கரிய நீண்ட கூந்தலை பின்புறம் தொங்க விட்டுக்கொண்டு திவாரியைக் காணவருவாள்.

திவாரியும் அவளை குழந்தை என்று அன்புடன் அழைப்பான். அறையினுள் வரச்சொல்லுவான். அவளோ உள்ளே சாமான்கள் எதையும் தொடமாட்டாள். வரமாட்டாள். அறையின் வெளியிலேயே உட்கார்ந்து கொள்வாள் "குழந்தே மணை போடுகிறேன் உட்கார்" என்று கூறுவான். திவாரி.

“வேண்டாம். நான் போன பிறகு அதைத் தண்ணீரில் சுத்தம் செய்ய வேண்டும்” என்று சொல்வாள் பாரதி.

“மணைக்குத் தீட்டு இருக்கிறதா?”

“நான் அறையினுள் காலடி வைத்தாலே தீட்டாகி விடும் என்று உங்கள் பாபு சொல்கிறார். நான் உள்ளே வந்து அது அவருடைய சொந்த வீடாக இருந்தால் அதைத் தீயிட்டுக் கொளுத்தி விடுவார்.”

திவாரி சிரித்துக் கொண்டே “உங்களுக்கு எங்கள் பாபுவைத் தெரியாது. அவரைப் புரிந்து கொண்டால் அவரைப் போல் நல்லவர் உலகத்திலேயே கிடைக்கமாட்டார் என்று நீங்களே சொல்வீர்கள் என்று பெருமையுடன் சொல்வான்.

திவாரிக்கு பிளேக் நோய் வந்து அவன் நினைவிழந்திருந்த போது பாரதி வந்ததோ, அவனுக்குப் பணிவிடை செய்ததோ அவனுக்குத் தெரியாது. அவன் உடம்பு குணமாகி ஒரு மாதமாகியும் பாரதி அந்தப் பக்கமே வரவில்லை. அதனால் அவன் உடல் நலமில்லாதபோது பாரதி வந்திருப்பாள். அவளை அபூர்வன் அவமானப்படுத்தி அனுப்பியிருக்கலாம். அதனால்— தான் அவனைக் காண பிறகு வரவில்லை என்று எண்ணினான் திவாரி.

திவாரி கல்கத்தாவுக்குப் போவது தீர்மானமாகி விட்டது. இன்னும் ஒரு வாரத்தில் அவன் புறப்பட வேண்டும். அதற்குள் பாரதியைச்சந்திக்க வேண்டும் என்ற எண்ணம் திவாரிக்கு ஏற்படவில்லை. ஆனால் அவன் கல்கத்தாவுக்குச் செல்வதை அவனுக்கு அறிமுகமானவர்களிடம் சொல்ல வேண்டும் என்ற ஆசை இருந்தது.

ஒரு நாள் திவாரி ஜன்னலருகில் நாற்காலியைப் போட்டுக் கொண்டு உட்கார்ந்திருந்தான். அப்போது அலுவலகத்திலிருந்து திரும்பி வந்த அபூர்வன் அவனிடம் பாரதி குடி போயிருக்கும் வீடு தெரியுமா என்று கேட்டான்.

திவாரி சந்தேகக் குரலில்

“எனக்குத் தெரியாது” என்றான்.

“அவள் குடி போகும் இடத்தை சொல்லவில்லையா?”

“என்னிடம் ஏன் சொல்லப் போகிறாள்?”

“என்னிடம் சொன்னாள்.”

“எனக்குத் தான் நினைவில் இல்லை. நாளை தேடிப் பார்க்க வேண்டும்.”

திவாரிக்கு ஒன்றும் புரியவில்லை. ஏதாவது புதிய தொல்லை உருவாகப் போகிறதோ என்று எண்ணினான். ஆனால் என்ன விவகாரம் என்று அபூர்வனிடம் கேட்கத் துணிவு இல்லை. அப்போது அபூர்வன் சொன்னான் நம் வீட்டில் திருட்டுப் போன பொருள்கள் கிடைத்து விட்டன. அவற்றைத் திருப்பிக் கொடுக்க பாரதியின் கையெழுத்து வேண்டும் என்று போலீஸார் சொல்கிறார்கள்.

திவாரி மௌனமாக வேறு பக்கம் திரும்பி உட்கார்ந்திருந்தான்.

அபூர்வன் மீண்டும் சொன்னான். “திருட்டுப் போன பொருள்கள் கிடைத்து விட்டன என்று சொல்லத்தான் அன்று இங்கே வந்திருந்தாள். உனக்குப் பிளேக்நோய் வந்து நீ உன் நினைவு தவறி படுத்திருந்தாய். நான் வரும்வரை அவள் இங்கேயே தங்கி உனக்கு பணிவிடை செய்து கொண்டிருந்தாள். அவள் மாத்திரம் உன்னைக் கவனித்துக் கொண்டிருக்காவிட்டால் நீ என்றைக்கோ செத்துமடிந்திருப்பாய்.”

மேலும் என்ன நடந்தது என்பதை அபூர்வன் சொல் வதை எதிர்பார்த்து திவாரி மௌனமாக இருந்தான்.

“நான் ஊரிலிருந்து வந்து பார்த்தபோது இருளடைந்த. அறையில் நீயும் பாரதியும் இருந்தீர்கள். என்ன விவகாரம் என்றும் எனக்கு புரியவில்லை. சில தினங்களுக்கு முன்தன் பெற்றோர்களை இழந்த சூழ்நிலையிலும் அவள் உனக்குப் பணி விடை செய்து கொண்டிருந்திருக்கிறாள். அதை விட அதிசயம் அவள் உனக்குப் பணிவிடை செய்யத் தொடங்கிய மூன்று நாட்களும் ஒன்றுமே சாப்பிடக் கூட இல்லை. அவளைப் போன்ற உறுதியான உள்ளம் படைத்த பெண்ணைப் பார்க்கவே முடியாது” என்றான் அபூர்வன்.

திவாரி பொறுமை இழந்தான். “அவள் எப்போது இங்கிருந்து போனாள்?” என்று கேட்டான்.

"நான் ஊர் திரும்பிய மறுநாள் பொழுது விடிவதற்கு. முன்பே போய் விட்டாள்"

"ஏதாவது மன வருத்தப்பட்டுக் கொண்டு போனாளா"

"இல்லை. இல்லை" என்று சொன்னவன் சிறிது சிந்தித்து "அதைத் தீர்மானமாகச் சொல்வதற்கில்லை. அப்படியும் இருக்கலாம். அவளைப் புரிந்து கொள்ளவே முடியவில்லை. உன்னைக் காப்பாற்ற அவள் இரவு பகல், பசி தாகம் பார்க்காமல் பணிவிடை செய்து வந்தாள். ஆனால் அன்று போனவள் நீ எப்படியிருக்கிறாய் என்று கேட்கக்கூட ஒரு முறை இங்கே வரவில்லை" என்றான் அபூர்வன்.

"ஒரு வேளை அவள் உடல் நலமில்லாமலிருக்கிறாளோ?"

திவாரி இதைச் சொன்னதும் அபூர்வன் திடுக்கிட்டான். ஒரு வேளை அப்படியும் இருக்குமோ! அவளுக்குப் பிளேக் நோய் ஏற்பட்டு மருத்துவமனைக்கு எடுத்துச் சென்றிருப்பார்களோ? ஒரு வேளை உயிரோடு இருக்கிறாளோ?

அவனால் அதற்கு மேல் நினைக்கவே பயமாக இருந்தது. அவன் அப்படியே ஒன்றும் தோன்றாமல் நாற்காலியில் உட்கார்ந்து விட்டான்.

19

"பாபு அம்மாவிடமிருந்து எனக்கும் கடிதம் வந்தது" என்றான் திவாரி.

"என்ன எழுதியிருக்கிறார்?" என்று கேட்டான் அபூர்வன்.

"என் உடம்புக்கு குணமானது பற்றி மகிழ்ச்சியடைந் திருக்கிறார். விச்வேசரர் பூசைக்காக ஐந்து ரூபாய் அனுப்பியிருக்கிறார்"

"அம்மா உன்னையும் தன் பிள்ளையைப் போல் நினைக்கிறாள்!"

திவாரி நன்றியுணர்வுடன் "ஆமாம். பிள்ளைக்கும் மேலாக எண்ணுகிறார். லீவு எடுத்துக் கொண்டு நம் இருவரும் வரவேண்டும் என்று விரும்புகிறார். இங்கேயும் எங்கே பார்த்தாலும் நோயாக இருக்கிறது?" என்றான்.

"இங்கேதான் இருக்கிறதா? கல்கத்தாவில் இல்லையா? அம்மா பயப்படும்படி நீ எதையாவது எழுதியிருப்பாய்!"

“நான் ஒன்றும் அப்படி எழுதவே இல்லை பாபு. ஒரு செய்தியை இரவு சாப்பாட்டின்போது சொல்லலாம் என்றிருந்தேன். காளி பாபு பிடிவாதமாக இருக்கிறாராம். வீட்டிலும் எல்லாருக்கும் சம்மதமாக இருக்கிறதாம். வைகாசி மாதத்தின் தொடக்கத்திலேயே! திருமணத்தை செய்து விடலாம் என்று நினைக்கிறார்களாம்.” இதை அம்மா எழுதியிருக்கிறார்

சிறந்த ஆசாரசீலரான காளி பாபுவின் குடும்பப் பெருமை ஊரறிருந்த உண்மை. அவருடைய இரண்டாவது பெண்ணைத் தான் அபூர்வனுக்குத் திருமணம் செய்யவேண்டும் என்று கருணாமயி தீர்மானித்திருந்தாள். இதைப்பற்றி கருணாமயி அபூர்வனுக்கு பல கடிதங்களில் குறிப்பிட்டிருந்தாள். இப்போது அதையே திவாரிக்கு எழுதி மகனிடம் தெரிவிக்கச் சொல்லியிருக்கிறாள்.

அவன் சொன்னதைக் கேட்டு அபூர்வனுக்கு ஆத்திரமாக வந்தது. “காளி பாபுவுக்கு அவ்வளவு அவசரமாக இருந்தால் வேறு இடத்தைப் பார்த்துக் கொள்ளசொல்லு!”

“காளிபாபுவுக்கு அவசரமோ இல்லையோ அம்மா அவசரப்படுகிறார். இந்த ஊர் அவ்வளவு நல்லதல்ல என்று யாராவது சொல்லியிருப்பார்களோ என்னவோ”

“நீதான் ஏதாவது எழுதியிருப்பாய். நான் என்ன சிறுபிள்ளை என்று நினைத்துக் கொண்டாயா?”

திவாரிக்கும் கோபம் வந்தது. “இங்கே வருவதற்கு முன் இதைச் சொல்லியிருந்தால் எனக்கு இவ்வளவு தொல்லைகள் ஏற்பட்டிருக்காதே. குலதர்மத்தைக் கெடுத்துக் கொண்டு கப்பல் பயணம் செய்திருக்க வேண்டாம் அல்லவா?” என்றான்.

அபூர்வன் மௌனமாக உடைகளை மாற்றிக் கொண்டான். பிறகு “இப்போது மாத்திரம் என்ன கெட்டு விட்டது? நீ விரும்பினால் ஊர் போக ஏற்பாடு செய்கிறேன்” என்றான்.

திவாரி கோபம் அடங்காதவனாக “சரி, ஞாயிற்றுக் கிழமை கட்காம் வழியாகப் போகும் கப்பல் ஒன்று புறப்படுகிறது. அதில் புறப்படுகிறேன்” என்றான்.

"போ" என்று சொல்லி விட்டு வேகமாக படிகளில் இறங்கி வீதியை அடைந்தான்.

அந்த ஊரில் சாதாரணமாக ராமதாஸ் வீட்டிற்குத் தான் போவான். அன்றும் அவன் மனம் இருந்த நிலையில் ராமதாஸ் வீட்டிற்கே போக ரயில் நிலையத்தை நோக்கிச் சிறிது தூரம் நடந்தான். அதற்குள் அன்று சனிக்கிழமை, ராமதாஸ் தன் மனைவியுடன் சினிமாவுக்குப் போயிருப்பார் என்ற நினைவு வந்தது. அதனால் ரயில் நிலையத்திற்குப் போகாமல் கால்போன திசையில் நடந்தான்.

இரண்டு மூன்று தெருவைக் கடந்திருப்பான். அவனையறியாமலே பாரதியின் நினைவு வந்தது. 'திவாரி சொன்னதுபோல் அவளுக்கு உடம்பு சரியில்லையோ.' சே, சே, அப்படியிருக்காது. அவள் நலமாகத்தான் இருப்பாள். ஆனால் நானில்லாத போது திவாரிக்கு அவ்வளவு பணிவிடை செய்தவள், அவன் உயிருக்காக மன்றாடியவள், அன்று போனவள் மீண்டும் வந்து திவாரியைப் பார்க்கவே இல்லையே! ஒரு வேளை அன்று நான் நடந்து கொண்ட முறை அவள் மனதை நோகச் செய்திருக்குமோ! அப்படியெல்லாம் இருக்காது! என்று சமாதானம் சொல்லிக் கொண்டான். பாரதியை உடனே பார்க்க வேண்டும் என்று ஆவல் ஏற்பட்டது. அவள் ஒரு சமயம் எண்ணெய்த் தொழிற்சாலைக்கு அருகில் வசிப்பதாகச் சொல்லியிருந்தாள். அபூர்வன் எண்ணெய்த் தொழிற் சாலையை நோக்கி நடந்தான்.

ஆற்றோரமாக வெகுதூரம் நடந்த பிறகு ஒரு பெரிய சாலை குறுக்கிட்டது. அருகாமையில் பெரிய பங்களாக்கள் இருந்தது. அந்தப் பகுதியாகப் போன ஒருவனிடம் பரங்கியர் வசிக்கும் இடம் எங்கே இருக்கிறது என்று கேட்டான்.

அவன் பங்களாக்களைக் காட்டினான். அபூர்வன் உடை முதலியவற்றைப் பார்த்து விட்டு அவன் கேட்டது ஆங்கிலேயர் வசிக்குமிடம் என்று அந்த ஆள் எண்ணி விட்டான். இதை அபூர்வன் உணர்ந்து நான் கேட்டது வங்காள கிறிஸ்துவர்கள் வசிக்கும் பகுதியை என்றான்.

"கிறிஸ்துவரான பிறகு அவர்கள் எப்படி வங்காளி களாக இருக்க முடியும்? மதம் விட்டு மதம் மாறினவர்களி டம் என்ன ஆசாரம் இருக்க முடியும்? ஆனால் இங்கு ஒரு வாத்தியாரம்மா வந்திருக்கிறாள். அவளும் கிறிஸ்துவ மதத்தைச் சேர்ந்தவள் என்று தான் சொல்கிறார்கள்.

இருந்தாலும் அவளைப்போல் ஆசாரமாக இருப்பவர்களைப் பார்க்கவே முடியாது. அவள் எதிரில் உட்காரவோ சாப்பிடவோ கூட ஒருவரும் துணிவதில்லை.'' என்றான்.

அவன் பேச்சிலிருந்து அவனும் வங்காளத்தைச் சேர்ந்தவன்தான் என்பதை உணர்ந்தான் அபூர்வன். மேலும் அவன் வாத்தியாரம்மா என்று குறிப்பிட்டு, அவள் ஆசாரத்தைப் பற்றிச் சொன்னதும் அபூர்வனுக்கு பாரதியாகத்தான் இருக்கும் என்ற எண்ணம் பலமாக உண்டாயிற்று. அதனால் அவன் ''அந்த வாத்தியாரம்மா வீடு எங்கே இருக்கிறது?'' என்று கேட்டான்.

''அவர் வீடு எங்கே என்று எனக்குத் தெரியாது. இந்த ஆற்றோரமாகச் சிறிது தூரம் போனால் புதிய பள்ளிக்கூடக் கட்டிடம் வரும். அங்கே கேட்டால் சிறு பிள்ளைகூட அந்த அம்மாள் இருக்குமிடத்திற்கு அழைத்துச் சென்றுவிடும். அங்கே ஒரு டாக்டர் இருக்கிறார். அவர் மனிதனே இல்லை. தெய்வம்தான். கைபட்டால் பிணம் கூட உயிர் பெற்று எழுந்து விடும்'' என்று சொல்லி விட்டு அவன் தன் வழியே சென்றான்.

ஆற்றோரமாகவே அபூர்வன் நடந்தான். சிறிது தூரம் சென்றதும் சிவப்பு வர்ணம் பூசி வீடு ஒன்று இருந்தது. இப்போது இருட்டி விட்டது. தெருவிளக்குகள் இன்னும் ஏற்றப் படவில்லை. ஆனால் அந்த வீட்டின் ஜன்னல் வழியே தெருவில் விளக்கொளி பாய்ந்து வந்தது. அந்த வீட்டில் கேட்டுப் பார்க்கலாம் என்று அதன் வாயில் கதவருகில் சென்று நின்றான். குரல் கொடுத்து உள்ளே இருப்பவரை அழைக்கலாமா என்று சிந்தித்தான். சுமார் பத்து நிமிஷங்கள் அவனுக்குச் சிந்தனையிலேயே கழிந்தது. அப்போது உள்ளே இருந்து இரண்டு பேர் வெளியே வந்தனர்.

அபூர்வன் மௌனமாக நிற்பதைப் பார்த்து ஒருவர் ''நீங்கள் யார்? எதற்காக இங்கே நிற்கிறீர்கள்?'' என்று கேட்டார்.

அபூர்வன் மெல்லிய குரலில் ''இங்கே ஜோசப் பாரதி என்பவர் இருக்கிறாரா?'' என்று கேட்டான்.

''இருக்கிறார், உள்ளே வாருங்கள்'' என்று அபூர்வனை உள்ளே அழைத்துச் சென்றார் அவர்.

உள்ளே பெரியகூடம் காணப்பட்டது. மேஜை நாற்காலிகள் போடப்பட்டிருந்தன. கரும்பலகையும் இருந்தது. இது தான் பள்ளிக் கூடமாக இருக்க வேண்டும் என்று தீர்மானித்துக் கொண்டான் அபூர்வன்.

கூடத்தின் ஒரு பகுதியில் மேஜையைச் சுற்றிச் சிலர் உட்கார்ந்து பேசிக் கொண்டிருந்தார்கள்.

அபூர்வன் தன்னை அழைத்துச் சென்றவன் பின்னாலேயே மாடிப்படிகளில் ஏறிச் சென்றான். மாடி அறையை அடைந்ததும் கூட வந்தவன் பாரதியை அழைத்து அபூர்வனிடம் விட்டுச் சென்றான்.

அபூர்வனைக் கண்டு பாரதி மகிழ்ச்சியடைந்தாள். அவள் மலர்ந்த முகத்துடன் "இவ்வளவு நாட்களுக்குப் பிறகாவது என் நினைவு வந்ததே" என்று உரிமையுடன் கேட்டாள்.

"நீங்கள் தான் எங்களை அடியோடு மறந்து விட்டீர்களே!" என்று பதிலுக்குக் கேட்டான்.

"அதிருக்கட்டும். நாளை ஞாயிற்றுக்கிழமை. போய் பயனில்லை. நாளை மறுநாள் பகல் பன்னிரண்டு மணிக்குள் நீதிமன்றத்திற்கும் போய் தங்கள் பொருள்களை வாங்கி வாருங்கள்... ஏமாற்றிவிடப் போகிறார்கள்" என்றாள் பாரதி.

"அதற்கு உங்கள் கையெழுத்து வேண்டும். நீங்களும் அன்று வரவேண்டும்."

"சரி வருகிறேன்."

"உங்களை திவாரி வந்து பார்த்தானா"

தலையை ஆட்டி "இல்லை. நீங்கள் போய் அவனை எதுவும் கேட்டு வைக்காதீர்கள்" என்றாள் பாரதி.

"நீங்கள் அவன் உயிரைக் காப்பாற்றினீர்கள். அதைக் கூட அவன் நினைத்துப் பார்க்கவில்லை, நன்றிகெட்டவன்"

பாரதி பதில் சொல்லவில்லை.

"என் மீது தங்களுக்குக் கோபமா?" என்று கேட்டான் –அபூர்வன்.

"கோபமா? கோபித்துக் கொள்ள எனக்கு நேரம் ஏது? பகல்முழுவதும் சிறுவர் சிறுமியருக்குக் கல்வி போதிக்கிறேன். மாலை சங்கத்திற்கு வந்த கடிதங்களுக்குப் பதில் எழுது கிறேன். பிறகு சாப்பிட்டு கையில் புத்தகத்துடன் படுக்கையில் படுப்பவள். படிக்கக்கூட முடியாமல் சோர்ந்து தூங்கி விடுகிறேன்."

"இங்கே உங்களுக்கு எவ்வளவு சம்பளம் கொடுக்கிறார்கள்?"

பாரதி சிரித்துக் கொண்டே "சம்பளத்தைப் பற்றி யாராவது கேட்பார்களா?" இதனால் அவர்களுக்கு அவமானமல்லவா என்றாள்.

அபூர்வன் வருத்தமடைந்து "உங்களைக் கேலி செய்ய அப்படிக் கேட்கவில்லை. வேலை செய்கிறீர்களே என்றுதான் கேட்டேன்" என்றான்.

"வேலை பார்க்காவிட்டால் பட்டினியில் மடிய வேண்டியதுதான்."

"உங்கள் வேலையைப் பார்க்கும்போது இதைவிட பட்டினியால் செத்தாலும் மேலாக இருக்கும். வேலை செய்ய விருப்பம் இருப்பதை என்னிடம் சொல்லியிருக்கலாமே. நான் என் அலுவலகத்திலேயே வேலையில் சேர்த்திருப்பேனே! சம்பளமும் நூறு ரூபாய் கிடைக்கும். வேலையும் அதிகமாக இருக்காது" என்றான் அபூர்வன்.

"உங்கள் கீழா? வேண்டவே வேண்டாம், ஒரு சிறு தவறு ஏற்பட்டால் கூட நீங்கள் குண்டாந்தடியை எடுத்துகொண்டு வந்து விடுவீர்கள்."

அபூர்வன் மௌனமாக இருந்தான்.

கீழ்ப்பகுதியில் பேச்சுக்குரல் பலமாகக் கேட்டது. உடனே அபூர்வன் "உங்களுடைய வகுப்பு ஆரம்பமாகி விட்டதுபோல் தோன்றுகிறதே" என்றான்.

"வகுப்பு நடந்தால் இவ்விதம் பலமாகப் பேசமாட்டார்கள். பள்ளி நிர்வாகத்தைப்பற்றி அவர்கள் விவாதிக்கிறார்கள் போலிருக்கிறது"

"விவாதத்தில் கலந்து கொள்ள நீங்கள் போகவில்லையா?"

"போக வேண்டியதுதான். நீங்கள் வந்திருக்கிறீர்களே. உங்களை விட்டு விட்டுப் போகலாமா?"

அறையை ஒரு முறை பார்த்தான். சுவரில் பச்சை வர்ணத்தில் "வழிவேண்டுவோர்" என்று எழுதியிருந்ததைக் கண்டு ஆச்சரியமடைந்து இது என்ன? என்று கேட்டான் அபூர்வன்.

"இதுதான் எங்கள் சங்கத்தின் பெயர். எங்கள் சங்கத்தில் நீங்கள் சேருகிறீர்களா?"

"சங்கத்தில்சேர்ந்து நான் என்ன செய்யப்போகிறேன்?"

"சங்க அங்கத்தினர்களாகிய நாங்கள் வழிபோக்கர்கள். வழியில் எந்தவிதமான தடையையும் எதிர்த்துப் போராடுவோம். வழியை ஏற்படுத்துவோம். எங்களுக்குப் பிறகு வருவோர் எவ்வித தடையுமின்றி சுதந்தரமாகத் தங்கள் பாதையில் செல்வார்கள். அப்போது அவர்களை யாரும் தடுக்க முடியாது. அவர்கள் வாழ்க்கையின் உள்ள நிலையை நோக்கி முன்னேறிச் செல்வார்கள். இதுதான் எங்கள் சங்கத்தின் பணி"

"நாம் அடிமைகள். ஆங்கிலேயர், பிரெஞ்சுக்காரர்கள் அமெரிக்கர் போன்று நாம் சுதந்தரமானவர்கள் அல்ல. நமக்கு எப்படி ஏற்படும் சுதந்திர உணர்ச்சி? ஒரு பொது இடத்தில் நாம் உட்காரவோ, உலாவவோ கூடாது. அத்து மீறி நாம் அங்கே சென்றால் அவமானப்பட வேண்டியது தான். அதைத் தட்டிக் கேட்க ஒருவரும் கிடையாது. நமக்கு இழைக்கப்படும் அவமானத்தைக் குறித்துக் குறை கூறச் சென்றாலும் அதிகாரிகள் நாம் சொல்வதைக்கூடக் கேட்கத் தயாராக இல்லை. அத்துடன் அவர் நம்மை அவமானப்படுத்திதான் அனுப்புவார்" என்று அபூர்வன் உணர்ச்சி வசமாகிப் பேசினான்.

பாரதி ஆச்சரியமடைந்து "உங்கள் உள்ளத்தில் கூட மனிதாபிமானம் இருக்கிறதா? உண்மையில் ஒருவனைத் தீண்டுவது குற்றமில்லையா? ஒரு நாட்டின் காற்று வீசுவதால் ஒருவன் வீடு நாற்றமடிக்காதா?" என்று கேட்டாள்.

அபூர்வன் உணர்ச்சி வசமான குரலில் "மனிதனின் உடல் நிறம் அவனுடைய மனிதாபிமானத்திற்கு உரைகல் அல்ல. ஏதோ ஒரு நாட்டில் பிறந்து விட்டது குற்றமாகிவிடாது. மன்னிக்க வேண்டும். உங்கள் தந்தை கிறிஸ்தவர் பரங்கியர் என்ற காரணத்தினாலேயே நீதி மன்றம் எனக்கு இருபது ரூபாய் அபராதம் விதித்தது. மதம் வேறுபட்டால் மனிதனின் மதிப்பு

குறையுமா? இவ்விதம் வேற்றுமை காட்டு வதாலேயே இவர்கள் அதே வேற்றுமையால் அழிவார்கள். எந்த ஒரு மனிதனையும் தாழ்ந்தவன், கேவலமானவன் என்று முடிவு கட்டக் கூடாது. வேற்றுமை காட்டும் பெரிய குற்றத்தைக் கடவுள் மன்னிக்கவே மாட்டார்" என்றான்.

மனிதனுடைய உண்மையான உள்உணர்ச்சியை வெளிப்படுத்த துன்பம், துயரம், அவமானம் ஆகியவை போன்று வேறு எதுவுமே கிடையாது. அபூர்வன் தனக்கு நேர்ந்த அவ மதிப்பு இகழ்ச்சி ஆகியவை காரணமாகவே அவனுடைய உள் மனதில் மறைந்திருந்த சிறு சுடர் பெரிய தீயாக மேலெழுந்து கொழுந்துவிட்டெரியத் தொடங்கிற்று.

அபூர்வன் பேச்சை நிறுத்தியதும் பாரதி அவனைப் பார்த்துப் புன் முறுவல் செய்தாள். அது அபூர்வனுக்குக் கன்னத்தில் அறைந்தது போலத் தோன்றிற்று.

சிறிதுநேர மௌனத்திற்குப் பிறகு பாரதி "இன்று சனிக்கிழமை. எங்கள் சங்கத்தின் வேலைகள் நடந்து கொண்டிருக்கின்றன. வாருங்கள். டாக்டரை உங்களுக்கு அறிமுகம் செய்து வைக்கிறேன்." என்றாள்.

"அவர்தான் உங்கள் சங்கத்தின் தலைவரா?"

"தலைவரா! அவர்தான் எங்கள் சங்கம். அவருடைய வேலைகள் நம் கண்களுக்குப் புலப்படாது."

"உங்கள் சங்க அங்கத்தினர்கள் அனைவரும் கிறிஸ்துவர்கள் தானே?"

"என்னைத் தவிர மற்ற அனைவரும் இந்துக்கள்,"

"ஒரு வேளை அவர்கள் ஜாதி வேற்றுமை, உணவுப் பொருள்களில் வேறுபாடு செய்ய மாட்டார்கள் போலிருக்கிறது."

"நீங்கள் சொல்வது உண்மைதான். ஆனால் அங்கத்தினர்கள் மாத்திரமல்ல, வேறு யாராக இருந்தாலும் சரி, ஒருவர் ஆசாரமாகத் தங்கள் பழக்க வழக்கப்படி இருக்க விரும்பினால் அவர்கள் மீது தம் எண்ணத்தைப் பலவந்தமாகத் திணிக்கமாட்டார்கள். தனிப்பட்ட ஒருவரின் விருப்பு வெறுப்புக்கு மரியாதை கொடுப்பார்கள்."

"உங்களைப்போன்று படித்த பெண்கள் கூட அங்கத்தினர்களாக இருக்கிறார்களா?"

"என்னைப் போன்றா? எங்கள் தலைவி ஒருத்தியிருக்கிறாரே! போதுமேரி! டாக்டரைத்தவிர தலைவி அவ்வளவு படித்தவர்கள் இல்லை. அவர் தனியாகவே உலக நாடுகள் அனைத்திற்கும் சென்று வந்திருக்கிறார்." என்று சிரித்துக்கொண்டே சொன்னாள் பாரதி.

"நீங்கள் டாக்டர் என்று குறிப்பிடுகிறீர்களே அவர் எப்படிப்பட்டவர்?"

பாரதி பயபக்தியுடன் "அவரைப்பற்றி நான் சொல்லி அவருடைய மதிப்பைக் குறைக்க விரும்பவில்லை." என்றாள்.

கீழே பேசுபவர்களின் குரல்கள் பலமாகக் கேட்டது.

"வாருங்கள். கீழே போகலாம்" என்று அழைத்தாள் பாரதி.

"வருகிறேன்" என்று சொல்லி அவள் பின்னாலேயே நடந்தான் அபூர்வன்.

20

மேஜையின் அருகில் எட்டு ஆண்களும் ஆறு பெண்களும் உட்கார்ந்திருந்தனர். அவர்களில் தலைவியைப் போல் மத்தியில் உட்கார்ந்திருந்தாள் அவள். மிகவும் அழகாக இருந்தாள். பாரதி குறிப்பிட்ட சுமித்திரா என்பவள் அவளாகத்தான் இருக்க வேண்டும் என்று அபூர்வன் தீர்மானித்துக் கொண்டான்.

சுமித்திராவுக்கு முப்பது வயதிருக்கலாம். தென்னிந்தியர் போல் புடவை உடுத்தியிருந்தாள். காதில் வைரடோலக் மின்னி ஆடிக்கொண்டிருந்தது. கைகளில் விதவிதமான வளையல்களும், கழுத்தில் அட்டிகையும் அணிந்திருந்தாள்.

மேஜைக்கு எதிரே இருவர் உட்கார்ந்திருந்தனர். அவர்களில் ஒருவர் ஆண். மற்றவர் பெண். அநேகமாக குழுவினர் அந்தப் பெண்ணைப் பற்றித்தான் விவாதித்துக் கொண்டி ருந்தார்கள் என்று தெரிந்தது.

கூடத்தின் ஒரு ஓரத்தில் தனியான மேஜையின் அருகில் ஒருவர் உட்கார்ந்தார். அவர் தலைகுனிந்து ஏதோ எழுதிக் கொண்டிருந்தார்.

ஆனாலும் அபூர்வன் அவரைப் பார்த்ததுமே யார் என்று அடையாளம் தெரிந்து கொண்டான். மெட்டிலா ரயில் நிலையத்தில் டிக்கட் இல்லாமல் சாராயம் குடித்துவிட்டு டிக்கட் பரிசோதகரிடம் அகப்பட்டுக் கொண்டவர்தான்.

அவரைக் காப்பாற்ற அபூர்வன் டிக்கட்டிற்குப் பணம் கொடுத்ததுடன் அவர் செலவுக்கும் பணம் தந்தான். அந்தப் பணத்தை அவர் திருப்பி அனுப்புவதாகவும் அப்போது சொன்னார். மதுபோதையில் அவர் அன்று சொன்னதை பிறகு மறந்து போயிருக்கலாம். இல்லா விட்டால் அவர்கள் அனைவருமே ஒரு மோசக்காரக் கும்பலாக இருக்கலாம். இப்படிப் பட்டவர்வர்களிடம் பாரதி எப்படி அகப்பட்டுக் கொண்டாள் என்று அபூர்வன் சிந்தித்தான்.

மேஜையின் அருகில் ஒரு பிரம்பு நாற்காலி இருந்தது. அதில் அபூர்வனை உட்காரச் சொல்லி அவளும் அதிலேயே ஒண்டிக் கொண்டு உட்கார்ந்தாள் பாரதி.

சுமித்திரா எதிரே உட்கார்ந்திருப்பவரைப் பார்த்து “மனோகர் பாபு, நீங்கள் சொல்வது தவறு. நவதாராவின் கணவன், கணவனுக்குண்டான கடமையை நிறைவேற்றியதே இல்லை. அவனுடைய போக்கும் அவளுக்குப் பிடிக்கவில்லை. அதனால் அவள் தன் வாழ் நாளை நாட்டின் பணியில் கழிக்க விரும்புகிறாள்” என்றாள்.

“நீங்கள் சொல்வதைப் பார்த்தால் மனைவியும் ஒழுக்கம் தவறியவளாக இருக்க வேண்டும் என்று தோன்றுகிறது. நாட்டின் பணி என்று அவள் முறை கேடாகவும் நடக்கலாம் அல்லவா?” என்று ஆத்திரமாகக் கேட்டார் மனோகர்.

சுமித்திராவின் முகம் சிறுத்தது. ஆனால் மறுகணமே அது மாறிவிட்டது. “நீங்கள் சொல்வது முரட்டுத் தனமான வாதம். மனமொத்து வாழ முடியாதவர்களைப் பலவந்தமாக ஒன்று சேர்க்க முயற்சிப்பதே தவறு. அதுவும் நாட்டுப் பணி என்ற மகத்தான பணியை விட்டு வேண்டாதவனுடன் வாழ்க்கை நடத்த முற்படுவது முறையானதே இல்லை” என்றாள்.

“சீதையும் சாவித்திரியும் தோன்றிய நாட்டில் இவர்கள் நாட்டுப் பணிக்காகக் கணவனை விட்டு வரவேண்டும் என்றே பெண்களுக்குப் போதிப்பார்கள்”

"அதில் தவறே இல்லை. சீதை தன் சுயமரியாதையைக் காப்பாற்றிக் கொள்ள கணவனை விட்டு பூமிக்கடியில் சென்றாள். சத்தியவான் இன்னும் ஒரு ஆண்டுதான் உயிர் வாழ்வான் என்று தெரிந்திருந்தும் ஏழையாக இருந்தும் காதலித்ததால் அவனை மணந்து கொண்டாள். நவதாராவும் மற்ற பெண்களைப் பார்த்து என்னைப் போல் நீங்களும் நாட்டுப் பணிக்கு வரவேண்டும் என்று சொன்னால் அது பெண் சமூகம் பெருமை கொள்ள வேண்டியது தானே?"

மனோகர் ஆத்திரமடைந்தார். அவர் தன்னைக் கட்டுப்படுத்திக் கொள்ளாமல் "உங்களிடமே இதைக் கேட்கிறேன். சிந்தித்துப் பாருங்கள். கணவனுடன் குடும்ப வாழ்க்கை நடத்துவது தானே பெண்களுக்குப் பெருமை தருவது? இதைவிட பெருமை அளிக்கக் கூடியது பெண்களுக்கு வேறு என்ன இருக்க முடியும்!" என்றார்.

"வேறு பெண்களுக்கு நீங்கள் சொல்வது பொருத்தமாக இருக்கலாம். நவதாராவுக்கு கணவனுடன் குடும்பமாக வாழ்க்கை நடத்துவது பெருமைப் படக் கூடியதாக இருக்காது."

மேலும் ஆத்திரமாக "ஒழுக்கக் கேடான மனோகர் வாழ்க்கைதான் பெருமைக்குரியது என்று கூறுகிறீர்களா? இதுதான் பெண்களுக்கு நீங்கள் செய்யும் போதனையா?" என்று கேட்டார்.

சுமித்திரா அமைதியாக "பாபு, சங்கத்தில் நீங்கள் கட்டு திட்டங்களுடன் நடந்து கொள்ள வேண்டும். ஆத்திர பட்டுப் பேசுவது முறையாகாது."

"கட்டு திட்டங்களை நான் மீறினால்..."

மனோகர் பேச்சை முடிக்கு முன் சுமித்திரா குறுக்கிட்டு "உங்களை சங்கத்திலிருந்து விலக்கி விட வேண்டியிருக்கலாம்" என்றாள்.

மனோகர் ஆத்திரம் அதிகரித்தவராக நீங்கள் என்ன விலக்குவது? நானே போகிறேன். ஆனால் நினைவில் வைத்துக் கொள்ளுங்கள். உங்கள் நடவடிக்கைகள் எல்லாம் எனக்குத் தெரியும். ஆங்கில அரசை ஒழிக்கத் திட்டமிட்டிருக்கிறீர்கள். அப்படி நடக்க நான் விடவே மாட்டேன். நான் சாதாரண கல்வி அறிவில்லாதவனல்ல. வக்கீலுக்குப் படித்தவன் என்று சொல்லிக் கொண்டே எழுந்து வீட்டை விட்டு வெளியே இருட்டில் சென்று மறைந்தார்.

21

பெரிய போர் நடந்து முடிந்தது போல் அங்கு அமைதி. நிலவியது. அங்கிருந்தவர்கள் முகத்தில் ஒரு திடீர் மாறுதல் ஏற்பட்டது போல் காணப்பட்டது. ஆனால் தனியே உட்கார்ந்து எதையோ எழுதிக் கொண்டவர்களிடம் எந்த வித மாறுதலும் காணப்படவில்லை. அங்கு நடந்த விவகாரங்களுக்கும் தனக்கும் சம்பந்தமில்லாதவர் போல் அவர் தன் வேலையிலேயே கருத்தாக இருந்தார். இது அபூர்வனுக்கு ஆச்சரியமாக இருந்தாலும் அதையும் விட ஆச்சரியம் அவர் எப்படி இந்தக் கூட்டத்தில் வந்து சேர்ந்தார் என்பது தான்.

டிக்கட்டில்லாமல் ரயிலில் பயணம் செய்பவர், கணவனை விட்டு வந்தவள் இவர்களைப் பார்க்கும்போது கூட்டத்தில் இருப்பவர்கள் அனைவருமே இத்தகைய மோசமானவர்களோ என்ற எண்ணத்தை அபூர்வனுக்கு ஏற்படுத்திற்று. அவன் எதையும் தீர்மானிக்க முடியாமல் தடுமாறிக் கொண்டிருக்கும் போது "அபூர்வபாபு" என்று சுமித்திரா அழைக்கும் குரல் கேட்டது. அவன் திடுக்கிட்டுத் தலை நிமிர்ந்து சுமித்திராவைப் பார்த்தான்.

"அபூர்வபாபு. உங்களுக்கு எங்களைத் தெரியாது. ஆனால் பாரதியின் மூலம் உங்களை நாங்கள் அனைவரும் அறிவோம். நீங்கள் சங்கத்தில் சேர விரும்புவதாகச் சொன்னாள் பாரதி. அப்படித்தானே?" என்று கேட்டாள் சுமித்திரா.

அபூர்வன் திகைத்தான். அவன் பாரதியிடம் அவ்விதம் கூறியதாக நினைவும் இல்லை. ஆனால் சுமித்திரா கேட்ட கேள்விக்கு மறுத்துக் கூறவில்லை. அவன் மௌனமாக சம்மதம் தெரிவிப்பவன் போல தலையை அசைத்தான்.

தனியே உட்கார்ந்திருந்தவரைப் பார்த்து சுமித்திரா "டாக்டர், அபூர்வபாபு சங்கத்தில் சேரவிரும்புகிறார். அவர் பெயரையும் பதிவு செய்து கொள்ளுங்கள், என்று கூறிவிட்டு "அபூர்வபாபு எங்கள் சங்கத்தில் அங்கத்தினராகச்சேர கட்டணம் ஏதும் கிடையாது" என்றாள்.

அபூர்வன் அதற்குள் தன்னைத் திடப்படுத்திக் கொண்டார். "உங்கள் சங்கத்தின் கொள்கை என்ன? நான் செய்ய வேண்டிய கடமைகள் என்ன என்று சொல்லவில்லையே" என்றான்

"பாரதி உங்களுக்குச் சொல்லவில்லையா?"

ஒரு கணம் சிந்திந்து விட்டு "ஏதோ சொன்னதாக ஞாபகம். அதிருக்கட்டும். நலதாரா செய்தது தவறு என்று உங்கள் கணவருக்கும் தோன்றவில்லையா?" என்று கேட்டார்.

"என்னைப் பொறுத்தவரை தவறாகத் தோன்றவில்லை. எனக்கு நாட்டை விட உயர்ந்தது எதுவுமே இல்லை."

"பிறந்த பொன்னாட்டை நான் உயிரினும் மேலாக நினைக்கிறேன். ஆண் பெண் இரு சாராருக்குமே நாட்டுப்பணி பொதுவானதுதான். ஆனால் ஆண்கள் நாட்டுப் பணியில் ஈடுவடுவதும் பெண்கள் வீட்டில் தங்கி கணவன், குழந்தைகள் ஆகியோரைக் கவனிப்பதுமே முறையானது. பெண்கள் குடும்பத்தை விட்டு விட்டு ஆண்களுக்குச் சமமாகநாட்டுப் பணி செய்வது உயர்ந்ததாக இருக்காது."

"அபூர்வபாபு, இந்த எண்ணம் தலைமுறை தலைமுறையாக இருந்து வருகிறது. அதைத் தவறானது என்று சொல்ல முடியாது. ஆனால் நாட்டைவிட தன் சுயநலமே பெரிதாக நினைப்பவர்கள்தான் அதை உயர்வாகச் சொல்லுவார்கள். நாட்டுப் பணியில் பெண்கள் தம் குடும்பவாழ்க்கையை உதறிவிட்டு வெளியில் ஈடுபட்டால் எவ்வளவோ அற்புதங்கள் நடைபெறும். பெண்கள் கலந்து கொள்ளாத போது ஆண்களின் கூட்டம் சிதறிப் போய்விடும்."

"அதனால் ஒழுக்கம் சீர்கெட்டு விடாதா?"

"குடும்பவாழ்க்கையில் ஈடுபட்டு வீட்டினுள்ளேயே இருக்கும்போது மாத்திரம் ஒழுக்கம் கெடுவதில்லையா? அபூர்வபாபு கண்களை நன்றாகத் திறந்து மற்ற நாடுகளைப் பாருங்கள்"

"மற்ற நாடுகள் விவகாரத்தை அவையே கவனித்துக் கொள்ளட்டும். நாம் நமது நாட்டையும் நமது கலாசாரத்தையும் பற்றி சிந்தித்தால் போதும். எனது குடும்ப வாழ்க்கையில் உங்களுக்கு விருப்பமில்லை. ஆனால் பெண்களின் கற்பு நெறியைக் கூட நீங்கள் புறக்கணிக்க விரும்புகிறீர்களா?" என்று சிறிது பதட்டமான குரலில் சொன்னான் அபூர்வன்.

அபூர்வனையே சுமித்திரா பார்த்தாள். பிறகு "நீங்கள் ஆத்திரமடைந்து பேசுகிறீர்கள். நான் அப்படிச் சொல்லவில்லை. பிள்ளை

பெறுவதற்காக மனைவி என்ற எண்ணம் இந்திய நாட்டில் இருப்பதால் அந்த எண்ணத்தைப் பெருமையுடன் ஆதரிப்பதற்கில்லை. கற்பு நெறிபற்றி நீங்கள் கூறுகிறீர்கள். பிள்ளை பிறக்கும் யந்திரமாகப் பெண்களைக் கருதும் சமூகத்தில் கற்பு நெறி முக்கியமாக மதிக்க முடியாது. கற்பு நெறி உடலைப் பொறுத்தது மட்டு மல்ல. உள்ளத்திற்கும் அதற்குப் பங்கு இருக்கிறது. மந்திரம் ஓதி தாலி கட்டுவதால் மட்டும் ஒரு பெண் தன் கணவனை நேசித்து விட முடியாது'' என்றாள்.

''பல காலமாக அப்படித்தானே நடை பெற்று வருகிறது?''

''இருக்கலாம். அதில் கணவனுடன் கொஞ்சி விளையாடுவதைத் தவிர வேறு ஒன்றுமில்லை. ஆனால் இல்லாத ஒன்றை இருப்பதாக நினைத்துக் கொண்டு கர்வப்படுவதுதான் முடியாத காரியம். ''

''நீங்கள் சொன்னது உண்மையாகவே இருக்கட்டும். ஆனாலும் சமூகத்தின் நலனுக்காகவும் பிற்காலத்தில் ஆண்களின் நலனுக்காகவும் இது உதவியாக இருக்குமல்லவா?''

''சமூகத்திற்கோ, ஆண்களுக்கோ இதனால் ஒரு நன்மையும் இல்லை. அதற்குப் பதிலாகத் தீமையே உண்டாகும். பல வந்தமாக பிணைத்து வைப்பதால் அன்பு ஏற்படாது. பெண்களுக்கு மணவாழ்க்கையிலுள்ள தவறான மயக்கம் தெளியவேண்டும்.''

அபூர்வன் வருத்தத்துடன் ''சிறிது சிந்தித்துப் பாருங்கள். உங்களுடைய இந்த போதனையால் சமூகத்தின் கட்டுக் கோப்பே சிதைந்து விடாதா?'' என்று கேட்டான்.

''கட்டுக் கோப்பு சிதைவதால் நன்மை ஏற்படாது என்று நினைக்கிறீர்களா? நோயாளி தனக்குத் தீமை ஏற்படக் கூடாது என்று தன்னைப் பாதுகாத்துக் கொள்ள பயந்து பயந்து நடப்பான். பயந்து பயந்து நடப்பதால் ஆபத்துதான் அதிகமாகிறது. மன்னிக்கவும். உங்கள் மனம் நோகும்படி பேசி விட்டேன்.''

''பூரி ஜெகந்நாதர் ஆலயத்திற்குச் செல்லும் வழியில் கிறிஸ்துவமதப் பிரசாரகர்கள் ஏதேதோ சொல்கிறார்கள். ஆலயத்திற்குச் செல்வோர் ஜெகந்நாதரை விட்டு சிலுவையை வணங்க முன்வருவதில்லை. அவர்களுடைய நொண்டி ஜெகந்நாதர் மூலமாகவே தங்கள் எண்ணம் நிறைவேறும் என்று நினைக்கிறார்கள்.''

சுமித்திரா அவன் மீது கோபமடையவில்லை. அவள் சிரித்துக் கொண்டே "மரம் செடிகளுள்ள இலைகள் ஒரே நிறத்தில் இல்லை என்பது ஆராய்ச்சியாளருக்கும் தெரியும். ஆனால் மக்கள் அவை ஒரே நிறமாக இருப்பதாக நம்புகின்றனர். கற்புநெறியின் உண்மையான கருத்தை...." என்றாள்.

அதுவரை மௌனமாகத் தன் வேலையில் ஈடுபட்டிருந்தவர் "சுமித்திரா" என்று அழைத்துக் கொண்டே எழுந்து நின்றார்.

அங்கிருந்த அனைவரும் எழுந்து நின்றனர். அபூர்வன் குரல் வந்த திசையைப் பார்த்தான், கிரீஷ் மகாபாத்திரம்

அபூர்வன் காதருகில் குனிந்து "இவர்தான் எங்கள் டாக்டர் என்றாள்.

அபூர்வன் தன்னையறியாமலே எழுந்து பணிவுடன் நின்றான். அச்சமயம் அவனுக்கு ஆத்திரத்துடன் மனோகர் சொல்லிச் சென்றது நினைவிற்கு வந்தது. மறுகணம் அவன் மெய்சிலிர்த்தது.

கிரீஷ் மகாபாத்திரம் அபூர்வன் அருகில் வந்து நின்று "உங்களுக்கு என்னை நினை விருக்கலாம். டாக்டர் என்று ஏன் இவர்கள் அழைக்கிறார்கள்" என்று கூறிச் சிரித்தார்.

அபூர்வன் சிரிக்கவில்லை. அவன் மெல்லிய குரலில் "என் சித்தப்பா நிமாயியின் குறிப்புப் புத்தகத்தில் வேறு பயங்கரமான பெயர் அல்லவா எழுதியிருக்கிறார்." என்றான்.

அபூர்வன் கைகள் இரண்டையும் பற்றிக்கொண்டு "ஸ்வயகாசிதானே?...... அதிக நேரமாகி விட்டது. வாருங்கள், சிறிது தூரம் உங்களைக்கொண்டு விடுகிறேன். வழியில் பட்டாணியர்கள் குடித்துவிட்டு தன் நினைவில்லாமல் வருவார்கள்" என்று கூறி அவனை அழைத்துக் கொண்டு அங்கிருந்து வெளியே வந்தார்.

அபூர்வனுக்கு சுமித்திராவுக்கு வந்தனம் கூறவோ, பாரதியிடம் விடைபெறவோ கூட அனுமதிக்கவில்லை.

22

தெருவில் சிறிது தூரம் வந்ததும் அபூர்வன் அனுதாபத்துடன் "உங்கள் உடல் நிலை சரியாக இல்லை. வழி நன்றாக இருக்கிறது. நான் எவ்வித துன்பமுமின்றி பெரிய சாலைக்குப் போய் விடுவேன். நீங்கள் இப்படியே திரும்பிப் போங்கள்" என்றான்.

டாக்டர் சிரித்து "நீங்கள் இந்த வழியாக மாலை வந்தீர்கள். இப்போது இரவாகி விட்டது. இப்போது வேலையற்ற கயவர்களும் முரடர்களும் சாராயம் குடித்து விட்டு வருவார்கள். நிற்காமல் நடங்கள்" என்றார்.

அவர் சொன்னதன் கருத்தைப் புரிந்து கொண்டு "வழிப்பறி, கொலை செய்வார்களா?" என்று கேட்டான்.

"எதையும் செய்வார்கள். மதுவைக் குடிக்கப்பணம் வேண்டாமா? அதை இருப்பவர்களிடம் தானே பெறவேண்டும் உதாரணமாக உங்களிடம் கடிகாரச் சங்கிலி இருக்கிறது. அது அவர்கள் கைக்குப்போக உங்களுக்கு ஏதாவது தீமை செய்துதானே தீரவேண்டும்?"

"அப்படியானால் வேறு வழியாகப் போகலாமா?"

டாக்டர் சிரித்தார். அந்தச் சிரிப்பில் அன்பு வெளிப்பட்டது. "வேறு வழியாகவா! இந்த இரவிலா? வேண்டாம். வாருங்கள்" என்று அவன் கையைப்பிடித்தார்.

பல நாள் கிரிக்கெட் ஆடி வலிமை பெற்றிருந்த கையின் எலும்பே முறிந்து விடும்போல இருந்தது டாக்டரின் பிடி அபூர்வன் மெள்ளத் தன் கையை அவர் பிடியிலிருந்து விடுவித்துக் கொண்டு "சரி. வாருங்கள்" என்றுசிரித்தான். பிறகு "சித்தப்பா நிமாயி உங்களைப் பற்றிச் சொன்னது கேலியாகச் சொன்னதாக நினைத்தேன். பத்துப் போலீஸ்காரரை நீங்கள் ஒருவரே வெறுங்கையிலேயே அடித்துக் கொன்று விடுவீர் என்று சொன்னார். அவ்விதம் தான் உங்களைப் பற்றிய குறிப்பில் எழுதியிருக்கிறதாம். இதைக் கேட்டு நாங்கள் ஏளன மாகச் சிரித்தோம்" என்றான்.

டாக்டரின் முகத்தில் மாறுதல் ஏற்பட்டது. "அது உங்கள் சித்தப்பாவின் அளவுமீறிய எண்ணம். அது சரி. நாங்கள் என்று சொன்னீர்களே நீங்கள் மற்றும் வேறு யார்?" என்று கேட்டார்.

"அவர்கள் என் சித்தப்பாவின் கீழ் பணி புரிபவர்கள்?"

அவர் மௌனமாக ஒரு பெருமூச்சு விட்டார். அவருடைய மன நிலையை அபூர்வன் உணர்ந்தான். இருவரும் மௌனமாக நடந்தனர். குடிகாரர்களோ, வழிப்பறிக்காரர்களோ அந்த வழியே வரவே இல்லை.

பெரிய சாலைக்கு வந்ததும் "இனி பயமொன்றுமில்லை என்று நினைக்கிறேன். விடை கொடுங்கள்." என்றான் அபூர்வன்.

"வழியில் யாரும் இல்லை என்று நினைக்க வேண்டாம். இரண்டு மூன்று அல்லது பத்துப் பேர்களுக்கு மேல் இருக்க மாட்டார்கள்."

"இரண்டு மூன்று பேர் என்றால் கவலையில்லை. பத்து பேர் இருந்தால்..."

"எனக்குப் பயமே இல்லை. ஏன் தெரியுமா? என்னிடம் துப்பாக்கி இல்லை."

"ஏதும் ஆயுதம் இல்லாமலா புறப்பட்டு வந்தீர்கள்? பயங்கரமான இந்த இரவில் அப்படிக் கூடச்செய்வார்களா? நல்ல காலம், தெருவிளக்குகளும் சரியாக இல்லை. போலிஸாரும் காணவில்லை. ஒருவேளை வேறு வழிகளில் நின்றிருப்பார்களோ"

"இருப்பார்கள். இன்னும் சிறிது தூரம் உங்களுடன் வருகிறேன்" என்று சொல்லி டாக்டர் நடந்தார்.

அபூர்வன் வெட்கத்தால் தலை குனிந்து "பாபு, நான் மிகவும் பயந்தவன். வேறு ஒருவராக இருந்தால் பயமின்றி போயிருப்பார்கள்" என்றான்.

"உங்களுடன் வீடுவரை கொண்டு விடத்தான் நான் வந்தேன். இல்லாவிட்டால் தலைவி இதை என்னிடம் கொடுத்திருப்பாரா?" என்று இடது கையிலிருந்த கறுப்பான பொருளைக் காட்டினார் டாக்டர்.

அபூர்வன் திகைத்து "சுமித்திராவா, உங்களுக்குக் கட்டளையிட ஒருவரால் முடியுமா?" என்று கேட்டான்.

"ஏன் முடியாது? தலைவி நினைத்தால் அத்தனை பேரையும். உங்களுக்குத் துணையாக அனுப்பக் கட்டளையிட முடியும்?"

இருவரும் நடந்தார்கள். டாக்டர் மெல்லிய குரலில் "சுமித்திராதான் எங்கள் சங்கத்தை நடத்துகிறார். அவளுக்கு நாலா பக்கமும் பார்வை உண்டு. வழிப்பறி, அடி தடி, கொலை முதலிய நடக்கும் இடங்களுக்கு யாரை வேண்டுமானாலும் அனுப்ப முடியாது. நான் இல்லாவிட்டால் உங்களை அங்கிருந்து அனுப்பியிருக்கமாட்டார்" என்றார்.

"அதுசரி. என்னை விட்டு விட்டு இந்த வழியாகத் தானே திரும்பி வருவீர்கள்"

"ஆமாம்"

அதற்கு மேல் அபூர்வன் பேசவில்லை. அவனுக்குச் சின்ன குரல் இல்லை. அவன் பேசுவதை யாராவது கேட்டு விட்டால் ஆபத்துதான். அதனால் அவன் சந்தடி செய்யாமல் நடந்தான் வெகுதூரம் வந்ததும் "என் வீடு அருகாமையில் தான் இருக்கிறது. தாங்கள் திரும்பிப் போங்கள்" என்றான்.

"அவசியமில்லாமல் நாங்கள் எதுவும் செய்யக் கூடாது. இது எங்கள் சங்கத்தின் கட்டுத்திட்டங்களில் ஒன்று. இன்று நான் எதுவும் செய்ய வேண்டியதில்லை. அதனால் வீடு திரும்ப வேண்டியதுதான்"

"மனிதனுக்கு மரியாதை காண்பிக்கவும் கட்டுத்திட்டமிருக்கிறதா?" என்றான் அபூர்வன்.

"ஏன் இப்படிப் பேசுகிறீர்கள்?" என்றார் டாக்டர் ஆச்சரியத்துடன்.

"என்னை ஒரு ஆபத்துமின்றி கூட்டுக் கொண்டு விடும் நீங்கள் ஆபத்துகள் நிறைந்த வழியாகத் தனியாகப் போவதை நான் அனுமதிக்கலாமா? இது எனக்குத் தலை குனிவைத் தராதா?"

சிறிது தூரம் நடந்ததும் அபூர்வனுடைய கையை இழுத்தார் டாக்டர். அவன் திரும்பிப் பார்த்தான். டாக்டர் நொண்டி நொண்டி நடந்தார். அவன் ஆச்சரியத்துடன் "ஏன் நொண்டுகிறீர்கள்?" என்று கேட்டான்.

"நான் என்ன செய்வேன்? நகரத்திற்கு வந்ததுமே என் கால் நொண்ட ஆரம்பித்து விடுகிறது. உனக்கு கிரீஷ் மகாபாத்திரம் கதை நினைவிருக்கிறதா?"

டாக்டர் என்று அழைக்கப்படும் இவரைப் பற்றி ஓரள வேனும் தெரிந்திருந்தால் அபூர்வன் கவலைப்பட்டிருக்க மாட்டான். கொடிய விலங்குகள் வாழும் கானகத்திற்கு முன் சாதாரண குள்ள நரிகள் உலாவும் இந்தப்பகுதி அவருக்கு எம்மாத்திரம்? ஸ்வயகாசி என்று போலீஸ் குறிப்புகள் கூறும் இவரைப் பத்து பன்னிரண்டு முரடர்கள் என்ன செய்துவிட முடியும்?

"நாம் இருவரும் திரும்பிச் சென்று விடலாம். நான் தனியாகச் சென்றால் எவனாவது இடையூறு செய்யலாம். நீங்கள் என்னுடன் இருந்தால் அதற்கு இடம் இருக்காது" என்றார் டாக்டர்.

"இரவு எங்கே தங்குவது?" என்று கேட்டான் அபூர்வன்.

"என்னுடன் தங்கலாம்"என்றார் டாக்டர்.

"நல்லது வாருங்கள். அலுவலகத்திலிருந்து திரும்பி வந்து நான் ஏதும் சாப்பிடவில்லை. பசியாக இருக்கிறது. வாருங்கள். போகலாம்?"

இருவரும் மௌனமாகத் திரும்பி நடக்கத் தொடங்கினர்.

23

போலீஸ் நிலையத்தைக் கடக்கும் வரை இருவரும் மௌனமாக நடந்தனர். பிறகு அபூர்வன் மெல்லிய குரலில் "டாக்டர் தாங்கள் அராஜகவாதியா?" என்று கேட்டான்.

மங்கிய ஒளியில் அபூர்வனின் முகத்தைப் பார்த்து "உங்கள் சித்தப்பா என்ன சொன்னார்?" என்று கேட்டார் டாக்டர்.

"நீங்கள் பயங்கர அரஜாகவாதி என்றே சொன்னார்!"

"நான்தான் ஸ்வயகாசி என்பதில் சந்தேகம் கிடையாதே?"

"கிடையாது."

"அராஜகம் என்றால் என்ன?"

"நாட்டில் குழப்பம் விளைவிப்பவர். அதாவது மன்னருக்கு எதிராகக் கலகம் செய்பவர். மக்களைக் கலகம் செய்யத் தூண்டுபவர்... ராஜத்துரோகி!"

"நமது மன்னர் நம் நாட்டில் இல்லை. ஆயிரக்கணக்கான மைல் தூரத்திலுள்ள இங்கிலாந்தில் இருக்கிறார். அவர் நல்லவர் என்று சொல்லுகிறார்கள். எனக்கு அவர் தனிப்பட்ட முறையில் எந்தவிதமான தீமையும் செய்ததில்லை. அப்படியிருக்க நான் ஏன் அவருக்குத் துரோகம் செய்யப் போகிறேன்?"

அவர் சொன்னதைக் கேட்டு அபூர்வன் திடுக்கிட்டான். அவர் சொன்னதை அவனால் நம்பாமல் இருக்கவும் முடியவில்லை. ஆனால் இந்திய நாட்டில் அப்படிப்பட்ட எண்ணம் இருக்கத்தான் செய்கிறது என்று அவனுக்குத் தோன்றிற்று. உயர் நிலைப்பள்ளியில் அவன் படிக்கும்போது தகப்பனார் இருந்தார். அவர் டிப்டி மாஜிஸ்டிரேட்டாக இருந்தார். அப்போது அவனையும் நாட்டில் தோன்றிய ஒரு புதிய வேகம் பற்றிக் கொண்டது. தகப்பனார் மாத்திரம் இல்லாவிட்டால் அவன் எப்போதோ மண்ணோடு மண்ணாகியிருப்பான்.

"மன்னரிடம் உங்களுக்கு எத்தகைய பகைமையும் இல்லாதிருக்கலாம். அரசாங்க அதிகாரிகளுக்கு எதிராக ஒரு துரோகச் செயல் உருவாகி வருகிறது. இது உண்மை தானே?" என்று அபூர்வன் கேட்டான்.

"அதிகாரிகள் மன்னரின் கட்டளையை நிறைவேற்றுபவர்கள். ஒரு அதிகாரி போவார். வேறு அதிகாரி வருவார். இது வழக்கமாக நடக்கக் கூடியது. ஆனால் இவர்களைத் தாக்கினால் அரசாங்கத்தின் ஆணிவேரே துண்டிக்கப் படுகிறது. இந்த வேலையைச் சிலர் செய்கிறார்கள்" என்றார் டாக்டர்.

"நீங்கள் கூறுவதைப் போன்றவர்கள் நம்நாட்டில் இல்லையா? இவர்கள் எங்கே இருக்கிறார்கள்? என்ன செய்யப் முயற்சிக்கிறார்கள்?"

"உங்கள் போலீஸ் அதிகாரியான சித்தப்பாவுக்கு எல்லாம் தெரிந்திருக்கலாம். அராஜகவாதி என்பது உங்கள் எண்ணம்: என் வாயிலிருந்து உண்மை வெளிப்படும் என்று நினைக்கிறீர்களா?"

"இன்று உங்கள் சங்கத்தில் சேர்ந்து விட்டேன் சங்கத்தில் அங்கத்தினன் என்ற முறையில் எல்லா விவரங்களையும் தெரிந்து கொள்ள வேண்டும் அல்லவா?"

“தெரிந்து கொள்ளவேண்டியது அவசியம்தான்.” என்று கூறிய டாக்டர் அதற்குமேல் ஏதும் சொல்லாமல் மௌனமாக நடந்தார். அபூர்வனும் சிறிது தூரம் மௌனமாக நடந்தான். ஆனால் சங்கத்தின் உண்மையான பணி என்ன என்பதை அறிய அவன் மனம் துடிதுடித்தது.

“சங்கத்திற்கு வழி வேண்டுவோர்! என்று பெயர் சூட்டியிருக்கிறீர்கள், ஆனால் சங்கத்தின் உண்மையான நடவடிக்கை என்ன என்று தெரிய வேண்டாமா?” என்றான் அபூர்வன்.

“பெண்கள்தான் அங்கத்தினரைச் சேர்க்கிறார்கள், நான் எதிர்பாராத விதமாக வந்தேன். எனக்கு சங்கத்தின் நடவடிக்கைகள் ஏதும் தெரியாது.”

“ஏன் என்னிடம் மறைக்கிறீர்கள், சுமித்திரா சங்கத்தின் தலைவியாக இருக்கலாம். ஆனால் சங்கமே நீங்கள்தானே?”

“சங்கத்தின் அங்கத்தினர் வாழ்வா தாழ்வா, வாழ்வா சாவா என்ற போராட்டத்தில் ஈடுபட்டிருக்கின்றனர். அவர் கள் எதற்கும் அஞ்சாதவர்கள். நீங்களோ ஒரு கோழை. உங்களைப் போன்ற சந்தேகக்காரர்களை அங்கத்தினராகச் சேர்த்துக் கொண்டவர் உண்மையில் பைத்தியக்காரர்கள் தான்.” என்றார் டாக்டர் திடமாக.

அபூர்வன் வெட்கத்தால் தலை குனிந்து கொண்டான்.

சிறிது நேர மௌனத்திற்குப் பிறகு டாக்டர் சொன்னார். “வழி வேண்டுவோர் சங்கத்தை சுமித்திராதான் தொடங்கினாள். நான் இங்கே இருக்கும்போது சங்கத்தை வளர்த்துக் கொடுக்கும்படி கட்டளையிட்டாள். மனிதனின் வாழ்க்கைப்பாதை கல், முள், மேடு, பள்ளம் தங்கு தடையில்லாத சுதந்திரக் காற்றைப் பருகும்படியாக இருக்க வேண்டும். மனிதனுக்கு இது உயிரினும் உயர்வானது. சங்கத்தின் அங்கத்தினர் மக்களுக்கு இதை நினைவுபடுத்த வேண்டியது கடமையாகும், ஆனால் நீங்களோ சீர்திருத்தக்காரர். எனக்குச் சீர்த்திருத்தும் தெரியாது. சமூகத்தைச் சீர்த்திருத்த எனக்கு நேரமும் இல்லை. இன்னும் சில நாட்கள் நான் இந்த ஊரில் தங்கலாம். பிறகு புறப்பட்டுச் சென்றால் நான் உயிருடன் இருக்கிறேனா என்பது உங்களுக்குத் தெரிவது சந்தேகம்தான்”

"சுமித்திரா யார்? அவருக்கும் உங்களுக்கும் எப்படி சந்திப்பு ஏற்பட்டது?" என்று கேட்டான் அபூர்வன்.

டாக்டர் பதில் சொல்லவில்லை. அவர் மௌனமாக நடந்து கொண்டிருந்தார். சிறிது நேர மௌனத்திற்கும் பிறகு அவரே சொன்னார். "எந்த நாளிலும் நாம் செல்லும் இந்தப் பாதை இவ்வளவு அமைதியாக இருந்ததே இல்லை. என்ன சிந்திக்கிறீர்கள்?"

"நீங்கள் சொன்ன சுதந்திரமான பாதை, இப்போது நாம் வழி நடக்கிறோமே, அந்தப் பாதையைப் போன்றுதானே இருக்கவேண்டும்?" என்று கேட்டான் அபூர்வன்.

"ஆமாம்"

"கணவனை விட்டு சங்கத்தில் பணிபுரிய வந்திருக்கிறாளே நவதாரா, அவளை என்னால் புரிந்து கொள்ளவே முடியவில்லை."

"எனக்கும் அப்படித்தான். சுமித்திராவுக்குத்தான் எல்லாம் தெரியும்."

"சுமித்திராவுக்குக் கணவன் இல்லையா?"

டாக்டர் பதில் சொல்லவில்லை. அவர் பதில் சொல்லமாட்டார் என்று அபூர்வன் தெரிந்து கொண்டான். அவன் பழகத் தொடங்கிய சில மணி நேரத்தில் தெரிந்து கொண்டதிலிருந்து அது மாறுபட்டதாக இருக்கலாம்.

தெருவிளக்கின் அருகாமையில் வந்ததும் வெளிச்சத்தில் டாக்டரின் முகத்தைப் பார்த்தான். மலர்ந்த முகத்துடனிருக்கும் அவர் முகத்தில் ஏதோ ஒரு நிழல் படிந்தது போலக் காணப்பட்டது.

திடீரென்று டாக்டர் வாய் விட்டுச்சிரித்தார். "அபூர்வபாபு, பெண்களின் காதல் விவகாரங்கள் எனக்குத்தெரியாது. அதைத் தெரிந்து கொள்ள எனக்கு ஆசையும் இல்லை. நேரமும் இல்லை." என்றார்.

அபூர்வனுக்கு அவர் சொன்னது சரியானதாகத் தோன்றவில்லை. அவன் மௌனமாக நடந்தான்.

"அபூர்வபாபு, ஏன் பேசாமல் வருகிறீர்கள்? போகட்டும், பாரதி இருக்கிறாளே, அவள் திறமையானவள். எதையும் ஆராய்ந்து பார்த்துத் தெரிந்து கொள்ளும் அறிவுள்ளவள்" என்றார் டாக்டர்.

அவர் கவனத்தை வேறு திசையில் திருப்ப எதை எதையோ சொல்கிறார் என்பதை அபூர்வன் உணர்ந்தான்.

"ஆனால் பாபு. நீங்கள் சிறந்த ஆசாரங்களை கடைப்பிடிப்பவர். உங்கள் ஆசாரங்களைக் கெடுத்து உங்களை மாசுபடுத்தி விட்டதாக அவள் சொல்கிறாள்" என்றார் டாக்டர்.

அவர் வேண்டுமென்றே பேச்சை திசை திருப்புகிறார் என்று உணர்ந்து கொண்டான் அபூர்வன்.

"பாபு, நான் இங்கு இருக்கும் வரை கவலையில்லை. நான் இந்த ஊரை விட்டுப் போன பிறகு நீங்கள் தான் சுமித்திராவுக்கு உதவி செய்ய வேண்டும். உலகத்தில் நீங்கள் எங்கே தேடினாலும் அவளைப் போன்ற ஒரு மாணிக்கத்தை காணமுடியாது. அவளுடைய சங்கம் எக்காரணத்தாலும் சிதைந்து விடக் கூடாது. ஒரு உன்னதமான கொள்கையை பெண்கள் தனியே நின்று அடைந்து விடமுடியாது உங்களுடைய முழுமையான ஒற்றுமையுடன் கூடிய உதவி மிகவும் முக்கியமானது" என்றார் டாக்டர்.

"அப்படியானால் அந்தக் கொள்கைகளை நிறைவேற்றாமல் நீங்கள் ஏன் போகிறீர்கள்" என்று கேட்டான் அபூர்வன்.

"நான் இருக்கவேண்டிய அவசியமில்லை. நீங்களே செய்யுங்கள். உங்களுடைய பணி நாட்டிற்குத் மிகவும் தேவையாகும்."

"டாக்டர் என்னால் நவதாராவை நம்பமுடியாது"

"சுமித்திராவை பூரணமாக நம்பலாம். வாழ்க்கைப் பாதையில் தம் விருப்பப்படி செல்ல உரிமை இருக்கிறது. இதை யாராலும் தடுக்கமுடியாது என்று சுமித்திரா சொல்கிறாள். மனோகர் சொன்னது போல் பலர் நிர்ணயித்த பாதை சென்றாலும் நவதாராவின் வாழ்க்கை தங்கு தடை இடையூறின்றியிருக்கும் என்று சொல்ல முடியாது. ஆனால் பிறந்த பொன்னாட்டின் பணியோ மிகவும் கடினமானது. அந்த பாதையோ கல்லும் முல்லும் மேடும் பள்ளமும் நிறைந்தது. சிந்தனைதான் மனிதனுடைய செயல்களை நிர்ணயம் செய்கிறது என்று கூறுகிறாள் சுத்மிதிரா. நமது சுதந்தரப் பாதையை மற்றவர் சிந்தனை தடை செய்ய வந்தால் அது தற்கொலைக்கொப்பானது என்பது என் எண்ணம்" என்றார் டாக்டர்.

“ஒவ்வொருவரும் தம் தம் விருப்பப்படி நடக்க முற்பட்டால் என்ன ஆகும்?”

“அப்போது எவ்வித பயங்கரங்கள் நடைபெறும் என்பதை சுமித்திராவிடம் கேளுங்கள்” என்று கூறிச் சிரித்தார்.

அப்போது வீடு நெருங்கி விட்டதால் “இனி நாம் விவாதம் செய்வதற்கில்லை. வேறு ஒரு நாள் நம்முடைய விவாதங்களை வைத்துக் கொள்ளலாம்” என்று கூறினார்.

வீட்டை அடைந்ததும் மாடிப் பக்கம் பார்த்து “பாரதி அபூர்வ பாபுவை திரும்ப அழைத்து வந்து விட்டேன்” என்றார் டாக்டர்.

பாரதி ஜன்னல் வழியாகப் பார்த்து “டாக்டர் விஜயனைப் பார்த்தீர்களா?” என்று கேட்டாள்.

“உங்கள் தலைவியின் கட்டளையா?” இந்த இரவில் யார் அங்கே போவது?”

பாரதி கையில் விளக்குடன் கீழே இறங்கி வந்தாள். “நரஹரி சாராயம் குடித்து விட்டு வந்து அவன் மனைவியை அடித்து அவள் மண்டையை உடைத்து விட்டான். சுமித்திராதேவி அங்கேதான் போயிருக்கிறார். அபூர்வபாபுவை நான் கவனித்துக் கொள்கிறேன். நீங்கள் தாமதம் செய்யாமல் போங்கள்” என்றாள்.

டாக்டர் பதில் பேசாமல் அந்த காரிருகளில் வேகமாகச் சென்றார்.

24

அபூர்வன் உள்ளே வந்ததும் கதவை மூடித்தாளிட்டாள் பாரதி.

அபூர்வன் நேராக மாடிக்குச் சென்றான். சாய்வு நாற்காலியில் உட்கார்ந்து கொண்டான்.

“நீங்கள் திரும்பி வருவதாகச் சொல்லியிருந்தால் மகாசயரிடம் உணவு தயார் செய்து கொண்டு வந்து வைக்கச் சொல்லியிருப்பேன். இவ்வளவு நேரம் வரை நீங்கள் எங்கே உட்கார்ந்து அரட்டை அடித்துக் கொண்டிருந்தீர்கள்?” என்று கேட்டாள் பாரதி.

"திரும்பி வரவேண்டியிருக்கும் என்று எனக்குத் தெரியுமா? மைல் கணக்கில் நடந்து போய் வந்தது எங்கோ உட்கார்ந்து அரட்டை அடிப்பதா?" என்று பதிலுக்குக் கேட்டான் அபூர்வன்.

"பாவம் திவாரி! நீங்கள் இன்னும் வரக்காணோமே என்று கவலைப்பட்டுக் கொண்டிருப்பான். சந்தியா வந்தனம் செய்கிறீர்களா? விட்டு விட்டீர்களா? அலமாரியில் பட்டு இருக்கிறது. எடுத்து உடுத்திக் கொண்டு நித்ய கடன்களைச் செய்யுங்கள்.

"பட்டு வேண்டாம். நான் சந்தியா வந்தனம் செய்யப் போவதில்லை."

"சரிவேண்டாம். நிஜார், சொக்காயுடனேயே படுத்துத் தூங்கப் போகிறீர்களா? ஏதாவது சாப்பிட – வேண்டாமா?"

"நல்லது. பட்டு கொடுங்கள். குழாயடிக்குச் சென்று நித்யக்கடன்களை முடித்துக் கொள்கிறேன். ஆனால் யார் யாரோ செய்த உணவை மாத்திரம் என்னால் சாப்பிட முடியாது?"

"சர்க்கார் மகாசயர் பிராம்மணர். நல்ல பண்பாடுள்ளவர். ஏழை. அவர் ஒரு ஓட்டல் வைத்திருக்கிறார். டாக்டருக்கு அவர்தான் சாப்பாடு தயார் செய்து எடுத்துக் கொண்டு வந்து கொடுப்பார்."

அலமாரியின் சாவியை அபூர்வனிடம் கொடுத்து விட்டு ஓட்டலுக்குச் சென்றாள் பாரதி. பட்டு உடுத்தி, கைகால் முகம் ஆகியவற்றைச் சுத்தம் செய்து நித்யக்கடன்களை முடித்துக் கொண்டிருந்தான் அபூர்வன். அச்சமயம் கையில் விளக்குடன் மகாசயரை அழைத்துக் கொண்டு வந்தாள். மகாசயர் பித்தளைத் தட்டு போட்டு மூடி உணவு வகைகளை எடுத்து வந்திருந்தார். அவர் பின்னால் மற்றொருவன் தண்ணீர் எடுத்து வந்தான்.

அறையைச் சுத்தம் செய்து தண்ணீர் தெளித்து இருக்கையிட்டு தட்டை வைத்தார் மகாசயர், தண்ணீரையும் பக்கத்தில் வைத்தபிறகு அவர்கள் இருவரும் சென்றனர்.

பாரதி முந்தானையை எடுத்து கழுத்தைச் சுற்றிக் கொண்டு கரங்குவித்து "பரங்கியர் பணத்தினால் தயார் செய்யப்பட்ட உணவல்ல. டாக்டர் பணம் கொடுத்துத் தயாரிக்கச் சொன்னது. தாங்கள் எந்த ஒரு சந்தேகமும் இல்லாமல் சாப்பிடலாம்" என்றாள்.

அபூர்வன் சாப்பிட உட்கார்ந்தான். ஆனால் உணவு வகைகளைப் பார்த்ததும் அவன் முகம் வாட்டமடைந்தது. இதை பாரதியும் கவனித்தாள். வீட்டில் என்றைக்காவது ஒரு நாள் திவாரி செய்த சமையல் பிடித்தமாக இல்லாவிட்டால் அதை அப்படியே வைத்து விட்டுக் கழுவிக் கொண்டு விடுவான் அபூர்வன். இது பாரதிக்கும் தெரியும். எவ்வளவோ நாட்கள் அவன் உணவின் முன் உட்கார்ந்து சாப்பிடாமல் எழுந்து சென்றதை பாரதி மேல் வீட்டிலிருந்தே பார்த்திருக்கிறாள். அதனால் அவன் முகம் வாடியதைக் கண்டதும் அந்த உணவு வகைகள் அவனுக்குப் பிடித்தமானதாக இல்லை என்பதை உணர்ந்தாள். அவள் பதற்றமடைந்து "அபூர்வபாபு உங்களுக்கு விருப்பமில்லை என்றால் சாப்பிட வேண்டாம். வேறுஏதாவது ஏற்பாடு செய்கிறேன்" என்றாள்.

"அதெல்லாம் ஒன்றுமில்லை. எனக்கு விருப்பமான உணவு வகைகள் தான் இருக்கின்றன" என்று சாப்பாட்டில் கை வைத்தான் அபூர்வன்.

"நீங்கள் போகும் போதே சொல்லியிருந்தால் நல்ல வகையாகச் சாப்பாடு தயார் செய்யச் சொல்லியிருப்பேன்."

அபூர்வன் மௌனமாகச் சாப்பிட்டுக்கொண்டிருந்தான். பக்கத்தில் டம்ளரில் வைத்திருந்த தண்ணீர் தீர்ந்துவிட்டது. அவனுக்கு மேலும் தண்ணீர் தேவையாக இருந்தது. இதை உணர்ந்த பாரதி "கீழே முக்காலியில் வைத்து விட்டான் சிபு. அவன் செய்த தவறுக்கு நான் தொல்லைப்பட வேண்டியிருக்கிறது. என்ன செய்வது? சாப்பிட்ட பிறகு கீழே சென்று தண்ணீர் பருகலாம்" என்றாள் பாரதி. அவள் குரலில் ஆத்திரம் தொனித்தது.

அபூர்வன் சாப்பிட்டு எழுந்தான். "வீணாக ஏன் கோபப்படுகிறீர்கள்? அவனுக்கு நான் வரப்போவது தெரியுமா? வழக்கம் போல் அவன் கீழேயே தண்ணீர் எடுத்து வந்து வைத்திருக்கிறான்."

அவன் குழாயடி சென்று கை கழுவியதும் தண்ணீர் பருக அடித்தளத்திற்கு கையில் விளக்குடன் பாரதி அவனை அழைத்துச் சென்றாள். தண்ணீர் பருகிய பிறகு மாடிக்கு இருவரும் வந்தனர்.

"நீங்கள் கட்டிலில் படுத்துக் கொள்ளுங்கள்" என்றாள் பாரதி.

"வேறு ஒருவர் படுக்கையில் நான் படுக்க மாட்டேன்" என்றான் அபூர்வன்.

"சரி, விரிப்பையும் தலையணையையும் எடுத்து விடுகிறேன். கட்டிலில் படுத்துக் கொள்ளுங்கள்," என்று கூறியவள் இப்போது உடுத்திக் கொண்டிருக்கிறீர்களே அது யாருடையது? பட்டு உடுத்தலாம். படுக்கையில் படுக்கக் கூடாதா என்று கேட்க நினைத்தாள். ஆனால் கேட்கவில்லை.

அபூர்வன் வெட்கத்துடன் கட்டிலில் போய் உட்கார்ந்தான், "நீங்கள் எங்கே படுக்கப் போகிறீர்கள்?"

"எதிர் அறையில் படுப்பேன். அல்லது கீழே போய் பெஞ்சியிலும் படுத்துத் தூங்குவேன். நான் தாழ்ந்த இனத்தைச் சேர்ந்தவள். என்னால் உங்களுக்கு ஒரு தீங்கும் ஏற்படாது" என்றாள் பாரதி.

"நீங்கள் ஏன் உங்களைத் தாழ்த்திக் கொள்கிறீர்கள்? நீங்கள் வேறு மதம், நான் வேறு மதம். அதனால் நீங்கள் தீண்டியதை என்னால் சாப்பிட முடியாது. அதற்காக என்னை வெறுக்கலாமா? அன்றைக்கும் இப்படித்தான் என்னை பயங்கரமாகக் கொந்தளிக்கும் கடலின் நடுவில் விட்டு வந்தீர்கள். அன்று உங்கள் முகம் இருந்ததை இன்றைக்கும் என்னால் மறக்க முடியவில்லை."

"எதை மறந்தாலும் அன்று நான் தங்களிடம் சொல்லாமல் வந்ததை மறக்க மாட்டீர்களா?"

"அதை எப்படி மறப்பது!"

"சரி, சரி. வீண் வாதம் வேண்டாம். இரவு அதிக நேரமாகிவிட்டது. எனக்கு இரவில் வெகு நேரம் கண் விழித்து பழக்கமில்லை" என்று கூறி இரண்டு கம்பளிகளை எடுத்துக் கொண்டு எதிர் அறைக்குச் சென்றாள் பாரதி.

அபூர்வன் படுக்கையில் படுத்தான். அமைதி சூழ்ந்த அந்த நேரத்தில் அவன் உள்ளமும் உடலும் இன்ப உலகத்திற்கே சென்று விட்டது போன்ற உணர்வு ஏற்பட்டது

25

பாரதி எழுப்பிய போதுதான் அபூர்வன் கண் விழித்து எழுந்தான். ஜன்னல் வழியே சூரியன் தோன்றி வெகுநேரமாகிவிட்டதை அறிவிக்கும் வண்ணம் அவரது கிரணங்கள் உள்ளே பாய்ந்து வந்திருந்தது. பாரதி குளித்து வேறு ஆடை உடுத்தியிருந்தாள். தலைமுழுகியிருந்ததால் அவள் கூந்தலை எடுத்து முடியாமல் துவட்டித் தொங்க விட்டிருந்தாள் அப்போது அவள் எழில் அபூர்வனைச் சுண்டி இழுத்தது.

“குளித்து விட்டாற் போல தோன்றுகிறதே!” என்றான் அபூர்வன்.

“ஆமாம், நீங்களும் விரைவில் குளித்து காலைக் கடன்களை முடித்துக் கொள்ளுங்கள். நேற்றிரவு உங்களைச் சரியாக உபசரிக்கவில்லை என்று எங்கள் தலைவி குறைகூறுகிறார்.”

“அதிருக்கட்டும், நரஹரியின் மனைவி எப்படியிருக்கிறாள்?”

“அவளை மருத்துவமனைக்கு எடுத்துச் சென்று சேர்ந்திருக்கிறார்கள். அவள் பிழைப்பாளா என்பது சந்தேகமாக இருக்கிறது!”

அபூர்வன் அந்தப் பெண்ணைப் பார்த்தது இல்லை. இருந்தாலும் பிறர் துன்பத்தை அவனால் பொறுத்துக் கொண்டிருக்க முடியாது என்று தோன்றியது.

அபூர்வன் காலைக்கடன்களை முடித்துக் கொண்டு உள்ளே வந்த சமயம் அறையைச் சுத்தம் செய்து இருக்கைப்போட்டு, உணவு கொண்டு வந்து வைக்கப்பட்டிருந்தது. அறைக்கு வெளியே மறைவான இடத்தில் நின்றிருந்த பாரதியைப் பார்த்து “எங்கே சுமித்திரா தேவியைக் காணோமே!” என்று கேட்டான்.

“நீங்கள் இங்கிருந்து போவதற்குள் உங்களைச் சந்திப்பார். உங்களிடம் ஏதோ அலுவலை ஒப்படைக்க வேண்டுமென்று சொன்னார்.”

“டாக்டர் பாபு இன்னமும் எழுந்திருக்கவில்லையா?”

“அவர் படுக்கையில் படுத்தாலல்லவா கண்விழித்து எழுந்திருக்க? நரஹரியின் மனைவியை மருத்துவமனையில் சேர்த்தவர் இவ்வளவு நேரம் வரை அங்கே இருந்து விட்டுத் சிறிது நேரத்திற்கு முன்புதான் அவர் திரும்பியிருக்கிறார்.”

அபூர்வனுக்கு ஏற்பட்ட ஆச்சரியத்திற்கு எல்லையே இல்லை. "இப்படி கண்விழித்தால் அவர் உடம்பு கெட்டு விடாதா?"

"அவருக்கு ஒன்றும் ஆகாது. நோய் அவரிடம் தோல்வி கண்டு ஓடி மறைந்து விட்டது. அவர் மனிதரே இல்லை.

"நீங்கள் அனைவரும் அவருக்கு அளவு மீறி மரியாதை காட்டுகிறீர்கள்."

"மரியாதை காட்டுவதில் என்ன தவறு இருக்கிறது? அவர் இங்கிருந்து போன பிறகு எங்களில் பலர் அனாதையாகிவிட்டது போலவும் அவர்கள் மீது உலகம் நடந்து செல்வது போலவும் எண்ணுகிறார்கள். ஆனாலும் அவர் எங்களுடன் இருக்கும்போது ஏற்படுத்திய துணிவு எங்களுக்குத் துணை புரியும். அவரும் எங்களை பாதுகாக்க வருவார் என்ற நம்பிக்கை போகவில்லை" என்றாள் பாரதி. அப்போது அவள் கன்னங்களில் நீர்வழிந்தது.

"சுமித்திரா, பாரதி போன்ற பெண் ரத்னங்களின் உள்ளத்தில் உயர்ந்த இடம் பெற்றுள்ள டாக்டரை அனுப்பி அவரால் என்ன அற்புதத்தை நிகழ்த்தக் கடவுள் நினைத்திருக்கின்றாரோ" என்று அபூர்வன் மனதில் தோன்றியது.

சாப்பிட்டானதும் அபூர்வன் உடை உடுத்திக் கொண்டான். "டாக்டர் பாபுவை பார்த்து விட்டு வரலாம், வாருங்கள்" என்றான்.

"அவரே உங்களை அழைத்து வரச் சொல்லியிருக்கிறார், வாருங்கள் என்று கூறி பாரதி அவனை அழைத்துக்கொண்டு சர்க்கார் மகாசயர் ஒட்டலின் பின்புறம் சென்றாள்.

சாக்கடைத் தண்ணீரின் நாற்றம் மூக்கைத் துளைக்க அதன் அருகாமையிலிருந்த சிறு அறைக்கு இருவரும் சென்றார்கள்.

அறையில் மங்கலான ஒளியே இருந்தது. டாக்டருக்கு அவர்கள் வந்தனம் கூறினர். "எவ்வளவு மோசமான இடத்தை நீங்கள் தேர்ந்தெடுத்திருக்கிறீர்கள்" என்றான் அபூர்வன்.

டாக்டர் சிரித்துக்கொண்டே "இவ்வளவு குறைந்த வாடகைக்கு எங்கே வீடு கிடைக்கும்? இதற்கு மாதம் பத்தணாதானே வாடகை" என்றார்.

"பத்தணாவா, பத்து தம்பிடி கூட ஒருவனும் கொடுக்க மாட்டான்."

"ஏழைக்கு இதுதான் சொர்க்கம்."

"அப்படியானால் இந்த சொர்க்கம் எனக்குக் கிடைக்காமல் போகட்டும்."

"நேற்று என்னால் உங்களுக்குப் பெரிய தொல்லையாகி விட்டது. மன்னிக்கவும்."

"மன்னிப்பா, இந்த இடத்தைக் விட்டு காலி செய்யும்வரை மன்னிப்பே கிடையாது."

மங்கிய ஒளியில் அதுவரை ஒரு ஓரத்தில் நாற்காலியில் சுமித்திரா உட்கார்ந்திருந்ததைக் கவனிக்கவில்லை அபூர்வன். அவளைப் பார்த்ததும் வியப்புடன் "மன்னிக்கவும், உங்களை நான் பார்க்கவே இல்லை" என்றான்.

"அது உங்கள் தவறு இல்லை. அறையிலுள்ள ஒளியின் குற்றம்" என்று அமைதியாகச் சொன்னாள் சுமித்திரா.

பைஜாமா, தொள தொள குர்தா, தலையில் முண்டாசு, கால்களில் பளபளக்கும் பூட்ஸ், தோளில் ஒரு தோல்பை. டாக்டரின் தோற்றமே அடியோடு மாறியிருந்தது. அதைச் சுட்டிக் காட்டி அபூர்வன் "உங்கள் வேஷம் அடியோடு மாறியிருக்கிறதே. எங்காவது பயணமா?" என்றான்.

"ஆமாம். இவர்களை கவனித்துக் கொள்ளுங்கள் உங்களிடம் அதிகமாகச் சொல்ல வேண்டியதில்லை" என்றார் டாக்டர்.

"ஏன் திடீர்ப்பயணம்? எங்கே போகிறீர்கள்?" என்று வருத்தம் தோய்ந்த குரலில் கேட்டான் அபூர்வன்.

"என் வாழ்க்கையில் திடீரென்பதற்குப் பொருளே கிடையாது. இப்போது சிறிது நல்ல சரிகைத் துணிகள் கைக்கு வந்திருக்கிறது. சிப்பாய்கள் இதை விரும்பி வாங்குவார்கள். பாமோ வழியாக வடக்கே போகிறேன்."

சுமித்திரா மௌனமாக உட்கார்ந்திருந்தவள் பேசத் தொடங்கினாள். "பெஷாவிலிருந்து இந்த ஊர்வரை அவரைத் துரத்திக் கொண்டு வந்தார்கள். இங்கே இவரை கண்காணித்து வருகிறார்கள். நாம் எல்லோரையும் எப்போதும் ஏமாற்றி விட முடியாது. இன்னும் சில நாட்கள் இங்கே இவர் தங்கியிருக்கக் கூடாதா அபூர்வபாபு? என்றாள்.

டாக்டர் சிரித்து "நான் போய்த்தான் ஆக வேண்டும். என்பது உனக்கே தெரியும்" என்றார்.

அபூர்வன் நிலைமையைப் புரிந்து கொண்டான். மறுகணம் அவன் உடல் சில்லிட்டது. "பாபு, யாராவது உங்களை அடையாளம் கண்டு பிடித்துக் கொண்டால் என்ன செய்வது?" என்று கேட்டான்.

"பிடித்தால் என்ன செய்வார்கள்? அதிகம் போனால் தூக்கு தண்டனைதான் கொடுக்கலாம். சரி. நான் பத்து மணி ரயிலுக்கே போகணும். பேச நேரமில்லை," என்று கூறி தோல்பையை எடுத்து தோளில் மாட்டிக்கொண்டார்.

திடீரென்று சுமித்திரா டாக்டரின் காலடியில் வணங்கி எழுந்தாள்.

அபூர்வனும் பாரதியும் அவர் பாதங்களைத் தொட்டு வணங்கினர். அவர்கள் தலை நிமிர்ந்தபோது டாக்டர் அங்கே இல்லை. சுமித்திராவும் காணப்படவில்லை. முன்புறக் கதவைப் போலவே அறையின் பின்புறக் கதவும் நன்றாகத் திறந்திருந்தது.

26

"அலுவலகத்திற்குப் போக நேரமாகிவிட்டது. வருகிறேன்" என்றான் அபூர்வன்.

"இன்று ஞாயிற்றுக்கிழமை நினைவில்லையா? இன்று கூடவா உங்களுடைய அலுவலகம் இருக்கிறது?" என்று சிரித்துக் கொண்டே கேட்டாள் பாரதி அபூர்வன் மகிழ்ச்சியடைந்து "இதுகூட எனக்கு நினைவில்லையே! ஞாயிற்றுக்கிழமையென்றால் அவ்வளவு அவசரப்பட்டுக் குளித்துச் சாப்பிட்டிருக்க வேண்டாமல்லவா?" என்றான்.

"நேற்றிரவு நீங்கள் சரியாகச் சாப்பிடவில்லை. அதனால் தான் உங்களுக்கு ஞாயிற்றுக் கிழமையென்பதைச் சொல்லவில்லை."

"அது போகட்டும். திவாரி கவலைப்பட்டுக் கொண்டிருப்பான். நான் இன்னமும் தாமதம் செய்யக்கூடாது வருகிறேன்."

"அவர் கவலைப்பட மாட்டார். காலையிலேயே அவருக்கு விபரம் சொல்லியனுப்பிவிட்டேன் "

“இங்கு நான் இருப்பதாகத் தானே சொல்லி அனுப்பினீர்கள்?”

“ஆமாம்.”

அபூர்வன் நிம்மதிப் பெருமூச்சு விட்டான். அவன் மனதிலிருந்து பெரிய சுமை இறங்கியதுபோல் தோன்றிற்று. அதே சமயம் ஒரு கலக்கமும் உண்டாயிற்று. பர்மாவைப் பற்றி என்னென்னவோ சொல்கிறார்கள். திவாரி வேறு ஏதாவது தாறுமாறாக அம்மாவுக்கு எழுதினால் என்ன செய்வது? கெட்ட பெயர் என்ற வடு ஒருவன் வாழ்க்கையில் ஏற்பட்டு விட்டால் பிறகு என்ன செய்தாலும் மறையவே மறையாது.

பாரதியின் முன் யோசனை பற்றிய நினைவு வந்ததும் ஆச்சரியமடைந்து அவனைப் பார்த்து “நீங்கள் ஒவ்வொன்றையும் கவனத்தில் வைத்திருக்கிறீர்கள். உங்களைப் போன்ற ஒரு பெண்ணை நான் இதுவரை கண்டதே இல்லை. என் அம்மா கூட இப்படியெல்லாவற்றையும் கவனத்தில் வைத்திருக்க மாட்டாள். உங்களை மணந்து கொள்பவன் அதிர்ஷ்டக் காரனாகவே இருப்பான். உங்கள் குடும்ப வாழ்க்கை மகிழ்ச்சியுடனேயே இருக்கும். இதை நான் எழுதிக்கூடக் கொடுப்பேன்” என்றான் அபூர்வன்.

பாரதி மௌனமாக இருந்தாள்.

நீங்கள் ஒருவர் இல்லாதிருந்தால் இந்த வெளி நாட்டில் என் நிலைமை என்ன ஆகியிருக்குமோ? அன்று திவாரி உயிரிருந்தும் பிணம்போல் கிடந்தான். அவன் சரியாகக் கவனிப்பாரில்லா விட்டால் பிராமணனான அவனைத் தோட்டி தான் இழுத்துச் சென்று கொளுத்தியிருப்பான். அதன் பிறகு நான் வேலையை விட்டு ஊருக்குத் திரும்ப வேண்டியது தான் மீண்டும் தாயின் கண்ணீர், மதனிகளின் ஏச்சுப் பேச்சு, இத்தனையும் பார்க்க வேண்டும், கேட்க வேண்டும். இவ்வளவு பெரிய ஆபத்து ஏற்படாமல் நீங்கள் என்னைக் காப்பாற்றினீர்கள்.

“அதனால் தான் என்னிடமே சச்சரவு செய்கிறீர்களா?”

அபூர்வன் வெட்கமடைந்து “அதெல்லாம் மடையன் திவாரியால் வந்த தொல்லை. ஆனால் உண்மை அம்மாவுக்குத் தெரிந்தால் உங்களை மனமார வாழ்த்துவாள்” என்றான்.

“அம்மா இங்கே வந்தால் தான் அவர் வாய் மூலமாக ஆசியைப் பெறலாம்” என்றாள் பாரதி.

"அம்மா இங்கு வரமாட்டார்."

"ஏன் வரமாட்டார்? எத்தனையோ பேர்களுடைய தாய்மார்கள் இந்த நாட்டிற்கு வந்து கொண்டிருக்கிறார்கள்.

"இங்கே வந்தால் ஜாதி கெட்டு விடுமா என்ன?"

அபூர்வன் சாய்வு நாற்காலியில் உட்கார்ந்து கால்களை நீட்டிக் கொண்டான்? வெயில் வந்து கொண்டிருந்த ஜன்னலை மூடி விட்டு அவன் அருகில் வந்து பாரதி உட்கார்ந்தாள். "நீங்களோ வேலையாக இந்த ஊருக்கு வந்து விட்டீர்கள். உங்கள் மதனிகளோ உங்கள் தாயாருக்கு உதவி செய்வதில்லை. தள்ளாத வயதில் அவருக்கு யார்தான் உதவுவார்கள்?"

"எனக்குத் திருமணமாகி மருமகள் வந்தால் அவள் தனக்குப் பணிவிடை செய்வாள் என்று அம்மா நம்புகிறார்" என்றான் அபூர்வன்.

"அதை எப்படி உறுதியாகச் சொல்ல முடியும். நீங்களோ வெளிநாட்டில் இருக்கிறீர்கள். உங்கள் மனைவியும் உங்களுடைய மதனியைப் பார்த்து அவர்களைப்போல் நடந்து கொண்டால் என்ன செய்வது? தாயாரை யார் கவனிப்பது?"

அபூர்வன் அச்சமடைந்து "அவ்விதம் நடக்காது. அந்தப் பெண் தர்மாத்மாவின் குடும்பத்தைச் சேர்ந்தவள். அவள் தவறாக நடக்கமாட்டாள்" என்றான்.

"அவள் சிறந்த குடும்பத்தைச் சேர்ந்தவளாகவே இருக்கட்டும். ஆனால் உங்கள் அம்மாவுக்குப் பணிவிடை செய்வதற்காகவே திருமணம் செய்து கொண்டு அவளை விட்டு இங்கு வருவது தவறல்லவா? அது அந்தப் பெண்ணுக்குச் செய்யும் பெரிய தீமை அல்லவா?"

"ஆமாம், அதுவும் உண்மைதான்!"

"அந்தப் பெண் உங்களுக்கோ சமூகத்திற்கோ பயந்து உங்கள் தாயாருக்குப் பணிவிடை செய்வதாகவே வைத்துக்கொள்வோம். அவள் பார்வையில் நீங்கள் எவ்வளவு தாழ்ந்து விடுவீர்கள் தெரியுமா? இப்படிப்பட்ட ஒரு கேவலமான நிலை ஒரு ஆணுக்கு உலகத்தில் வேறு என்ன இருக்க முடியும்?"

சாஸ்திரங்களில் மனைவியின் கடமை என்ன என்று கூறியுள்ளது? கற்புடையாள் என்று யாரைச் சொல்லலாம்? கணவன் தாய் தந்தைக்குச் செய்யும் பணிவிடையின் மேன்மை எத்தகையது? கணவன் கட்டளையை நிறைவேற்றுவதால் கிடைக்கும் நன்மை என்ன?—இவற்றையெல்லாம் அவன் புராணங்களில் படித்து நவ நாகரிகப் பெண்களுக்கு எதிராக நண்பர்களிடம் வாதாடி இருக்கிறான். அவனுடைய வாதத் திறமையையும் எடுத்துக் காட்டுகளையும் கண்டு நண்பர்கள் கலக்கமடைந்திருக்கிறார்கள். ஆனால் கிறிஸ்துவ மதப் பெண்ணான இவள் கூறியது ஒன்றைக்கூட அபூர்வன் அதுவரை நினைத்துப் பார்த்ததும் இல்லை. அவன் நண்பர்களுடன் வாதாடிய போது எடுத்துச் சொன்னதும் கிடையாது. "புராணங்களில் கூறப்பட்டிருப்பதுபோல் இந்தக் காலத்தில் ஒரு பெண் கிடைப்பாளா?" என்றான்.

பாரதி சிரித்துக் கொண்டே "கிடைக்காமல் என்ன? அப்படிப்பட்ட பெண்ணை நீங்கள் தேடிக் கண்டுபிடிக்க வேண்டும்" என்றாள்

"என் தகப்பனாரின் பழக்க வழக்கங்களினால் என் தாயார் மிகவும் துன்பப்பட்டார். வாழ்நாள் முழுவதும் துன்பத்தையே அனுபவித்த என் தாயாரை நான் மகிழ்ச்சியுடன் வைத்திருக்க வேண்டும். இந்த முறை ஊருக்குச் சென்றால் நான் திரும்பவும் இங்கே வருவது சந்தேகம்தான்" என்றான் அபூர்வன்,

"அம்மாவை நீங்கள் உங்களுடன் வரும்படி அழையுங்கள். அவர் கட்டாயம் வருவார்"

அபூர்வன் ஏளனமாகச் சிரித்துக்கொண்டே "அது நடக்க கூடியதா? அப்படியே அம்மா என்னுடன் வந்தாலும் அவரை யார் கவனித்துக் கொள்வார்கள்?" என்றான்.

"நான் இருக்கிறேனே!"

"நீங்களா? நீங்கள் வீட்டில் அடியெடுத்து வைத்தால் போதும். பாண்டங்களை யெல்லாம் போட்டு உடைத்து விடுவார்."

"எவ்வளவு முறை உடைக்க முடியும்? நான் ஒவ்வொரு நாளும் வருவேனே!" என்று சொல்லி பாரதி சிரித்தாள்.

அபூர்வனும் அவள் சிரிப்பில் கலந்து கொண்டான்.

"நீங்கள் மாத்திரம் என்ன சாமான்யமானவரா? பண்டங்களை உடைத்தெறிவதனாலேயே எல்லாப் பிரச்சினைகளும் நின்று விடுவதானால் நல்லதுதான். உங்களுக்கு என் பேச்சில் நம்பிக்கை இல்லாவிட்டால் திவாரியைக் கேளுங்கள்." என்றாள் பாரதி.

"அவன் மாத்திரம் என்ன? அவனும் அம்மாவைப் போலவே எல்லாவற்றையும் உடைத்துப் போடுவான். ஆனால் உங்களிடம் அவனுக்கு தனி மதிப்பு இருக்கிறது. இதனால் அவன் ஒரு நாள் உங்கள் கிறிஸ்துவமதத்தை தழுவ முன் வந்தாலும் ஆச்சரியப்படமாட்டேன்."

"முதலாளி தொழிலாளி இவர்களைப் பற்றி எதுவும் தீர்மானமாகச் சொல்ல முடியாது" என்று சொல்லி பொங்கிவந்த சிரிப்பை மறைக்க வேறு பக்கம் திரும்பிக் கொண்டாள்.

முதலாளி தொழிலாளி இருவருடைய அறிவாற்றலில் வேற்றுமை இருக்கிறது.

"உண்மைதான். இதனால்தான் இரு சாராரும் ஒருமனப்பட காலதாமதமாகிறது."

"நான்கூட மதம் மாறுவேன் என்று நினைக்கிறீர்களா?"

"ஏன் நினைக்கக் கூடாது?"

"உயிர் போவதானாலும் நான் அவ்விதம் செய்யவேமாட்டேன்"

"உயிரைப்பற்றி உங்களுக்குத் தெரியாது. திவாரிக்குத் தெரியும். உங்களைப்போல் இருட்டில் திண்டாடுபவர்களை வெளிச்சத்திற்கு அழைத்து வருவதற்கு எனக்கு நேரமில்லை இப்போது சிறிது படுத்து உறங்குங்கள்."

"பகலில் நான் தூங்க மாட்டேன். உங்களுக்கு வேறு வேலை ஏதாவது இருக்கிறதா?"

"நானும் ஒரு பிடி அரிசியைப் பொங்கிச் சாப்பிட வேண்டாமா? தூங்கவில்லை என்றால் கீழே சமயலறைக்குப் போகலாம் வாருங்கள். என்றைக்காவது ஒரு நாள் நீங்கள் என் சமையலைச் சாப்பிட நேரலாம்."

"அது எந்தக் காலத்திலும் நடக்காது."

பாரதி சமையல் செய்ய எழுந்தாள்.

"நான் வீட்டிற்குப் போகிறேன். திவாரி என்னை எதிர் பார்த்திருப்பான்" என்றான் அபூர்வன். அவன் சொன்னதற்கு பதில் கிடைக்கவில்லை. அவனாலும் நாற்காலியிலிருந்து எழுந்திருக்க மனமில்லை. அப்படியே சாய்ந்தவன் கண்ணயர்ந்தான்.

27

பாரதியின் குரல் கேட்டு அபூர்வன் கண் விழித்து எழுந்தான்.

அறையின் வெளியே சர்க்கார் மகாசயர் தட்டில் சிற்றுண்டியுடன் நின்றிருந்தார்.

அபூர்வன் கீழே சென்று முகம் கை கால்கள் சுத்தம் செய்துகொண்டு வந்தான், சிற்றுண்டி சாப்பிட்டவுடன் "நான் வருகிறேன்!" என்று வீட்டிற்குச் செல்ல எழுந்தான்.

"உங்களுக்கு வேறு வேலை இருக்கிறது பாபு. நாளை மாலை தான் நீங்கள் வருவீர்கள் என்று திவாரிக்கும் சொல்லி அனுப்பியிருக்கிறேன். சுமித்திரா தேவிக்கு நவதாராவுடன், மன்மதபாபு ஒரு முக்கியமான வேலையாகச் சென்றிருக்கிறார். உங்களுக்காக உடை வாங்கி வந்திருக்கிறேன். அதை அணிந்து கொள்ளுங்கள். நீங்கள் என்னோடு சில இடங்களுக்குப் போய் வரவேண்டும் என்று தலைவி கட்டளையிட்டிருக்கிறார்."

"எங்கே போகப் போகிறீர்கள்?"

"தொழிலாளர் வசிக்கும் பகுதிக்குச் செல்ல வேண்டும். கோடீஸ்வரர்களான முதலாளிகள் தங்கள் தொழில் வளர்ச்சிக்கு முக்கிய காரணமாகவுள்ள தொழிலாளர்களுக்கும் கட்டிக் கொடுத்திருக்கும் நரகத்தைப் பார்வையிட தங்களை அழைத்துப்போகப் போகிறேன்"

"அங்கே என்ன செய்யப் போகிறீர்கள்?"

"வழிவேண்டுவோர் சங்கத்தின் பணிகள் வீட்டிலேயே உட்கார்ந்திருந்தால் நடந்து விடுமா? உங்களுக்கும் எல்லா இடங்களுக்கும் சென்றால்தானே எல்லாம் தெரிய வரும்."

"நல்லது. வாருங்கள்?" என்று பாரதி கொடுத்த உடைகளை உடுத்திக்கொண்டு புறப்பட்டான் அபூர்வன்.

அப்போது பாரதி அலமாரியைத் திறந்து எதையோ எடுத்து மறைத்து வைத்துக் கொண்டாள்.

"என்ன அது?" என்று அச்சத்துடன் கேட்டான் அபூர்வன்.

"கைத் துப்பாக்கி. தற்காப்புக்காக எடுத்துக் கொண்டேன்."

"போலீஸார் பார்த்தால் இருவருக்குமே பாதுகாப்பு கிடைத்துவிடும். குறைந்தது இரண்டு ஆண்டுகள் சிறையில் இருக்க வேண்டிவரும்.

"அவ்விதம் நடைபெறாது" என்று சமாதானம் கூறி புறப்பட்டாள்.

இருவரும் நகரத் தெருக்களைக் கடந்து கடைசியாக தொழிலாளர் வசிக்கும் பகுதியை அடைந்தார்கள். மரப்பலகைகள் பழைய தகரத் தகடுகள் ஆகியவற்றால் உருவாக்கப்பட்ட ஆடு மாடு கொட்டில் போல் கட்டப்பட்டிருந்த வீடுகளின் பக்கம் சென்றார்கள். ஒரு பக்கம் தொழிலாளர் வசிக்கும் எதிர்ப்புறம் குளியல் கக்கூஸ் இரண்டும் வரிசையாக இருந்தன. குளியல் அறை கக்கூஸ் இரண்டின் பக்கச்சுவர் பலகைகள் எல்லாம் கரையானுக்கு இரையாகி சட்டங்கள் மாத்திரம் எஞ்சியிருந்தன. சட்டங்களில் கிழிந்த கோணிகள், துணிகள் மறைப்பிற்காகப் போடப்பட்டிருந்தன. அது இந்திய தொழிலாளிகள் வசிக்கும் இடம். அங்கு பஞ்சாப், பீஹார், மதராஸ், மகாராஷ்டிரம், குஜராத், வங்காளம் இன்னும் பல மாநிலத்தைச் சேர்ந்தவர்களும் இந்துக்களும் முகமதியர்களும் இருந்தனர். அவர்கள் சுமார் ஆயிரம் பேர்களுக்கு மேல் இருப்பார்கள்.

அந்த இடத்தின் நரகலைப் பார்த்ததும் அபூர்வன் "நீங்கள் வழி வேண்டுவோர் சங்கத்திற்காக வேறு –எங்காவது பணி புரியச் செல்லுங்கள். இந்தப் பகுதியில் என்னால் அடியெடுத்துக் கூட வைக்க முடியவில்லை" என்றான்.

தொழிற்சாலையில் எடுபிடி ஆட்களுக்கு மேஸ்திரியான மாணிக் என்ற வங்காளியின் வீட்டிற்கு இருவரும் சென்றனர். மாணிக் சாராயம் பருகிவிட்டு ஏதோ பிதற்றிக் கொண்டிருந்தான். பாரதியைக் கண்டதும் அவன் அந்த போதையிலும் அடையாளம் தெரிந்து கொண்டு வர வேற்றான்.

"சுசீலா எங்கே? அவள் இரண்டு நாட்களாகப் பள்ளிக்கு வரவில்லையே?" என்று கேட்டாள் பாரதி.

“அவள் எப்படி வருவாள்? அவள்தானே வீட்டு வேலைகளை யெல்லாம் செய்ய வேண்டும்? யதுவாவை நான் என்ன செய்கிறேன் பாருங்கள். துரையிடம் சொல்லி வேலையிலிருந்தே நீக்கிவிடச் செய்கிறேன்.”

“சரி அப்படியே செய்யலாம். நாளைக்கு பயர் மைதானத்தில் பொதுக்கூட்டம். கட்டாயம் வரவேண்டும். சுமித்திரா தேவி சொல்லியிருக்கிறார்” என்று கூறிவிட்டு பாரதி புறப்பட்டாள்.

அப்போது பாரதி குறிப்பிட்ட சுசீலா என்ற சிறுமி வந்தாள். “அப்பா, தொப்பியார்ச் சாராயம் தான் கிடைத்தது. ஒரு அணாதான் மீதம் இருக்கிறது” என்றாள்.

“உங்க அம்மா எங்கே?” என்று சிறுமியிடம் பாரதி கேட்டாள்.

“நேற்று முன்தினம் சித்தப்பாவுடன் அவள் போய் வேறு ஒரு வீட்டில் வசிக்கிறார்கள்.”

அவள் மேலும் எதுவும் சொல்வதற்குள் அபூர்வன் பாரதியை அழைத்தான்.

வெளியே வந்ததும் “நரகமாக இருக்கிறது. அந்த அழகில் குடிகாரன், கொள்ளைக்காரன், கொலைகாரன் ஆகியோர் இங்கே இருக்கிறார்கள். இந்தப் பகுதிக்கு வர உங்களுக்கு, எப்படி மனம் வந்தது?” என்று கேட்டான் அபூர்வன்.

“இல்லை. வேறு ஒருவர் செய்த பாபத்திற்காக இவர்கள் நரக வாழ்க்கை வாழ்ந்து பரிகாரம் தேடிக் கொள்கிறார்கள்.” என்றாள் பாரதி.

“சிறுமி சொன்னதைக் கேட்டீர்களா? அவள் தாயார் எங்கோ புனித தலங்களுக்குச் செல்வதுபோலச் சென்றிருக்கிறாள். மானம் வெட்கமில்லாதவர்கள். இனி இந்தப் பகுதிக்கு நீங்கள் வரவேகூடாது.”

“நான் பரங்கிப்பெண். கிறிஸ்துவ மதத்தைச் சேர்ந்தவள். எனக்கு இங்கு வந்ததால் என்ன கெடுதல் ஏற்படும்?”

“பரங்கியர், கிறிஸ்துவர் ஆகியோருக்கும் நல்லது கெட்டது உண்டல்லவா? சமூகச் சட்டதிட்டங்களுக்கு நீங்கள் பதில் சொல்லியாக வேண்டும் அல்லவா?”

"நான் யாருக்குப் பதில் சொல்லவேண்டும்? எனக்காக யார் உயிரைப் பலிகொடுக்கப் போகிறார்கள்? நான் இன்னும் பல இடங்களுக்குச் செல்ல வேண்டும். உங்களுக்கு விருப்பமில்லையென்றால் நீங்கள் திரும்பிப் போங்கள்.

"உங்களை விட்டு நான் போவதா?"

"போகாவிட்டால் என்னுடன் இருங்கள். மனிதன் மனிதனுக்கு இழைக்கப்படும் தீமைகளை நீங்கள் பார்க்க வேண்டும். தொல்லையிலிருந்து தப்ப சந்நியாசம் வாங்கிக் கொண்டு தவமிருக்கச் செல்லலாம் என்று நினைக்காதீர்கள். அந்தச் சிறுமியின் தாயாரும் சித்தப்பாவும் செய்த தவறுக்குத் தண்டனை அளிப்பதால் சமூகத்தின் பிரச்சினை தீர்ந்து விடுமா? உங்களுக்கு இதில் தொடர்பு இல்லையா; டாக்டர் பாபுவைச் சந்திப்பதற்கு முன் நான் இப்படித்தான் நினைத்திருந்தேன். இந்த நரகத்தின் பாவச்சுமை உங்களை சொர்க்கத்திற்குச் சென்றாலும் அடித்துத் துரத்திவிடும். நீங்களும் இந்தக் கொடுமைக்கு பரிகாரம் செய்து கொள்ளாமல் இருக்க முடியாது. இப்படிப் பட்ட வேதனைகளை உணரச் செய்வது தான் சங்கத்தின் முக்கியமான வேலை" என்றாள் பாரதி.

அபூர்வன் மௌனமாக இருந்தான்.

"இங்கே வங்காளிகளைத் தவிர வேறு மொழியினரும் வசிக்கிறார்கள். நாம் வங்காளிகள் வசிக்குமிடத்திற்குச் செல்லலாம்" என்றாள் பாரதி.

"வங்காளிகள் தவிர வேறுமொழி பேசுபவர்கள் வசிக்கும் பகுதிக்குப் போவதில்லையா?"

"இந்தியர்கள் மாத்திரமல்ல, பர்மாக்காரர்களும்கூட எங்களுக்கு முக்கியமானவர்களே. துன்பத்தில் உழலும் தொழிலாளர்கள் துன்பத்தைப் போக்க உழைப்பதே எங்கள் குறிக்கோள். எங்கள் தலைவிக்குப் பல மொழிகள் தெரியும். டாக்டருக்கோ எது தெரியும் எது தெரியாது என்று சொல்ல முடியாது. உண்மையில் சொல்லப்போனால் அவருக்குத் தெரியாததே இல்லை. அன்னியருக்கு அடிமையாகி, சொல்லொணாத் துன்பத்தில் சுழன்று வரும் மக்கள் விடுதலைக்காகவும் நல்வாழ்வுக்காகவும் ஊண் உறக்கமின்றி உழைத்துவரும் அவருக்கு ஒவ்வொரு கணமும்

ஆபத்து காத்திருக்கிறது. இப்படிப்பட்ட அநீதி எங்காவது நடக்குமா?'' என்றாள் பாரதி.

இருவரும் ஒரு வீட்டிற்குச் சென்றார்கள். பாஞ்ச்கௌடி எப்படி இருக்கிறது?'' என்று கேட்டாள் பாரதி.

வீட்டின் ஒரு மூலையில் படுத்துக்கிடந்த பாஞ்ச்கௌடி அவளைப்பார்த்து ''புண் ஆறிக்கொண்டு வருகிறது அம்மா. ஆனால் பெண்ணிற்கு வயிற்றுக் கடுப்பு, பிள்ளைக்குக் காய்ச்சல் மருந்து வாங்கிக் கொடுக்கக் கூட கையில் தம்பிடி கிடையாது. கையில் அடிபட்டு ஒருமாதமாகிறது. வேலைக்குப் போகவில்லை. வீட்டைக் காலி பண்ணச் சொல்லறாங்க'' என்றான்.

''ஏன் காலிபண்ணச் சொல்றாங்க?'' என்று கேட்டான் அபூர்வன்.

''வேலை செய்தால்தான் வீடு. அடிபட்ட புண் இன்னமும் ஆரவில்லையே பாபு. நான் எப்படி வேலை செய்வது? சின்ன முதலாளியின் காலைப்பிடித்துக் கொண்டு இன்னும் ஒரு மாதம் தவணை கேட்டிருக்கிறேன். கஞ்சி குடிக்கக் கூட காலணா இல்லை பாபு,''

அபூர்வன் தன் சட்டைப் பையில் கைவிட்டதும் பாரதி அவனைத் தடுத்தாள். அவள் நான்கணாவை எடுத்துக் கொடுத்து குழந்தைகளுக்கு ஏதாவது வாங்கிக் கொடுக்கச் சொன்னாள்.

பாஞ்ச்கௌடி சொன்னதைக் கேட்டதும் அவனுடைய முதலாளியை இழுத்துவந்து அவன் நிலமையைக் காட்டி அவனை உணரச் செய்ய வேண்டும் என்று அபூர்வன் துடித்தான்.

அறையின் ஒரு ஓரத்தில் கிழிந்த பாயின் மீது இரண்டு குழந்தைகளும் படுத்திருந்தனர். பாரதி அந்தக் குழந்தைகளின் உடம்பைத் தொட்டுப் பார்த்தாள்.

அபூர்வன் அச்சத்தால் குழந்தைகள் இருக்குமிடத்திற்குப் போகவில்லை. வறுமையும் நோயும் அந்தக் குழந்தைகளை வாட்டி வதைப்பது அபூர்வனின் இதயத்தைக் கோடரியால் பிளப்பதுபோல் தோன்றியது.

''இதுதான் உலகம். இதில்தான் எல்லாம் நடைபெற்றுக் கொண்டிருக்கின்றன. என்று மக்கள் கூறுகிறார்கள். இது ஒரு.

காரணமாகுமா? கடந்த காலத்திற்குத்தானா எல்லாம். மனிதர்கள் பழைமையிலேயே நிலைத்து நிற்பார்களா? புதியனவற்றைத் தெரிந்து கொள்ள மாட்டார்களா? அவர்கள் முன்னேற்றமும் அவ்வளவுதானா? கடந்தகால கட்டுத்திட்டங்களின் மீதே மக்கள் சென்று கொண்டிருக்க வேண்டுமா?'' என்று எண்ணினான் அபூர்வன். அவனை வேதனை ஆட்டிப் படைத்தது.

``போகலாம்'' என்று அழைத்தாள் பாரதி.

அபூர்வன் திடுக்கிட்டான். பாஞ்ச்கௌடி மௌனமாக நின்றிருந்தான். ``கவலைப்படாதே. நாளை டாக்டரை அனுப்புகிறேன்'' என்றாள் பாரதி.

வழியில் அபூர்வனிடம் அவனைப்பணம் கொடுக்க வேண்டாம் என்று தடுத்ததற்குக் காரணத்தை பாரதி சொன்னாள். பணத்தை பாஞ்ச்கௌடி சாராயம் வாங்கிக் குடிப்பானே தவிர குழந்தைகளுக்கு ஒன்றும் கொடுக்கமாட்டான் என்று சொன்னாள்.

``அந்தக் குழந்தைகளுக்குத் தாயார் இல்லையா?''

``இல்லை''

``உறவினர்கள்?''

``இருக்கிறார்கள். அவர்களால் உதவி என்றும் கிடைகாது. பத்து ஆண்டுகளுக்கு முன் பாஞ்ச்கௌடி தன் ஊருக்குச் சென்றான். ஒரு விதவையை அழைத்து வந்தான். அவளுடைய குழந்தைகள்தான் இவை. இரண்டு ஆண்டுகளுக்கு முன் அவள் தற்கொலை செய்து கொண்டாள்'' என்றாள் பாரதி.

அபூர்வன் பெருமூச்சு விட்டு உண்மையில் இது நரகம் தான் என்றான்.

``சந்தேகமே இல்லை. இவர்கள் அனைவரும் நமது சகோதர சகோதரிகள். உடன் பிறவாததால் நமக்குச் சம்பந்தமில்லை என்று சொல்லிவிட முடியாது. பாபு, மேலே இருந்து எல்லாவற்றையும் பார்த்துக் கொண்டிருப்பவன் ஒவ்வொருவரின் செயலையும் கவனித்துக் கொண்டுதான் வருகிறான்.''

“மனிதர்களான நமக்கும் இதில் சிறிது பொறுப்பு இருக்கத்தான் செய்கிறது.”

“ஆரம்பத்தில் உங்களைப் போலவே ஆத்திரமடைந்தேன். சச்சரவு செய்தேன். நிலையான மனப்போக்கு இல்லாத இந்த தரித்திரம் பிடித்த சகோதர சகோதரிகளின் தலையில் இரவும் பகலும் பலர் பாபச் சுமையை ஏற்றுக் கொண்டிருக்கிறார்கள் என்பது தெளிவாகத் தெரிகிறது.”

பக்கத்து அறையில் ஒரு ஓடியாக்காரன் குடியிருந்தான். அவனுக்கு அடுத்த அறையில் பலர் சிரித்துக் கொண்டிருந்தனர். அவர்களுடைய சிரிப்பொலி பாஞ்ச்கௌடியின் அறையிலும் கேட்டது.

இருவரும் அந்த அறைக்குச் சென்றனர். அறையிலிருந்தவர்கள் அவர்களை வரவேற்று பிரம்புநாற்காலியில் உட்காரச் சொன்னார்கள். தரையில் விரிப்பு விரித்து அதில் சுமார் ஆறு ஏழு பெண்களும் ஐந்தாறு ஆண்களும் உட்கார்ந்து சாராயம் பருகிக் கொண்டிருந்தனர். அவர்கள் நடுவில் பழைய ஹார்மோனியம் ஒன்று இருந்தது. வயதான மாது ஒருத்தி மதுபோதை தலைக்கேறி உடைகள் உடம்பிலிருந்து விலகியது கூடத் தெரியாமல் படுத்திருந்தாள்.

அன்று விடுமுறை. அவர்கள் ஜெர்மன் நாட்டு விலை குறைந்த சாராயத்தை வாங்கி வந்து பருகிக் கொண்டிருந்தனர்.

அறையில் சாராய நாற்றம் சூழ்ந்திருந்தது. இது அபூர்வனுக்கு வேதனையை அளித்தது. அங்கிருந்து உடனே வெளியே போய்விட வேண்டும் என்று எண்ணினான்.

அவன் எண்ணத்தைத் தெரிந்து கொண்டவள்போல் அறையிலிருந்தவர்களிடம் நாளை பொதுக் கூட்டம் இருப்பது நினைவிருக்கிறதா? கட்டாயம் எல்லோரும் வரவேண்டும்.

“கட்டாயம் வருகிறோம்” என்று அனைவரும் ஒரு குரலாய்ச் சொன்னார்கள்.

“ஒவ்வொரு இழையும் சேர்ந்தால்தான் கயிறாகிறது. எல்லாரும் ஒன்று சேராவிட்டால் ஒன்றும் செய்ய முடியாது. எல்லாம் உங்கள் நன்மைக்காகத்தான் சொல்கிறேன். சுமித்திராதேவி உங்களுக்காகவே இரவும் பகலும் உழைத்து வருகிறார்... நீங்கள் இல்லாமல் இவ்வளவு பெரிய

தொழிற்சாலை நடக்க முடியுமா? உண்மையில் நீங்கள்தான் இதன் சொந்தக்காரர்–முதலாளி. காளிசரண் இது கூடவா உனக்குத் தெரியாது?"

"தெரியும். நாங்கள் இல்லா விட்டால் எல்லாம் எங்கோ மறைந்துவிடும்" என்று அனைவரும் ஒரு முகமாகச் சொன்னார்கள்.

"உங்களுக்கு எல்வளவு துன்பங்கள்? உங்களில் எத்தனை பேர் ஒரு குற்றமும் செய்யாதபோது அடித்து வேலையை விட்டு நீக்கப்பட்டிருக்கிறார்கள்? பக்கத்து அறையில் வசிக்கும் பாஞ்ச்கொளடிக்கு யந்திரத்தில் கை மாட்டிக்கொண்டு காயம் ஏற்பட்டு ஒரு மாதமாகிறது. அவன் சோற்றுக்குத் தாளம் போடுகிறான். குழந்தைகள் நோயினால் அவதிப்படுகின்றன. பெரிய முதலாளி அவனது அறையைக் காலி செய்யச் சொல்கிறாராம். கோடிக்கணக்காக பணத்தை மூட்டைக் கட்டிச் செல்கிறார்களே, அது யாருடைய உழைப்பினால் கிடைத்தது? சியாம்லாலை சின்ன முதலாளி உதைத்தான். அவன் பாவம் இன்னமும் மருத்துவமனையில் படுத்திருக்கிறான். இவைகளையெல்லாம் பார்த்தும் நீங்கள் எப்படித்தான் மௌனமாக இருக்கிறீர்களோ? ஒரேஒருமுறை அனைவரும் ஒன்று சேர்ந்து இந்த கொடுமைகளை இனி நாங்கள் பொறுத்துக் கொண்டிருக்க மாட்டோம் என்று சொன்னால் போதும் அவர்கள் உங்களை எப்படித் தீண்டுகிறார்கள் பார்க்கலாம் பிறகு" என்றாள் பாரதி.

மது தலைக்கேறிய ஒருவன் அதுவரை பாரதி சொல்வதைக் கேட்டுக் கொண்டிருந்தான். இப்போது அவன் "ஒரு ஸ்விச்சைத் தட்டி விட்டால் தொழிற்சாலையே நாசமாகி விடாதா?" என்றான்.

பாரதி நடுநடுங்கி "துலால்ஜி அப்படி எதையும் செய்யக்கூடாது. அது உங்களை நீங்களே அழித்துக் கொள்வதாகும் தொழிற்சாலை அழிவதுடன் பலர் பலியாவார்கள்" என்றாள்

துலால்ஜி சிரித்து "அம்மா அப்படிச் செய்வோமா என்ன? ஒரு வார்த்தைக்குச் சொன்னேன்" என்றான்.

"நீங்கள் நேர்மையான வழியில் செல்ல வேண்டும். அப்போதுதான் உங்களுக்குச் சேரவேண்டிய ஒவ்வொரு தம்பிடியையும் அவர்களிடமிருந்து வாங்க முடியும்."

எல்லாரும் மகிழ்ச்சி ஆரவாரம் செய்தார்கள்.

"சரி நேரமாகிறது. நாளை கூட்டம் இருக்கிறது. கட்டாயம் அனைவரும் வரவேண்டும்" என்றுகூறி அபூர்வனை அழைத்துக் கொண்டு வெளியே வந்தாள் பாரதி.

"இவர்களிடம் எல்லா வற்றையும் ஏன் சொன்னாய்?" என்று ஆத்திரத்துடன் கேட்டான் அபூர்வன்.

"ஏன்? என்ன தவறு?" என்று பதில் கேள்வியைப் போட்டாள் பாரதி.

"இவர்கள் ஒன்றுக்கும் உதவாத குடிகாரர்கள். துலால் என்ன சொன்னான் பார்த்தாயா? இது தொழிற்சாலை. முதலாளி காதுக்கு எட்டினால் என்ன ஆகும்?"

"முதலாளியின் காதுக்கு எப்படி எட்டும்?"

"இவர்கள் அனைவரும் யோக்கியமானவர்களா? கடைசியில் பழி உன் தலையில்தான் விழும்."

"உண்மையில் அது நடக்கவில்லை அல்லவா?"

"ஆங்கில ஆட்சியாளருக்கு உண்மையாக ஒன்று நடக்க வேண்டும் என்பதல்ல. அப்படிச் சொன்னாலே சரியான தண்டனை தான். அவர்கள் ஆட்சியே உண்மைக்குமாறாக நடப்பதில்தான் நிலைத்து நிற்கிறது."

"அப்படியானால் எனக்குத் தண்டனை கொடுக்கட்டும்."

"தண்டனைபற்றி மிகச் சாதாரணமாகச் சொல்லிவிட்டாய். இவர்களால் ஒன்றுமே நடக்காது. இனி இங்கே வரவே கூடாது."

அதே பகுதியில் வேறு ஒருவரைச் சந்திக்க வேண்டியிருந்தது. போன போது அவன் வீடு பூட்டியிருந்தது. அதனால் இருவரும் திரும்பி வந்து கொண்டிருந்தனர். அப்போது துலால் இருந்த அறையில் பேச்சுக் குரல் கேட்டது. "நாம் உலகத்தைப்பற்றி நினைத்துக் கொண்டிருப்பதனால் ஒரு நன்மையும் இல்லை. வெள்ளிக்கிழமை தோறும் நீ சத்தியநாராயண பூஜை செய்து கொண்டிரு. கிறிஸ்துவப் பெண்களோ தொழிற்சாலையில் வேலை நிறுத்தம் செய்யச் சொல்கிறார்கள் இனி இவர்களை இந்தப் பகுதியினுள் விடக்கூடாது." என்றான் ஒருவள்.

அதற்கு காளிசரண் பதில் சொன்னான்: "நான் ஒன்றும் முட்டாள் இல்லை. அவர்கள் எண்ணம் என்ன என்று நோட்டம் விட்டுப் பார்த்தேன்."

யாரோ ஒரு பெண் "இப்போது போய் சின்ன முதலாளியிடம் விவரத்தைச் சொல்லிவிட வேண்டும்" என்றாள்.

அதற்குமேல் அபூர்வனுக்கு அங்கே காது கொடுத்துக் கேட்க விருப்பமில்லை. அங்கிருந்து பாரதியை அழைத்துக் கொண்டு நடந்தான். சிறிது தூரம் வந்த பிறகு "இந்தப் பேய்களுக்கா உபதேசம்? நன்றி கெட்ட நாய்கள். இவர்களையா உங்கள் சங்கத்தில் சேர்க்கப் போகிறீர்கள்? இவர்கள் நல்வாழ்க்கைக்கா உழைக்கக் கோருகிறீர்கள்?" என்றான்.

பாரதி ஆத்திரமடையவில்லை. நிதானமாக அவள் பேசினாள்: "இவர்கள் யார் அபூர்வபாபு? இவர்களும் நாம் தானே? இந்தச் சாதாரணமானதை மறந்து விடுவதால் தான் குழப்பம் ஏற்படுகிறது. நன்மை செய்வது அவசியம் என்று கருதினால் இவர்களுக்குத்தான் செய்ய வேண்டும். நம் டாக்டரால் கூட நன்மை செய்ய முடியவில்லை."

இருவரும் மௌனமாக நடந்தனர். சாலையின் திருப்பத்திற்கு வந்ததும் அபூர்வனிடம் "உங்கள் இல்லத்திற்குச் செல்வதானால் இந்த வழியே போகலாம்" என்றாள் பாரதி.

"என்ன சொன்னீர்கள்?" என்று கேட்டான் அபூர்வன்.

"இப்பொழுதுதான் நீங்கள் உங்கள் சுயநினைவிற்கு வந்திருக்கிறீர்கள்" என்றாள் பாரதி.

"நீங்கள் சொல்வது புரியவில்லையே"

"இவ்வளவு நேரம்வரை நீங்கள் என்னை ஒரு சமயம் மரியாதையுடனும் மறுசமயம் சாதாரணமாகவும் அழைத்து வந்தீர்கள். இப்போதுதான் நீங்கள் சரியான முறையில் அழைக்கிறீர்கள்."

"கோபமில்லையே—போகலாமா?"

"இல்லாவிட்டால் தனியாக எப்படி போவது?"

இருவரும் நடந்தனர். "இதெல்லாம் சுமித்திராதேவியின் வேலை. நீங்கள் ஏன் தலையிட்டு அவதிப்படுகிறீர்கள்? பிறகு நீங்கள் தான் துன்பப்பட வேண்டி நேரிடும்" என்றான் அபூர்வன்.

"துன்பத்தை ஏற்றுக் கொள்கிறேன். இயற்கைக் குணம் என்னைவிட்டுப் போகாது. ஏதாவது வேலை செய்துகொண்டே இருக்க வேண்டும். உங்களைப் போன்று ஒரு வேலையும் இல்லாதவர் தலைமைப் பொறுப்பை ஏற்றால் நான் மற்ற வேலைகளைச் செய்வதிலிருந்து ஒதுங்கி விடுவேன்" என்றாள்.

"உங்களிடம் பேச்சில் வெற்றி பெற முடியாது" என்று சொல்லிக் கொண்டே அவளுடன் நடந்தான்.

28

பயர் மைதானத்தில் சுமித்திரா தேவியின் தலைமையில் பொதுக் கூட்டத்திற்கு ஏற்பாடு செய்யப்பட்டிருந்தது. பொது மக்களும் தொழிலாளர்களும் கூட்டம் கூட்டமாகத் திரண்டு வருவார்கள் என்று எதிர்பார்த்தார்கள். எக்காரணத்தாலோ பொது மக்களும் தொழிலாளர்களும் பெருமளவு திரண்டு வரவில்லை. ஆனால் அவர்கள் மாத்திரமல்ல, கூட்டத்தில் பேசுவதற்கு ஒப்புக் கொண்ட பல தலைவர்களும். தலை காட்டவில்லை. விளக்குக்கு ஏற்பாடு செய்யாததால் கூட்டத்தை மாலை மங்குவதற்கு முன்பே நடத்தி முடிக்க வேண்டியதாயிற்று.

சுமித்திராதேவியின் சொற்பொழிவைத் தவிர அந்தப் பொதுக் கூட்டத்தில் பேசியவர்கள் பேச்சு குறிப்பிட்டுச் சொல்லும் படியாக இருக்கவில்லை. ஆனால் வழி வேண்டுவோர் சங்கத்தின் இந்தக் கன்னி முயற்சிக்குப் பலன் கிடைக்காமல் போகவில்லை. கூட்டத்திற்கு வந்திருந்த தொழிலாளர்கள் பொது மக்களின் வாய் மூலம் எங்கும் பரவிற்று. தொழிற்சாலை முதலாளிகளுக்கும் இது தெரிய வந்தது.

இந்தியாவில் வங்காள மாநிலத்தைச் சேர்ந்த ஒருபெண்மணி உலகநாடுகளுக்குச் சென்றுவிட்டு இப்போது இந்த ஊருக்கு வந்திருக்கிறார். அவளுடைய கவர்ச்சிகரமான முகத்தோற்றத்தைப் போலவே அவளுடைய பேச்சும் இருக்கிறது. அஞ்சா நெஞ்சம் படைத்த அவள் எப்படியும் வெள்ளைக்கார முதலாளிகளை தொழிலாளர்களின் குறைகளைப் போக்கச் சம்மதிக்கச் செய்து விடுவாள். அவள் பேச்சுவன்மையால் வெள்ளை முதலாளிகளைப் பணியவைத்து விடுவாள். தொழிலாளிகளின் கூலி இருமடங்காக அதிகரிக்கச் செய்வதாக அந்தப் பெண் பொதுக் கூட்டத்தில் உறுதி கூறினாள். அன்று அவள் கூட்டத்திற்குச்

செல்லாத அனைவரும் அடுத்த வாரம் நடக்கப் போகும் பொதுக் கூட்டத்திற்குக் கட்டாயம் போக வேண்டும் என்று பேசிக் கொண்டார்கள்.

கல்வியறிவற்ற தொழிலாளர்களின் மிகச் சாதாரண உரிமைகள் கூட மறுக்கப்பட்டன. அவர்களுக்குத் தன்னம்பிக்கையை ஏற்படுத்தி, விழித்தெழச் செய்வதற்கும் யாரும் துணிந்து முன்வரவில்லை. அதனால் அவர்கள் தலைவிதியை நம்பினார்கள். தெய்வம் விட்டவழி என்று கடவுளிடம் சரணடையத் தொடங்கினார்கள். வெள்ளை முதலாளிகளை எதிர்க்கவும் நெஞ்சுரமற்ற அவர்கள் சுமித்திராதேவி பொதுக் கூட்டத்தில் பேசியதைக் கேள்விப் பட்டதும் சிறிது துணிவு உண்டாயிற்று. அடுத்தவாரம் நடக்கப்போகும் பொதுக் கூட்டத்திற்குக் கட்டாயம் போக வேண்டும். அன்று ஒரு நாள் வேலைக்குப் போக வேண்டாம் என்று முடிவு செய்தார்கள்.

வழி வேண்டுவோர் சங்கத்தின் முதல் பொதுக் கூட்டத்தில் அபூர்வனும் பேசினான். ஆனால் பொதுக் கூட்டத்தில் முதல்முறையாகப் பேசியதாலும் தொழிலாளர் குறை என்ன என்று சரியாகத் தெரியாததாலும் அவன் ஏதோ சில வார்த்தைகள் சொல்லிவிட்டு உட்கார்ந்து விட்டான்.

சனிக்கிழமை மாலை நடைபெறப் போகும் பொது கூட்டத்திற்குப் பொதுமக்களும் தொழிலாளர்களும் திரண்டு வரப்போகிறார்கள் என்ற செய்தி கேட்டு சுமித்திராதேவி மகிழ்ச்சியடைந்தாள். அந்தக் கூட்டத்தில் அபூர்வன் பேச வேண்டும் என்று அவள் விரும்பினாள். உடனே அவள் அவனுடைய அலுவலகத்திற்குக் கடிதம் எழுதி அனுப்பினாள்.

கடிதத்தைப் படித்து அபூர்வன் ஆச்சரியமடைந்தான். அவன் பொதுக் கூட்டத்தில் பேசியதைப் பாராட்டியிருந்தாள். சனிக்கிழமை நடைபெறவிருக்கும் பொதுக்கூட்டத்திற்கு வந்து பேசவேண்டும் என்று கேட்டுக் கொண்டிருந்தாள். அவள் அவனைப் பாராட்டியிருந்ததைக் கண்டு மகிழ்ச்சியடைந்தாலும் அடுத்த கூட்டத்தில் பேசவேண்டியதைப் பற்றி நினைத்து கலக்கமடைந்தான். அதனால் அவனால் அலுவலக வேலையைச் சரியாகக் கவனிக்க முடியவில்லை.

பகல் இடைவேளையின் போது அவனும் ராமதாஸும் சேர்ந்தே பலகாரம் சாப்பிடுவார்கள். அன்றும் அந்த வழக்கப்படியே இருவரும் தனி அறையில் உட்கார்ந்து பலகாரம் சாப்பிடத் தொடங்கினார்கள். சுமித்திரா தேவி தன்னைப் பொதுக்கூட்டத்தில் பேச அழைத்திருந்ததை ராமதாஸிடம்

சொன்னான். சுமித்திரா தேவி அனுப்பியிருந்த கடிதத்தையும் அவரிடம் கொடுத்தான்.

கடிதம் ஆங்கிலத்தில் எழுதப்பட்டிருந்தது. அதை ராமதாஸ் படித்துவிட்டு "இந்த விவரங்களை என்னிடம் சொல்லவே இல்லையே பாபு" என்றார்.

"சொன்னால் உடனே சங்கத்தில் சேர்ந்துவிடப் போகின்றீர்களா? சேரத்தான் முடியுமா?" என்று கேட்டான் அபூர்வன்.

"சங்கத்தில் சேரும்படி என்னிடம் எங்கே சொன்னீர்கள்? என்னால் சேரமுடியுமா என்று ஏன் கேட்கிறீர்கள்?"

"ராம் பாபு. சங்கத்தின் பணிகளில் பல தொல்லைகள் இருக்கின்றன. நீங்கள் திருமணமானவர் குழந்தையும் இருக்கிறது. இந்தச் சூழ்நிலையில் உங்களைத் தொல்லைகளில் மாட்டவைக்க எனக்கு விருப்பமில்லை"

"ஒருவன் திருமணம் செய்து கொண்டு அவனுக்குக் குழந்தையும் பிறந்து விட்டால் அவன் நாட்டிற்கோ மக்களுக்கோ பணிபுரியக்கூடாது என்று ஏதாவது சட்டம் இருக்கிறதா? பிறந்த பொன்னாடு உங்களுக்கு மாத்திரமா? எனக்கும் இல்லையா?"

அபூர்வன் தலைகுனிந்து தடைபட்ட குரலில் "ராம் பாபு! தாங்கள் தவறாக எண்ணி விட்டீர்கள். திருமணமான உங்களுக்கு மனைவியையும் குழந்தையையும் காப்பாற்ற வேண்டிய பொறுப்பு இருக்கிறது. பிழைக்க வந்த இந்த வெளிநாட்டில் வீண் தொல்லைகளில் தங்களை மாட்டிவிட என் மனம் இடங்கொடுக்கவில்லை" என்றான்.

"அடிமை நாட்டில் தேசப் பணி என்பது அபாயம். நிறைந்தது தான். இது எனக்கு நன்றாகத் தெரியும். இந்து மதத்தினன் ஒருவன் திருமணம் செய்து கொள்வது கடமைதான். தேசப்பணியும் அவனுக்குப் பெரிய கடமைதான். ஒரு கடமை மற்றொரு கடமையைத் தடுப்பதாக இருந்தால் நான் திருமணமே செய்து கொண்டிருக்கமாட்டேன்." என்று உணர்ச்சியுடன் சொன்னார் ராமதாஸ்.

அபூர்வன் மௌனமாக இருந்தான். ஒரு காலத்தில் ராமதாஸ் பெரிய தேசத் தொண்டராக இருந்தார். சிறைத்தண்டனை, பிரம்படி போன்ற பல இன்னல்களுக்கு உள்ளாகியிருக்கிறார். இப்போது அவன் தேசப்பணி பற்றி

சொன்னதும் அவருடைய உள்ளத்தில் அவ்வளவு நாள் வரை அடங்கியிருந்த நாட்டுப்பற்று என்ற தீ கொழுந்து விட்டு எரியத்தொடங்கி விட்டது. சங்கத்தில் சேர அவன் அழைத்ததும் உடனே அவர் சம்மதித்து விடுவார் என்று அவன் நினைக்கவே இல்லை.

அபூர்வனுக்குச் சிறு வயதில் நாட்டுக்குப் பணி செய்ய வேண்டும் என்ற ஆர்வம் இருந்தது. பிறகு அது அவன் மனதிலேயே மறைந்து கொண்டு விட்டது. இப்போது அவனுக்கு மீண்டும் நாட்டுப் பணியின் மேல் பற்று தோன்றி விட்டது.

"ராம்பாபு எனக்குப் பொதுகூட்டத்தில் பேசிப் பழக்கமில்லை, எனக்கு என்னமோ பேசவேண்டும் என்று தோன்றுகிறது. ஆனால் சொல்வதற்கு எனக்குச் சொற்கள்தான் கிடைப்பதில்லை. சுமித்திரா தேவி என்னைக் கூட்டத்தில் பேச அழைக்கிறார். என்ன செய்வதென்றே தெரியவில்லை என்றான் அபூர்வன்.

"ஒரு நாள் தொழிலாளர் வசிக்கும் பகுதிக்குச் சென்று பார்க்கச் சந்தர்ப்பம் கிடைத்தது. சுத்தம், சுகாதாரம் என்பது அந்த இடத்தில் மருந்துக்குக் கூடக்கிடையாது. விலங்குகள் வசிக்குமிடங்கள் கூட அவ்வளவு கேவலமாக இருக்காது. அவர்களுடைய மோசமான நிலையை உணர்ந்தேன். ஆனால் எதற்காக அதை உணர்ந்தேன் என்பது புரியவே இல்லை. சுமித்திரா தேவியோ கூட்டத்தில் பேசக் கட்டளையிட்டு விட்டார். அதை மீற எனக்குத் துணிவும் இல்லை. என்றான் அபூர்வன்.

"அப்படியானால் நீங்கள் பொதுக் கூட்டத்தில் பேசியே தீர வேண்டும்."

அபூர்வன் பதில் கூறவில்லை. அவன் முகத்தைப் பார்த்தபோது கூட்டத்தில் பேசும் அபூர்வ வாய்ப்பை அவன் இழக்கத் தயாராக இல்லை என்று தெரிந்தது.

"எனக்கு வழி வேண்டுவோர் சங்கத்தைப்பற்றிச் சிறிது தெரியும்" என்றார் ராமதாஸ்.

"எப்படி?"

"பல காலமாகவே எனக்கு சங்கத்துடன் தொடர்பு இருக்கிறது. என்னுடைய அத்தாட்சிப் பத்திரங்களைப் பாருங்கள், தெரியும். பல

ஆண்டுகள் நான் தொழிற்சாலையில் தொழிலாளர்களுடன் பணி புரிந்திருக்கிறேன். அவர்களுடைய துயரம் நிரம்பிய வாழ்க்கையைக் கேட்க விரும்பினால் சொல்கிறேன். மக்களுடைய துன்பங்கள் சுமித்திரா தேவிக்கு நன்றாகத் தெரியும். அதனால் தான் அவள் சங்கத்தின் தலைவியாக இருக்கிறாள். தியாகத்தின் உன்னதத்தை அந்தச் சங்கத்தில் தான் பார்க்க முடியும்.''

ராமதாஸ் மேலும் ஏதோ சொல்லத் தொடங்கியபோது அறையின் திரைச்சிலையை விலக்கிக் கொண்டு ரோஸன் அவர்கள் உள்ளே வந்தார்.

``அவசரமாகப் போக வேண்டியிருக்கிறது. தங்கள் மேஜையின் மீது ஒரு கடிதம் வைத்திருக்கிறேன். நாளைக்கே எனக்கு அதில் குறிப்பிட்டுள்ளவற்றிற்கு விவரங்கள் தேவை'' என்று சொல்லிவிட்டு வெளியே சென்றார்.

ராமதாஸும் அபூர்வனும் கடியாரத்தைப் பார்த்தார்கள். மணி நான்கு.

29

சனிக்கிழமை மாலை அலுவலக நேரம் முடிந்து விட்டது. ராமதாஸும் அபூர்வனும் பொதுக் கூட்டத்திற்குப் புறப்பட்டனர். அவர்களுக்கு வண்டி கிடைக்காததால் கூட்டம் ஆரம்பிக்கும் நேரத்திற்குப் போய்ச் சேர்ந்து விடவேண்டும் என்று இருவரும் கால்நடையாகவே கிளம்பினார்கள்.

அபூர்வன் வழியில் பேசவே இல்லை. அவன் சிந்தனை முழுவதும் பொதுக்கூட்டத்தின் மீதே இருந்தது. கூட்டத்தில் என்ன பேச வேண்டும், எப்படிப் பேச வேண்டும் என்று முன்பே எழுதி, படித்து உருப்போட்டு வைத்திருந்தான். பாரத தேசத்தில் எப்போது பஞ்சாலைகள் தோன்றின என்பதிலிருந்து தற்போதைய தொழிற்சாலை வரை கணக்கொடுத்துக் கொண்டான். பாரத நாட்டில் பஞ்சாலை தொடங்கியதால் இங்கிலாந்தில் யந்திர நெசவுத் தொழில் எவ்வளவு பாதிக்கப்பட்டது, அதனால் இங்கிலாந்தின் பஞ்சாலை முதலாளி தொழிலாளிகளுக்கும், பாரததேசத்து பஞ்சாலை வெள்ளை முதலாளிகளுக்கும் பெரிய சச்சரவு ஏற்பட்டது. தொழிலாளர் சட்டம் தோன்றியதும் பிறகு அது முதலாளிகளுடைய செல்வாக்கினால் அது எவ்வளவு மாறுதலடைந்தது, இந்தியத் தொழிலாளர்களுக்கும் இங்கிலாந்து தொழிலாளர்களுக்கும் சம்பளம்,

வீட்டு வசதி இன்றும் பலவற்றிலும் எவ்வளவு வேற்றுமைகள் இருக்கின்றன. இது போன்று பலவற்றை ஒன்று சேர்த்து ஒரு சொற்பொழிவு மாலையாக உரு வாக்கியிருந்தான் அபூர்வன்.

தன் சொற்பொழிவைக் கேட்டால் பாரதி எப்படி ஆச்சரியப்படுவாள் என்று எண்ணினான் அபூர்வன். அவனுக்கு அது பெருமையாகவும் இருந்தது.

அவர்கள் மைதானத்திற்கு வந்தபோது மக்கள் வெள்ளத்தைப் பார்த்து மலைத்துப்போனார்கள். முதல் கூட்டத்திற்கு வந்திருந்தவர்கள் அபூர்வனைப் பார்த்து விட்டு அன்று பேசியவர் இவர்தான் என்று மற்றவர்களுக்குச் சொன்னார்கள். அவன் மேடைக்குச் செல்ல வழி விட்டார்கள்.

டாக்டர் பாபு ஊரில் இல்லை. அவரைத்தவிர சங்கத்தைச் சேர்ந்த அத்தனை பேர்களும் மேடையில் இருந்தார்கள். அபூர்வனைக் கண்டதும் சுமித்திரா தேவி பார்வையினாலேயே அவனை வரவேற்று மேடையிலிருந்த நாற்காலியில் உட்காரச் சொன்னார். அப்போது கூட்டம் ஆரம்பமாகியிருந்தது. ஒரு பஞ்சாபிக்காரன் உணர்ச்சி வசப்பட்டுப் பேசிக் கொண்டிருந்தான். அவன் தொழிலாளியோ அல்லது தொழில் அலுவலகத்தில் வேலை செய்து நீக்கப்பட்டவனாகவோ இருக்க வேண்டும். தொழிலாளர் குறைகளை அவன் விவரமாக எடுத்துச் சொன்னான். அவர்கள் அனைவரும் ஒன்று பட்டால் எந்த ஒரு காரியத்தையும் வெற்றிகரமாகச் சென்று முடிக்க முடியும் என்றான்.

அப்போது கூட்டத்தில் சலசலப்பு ஏற்பட்டது. குதிரை போலீஸ் படையினர் பலர் மைதானத்தில் பொது மக்களைச் சுற்றி நின்று கொண்டனர். அவர்களைத் தவிர போலீஸ் படையும் கையில் குண்டாந்தடியுடன் வந்து சூழ்ந்து கொண்டன.

போலீஸ் உயர் அதிகாரி ஒருவன் மேடைக்கு வந்து தலைவி சுமித்திராதேவியிடம் "கூட்டத்தைக் கலைத்து விடுங்கள்" என்றான்.

சுமித்திராவின் உடம்பு இன்னமும் பூரணமாகக் குணமாகவில்லை. அவர் முகம் வெளிறிப் போயிருந்தது. அவர் மெலிந்த குரலில் "ஏன்?" என்று கேட்டாள்.

“தொழிலாளர்களை வேலை நிறுத்தம் செய்யத் தூண்டி விடுகிறீர்கள்.”

“அவர்களைத் தூண்டி விட நாங்கள் விரும்பவில்லை. ஐரோப்பா முதலிய நாடுகளைப்போல் இங்கும் தொழிலாளர்கள் ஒற்றுமையைத்தான் நாங்கள் எடுத்துக் கூறுகிறோம். அவர்கள் ஒன்றுபட்டு வாழவேண்டும் என்று கேட்டுக் கொள்ளத்தான் இந்தப் பொதுக்கூட்டம்” என்றாள் சுமித்திராதேவி.

“இது தொழிற்துறை அமைதியைச் சீர்குலைத்து விடும்.”

கட்டாயம் அப்படி ஒன்றும் நடைபெறாது. இந்த நாட்டின் அரசாட்சியே பெரிய தொழில் முதலாளிகளின் கையில் தான் இருக்கிறது. அவர்கள் தொழிலாளர்களின் ரத்தத்தை உறிஞ்சி தங்கள் பணப் பெட்டியை நிரப்பிக் கொள்கிறார்கள்.

போலீஸ் அதிகாரி குறுக்கிட்டு “இன்னும் ஒருமுறை நீங்கள் இப்படிச் சொன்னால் உங்களைக் கைது செய்யவேண்டியிருக்கும்” என்று கோபமாகச் சொன்னார்.

“ஐயா, எனக்கு உடல் நலமில்லை. நன்றாக இருந்திருந்தால் ஒரு தரம் என்ன, ஓராயிரம் தரம் கூட இந்த மக்கள் முன்னால் உரத்த குரலில் சொல்லியிருப்பேன்.”

போலீஸ் அதிகாரி அவள் துணிவைக் கண்டு ஆச்சரியமடைந்து “நல்லது, விரைவாகக் கூட்டத்தை முடித்து விடுங்கள். கூட்டத்தைக் கலைக்கத்தான் வந்தேனே தவிர அதை நாசமாக்க வரவில்லை. உங்களுக்குப் பத்து நிமிஷம் அவகாசம் கொடுக்கிறேன். அதற்குள் ஏதாவது பேசி விட்டு கூட்டத்தினரை அமைதியாகக் கலைந்து போகச்சொல்லுங்கள்” என்றார்

அபூர்வனைப் பார்த்து சுமித்திராதேவி “நமக்குப் பத்து நிமிஷம் தான் அவகாசம் இருக்கிறது. தொழிலாளர்கள் ஒன்று படவேண்டும். அவர் ஒன்றுபட்டால் முதாளிகளின் கொடுமைகளிலிருந்து விடுதலை கிடைக்கும் என்று சொல்லுங்கள்” என்றார்.

“நாம் தொழிலாளர்களை ஆத்திரமடையச் செய்தால் அது குற்றமில்லையா?” என்று அச்சத்துடன் கேட்டான் அபூர்வன்.

சுமித்திராதேவி ஆச்சரியத்துடன் "துப்பாக்கியைக் காட்டி மக்களை பயமுறுத்துவது முறையானதா? அனாவசியமான சச்சரவு ஏற்பட்டு ரத்தம் பெருக்கெடுத்து ஓட நான் உடன்படத் தயாராக இல்லை. ஆனால் தொழிலாளர்களுக்கு இழைக்கப்படும் கொடுமைகளை அவர்கள் ஒருநாளும் மறக்க மாட்டார்கள். இதை வலியுறுத்திச் சொல்லி விடுங்கள்"

"இந்தியில் எனக்கு நன்றாகப் பேசவராதே"

"கவலைப்படாதீர்கள் நீங்கள் சொல்வதை அவர்கள் புரிந்து கொண்டு விடுவார்கள். பேசுங்கள்" என்று தூண்டினாள் சுமித்திராதேவி.

அபூர்வன் மெள்ள எழுந்து நின்றான். மேடையிலிருந்த அனைவரையும் பார்த்தான். பாரதியின் பக்கமும் அவன் பார்வை சென்றது. பிறகு ஏதோ தட்டுத்தடுமாறி சொன்னான். அவன் அன்று சொற்பொழிவுக்காகத் தொடுத்திருந்த மாலை எங்கே ஓடி ஒளிந்து கொண்டு விட்டது. அவன் பேசிய பேச்சு வழிவேண்டுவோர் சங்கத்தைச் சேர்ந்தவர் சொல்லக் கூடியதாக இல்லை.

ராமதாஸ் எழுந்தார். சுமித்திராதேவியிடம் "எனக்கு இந்தி நன்றாகத் தெரியும். உத்தரவு கொடுத்தால் நான் உங்கள் செய்தியை விவரமாக ஆனால் சுருக்கமாக மக்களுக்கு. எடுத்துக் கூறுகிறேன்" என்றார்.

பாரதி அவரைப் பார்த்து முகத்தைத் திருப்பிக் கொண்டாள். சுமித்திரா தேவி ஆச்சரியமடைந்து அவரைப் பார்த்தாள். அபூர்வன் அதற்குள் தன் பேச்சை முடித்துக் கொண்டு உட்கார்ந்து விட்டான்.

ராமதாஸ் கூட்டத்தினர் முன் திரும்பி நின்றார் "தோழர்களே! நான் உங்களிடம் பலவற்றை எடுத்துச் சொல்ல விரும்புகிறேன். ஆனால் இவர்கள் தங்கள் அதிகார பலத்தினால் எனக்கு அவகாசம் கொடுக்க மறுக்கிறார்கள். இவர்களை நம்முடன் மோத விட்டவர்கள் முதலாளி வர்க்கம்தான். உங்களுடைய துன்பங்களையும் துயரங்களையும் மற்றவர் எடுத்துச் சொல்வது இவர்களுக்குப் பிடிக்காது. நீங்கள்தான் தொழிற்சாலைகளின் உண்மையான சொந்தக் காரர்கள் நீங்கள் தொழிற்சாலையை இயங்கச் செய்கிறீர்கள். உங்கள் ரத்தத்தை வியர்வையாக வடித்து உழைக்கிறீர்கள். முதலாளிகள் தங்கள் செல்வாக்கைக் கொண்டு உங்களிடமிருந்து

உண்மையை மறைக்கிறார்கள். நீங்களும் மனிதர்கள் தான். முதலாளிகளைப் போல் நீங்களும் மனிதனாக மதிக்கப்பட வேண்டும். மனிதனாக வாழவேண்டும். இதற்கு நீங்கள் ஒரே ஒரு முறை நீங்களும் மனிதர்கள். உங்களை முதலாளிகள் வஞ்சிக்கிறார்கள் என்பதை உணர்ந்தால் போதுமானது."

"நீங்கள் உண்மையை உணராவிட்டால் இப்படியே துன்பத்திலும் துயரத்திலும் உழன்று சாக வேண்டியதுதான். நான் உங்கள்முன் அதிகநேரம் பேசமுடியாது. அதனால் சுருக்கமாகக் கூறி விடுகிறேன். என்னை உங்களுக்குத் தெரியாது. ஆனால் உங்கள் அனைவரையும் எனக்குத் தெரியும். நீங்கள் முதலாளியாக நினைத்து மரியாதை காட்டி மதித்து நடக்கிறீர்களோ அவர் உங்களை மனிதனாகவும் நினைப்பதில்லை உங்களுக்கு நீங்களும் மனிதர்தான் என்ற நினைப்பே இல்லாமல் செய்து விலங்குகளைப் போல் வைத்தே தன் பணப் பெட்டியை நிரப்பிக் கொள்கிறான். ஒரே ஒரு முறை நீங்கள் அனைவரும் ஒன்றாகக் குரல் கொடுத்தால் போதுமானது" என்று சொல்லிக் கொண்டிருக்கும் போதே போலீஸ் உயர் அதிகாரி "நிறுத்து இதனால் அமைதி சீர் குலைந்து போய் விடும்" என்று கத்தினார்.

"ராம்பாபு, பேச்சை முடித்துக் கொள்ளுங்கள். உங்களுக்கு மனைவியும் குழந்தையும் இருக்கிறார்கள்" என்று அவருக்கு நினைவு படுத்தினான் அபூர்வன்.

ராமதாஸ் யார் சொன்னதும் காதில் கேளாதவரைப் போல் உரத்த குரலில் "இவர்கள் கொடுமைக்காரர்கள், உங்கள் உண்மை நிலையை உங்களுக்கு வெளிப்படுத்த இவர்கள் விரும்பமாட்டார்கள். ஆனால் மறைத்து விட முடியாது. உண்மையை யாராலும் உண்மை என்றைக்கும் நிலைத்து நிற்கக் கூடியது" என்றார்.

ஆங்கிலேயே போலீஸ் அதிகாரிக்கு நாமதாஸ் சொன்னது சரியாகப் புரியவில்லை. ஆனால் கூட்டத்திலிருந்த மக்களின் உள்ளத்தில் மறைந்திருந்த உணர்வு தூண்டப் பட்டுவிட்டது என்பதை அவர்கள் முகத்திலிருந்து தெரிந்து கொண்டார். உடனே அவர் உரத்த குரலில் "இது மன்னருக்கு எதிராக நடைபெறும் சதி, துரோகச் செயல்" என்றார்.

மறுவினாடி குதிரைப் படையிலிருந்த நாலைந்து ஆங்கில அதிகாரிகள் குதிரையிலிருந்து கீழே குதித்து மேடைக்கு ஓடி வந்தார்கள். ராமதாஸைப் பிடித்து மேடையிலிருந்து இறக்கினார்கள்.

ராமதாஸ் ஒரு முறை போலீஸ் அதிகாரியைப் பார்த் தார். பிறகு மிகவும் உரத்த குரலில் “தோழர்களே, ஒரு வேளை நீங்கள் மீண்டும் என்னைப் பார்க்க முடியாமல் போகலாம். மனிதனாகப் பிறந்த நீங்கள் அஞ்சி நடுங்கி முதலாளிகளின் பாதங்களில் உங்களை காணிக்கை அளித்துக் கொண்டிராவிட்டால் இவ்வளவு துன்பம் துயரம் அவமானம்...ஏற்பட்டே இருக்காது... என்று அவர் சொல்லிக் கொண்டிருக்கும் போதே போலீஸ் அடக்கு முறை ஆரம்பமாகி விட்டது.

குதிரைப்படையினர் பொது மக்களை தடியால் அடித்து விரட்டினர். மக்கள் பயந்து ஓடும்போது ஒருவர் மீது ஒருவர் மோதிக் கொண்டு விழுந்து பின்னால் வந்தவர்களின் கால்களில் சிக்கி மிதிபட்டனர்.

சில வினாடிகளுக்குள்ளாகவே மேடையிலிருந்த சங்கத்தின் தலைவர்களைத் தவிர மைதானத்தில் ஒரு ஈ, காக்கை கூட இல்லை.

30

சுமித்திராதேவி உடல் நலமில்லாதிருந்ததால் அவளுக்கு ஒரு வண்டி அமர்த்தி அனுப்பி விட்டு பாரதியுடன் புறப்பட்டான் அபூர்வன்.

எதிர்பாராது நடந்த அந்த நிகழ்ச்சி அபூர்வனை திக்கு முக்காட வைத்து விட்டது. மேலும் அவன் கூட்டத்தில் பேசியது அவனுக்கு நினைவு வந்தது. ஒரு பெண்ணான சுமித்ராதேவி போலீஸ் அதிகாரி மிரட்டிய போது கூட அஞ்சவில்லை. உடல் நலமில்லாமல் இருந்தும் அந்த வெள்ளை அதிகாரியின் அச்சுறுத்தலை லட்சியம் செய்யாமல் அவனை எதிர்த்து வாதாடினாள்.

ஆனால் ஆண் பிள்ளையான என்னால் கூட்டத்தில் பேசக்கூட முடியவில்லையே. என்னைப் போன்ற தொடை நடுங்கி இருக்க முடியுமா என்று தன்னையே கேட்டுக் கொண்டான். அதே சமயம் தேச சேவை என்பது அவ்வளவு எளிதானதல்ல.

கோழைகளுக்கு அங்கு இடமில்லை என்பதையும் உணர்ந்தான். அதனால் அவன் பாரதியிடம் “நான் சங்கத்திற்கு வரவில்லை. இனி

எனக்கு அங்கு இடமில்லை. சங்கத்தில் அங்கத்தினனாக இருக்க எனக்குத் தகுதியுமில்லை" என்றான்.

பாரதி சிரித்து "அப்படியானால் உங்கள் வீட்டிற்குப் போகப் போகிறீர்களா?" என்று கேட்டாள்.

"வீட்டிற்கு என்ன? இந்த நாட்டை விட்டே போய் விடுகிறேன்."

"உங்கள் நண்பர் ராமதாஸை போலீஸாரிடமிருந்து விடுதலை செய்து அழைத்து வரவேண்டாமா?"

"போக வேண்டியதுதான். நல்ல வக்கீலாக ஒருவரை ஏற்பாடு செய்து கொண்டு போக வேண்டும். என்னிடம் ஆயிரம் ரூபாய் இருக்கிறது. இது போதுமா? கடிகாரம் இன்னும் சில சாமான்கள் இருக்கின்றன. அவற்றை விற்றால் குறைந்தது ஐந்நூறு ரூபாயாவது கிடைக்கும், பார்க்கலாம். இந்தப் பணத்தைக் கொண்டு அவரை விடுவித்துக் கொண்டு வரலாம் முதலில் அவருடைய வீட்டிற்குச் சென்று அவர் மனைவிக்குச் செய்தியைச் சொல்ல வேண்டும். பாவம், அந்த அம்மாள் குழந்தையுடன் என்ன அவதிப்பட்டுக் கொண்டிருக்கிறாளோ?"

"ராம்பாபு வீட்டிற்குப் போவதானால் வீட்டிற்குப் போய் திவாரியையும் துணைக்கு அழைத்துக் கொள்ளுங்கள்"

"அவன் வேண்டாம். நீங்கள் வாருங்கள்."

"எனக்குச் சில வேலைகள் இருக்கின்றன. நான் எப்படி வருவது?"

"நான் எவ்வளவோ சொன்னேன். அவரைப் பேச்சை முடித்துக் கொள்ளும் படியும் சைகை காட்டினேன். குட்டிச் சுவர் என்று தெரிந்திருந்தும் அதில் போய் முட்டிக் கொள்கிறேன் என்பவனை யார் தடுக்க முடியும்? இந்தத்தொல்லைக்கு நான்தான் காரணம். அவரை இங்கே அழைத்து வந்ததே தவறு."

"நடந்தது நடந்ததுதான். வீணாக நீங்கள் உங்கள் மனதை அலட்டிக் கொள்ளாதீர்கள்."

"மனதில் தோன்றியதைச் சொல்லவும் துணிவில்லாதவன் நான். என் தாயார் மாத்திரம் இல்லாவிட்டால் இந்த வேலையை விட்டு எங்காவது போய்விடுவேன் "

“எங்காவது போவதா?”

“ஆமாம், வேலையை விட்டு ஊருக்குப் போக நினைக்கிறேன். கிராமத்தில் எங்களுக்கு ஒரு வீடு இருக்கிறது. அம்மாவை அழைத்துக் கொண்டு அங்கே போய்விடுவேன்.”

“அங்கே என்ன செய்வீர்கள்?”

“கையிலுள்ள பணத்தைக் கொண்டு சிறிய கடை வைத்து வியாபாரம் செய்வேன்.”

“ஏன் இந்த திடீர் முடிவு?”

“இன்று நான் என்னை உணர்ந்து கொண்டேன். என் தாயாரைத்தவிர எனக்கு யாரிடத்திலும் பற்றோ பாசமோ இருக்கவில்லை.”

“உங்கள் தாயார் உங்களை மிகவும் நேசிக்கிறார்களா?”

“ஆமாம், என் தாயார் வாழ்க்கை முழுவதிலும் துன்பத்திலேயே உழன்று வந்திருக்கிறார். அவரைச் சந்தோஷமாக வைக்காத வரை எனக்கு நிம்மதியே கிடைக்காது. அதனால்தான் கோழையாக இருக்கிறேன்” என்றான் உணர்ச்சியுடன் அபூர்வன்.

பாரதி உடனே பதில் சொல்லவில்லை. அபூர்வனின் கையைப் பற்றிக் கொண்டு மௌனமாக நடந்தாள்.

“ராம்தாஸின் குடும்பத்திற்கு ஏதாவது ஏற்பாடு செய்ய வேண்டும். ஒரு வேலைக்காரி மாத்திரம் இருக்கிறாள். சரியான துணை யாரும் இல்லை. உங்களை அழைத்துச் சென்று அங்கே. விட்டு வர நினைக்கிறேன்” அபூர்வன்.

“நான் கிறிஸ்தவப் பெண்ணாயிற்றே, என்னால் அவர்களுக்கு என்ன உதவி செய்ய முடியும்?” என்றாள் பாரதி.

“உண்மைதான்” என்றான் அபூர்வன். அவன் சொன்ன முறையில் மாறுபாடு காணப்பட்டது.

இருவரும் வீட்டிற்கு வந்து சேர்ந்தனர். அப்போது நன்றாக இருட்டி விட்டது. கீழ்த்தள அறைக்குச் சென்றபோது அதன் ஜன்னல்கள்

திறந்திருந்தன. சாய்வு நாற்காலியில் ஒருவர் உட்கார்ந்து சாய்ந்து கொண்டிருந்தார்.

அவர்கள் உள்ளே காலடி வைத்ததும் நாற்காலியில் உட்கார்ந்திருந்தவர் தலைநிமிர்ந்து அவர்களைப் பார்த்தார். அவர் முகத்தைப் பார்த்த பாரதி மகிழ்ச்சியுடன் "எப்போது வந்தீர்கள் டாக்டர் பாபு?" என்று கேட்டாள்.

அபூர்வன் திகைப்புடன் அவரையே பாரித்துக் கொண்டிருந்தான்.

31

"பாரதி ஒரே சோர்வாக இருக்கிறது. தேனீராவது தயாரித்துக் கொடேன்" என்றார் டாக்டர்.

"தயாரித்துத் தருகிறேன். நீங்கள் வந்தது நல்லதாயிற்று. இப்போதே நீங்கள் இன்ஸினுக்குப் போய்வர வேண்டும்."

"ஏன்?"

"பொதுக்கூட்டத்தில் ராம்பாபு பேசும்போது அவரைக் கைது செய்து விட்டார்கள். அவர் வீட்டுக்குப் போய் ஏதாவது உதவி செய்ய வேண்டும்" என்றான் அபூர்வன்.

"இந்த இரவில் அங்கே போக வேண்டியதில்லை."

"நீங்கள் விரும்பாவிட்டால் நான் போகிறேன். குறைந்தது ராம்பாபுவின் மனைவிக்குச் செய்தியாவது தெரிவிக்க வேண்டும்."

"அபூர்வ பாபு நீங்கள் போனால் இரவு முழுவதும் தேடினாலும் ராம்பாபுவின் வீட்டை உங்களால் கண்டுபிடிக்க முடியாது. பேசாமல் சாப்பிட்டுத் தூங்குங்கள். காலையில் பார்த்துக் கொள்ளலாம்."

டாக்டர் சொன்னதைக் கேட்டு வேறு ஒன்றும் அவரிடம் கேட்காமல் பாரதி தேனீர் தயாரிக்க உள்ளே சென்றாள்.

டாக்டர் மெழுகுவர்த்தியைக் கொளுத்தி மேஜையின் மீது வைத்தார். பிறகு பையிலிருந்த கடிதங்களை எடுத்து அவற்றிற்குப் பதில் எழுதத் தொடங்கினார். இதைப் பார்த்ததும் அபூர்வனுக்கு ஆத்திரமாக வந்தது. "என் நண்பரைக் கைது செய்து அழைத்துச் சென்று விட்டார்கள்.

உங்களுக்குச் செய்தி தெரிந்திருந்தும் கவலையில்லாமல் இருக்கிறீர்கள். உங்களுக்கு அவர் வீட்டுக்குச் செய்தி தெரிவிப்பதை விட கடிதம் எழுதுவதுதான் முக்கியமாகத் தோன்றுகிறது" என்றான்.

"மிகவும் முக்கியம்" என்று அமைதியாகச் சொல்லிவிட்டு தன் வேலையில் ஈடுபட்டார் டாக்டர்.

பாரதி தேனீர் தயாரித்து எடுத்து வந்தாள். தேனீர் கோப்பையை வாங்கிப் பருகினார் டாக்டர். மீண்டும் வேலையில் ஈடுபட்டார்.

"பாபு உங்களுக்கு ஒரு கணம் கூட ஓய்வே கிடைக்காதா?" என்று கேட்டாள் பாரதி.

"ஒரு நாள் ஓய்வு கிடைக்கும். ஆனால் அந்த நாள் இன்னும் வரவில்லை."

ராம்தாஸ் பற்றி அபூர்வன் குழம்பிக் கொண்டிருந்தான் "டாக்டர் பாபு, என் தவறால்தான் ராம்தாஸ் கூட்டத்திற்கு வந்து போலீசாரின் கையில் கிக்கிக் கொண்டார். அவருக்கும் கட்டாயம் தண்டனை கொடுத்து விடுவார்கள்" என்றான்.

"ஏன் தண்டனை கொடுக்காமலுமிருக்கலாம் அல்லவா?" என்றார் டாக்டர்.

"தண்டனை கிடைக்காவிட்டால் அதிர்ஷ்டம் தான். நாட்டுப் பணிக்காக அவர் முன்பு பிரம்படி பட்டிருக்கிறார். இரண்டு ஆண்டுகள் சிறைத் தண்டனையும் அடைந்திருக்கிறார். ஆனால் திருமணமாகி குழந்தை பிறந்த பிறகும் அவர் துணிச்சல் காரராகவே இருக்கிறார். நாட்டுப்பற்றில் அவருக்கு இணையாக வேறு ஒருவரைச் சொல்ல முடியாது."

"அடிமை என்ற எண்ணம் உள்ளத்தில் கொழுந்து விட்டு எரிந்து கொண்டிருக்கும் போது அவர் போன்றவரால் எப்படி சும்மா இருக்க முடியும்? ஆங்கிலேயர் அலுவலகத்தில் கைநிறைய சம்பளம் பெறும் வேலை, மனைவி, மகள் ஆகிய எதுவுமே அவருடைய விடுதலை வேட்கையின் முன்நிற்க முடியாது."

ராமதாஸை அவர் கேலி செய்வதாக எண்ணினான் அபூர்வன். அதனால் ஆத்திரமாக "நீங்கள் அவரை கேலி செய்கிறீர்கள்" என்றான்.

"நான் அவரைக் கேலி செய்யவில்லை. அவருடைய உண்மை நிலையைத்தான் சொன்னேன்."

"நீங்கள் கேலிதான் செய்தீர்கள்" என்றாள் முன் போலவே அபூர்வன்.

பாரதி இந்த சர்ச்சையைக் கேட்டு உள்ளிருந்து வந்து "அபூர்வ பாபு நீங்கள் யாருடன் பேசுகிறீர்கள் என்பது நினைவிருக்கிறதா? உங்களுக்குப் பித்துப் பிடித்து விட்டதா?" என்று கேட்டாள்.

"எனக்கு எதுவும் பிடிக்கவில்லை. இவர் யாராக வேண்டுமானாலும் இருக்கட்டும். ராம்பாபுவின் கால் தூசிக்கு கூட இவர் சமமாக மாட்டார்."

பாரதி கோபத்தால் உடல் நடுங்க "அபூர்வ பாபு, உங்களைப் போன்ற பைத்தியக்காரர்களுக்கு சங்கத்தில் இடமில்லை. இங்கிருந்து உடனே போய்விடுங்கள்" என்று கத்தினாள்.

அபூர்வன் எழுந்தான். டாக்டர் அவனைத் தடுத்து "உட்காருங்கள் அபூர்வ பாபு. நான் ரயிலடிக்குப் போகும் போது உங்களை உங்கள் வீட்டில் கொண்டு விடுகிறேன்" என்று சொல்லிக் கொண்டே தட்டில் வைத்திருந்த பிஸ்கொத்துகளை எடுத்துத் தன் சட்டைப் பையில் போட்டுக் கொண்டார்.

அதைப் பார்த்து பாரதி. "பாபு, இப்பொழுதே புறப்படப் போகிறீர்களா?" என்று கேட்டாள்.

"ஆமாம் அம்மா. அதற்காகத் தான் அபூர்வ பாபுவை உட்காரச் சொன்னேன். நீங்களே என்மீது சந்தேகப்பட்டால் நான் எப்படி வாழ்வேன்?" என்று கோபமடைந்தவரைப் போல் சொன்னார் டாக்டர்.

பாரதி பதில் சொல்ல விரும்பினாள். அபூர்வன் தலைநிமிர்ந்தான். அப்போது அவர்கள் கண்ட காட்சி இருவரையும் திகைக்க வைத்து விட்டது. மேல் நாட்டு முறையில் உடை உடுத்தியிருந்த ஒருவரும் ராமதாஸும் உள்ளே வந்தார்கள். ராம்தாஸ் நேராக டாக்டர் முன் வந்து அவர் பாதங்களைத் தொட்டு வணங்கினார். அபூர்வன் ஆச்சரியத்துடன் டாக்டரின் முகத்தையே பார்த்துக் கொண்டிருந்தான். அவன் வாயிலிருந்து ஒரு சொல்லும் வெளிப்படவில்லை.

மேல் நாட்டு முறையில் உடை உடுத்தியிருந்தவர் டாக்டருக்கு சலாம் செய்தார். பிறகு "ஜாமீன் கொடுத்து அழைத்து வர நேரமாகி விட்டது. இவர்மீது அரசாங்கம் வழக்குத் தொடுக்காது" என்றார்.

"கிஷன் அரசாங்கத்தை நீ நன்றாகப் புரிந்து கொள்ளவில்லை" என்றார் சிரித்துக் கொண்டே டாக்டர்.

ராம்தாஸ் மகிழ்ச்சியுடன் "டாக்டர் பாபு, நீங்கள் மைதானத்திலிருந்து என்னுடன் போலீஸ் நிலையம் வரை வருவதைக் கவனித்தேன். அதன் பிறகு தான் நீங்கள் எங்கோ மறைந்து விட்டீர்கள்" என்றார்.

"எங்கே மறைவது ராம் பாபு. இன்றிரவே நான் புறப்பட வேண்டியிருக்கிறதே"

"அன்று ரயில் நிலையத்தில் பார்த்ததுமே தெரிந்து கொண்டேன்"

"அதிருக்கட்டும் தங்கள் வீட்டிற்குப் போகாமல் இங்கே எதற்காக வந்தீர்கள்?

"தங்கள் திருவடியில் வணங்கத்தான் வந்தேன். புனா மத்திய சிறையில் நான் இருக்கும் போதுதான் தங்களையும் அங்கே அழைத்து வந்தார்கள். அப்போது உங்கள் திருவடிகளை வணங்க சந்தர்ப்பம் கிடைக்கவில்லை. ஏன் பாபு, நீல காந்த ஜோஷி என்ன ஆனார்? அவரும் உங்களுடன் தான் சிறையிலிருந்து தப்பினார்."

"இல்லை. அவனால் சிறையின் சுவரைத்தாண்ட முடியவில்லை. அவனைப் பிடித்து நாடு கடத்தினார்கள். பிறகு தூக்கிலும் போட்டு விட்டார்கள்."

"உங்களுக்கு மரண தண்டனை கிடைத்தது?" என்று கலங்கிய உள்ளத்துடன் கேட்டார் ராமதாஸ்.

டாக்டர் புன்னகை செய்தார். அவருடைய புன்னகையைக் கண்டதும் அபூர்வனுக்கு மெய்சிலிர்த்தது.

"பிறகு என்ன நடந்தது?" என்று கேட்டார் ராமதாஸ்

"சிறையிலிருந்து தப்பியவன் பாங்காக்கின் பயங்கர மலைப் பிராந்தியத்தின் வழியே டேவாய் வந்தேன். டேவாய் காட்டில் எனக்கு ஒரு யானைக்குட்டி கிடைத்தது. அதை விற்றுக் காசை எடுத்துக் கொண்டு ஒரு

நாட்டுப் பாய்மரக் கப்பலில் அரக்கான் போனேன்... இன்று போலீஸ் நிலையத்தில் ஒரு நண்பரைச் சந்தித்தேன். வி.ஒ.செலியா என்ற பெயருடைய அவர் என்னிடம் அளவு மீறி அன்பு வைத்திருப்பவர். சிங்கப்பூரில் வெகுநாட்கள் தேடி விட்டு இங்கு வந்திருக்கிறார். ஆனால் அவர் என்னை அடையாளம் தெரிந்து கொள்ளவில்லை. தெரிந்தால் என் கழுத்தைப் பிடித்து அங்கேயே..." என்று பலமாகச் சிரித்தார் டாக்டர்.

அபூர்வனுக்குப் பொங்கி வந்த அழுகையை அடக்க முடியாமல் அறையிலிருந்து வெளியேறினான்.

32

வழக்கறிஞர் கிருஷ்ணய்யரும் ராமதாஸும் விடை பெற்றுச் சென்ற பிறகு டாக்டர் "ஏன் பாரதி, அபூர்வ பாபு வீட்டிற்குப் போயிருப்பாரோ?" என்று கேட்டார்.

"போயிருக்க மாட்டார். இங்கேயே எங்காவது போயிருப்பார். வந்து விடுவார்" என்றாள் பாரதி. சிறிது நேர மௌனத்திற்குப் பிறகு எதையோ நினைத்து கொண்டவளைப் போல் "பாபு, நீங்கள் சுமித்திரா தேவியைப் போய் பார்க்க வில்லையா? அவர் உடல் நலமில்லையே. அவருக்கு மருத்துவம் செய்யக் கூடாதா?" என்று கேட்டாள்.

டாக்டர் மிகச் சாதாரண முறையில் "உடல் நலமில்லை யென்றால் ஒரு நல்ல டாக்டரைப் பார்த்து மருத்துவம் செய்து கொள்ள வேண்டியது தானே?" என்றார்.

"உங்களை விட பெரிய டாக்டர் யார் இருக்கிறார்? கற்ற வித்தையை விட்டு விட்டு, நாட்டுப் பணி, சமூகப்பணி, என்று ஓடிக் கொண்டேயிருக்கிறீர்களே, உங்களுக்கு வேண்டியவர்களாகவுள்ள யாராவது இறந்தால் கூட அவரை அடக்கம் செய்யக்கூட நேரம் இருக்காது போலிருக்கிறது. ஏன் இப்படி ஓடிக் கொண்டிருக்கிறீர்கள்?" என்று கேட்டாள்.

உண்மையில் சுமித்திரா யார்? டாக்டருக்கும் அவளுக்கும் என்ன தொடர்பு? எப்போது சுமித்திராதேவி இந்த சங்கத்திற்கு வந்து சேர்ந்தாள் என்பதெல்லாம் பாரதிக்குத் தெரியாது. அதை ஆராய்ந்து தெரிந்து கொள்வது சங்கக் கட்டுத் திட்டங்கள் தடுக்கப்படுகிறது.

சுமித்திரா படித்தவள். சிறந்த அறிவாற்றல் உள்ளவள். எல்லாவற்றையும் விட திடமான உள்ளம் படைத்தவள். சங்கத்தின் உயிர் நாடி போன்றவள். அப்படியும் அவளுக்கும் மனிதாபிமானம் இருந்தது. ஆசா பாசங்கள் இருந்தன. பலவீனமும் இருந்தது அன்று அவளுடைய பலவீனம் அபூர்வன் பாரதி முன்னால் சிறிது வெளிப்பட்டது. டாக்டர் ஊர் புறப்படும்போது அவள் கண் கலங்கி விட்டாள். அன்றிலிருந்து மற்றவர்களிடமிருந்து பிரிந்து தனியாக இருக்கிறாள். இது நினைவுக்கு வந்ததும் பாரதி வருத்தமடைந்தாள்.

டாக்டர் சாய்வு நாற்காலியில் உட்கார்ந்து கொண்டார். தூக்கம் வருவதாகச் சொல்லி கண்களை மூடிக் கொண்டார்.

அவர் தூங்க விரும்புகிறார் என்பதை உணர்ந்த பாரதி "பாபு, படுக்கையில் படுத்துக் கொள்ளுங்கள்" என்றாள்.

"நீ எங்கே படுத்துக் கொள்வாய்?" என்று கேட்டார்.

"பக்கத்து அறையில் படுத்துக் கொள்கிறேன்."

டாக்டர் எழுந்து கட்டிலில் விரிக்கப்பட்டிருந்த பாரதியின் படுக்கைக்குச் சென்று படுத்துக் கொண்டார். "மன்னர்களும் பணக்காரர்களும் படுக்கும் படுக்கையைப் போல் இருக்கிறதே. இதன் சுகத்தை அனுபவிக்க எனக்கு நேரமில்லையே!"

"பொறாமை, பந்தபாசம், எதுவுமே உங்களுக்கு இல்லை என்று சொல்கிறார்கள். அதனால்தான் உங்கள் மனம் கற்பாறை போன்று கடினமாகிவிட்டது" என்றாள் பாரதி.

அந்தக் கல்லிலும் சிறு ஈரம் இருந்தது. அதுதான் நாட்டுப்பணி, அதற்கு ஈடு இணை கிடையாது என்று பாரதி எண்ணினாள்.

"ஒருநாள் பாபு, நானும் சுமித்திராதேவியும் ஒரு தொழிற்சாலைக்குச் சென்றிருந்தோம். அங்கே பெரிய பாய்லர் ஒன்றிருந்தது. அதைப் பார்த்துக் கொண்டிருந்தபோது அதன் அடிப்பாகக் கதவு திறந்தது. பயங்கரமாக அதனுள் தீ எரிந்து கொண்டிருந்தது. உலகத்தையே போட்டால் உடன் சாம்பலாக்கி விடக்கூடிய சக்தி படைத்ததாக அது இருந்தது. அந்த பெரிய தொழிற்சாலையே பாய்லரின் சக்தியால் இயங்குகிறது என்று தெரியவந்தது. அப்போது தேவி என்னிடம் "இந்த பாய்லரை நினைவில் வைத்துக் கொள்,

நமது டாக்டரின் உண்மையான உருவம் இந்த பாய்லரைப் போன்றது என்று சொன்னாள்'' என்றாள் பாரதி.

''அதிருக்கட்டும். அபூர்வன் எங்கே போனான் என்று தேடிப் பாரேன்'' என்றார் டாக்டர்.

''அவர் போய் விட்டார் என்றே தோன்றுகிறது''

''இருட்டிலா? தனியாகவா போனார்?''

''ஆமாம்'' என்று கூறி அவர் படுக்கையின் கொசு வலை அவிழ்த்து விட்டாள் பாரதி ''உங்களுக்கு ஸ்வயகாசி என்று ஏன் பெயர் வைத்தார்கள்?''

அதா? அது பெரிய கதை எனக்கு என்னவோ அனைவரையும் போல் பிறந்ததும் பெற்றோர் ஏதோ பெயர் வைத்தார்கள், பள்ளியில் ஆசிரியர் தான் எனக்கு இந்தப் பெயர் வைத்தார். அதனால் எனக்குப் பெற்றோர் வைத்த பெயர் மறந்து போயிற்று. நான் அவர் தோட்டத்தில் மாமரத்திலிருந்து மாங்காயை அடித்துத் தின்பேன். ஒரு நாள் மாங்காயைக் கல்லால் அடிப்பதைப் பார்த்தார். அவரிடம் பயந்து கொண்டு ஓடிவரும்போது படிகளில் தடுக்கிக் கீழே விழுந்தேன். கல்லெறியும் வலது கை ஒடிந்து போயிற்று. இதைக் கேட்டு ஆசிரியர் மகிழ்ச்சியடைந்தார். இனி மாங்காய் பறி போகாது என்று எண்ணினார். மறுநாளே நான் இடது கையினால் கல்லெறிந்து மாங்காய் பறித்துத் தின்றேன். இது ஆசிரியருக்குத் தெரிந்தது. அவர் எனக்கு ஸ்வயகாசி என்று பெயர் வைத்தார்'' என்றார்.

பாரதி சிரித்து ''நீங்கள் சிறு வயதில் மிகவும் துடுக்காக இருந்திருக்கிறீகள்.'' என்றாள்.

''அது ஒரு காலம். என் வாழ்க்கையில் எவ்வளவோ மகிழ்ச்சிகரமானவையும் குறுக்கிட்டிருக்கிறது இன்பமயமான சம்பவமும் நடந்திருக்கின்றன. ஒரு சமயம் எங்கள் வீட்டிற்குத் திருடர்கள் வந்தார்கள். அவர்கள் பொருள்களைக் கொள்ளையடித்துக் கொண்டிருந்ததைப் பார்த்து என் அண்ணா கோபமடைந்து அவர்களை அடித்து விரட்ட எண்ணினார். அப்போது கிராம மக்கள் அவரைப் பிடித்துக் கொண்டார்கள். திருடர் தலைவன் வீட்டுச் சாமான்களைத் தெருவில் போட்டுக் கொளுத்துவதையும் ஒருவரும் தடுக்க முடியவில்லை. என் அண்ணன் ஒன்றும் செய்ய முடியாமல்

கத்தினார். இதைப் பார்த்த திருடர் தலைவன் டேய்! ஏன் கத்துகிறாய். பொறு அடுத்த மாதம் திரும்பி வருகிறேன். அப்போது உன்னைப் பார்த்துக் கொள்கிறேன்? என்று சொல்லிச் சென்றான். என் அண்ணன் மாஜிஸ்டிரேட்டிடம் சென்று தனக்கு ஒரு துப்பாக்கி கொடுக்கும்படி கேட்டார். ஒரு சமயம் என் அண்ணன் ஒரு வெள்ளைக்கார இன்ஸ்பெக்டரின் காதைக் கடித்து விட்டார். அதனால் மாஜிஸ்டிரேட் துப்பாக்கி கொடுக்க மறுத்து விட்டார். அடுத்த மாதம் சொன்னவிதம் திருடர்கள் வந்தார்கள். அவர்களைக் கண்டதும் வீட்டிலிருந்தவர்களும் கிராமத்தவரும் எங்கோ ஓடி விட்டார்கள். அண்ணன் மாத்திரம் திருடர்களை எதிர்த்துப் போராடினார். அவர்கள் கைத்துப்பாக்கி வேலை செய்தது. திருடர்கள் சென்ற பிறகு ஊர்மக்கள் வந்தார்கள். அப்போது நான் சிறுவன். என்னை அண்ணன் அழைத்தார். நான் அழுதுகொண்டே அருகில் சென்றேன். என்னைப் பார்த்து "நீயும் இவர்களைப் போல் அழாதே. நாட்டை ஆளும் ஆசையினால் மனிதனாகக் காணப்பட்ட ஒருவனுக்குப் பாதுகாப்பு அளிக்காத வெள்ளையனை மறக்காதே, மன்னிக்காதே" என்று சொன்னார். மறுகணம் அடிமை நாட்டில் இருக்க விரும்பாமல் விடைபெற்றுச் சென்று விட்டார்." என்றார்.

பாரதி கலங்கிய கண்களுடன் "ஏன் அண்ணா நீங்கள் ஆங்கிலேயருடன் சமாதானமாகப் போகக் கூடாதா?" என்று கேட்டாள்.

"நம் நாட்டை அவர்கள் கைப்பற்றிக் கொண்டார்கள் அதற்காக நான் அவர்களை விரோதியாக நினைக்கவில்லை. ஒரு சமயம் முகம்மதியர்களும் நம் நாட்டைக் கைப்பற்றி ஆட்சி புரிந்தார்கள். ஆனால் மனித உரிமையை முழுவதும் வெள்ளையரைப் போல் வேறு யாரும் பறித்ததே இல்லை. மனிதர்களை விலங்கு இனத்திற்குத் தாழ்த்துவதே அவர்கள் குறிக்கோள். இதை நாட்டு மக்கள் உணர்ந்தால் போதுமானது."

கடிகாரத்தில் நான்கு மணி அடித்தது.

வெள்ளையரின் மீது டாக்டர் சுமத்திய பெரிய குற்றச்சாட்டை அவளால் உண்மை என்று நம்பவும் முடியவில்லை, பொய் என்று விட்டுவிடவும் இயலவில்லை.

33

பாரதி சமையல் வேலையில் ஈடுபட்டிருந்தாள். இரவு சாப்பாட்டை விரைவில் முடித்துக்கொண்டு படுக்கலாம் என்று எண்ணியிருந்தாள்.

அப்போது சுமித்ராதேவியிடமிருந்து ஒரு ஆள் கடிதம் எடுத்து வந்திருந்தான் அதில் சுருக்கமாக "உடனே இந்த நண்பருடன் புறப்பட்டு வா என்று தேவி எழுதியிருந்தாள்.

யாருக்கு என்ன ஆபத்தோ என்று ஒன்றும் புரியாமல் சமையலை அப்படியே போட்டு விட்டு கடிதம் எடுத்து வந்தவனுடன் புறப்பட்டாள் பாரதி.

தெருவை அடைந்ததும் அவளுக்குத் தெரிந்த ஒரு வண்டி நின்றிருந்தது? வண்டிக்காரன் வேறு ஒருவனாக இருந்தான். சுமித்திராவின் வீடு அருகாமையில் தான் இருந்தது. அங்கே போக வண்டி தேவையில்லை. அதனால் பாரதி கடிதம் எடுத்து வந்தவனைப் பார்த்து "ஹீராசிங் தேவி எங்கே இருக்கிறார்?" என்று கேட்டாள்.

ஹீராசிங் பஞ்சாப் மாநிலத்தைச் சேர்ந்தவன். முதலில் அவன் ஹாங்காங்கில் போலீஸில் பணி புரிந்தான். அதை விட்டு இப்போது ரங்கூனில் தபால் தந்தி பிரிவில் பணி புரிகிறான். அவன் மெல்லிய குரலில் "சுமார் நான்கு மைல் தூரத்தில் ஒரு இடத்தில் ரகசிய கூட்டம் ஒன்று நடக்கிறது. அதற்குத்தான் தங்களை அழைத்து வரச் சொன்னார்கள்" என்றான்.

பாரதி அதற்கு மேல் ஒன்றும் கேட்கவில்லை. வண்டியில் போகும் சமயம் பாரதிக்குச் சிறிது அச்சமாகவும் இருந்தது. கைத்துப்பாக்கியை எடுத்துவராமல் போனோமே என்று எண்ணினாள். வண்டியைத் திருப்பி வீட்டிற்குச் சென்று எடுத்துச் செல்லலாமா என்றும் ஒரு சமயம் நினைத்தாள்.

ஆனால் தேவியின் அவசர அழைப்பை எண்ணி மௌனமாகி விட்டாள்.

ஹீராசிங் தந்தி அலுவலக உடையுடுத்தி சைக்கிளில் வந்து கொண்டிருந்தான்.

இரவு சுமார் பத்து மணிக்கு வண்டி ஒரு தோட்டத்தின் நடுவில் சென்று நின்றது. ஹீராசிங் சைக்கிள் விளக்கை எடுத்து பாரதிக்கு வழி காட்டி ஒரு பாழடைந்த பங்களாவினுள் அழைத்துச் சென்றான். கட்டிடத்தைப் பார்த்ததுமே அது பழங்காலத்தில் கட்டப்பட்ட பௌத்தர்களின் மடம் என்று தெரிந்தது.

கட்டிடத்தின் பெரிய கூடத்தின் ஒரு மூளையில் மாடிக்குச் செல்லும் மரப்படிகள் இருந்தன. ஹீராசிங்கின் கையைப் பற்றிக் கொண்டு பாரதி படி ஏறினாள்.

மாடி அறையில் பாய் விரித்துப் பலர் உட்கார்ந்திருந்தனர். சுமித்திராதேவி நடுநாயகமாக உட்கார்ந்திருந்தாள். அவள் அருகில் ஒன்றும் டாக்டர் மாதவன் அருகிலும், மெழுகுவர்த்தி எரிந்து கொண்டிருந்தன.

"இங்கே வா பாரதி. என் அருகில் உட்கார்" என்று டாக்டர் அழைத்தார்.

ஹீராசிங் அறையின் வெளியில் நின்று கொண்டான். அறையில் உட்கார்ந்திருந்தவர்களில் சிலர் அவளுக்கு அறிமுகமாகாதவர்கள். வழக்கறிஞர் கிருஷ்ணய்யர், ராம்தாஸ் ஆகியோரும் இருந்தார்கள். சுமித்திராதேவி தலை நிமிர்ந்து பாரதியைப் பார்த்து "உன் உள்ளத்தின் போக்கு எனக்குத் தெரியும். உனக்கு வருத்தத்தைக் கொடுக்க விருப்பமில்லை. யார் சொன்னதையும் டாக்டர் கேட்கவில்லை... அபூர்வபாபு என்ன செய்திருக்கிறார் தெரியுமா?" என்று கேட்டாள்.

அவள் முகம் வெளிறியது. ஏதோ விபரீதம் நடந்திருக்கிறது என்று அவள் ஊகித்துக் கொண்டாள்.

சுமித்திராதேவி மீண்டும் பேசத் தொடங்கினாள். "ராம் பாபுவை இன்று போதா நிறுவனத்திலிருந்து நீக்கிவிட்டார்கள். அபூர்வபாபுவுக்கும் இதே கதி ஏற்பட்டிருக்கலாம். ஆனால் அவர் போலீஸ் கமிஷனரிடம் சங்கத்தைப் பற்றிய எல்லா விவரங்களையும் சொல்லி மன்னிப்புக் கேட்டுக் கொண்டு விட்டார். அதனால் அவரை வேலையிலிருந்து நீக்கவில்லை. ஹூம்! ஐந்நூறு ரூபாய் சம்பளம் பெறும் பெரிய பதவி அல்லவா?"

“வழி வேண்டுவோர் சங்கம் புரட்சிக்காரர்களுடையது. அவர்களிடம் துப்பாக்கி போன்ற பயங்கரமான ஆயுதங்கள் இருக்கின்றன. இன்னும் நம் நடவடிக்கைளையும் சொல்லியிருக்கிறார். இதற்கு நம் சங்கம் அளிக்க வேண்டிய தண்டனை என்ன?” என்றாள் மீண்டும் சுமித்திராதேவி.

“மரணம்” என்று படுத்திருந்தவன் சொன்னான்.

பாரதி தலைநிமிர்ந்து அவளைப் பார்த்தாள். பதில் ஏதும் சொல்லவில்லை.

“டாக்டர்தான் ஸ்வயகாசி என்பதையும் சொல்லியிருகிறார். ஓட்டலின் பின் புறத்தில்தான் அவர் தங்குவார். அங்கே சென்றால் அவரைப் பிடித்து விடலாம் என்றும் சொல்லியிருக்கிறார். சில ஆண்டுகளுக்கு முன் அரசியல் குற்றத்திற்காக நான் தண்டனை பெற்றவன் என்பதையும் சொல்லியிருக்கிறார்” என்றார் ராமதாஸ்.

“பாரதி, டாக்டர் பிடிபட்டால் அவருக்கு என்ன தண்டனை கிடைக்கும் தெரியுமா? மரண தண்டனையில்லா விட்டாலும் ஆயுள் தண்டனையாவது கொடுத்து விடுவார்கள்” என்று அங்கிருந்தவர்களைப் பார்த்து “நல்லது. அபூர்வபாபுவுக்கு நீங்கள் அனைவரும் என்ன தண்டனை கொடுக்க விரும்புகிறீர்கள்?” என்று கேட்டாள் சுமித்திராதேவி.

டாக்டர், பாரதி இருவரையும் தவிர மற்றவர்கள் ஒரு முகமாக “மரணம்” என்றனர்.

பாரதியின் வாயிலிருந்து ஒரு சொல்லும் வெளிவரவில்லை.

அந்த பருத்த பயங்கரமான தோற்றமுடையவன் வங்காளியில் பேசினான். அவனது வங்காள உச்சரிப்பு சட்காம் பகுதியைச் சேர்ந்தவன் என்று தெரிந்தது. “மரணதண்டனையை நிறைவேற்றும் பொறுப்பை என்னிடம் விட்டு விடுங்கள். துப்பாக்கியோ, கத்தியோ தேவையில்லை. என் கைகளே போதுமானது” என்று தன் கைகளைத் தூக்கிக் காட்டினான்.

“அபூர்வபாபுவை அழைத்து வந்து அவருக்கான தண்டனையைச் சொல்லி விடலாம்” என்றார் ராமதாஸ்.

அபூர்வன் செய்த குற்றத்தை நீதிபதியாகவும் ஜுரர்களாகவும் சிலர் இருந்து ஐந்தே நிமிஷத்தில் விசாரணையை நடத்தி தண்டனையையும்

வழங்கி விட்டனர். சில வினாடிகளில் அபூர்வன் அழைத்து வரப்பட்டான். அவன் கைகள் பின்புறமாகக் கட்டப்பட்டிருந்தது. இடுப்பில் பெரிய பாறை ஒன்றைக் கட்டித் தொங்கவிடப்பட்டிருந்தது. அவனைக் கண்டதும் பாரதி நினைவிழந்து சாய்ந்தாள். டாக்டர் அவளை தன் மடியில் படுக்கவைத்துக் கொண்டார். பாரதி நினைவிழந்ததை மற்றவர் பார்க்கவில்லை.

“அபூர்வபாபு நாங்கள் உங்களுக்கு மரண தண்டனை விதித்திருக்கிறோம். நீங்கள் ஏதாவது சொல்ல விரும்புகிறீர்களா?” என்று சுமித்திராதேவி கேட்டாள்.

“இல்லை” என்று அபூர்வன் தலையசைத்தான்.

அதுவரை ஏதும் பேசாதிருந்த பின் பக்கம் திரும்பி “ஹீராசிங் உன் கைத்துப்பாக்கி எங்கே?” என்று கேட்டார்.

சுமித்திராவைப் பார்த்தான் ஹீராசிங்.

“எங்கே துப்பாக்கியை எடு பார்க்கலாம்” என்று சுமித்திராவிடம் சொன்னார் டாக்டர்.

சுமித்திரா தன்னிடமிருந்த கைத் துப்பாக்கியை எடுத்துக் கொடுத்தாள்.

“வேறு யாரிடம் துப்பாக்கி இருக்கிறது?” என்று கேட்டார்.

வேறு ஒருவரிடமும் இல்லை என்று தெரிந்தது. சுமித்திராவின் துப்பாக்கியைப் பையில் போட்டுக் கொண்டு “நாங்கள் மரண தண்டனை அளித்து விட்டதாகச் சொன்னீர்கள். பாரதி ஒன்றும் சொல்லவில்லையே!” என்றார்.

பாரதி சுய நினைவு வந்து எழுந்து உட்கார்ந்திருந்தாள். அவளைப் பார்த்து விட்டு சுமித்திரா “அவளால் ஏதும் சொல்ல முடியாது” என்றாள்.

“அவள் சொல்ல வேண்டிய அவசியம் இல்லை. அப்படித் தானே பாரதி?” என்று கேட்டார் டாக்டர்.

பாரதி இந்தக் கேள்விக்குப் பதில் சொல்ல முடியாமல் தடுமாறினாள்.

டாக்டர் அவள் தலையை வருடிக் கொண்டே “அபூர்வ பாபு செய்தது பெரியதுரோகம் என்பதில் சந்தேகமே இல்லை. அதை இனி

எந்தவிதத்திலும் மாற்றவே முடியாது. அவனுக்கு என்ன தண்டனை கொடுத்தாலும் தகும். ஆனால் நான் அவனைத் தண்டனை அளிக்காமல் மன்னித்து விட்டு விடவே நினைக்கிறேன். பலவீனமான உள்ளமுடையவனை உறுதியான உள்ளம் படைத்தவனாகச் செய்ய வேண்டும். அந்தப் பொறுப்பை பாரதியிடம் விடலாம். சுமித்திரா, நீ என்ன சொல்லுகிறாய்?'' என்றார்.

''உங்கள் விருப்பத்தை ஏற்றுக் கொள்வதற்கில்லை'' என்றாள் சுமித்திரா.

பருத்த உடலுள்ளவன்தான் மற்றவர்களை அதிகமாகப் பேசினான்.

சுமித்திரா கடுமையான குரலில் ''எங்கள் அனைவருடைய முடிவும் ஒன்றுதான். இவ்வளவு பெரிய துரோகத்தைச் செய்தவனுக்குத் தண்டனை கொடுக்காவிட்டால் நமது சங்கமும், நம் பணிகளும் நாசமாகிவிடும்'' என்றாள்.

''நாசமானால் என்ன செய்யலாம்?:'' என்றார் டாக்டர்.

சுமித்திராவும் மற்றவர்களும் ஒரு குரலாக ''நாட்டின் விடுதலை, நாட்டு மக்களின் நலன் ஆகியவற்றின்முன் நாங்கள் வேறெதையும் ஏற்க மாட்டோம். உங்கள் ஒருவருடைய முடிவினால் எதுவும் நடைபெற முடியாது'' என்றனர்.

அவர்கள் குரலின் எதிரொலி அடங்கியதும் டாக்டர் மிகவும் அமைதியாகப் பேசினார். ''சுமித்திரா. துரோகத்தை மன்னிக்க வேண்டாம். ஆனால் நீங்கள் அனைவரும் ஒன்றை மனதில் பதிய வைத்துக் கொள்ளுங்கள். உங்கள் அனைவருடையதையும் விட என் கருத்து மிகவும் மோசமானது,'' என்று சொல்லி விட்டு பருத்த மனிதனைப் பார்த்து ''விரஜா, நீ ஒரு சமயம் பாட்டோயாவில் பிடிவாதமாக எனக்குத் தண்டனை அளிக்க வேண்டும் என்றாய். இப்போது இந்த விவகாரத்திலும் உன் பிடிவாதத்தைக் காட்டாதே'' என்றார்.

பாரதி தலைகுனிந்து உட்கார்ந்திருந்தாள். அவள் தலை மேல் கைவைத்து டாக்டர் ''கவலைப்படாதே பாரதி. நான் அபூர்வனைக் காப்பாற்றுகிறேன்'' என்றார்.

பாரதி டாக்டரின் கையைப் பற்றிக்கொண்டு "நீங்கள் சொல்லிவிட்டீர்கள். இவர்கள் அபூர்வ பாபுவைக் காப்பாற்றுவதாகச் சொல்லவில்லையே?" என்று கேட்டாள்.

"அவர்கள் சுலபமாகத் தங்கள் முடிவை மாற்றிக் கொள்ள மாட்டார்கள். நான் சொல்லி விட்டேன் அல்லவா? இனி அபூர்வ பாபுவை இவர்கள் தொட முடியாது என்று இவர்களுக்குத் தெரியும்" என்று கூறி சிறிது நேரம் மௌனமாக இருந்தார் டாக்டர். பிறகு "சரியாகத் தூக்கமில்லை. சாப்பாடு இல்லை சிற்சில சமயங்களில் அறைவயிற்றுக்குக் கூடக் கிடைப்பதில்லை. ஆனால் விரஜா, இந்த மெல்லிய கைகளினாலேயே உன் பருத்த உடலை நசுக்கியிட முடியும் அல்லவா?" என்று விரஜனை பார்த்துக் கேட்டார்.

விரஜனின் முகம் சிறுத்தது.

"பாரதி, இனி அபூர்வன் இந்த ஊரில் இருக்க வேண்டாம். அவன் தான் பெற்ற பொன்னாட்டை நேசிக்கிறான். ஆனால் இன்னும் மனப்பக்குவமும், மன உறுதியும் அடையவில்லை. அவன் மனதைப் பக்குவப்படுத்தி, உறுதி உள்ளம். படைத்தவனாகச் செய்வது உன் வேலை. இன்றைய சம்பவத்தை எல்லாரும் மறந்துவிட வேண்டும். ஹும் நேரமாகிவிட்டது. இந்தக் கூட்டம் இத்துடன் முடிவடையட்டும்".

சுமித்திரா உறுதியான குரலில் "ஒரு கூட்டத்தில் பெரும்பாலானவர்கள் கருத்து ஒரு தனி நபரால் புறக்கணிக்கப் படுகிறதென்றால் அதை என்னவென்று சொல்வது? ஆனால் இப்போது நடைபெற்றதை ஒரு கூட்டம் என்று மாத்திரம் கூற வேண்டாம். நீங்கள் இப்படி ஒரு நாடகத்தை நடத்த விரும்பியிருந்தால் முதலிலேயே இதைச் சொல்லியிருக்கலாமல்லவா?" என்றாள்.

"நாடகமும் நன்றாகவே நடந்தது. இதை யாரும் மறுப்பதற்கில்லை" என்றார் டாக்டர்,

"பர்மாவில் நமது வேலைகள் அனைத்தும் பாழாகிவிட்டது. இனி இந்த நாட்டை விட்டு போய்விட வேண்டியது தான்" என்றார் வக்கீல் கிருஷ்ணய்யர்.

"ஓட வேண்டிய காலத்தில் ஓடித்தான் ஆக வேண்டும். காலம், இடம் அதற்கேற்ப நடந்து கொள்ள வேண்டும். ஆனால் இயக்கத்தைக் கைவிட்டுவிட வேண்டிய அவசியமில்லை. ஒரே இடத்தில் தங்குவதற்கு இடம் கிடைக்கா விட்டால் அதற்காகக் குறை கூறுவது நல்லதல்ல. ஹீராசிங் அபூர்வ பாபுவின் கட்டுகளை அவிழ்த்து விடு."

"நாடகத்தின் கடைசி காட்சியையும் நடித்துவிட வேண்டியது தானே? காதலன் காதலி ஒன்று சேர்ந்து நாடகம் மங்களகரமாக முடிய வேண்டும் அல்லவா?" என்றாள் கேலியாக சுமித்திரா.

பாரதி வெட்கத்தால் தலை குனிந்தாள்,

ஹீராசிக் அபூர்வன் கட்டுகளை அவிழ்த்து விட்டான். சுமத்திராவிடம் அவளுடைய கைத்துப்பாக்கியைக் கொடுத்தார் டாக்டர், பிறகு "இவர்களை அழைத்துச் சென்று விட வேண்டும். என்னிடம் மற்றொரு துப்பாக்கி இருக்கிறது." என்று கூறி விரஜனுக்குப் பயங்கரமான சைகை காட்டிவிட்டு அபூர்வனையும் பாரதியையும் அழைத்துக் கொண்டு புறப்படத் தயாரானார்.

"தூக்குக் கயிறை கழுத்திலேயே போட்டுக் கொள்ளப் போகிறார்களா?" என்று சுமித்திரா கேட்டாள்.

"சாதாரண மக்கிப் போன கயிறைக் கண்டு பயப்பட்டால் முடியுமா?"

சுமித்திரா வருத்தம் தோய்ந்த குரலில் "எல்லாம் பாழாகிவிட்டது. போகட்டும். மீண்டும் சந்திப்பு எப்போதோ?" என்றாள்.

"அவசியம் ஏற்படும் போது கட்டாயம் சந்திக்கலாம்."

தூங்கிக் கொண்டிருந்த வண்டிக்காரனை எழுப்பி மூவரும் வண்டியில் ஏறிக் கொண்டனர்.

வண்டி புறப்பட்டது. "இப்போது நாம் எங்கே போகிறோம் பாபு?" என்று கேட்டாள் பாரதி.

அபூர்வ பாபுவின் வீட்டிற்குப் போகிறோம் என்று சொல்லிவிட்டு பாதையில் பார்வையைச் செலுத்தினார்.

வண்டி சுமார் இரண்டு மைல் தூரம் செல்லும் வரை ஒருவரும் பேசவே இல்லை. திடீரென்று வண்டியிலிருந்து இறங்க முயற்சித்தார். "ஏன் பாபு இறங்குகிறீர்கள்?" என்று பாரதி கேட்டாள்.

“இதோ திரும்பி விடுகிறேன். அவர்கள் என்னை எதிர் பார்த்துக் கொண்டிருப்பார்கள். ஏதாவது முடிவு செய்தாக. வேண்டும்” என்றார் டாக்டர்.

“போக வேண்டாம். எங்களுடன் வாருங்கள் என்று பாரதி அவர் கையைக் கெட்டியாகப் பற்றிக் கொண்டாள். அபூர்வபாபு, நாளை மறுநாளே நீங்கள் கல்கத்தா போக முடியாதா என்று கேட்டார் டாக்டர்?:”

“போகலாம்” என்றான் அபூர்வன்.

பாரதி கவலை தோய்ந்த குரலில் “பாபு நாம் ஒருமுறை நம் வீட்டிற்குப் போக வேண்டும்” என்றாள்.

“அவசியமில்லை பாரதி. உங்கள் கடிதங்கள், சங்கத்தின் பதிவுப்புத்தகம், துப்பாக்கிகள், மற்ற சமான்களெல்லா வற்றையும் இத்தனை நேரம் நவதாரா அகற்றியிருப்பாள். சாராயப்புட்டி, உடைந்து போன பிடில் இவைகள் தான் போலீஸார் வரும் போது அவர்களுக்குக் கிடைக்கும். இரவு இரண்டு மூன்று மணிக்கு வந்து சந்திக்கிறேன். எனக்கு ஏதாவது சாப்பிட வைத்திருங்கள்” என்று சொல்லி வண்டியை நிறுத்திக் கீழே இறங்கினார் டாக்டர்.

பாரதி நடுநடுங்கிப் போனாள். “உங்கள் பார்வைக்கு எதுவும் தவறாது. எல்லாருடைய நலனிலும் உங்களுக்கு அக்கறை இருக்கிறது. உலகத்தில் எனக்கு வேண்டியவர் என்று சொல்லிக் கொள்ள ஒருவரும் இல்லை. என்னை வழி வேண்டுவோர் சங்கத்திலிருந்து நீக்கிவிடாதீர்கள்” என்றாள்.

“தேசப்பணியிலிருந்து ஒருவரை நீக்க யாருக்கும் அதிகாரம் கிடையாது. ஆனால் உன் நடவடிக்கைகளை மாற்றிக் கொள்ளவேண்டும்.”

“நீங்களே மாற்றி விடுங்கள்.”

டாக்டர் பதட்டத்துடன் “எனக்குப் பேசநேரமில்லை. வருகிறேன்.” என்று கூறி வேகமாக நடந்து இருளில் மறைந்து விட்டார்.

34

"முப்பதாம் எண் தெரு..." என்று பாரதி சொல்லிக் கொண்டிருக்கும் போது வண்டிக்காரன் "எனக்குத் தெரியும்" என்று துல்லியமான ஆங்கிலத்தில் சொன்னான்.

அதற்குமேல் பாரதி, வண்டிக்காரனுக்கு எதுவும் சொல்லவில்லை. வண்டிக்காரன் ஆங்கிலத்தில் பேசியதைப் பார்த்ததும் அபூர்வனுக்கு மெய் சிலிர்த்தது. இதை பாரதியும் கவனித்தாள்.

சுமார் ஒரு மணி நேரம் வண்டி சென்று கொண்டேயிருந்தது. பாரதியோ, அபூர்வனோ, வண்டிக்காரனோ யாரும் பேசவில்லை. எங்கும் இருள் மண்டிக்கிடந்தது. சரளைக் கற்கள் வேயப்பட்ட தெருவில் இரும்புப் பட்டயம் போட்ட வண்டிச் சக்கரங்கள் உருளும் போது கடகட என்று ஒலி எழும்பிக் கொண்டிருந்தது. வண்டியில் செல்லும்போது ஏற்படும் ஒலியினால் வீடுகளில் தூங்கிக் கொண்டிருப்பவர்கள் விழித்துக் கொள்ளப் போகிறார்களே என்று அபூர்வன் அஞ்சினான்.

வண்டி நேராக அபூர்வனின் வீட்டின்முன்வந்து நின்றது. முதலில் அபூர்வனும் பிறகு பாரதியும் வண்டியிலிருந்து இறங்கினார்கள்.

வண்டியின் முன் வந்து வண்டிக்காரனிடம் "எவ்வளவு பணம் கொடுக்க வேண்டும்?" என்று கேட்டாள் பாரதி

வண்டிக்காரன் சிரித்துக் கொண்டு "ஒரு தம்பிடியும் இல்லை. வந்தனம்" என்று முன் போல ஆங்கிலத்தில் சொல்லி பதிலுக்குக் காத்திராமல் வண்டியைத் திருப்பி ஓட்டிச் சென்றான்.

மாடிப்படிகளில் ஏறிச் சென்று கதவைத் தட்டினான் அபூர்வன். அவன் பின்னாலேயே பாரதியும் சென்று அவன் அருகிலேயே நின்றிருந்தாள்.

திவாரி கதவு திறந்ததும் விளக்கொளியில் முதலில் அவன் பார்வையில் தெரிந்தவள் பாரதி. முதல்நாள் அபூர்வன் பொழுது விடியும் சமயத்திற்கே வீடு திரும்பி வந்தான். இன்றோ இவ்வளவு இரவில் பாரதியுடன் வந்து நிற்கிறான். திவாரி எண்ணியிருந்தது உண்மையாகி விட்டது என்று தீர்மானித்துக் கொண்டான். திவாரிக்கு ஏற்பட்ட ஆத்திரத்தில் அவன் ஒன்றும் சொல்லாமல் தன் அறைக்குச் சென்று படுத்துக் கொண்டான்.

பாரதியிடம் திவாரிக்கு மதிப்பும் மரியாதையும் இருந்தது. அவனுடைய உயிரை அவள் காப்பாற்றினாள். கிறிஸ்துவ மதத்தைச் சேர்ந்தவளாக இருந்தாலும் அவளுடன் அன்போடு பழகி வந்தான். இன்றோ அவன் மனம் அடியோடு மாறிவிட்டது. அவளுடன் அபூர்வனை சேர்த்து என் எனன்னவோ எண்ணினான். அவன் எல்லா வகையிலும் ஜாதியைக்கூட இழந்து விட்டதாகவும் தீர்மானித்துக் கொண்டான்.

வெளிக் கதவை திவாரி மூடித்தாழிடாமல் போனதைக் கண்ட அபூர்வன் "திவாரி கதவை மூடித் தாழிடவில்லையா?" என்று கேட்டான்.

திவாரி பதில் சொல்வதற்குள் பாரதி "நான் மூடித்தாழிட்டு விட்டேன்" என்றாள்.

அபூர்வன் தன் அறைக்குச் சென்றான். அவனது படுக்கை விரிக்கப் படாமல் கட்டிலில் சுற்றியபடியே இருந்தது. அவன் பின்னால் வந்த பாரதி "நீங்கள் சிறிது நாற்காலியில் உட்கார்ந்து கொள்ளுங்கள். நான் படுக்கையைத் தட்டிக் கட்டிலில் விரித்து விடுகிறேன்" என்றாள்.

அபூர்வன் நாற்காலியில் உட்கார்ந்து "திவாரி, குடிக்க ஒரு லோட்டா தண்ணீர் எடுத்துவா." என்றான்.

கட்டிலின் அருகாமையிலேயே முக்காலிமீது கூஜாவில் தண்ணீரும் லோட்டாவும் இருந்தது. அதைச் சுட்டிக்காட்டி பாரதி "இதோ. கூஜாவில் தண்ணீரும் பக்கத்திலேயே லோட்டாவும் இருக்கிறது. படுத்தவனை எழுப்ப வேண்டாம். நீங்களே எடுத்துப் பருகுங்கள்" என்றாள்.

அபூர்வன் எழுந்திருந்து சென்று லோட்டாவில் தண்ணீர் எடுத்து ஒரே மடக்கில் பருகினான். பிறகு படுக்கை விரித்திருந்த கட்டிலில் போய் படுத்துக் கொண்டான். பாரதி கொசுவலையை அவிழ்த்து விட்டு அதன் அடிப்பாகத்தைப் படுக்கையின் அடிபாகத்தில் செருகினாள்.

"நீங்கள் எங்கே படுக்கப் போகிறீர்கள்?" என்று பாரதியைக் கேட்டான் அபூர்வன்.

"பொழுது விடிய இன்னும் சிறிது நேரமே இருக்கிறது. நான் சாய்வு நாற்காலியில் சிறிது சாய்ந்து கொள்கிறேன்" என்றாள் பாரதி.

அபூர்வன் அவள் கையைப் பற்றி "வேண்டாம். என் அருகில் கட்டிலில் உட்காருங்கள்" என்றான்.

பாரதி ஆச்சரியமடைந்தாள். பற்பல காரணங்களால் அபூர்வனும் பாரதியும் ஒரே அறையில் ஒன்றாகவே இரவைக் கழித்திருக்கிறார்கள். இருவரும் எந்த நிலையிலும் தங்களை மறந்ததுமில்லை. தவறுதலாக நடந்து கொண்டதுமில்லை.

“பாரதி, அவர்கள் என் கைகளை முறித்து விட்டார்கள்” என்று அழாத குறையாகச் சிறு பிள்ளைபோல் சொன்னான் அபூர்வன்.

அவன் அருகில் உட்கார்ந்து கைகளைத் தொட்டுப் பார்த்து “கயிற்றால் நன்றாக இறுகக் கட்டியிருக்கிறார்கள். தசை பிய்த்துக் கொண்டிருக்கிறது. ரத்தமும் கட்டியிருக்கிறது. துணியைத் தண்ணீரில் நனைத்துச் சுற்றுகிறேன். கவலைப்படாதீர்கள். இரண்டே நாட்களில் குணமாகிவிடும் என்று கூறிக் குளியலறைக்குச் சென்றாள். அங்கிருந்த துணியைக் கிழித்துத் தண்ணீரில் நனைத்துப் பிழிந்து எடுத்து வந்தாள். அதைக் கயிற்றால் கட்டிய பகுதியில் சுற்றி விட்டாள். “கைகளைத் தடவிக்கொடுக்கிறேன். அப்படியே தூங்குங்கள்” என்றாள் பாரதி.

“நாளை கப்பல் புறப்படுவதாக இருந்தால் நாளையே கல்கத்தாவுக்குச் செல்கிறேன்” என்றான் அபூர்வன்.

“நாளை இல்லாவிட்டால் மறநாள் போகலாம். ஒரு நாளில் எதுவும் நடந்து விடாது.”

“பெரியோர் சொல்லைக் கேட்காவிட்டால் இப்படித்தான் அவதிப்பட வேண்டும். அம்மா என்னைப் போகவேண்டாம் என்று பல முறை தடுத்தாள்.”

“நீங்கள் இந்த ஊருக்குப் போவதை அம்மா விரும்பவில்லையா?”

“ஆமாம். அவள் ஆயிரம் முறை வேண்டாம் என்று சொன்னாள். அவள் சொல்லைத் தட்டிவிட்டு நான் இங்கே வந்தேன். பயங்கரவாதிகள் பலருக்கு நான் விரோதியாகக் காணப்படுகிறேன். இன்று என்னை பகவான் அவர்கள் கையிலிருந்து காப்பாற்றி விட்டார்” என்று சொல்லி அபூர்வன் பெருமூச்சு விட்டான். அவன் சொன்னதையும் பெருமூச்சு விட்டதையும் கேட்டு அருகில் உட்கார்ந்திருந்த பாரதி அவனை விட ஆழ்ந்த பெருமூச்சு விட்டது அவனுக்குத் தெரியாது.

அபூர்வன் ரங்கூனுக்கு வந்தது ஒரு நன்மையுமில்லாமல் போய்விட்டது. இங்கு அவனுக்குப் பலர் விரோதிகளாகி விட்டனர். அவன்

ஊர் திரும்பிய பிறகு வேறு எது நினைவில் இருந்தாலும் ஒரு பெண் அவனுக்காகக் கண்ணீர் பெருக்கிக் கொண்டிருப்பாள் என்பது மாத்திரம் நினைவிற்கு வரவே வராது.

"ரங்கூனுக்கு வந்து வந்து இந்த வீட்டில் அடியெடுத்து வைத்த நாளே உங்கள் தகப்பனாருடன் சச்சரவு ஏற்பட்டது. பிறகு நீதிமன்றத்தில் வழக்கு, அபராதம். என் வாழ்நாளில் மறக்கவே முடியாது. திவாரி எவ்வளவோ எச்சரிக்கை செய்தான், என் வயதில் எத்தனை பேருக்கு ஒரு அலுவலகத்தில் உயர்ந்த பதவியும் ஐந்நூறு ரூபாய் மாதச் சம்பளமும் கிடைக்கிறது? ஹூம் இந்தக் கைக்காயத்துடன் நாலுபேர் முன்னால் நான் எப்படிப் போவேன்?" என்றான் அபூர்வன்.

"காயம் இரண்டு நாட்களுக்குள்ளாகவே ஆறிவிடும்" என்று கூறிக்கொண்டே அவன் நெற்றியை வருடினாள் பாரதி.

இவ்வளவு பலவீனமான உள்ளம் படைத்தவனைக் காதலிக்கத் தொடங்கினோமே என்று பாரதி எண்ணிக் கலங்கினாள். அவள் அபூர்வனை நேசிக்கிறாள் என்பதைச் சங்கத்திலுள்ளவர்களில் பலர் தெரிந்து கொண்டு விட்டனர். அபூர்வன் அவள் பொருட்டு உயிர்ப்பிச்சை பெற்றதால் சங்கத்தைச் சேர்ந்தவர்முன் குற்றவாளியாகக் காணப்படுவாள். சுமித்திரா தேவியோ அவளைக் கேவலமானவளாக எண்ணுவாள். கோழையும் துரோகச் சிந்தனையுமுள்ள இவனையும் மனிதன் என்ற வகையில் உயிர்ப் பலி, அவமானம், முதலியவற்றிலிருந்து காப்பாற்றின திருப்தி இருந்தது.

"இனி என்னை எல்லாரும் ஒன்றுக்கும் உதவாதவன் என்று நினைப்பார்கள். இந்தியர்கள் பி.ஏ., எம்.ஏ.படித்துப் பட்டம் பெற்றால் என்ன? உயர் பதவிகளை ஏற்று அதைக் காப்பாற்றிக் கொள்ள அவர்களுக்குத் தெரியாது" என்றான் அபூர்வன்.

"சரி, சரி. அது கிடக்கட்டும். நீங்கள் தூங்குங்கள்" என்றாள் பாரதி.

"நெற்றியை இன்னும் சிறிது வருடிக் கொண்டிரு."

"எனக்குக் களைப்பாக இருக்கிறது. நீங்கள் அப்படியே தூங்குங்கள்" என்று சொல்லிப் படுக்கையிலிருந்து எழுந்தாள் பாரதி.

பக்கத்து அறைக்குச் சென்றாள். விளக்கு மங்கலாக எரிந்து கொண்டிருந்தது. திவாரி தலை முதல் கால்வரை போர்த்துக் கொண்டு படுத்திருந்தான். அந்த அறையில் ஒரு சாய்வு நாற்காலியிருந்தது. அதில் உட்கார்ந்து சாய்ந்து கொண்டாள். இதே அறையில் இதற்கு முன் இரண்டு முறை மனவருத்தம் ஏற்பட்டிருக்கிறது. ஆனால் இன்று ஏற்பட்டுள்ள வருத்தமோ எல்லையற்றதாகக் காணப்பட்டது.

இன்று அவள் காரணமாகவே அபூர்வன் உயிர் காப்பாற்றப்பட்டது. இது நடந்து இன்னும் ஒருநாள் பூராவும் முடியவில்லை. அதற்குள்ளாகவே அவன் அதை மறந்து விட்டான். வழி வேண்டுவோர் சங்கம், முக்கியமாக டாக்டர் பாபுவுக்குத் துரோகம் செய்தோம் என்ற எண்ணம் கூட அவனுக்கு ஏற்படவில்லை. அவனுக்குத் தன் உயர் பதவியும், கையில் கட்டுப்போட்ட காயமுமே முக்கியமாகத் தோன்றுகிறது.

பாரதி நாற்காலியில் சாய்ந்து கண்களை மூடி இவற்றை நினைத்துப்பார்த்தாள். அவள் எண்ண அலைகள் ஓய்ந்து கண்களைத் திறந்த சமயம் ஜன்னல் வழியே பொழுது விடிந்து கொண்டிருப்பது தெரிந்து மதுபோதை தெளிந்தவளைப் போல் அவள் எழுந்தாள். மிக வேகமாக மாடிப்படிகளில் இறங்கி தெருவுக்கு வந்தாள்.

35

கல்வி புகட்டும், பள்ளியாகவும், வழிவேண்டுவோர் சங்க அலுவலகமாகவுமிருந்த கட்டிடத்தின் உள் பகுதியில் புத்தகங்கள், சாமான்கள் அனைத்தும் எங்கும் சிதறிக்கிடந்தன. பாரதி சாமான்களை எடுத்து ஒழுங்கு படுத்தினாள். புத்தகங்களைப் பொறுக்கி அலமாரியில் கொண்டு வைத்தாள்.

டாக்டர் பாபு நாற்காலியில் உட்கார்ந்து ஒரு புத்தகத்தின் ஏடுகளைப் புரட்டிக் கொண்டிருந்தார். அவர் தலை நிமிர்ந்து "அபூர்வபாபுவை ஒரு உயர்ந்த மனிதனாக எண்ணி விட்டாய்" என்றார்.

பாரதி தன் வேலைகளைச் செய்து கொண்டே "நான் என்றைக்குமே அப்படிப்பட்ட தவறைச் செய்யவில்லை டாக்டர் பாபு. ஆனால் அவர் இவ்வளவு கேவலமான எண்ண முடையவராக மாத்திரம் நான் நினைத்ததே கிடையாது" என்றாள்.

"மனிதன் இவ்வளவு கேவலமான மனப்போக்குள்ளவனாக இல்லா விட்டால் இணையற்ற தூய காதலைப் புறக்கணிப்பானா? போகட்டும். அவன் காப்பாற்றப்பட்டது!"

"நீங்கள் என்னை ஏளனம் செய்கிறீர்கள் பாபு."

"இல்லவே இல்லை. பயங்கரமான ஆயுதங்களைக் கொண்டு மனிதனின் அற்புதமான உயிரை அற்பமாகக் கருதி அழிப்பேனா?"

"மனிதர்களை நீங்கள் கொலை செய்வதாக நான் எப்போது சொன்னேன்? ஆமாம், உங்களால் அப்படிப்பட்ட பயங்கரமான காரியங்களைச் செய்யவும் முடியாது, செய்யவும் மாட்டீர்கள். செய்த துரோகத்தை சில மணி நேரத்திற்குள் மறந்து கையில் ஏற்பட்ட காயத்தையும் ஐந்நூறு ரூபாய் சம்பளம் பெறும் வேலையையும் நினைத்து ஒப்பாரி வைப்பாரா அவர்? நான் அவரிடம் கொண்ட மோகத்தினால்தான் கண் கலங்கினேன் என்று நீங்கள் சொல்வீர்கள். அப்படி ஒரு மோகம் எனக்கு ஏற்பட்டிருந்தால் அது அடியோடு ஒழிய நீங்கள் தான் உதவ வேண்டும். இனி நான் முழுமனத்துடன் தேசப்பணி, சமூகப்பணி ஆகியவற்றில் ஈடுபடப்போகிறேன். அதற்கு உங்கள் ஆசி தேவை" என்றாள் பாரதி.

டாக்டர் கேலியாகச் சிரித்துக் கொண்டே "உன்னை விட அபூர்வபாபுவே மேல். என்றைக்காவது ஒருநாள் உங்கள் இருவருக்கும் ஏதோ ஒருவகையில் சமாதானம் ஏற்படலாம். அதுதான் உனக்குத் தகுதியானது தேசசேவை, சமூகசேவைக்கு ஏற்றதல்ல."

"அப்படியென்றால் எனக்கு என் பிறந்த நாட்டின் மீது பற்று இல்லையா? நாட்டு மக்களை நான் நேசிக்கவில்லையா?" என்று ஆவேசம் வந்தவளைப்போல் கேட்டாள் பாரதி.

டாக்டர் சிரித்துக் கொண்டே "எதையும் நன்றாகச் சோதித்துப் பார்க்காமல் முடிவு செய்ய முடியாதம்மா" என்றார்.

பாரதி முன்போலவே ஆத்திரமாக "உங்களுடைய சோதனைகள் அனைத்திலும் நான் வெற்றியடைந்து விடுவேன். ஆனால் பாபு, உங்கள் நாட்டுப்பணியில் சுயநலம், சந்தேகம் தாழ்வு மனப்பான்மை எதுவுமே இல்லையா?" என்றாள்.

டாக்டர் சிரித்தார். ‘‘நாடு என்றால், காடு, மலை, மரம் செடிகொடிகள், நதிகள் நிறைந்த நிலம்தான் நாடு என்று எண்ணிக் கொண்டிருக்கிறாயா? ஒரு அபூர்வனைப் பார்த்தே உனக்கு உலகத்தீனிடம் வெறுப்பு ஏற்பட்டு விட்டதா? எல்லாவற்றையும் துறந்து துறவறம் மேற்கொள்ளப் போகிறாயா? அங்கே ஆயிரக்கணக்கான அபூர்வன்கள் உன்னைச்சுற்றி அலைவார்களே? இந்த அடிமை நாட்டில் நன்றி கெட்டதனத்தைப் போன்று வேறு ஒன்று இருக்க முடியுமா? ஆயிரமாயிரம் மேடு பள்ளங்களும் ஆபத்துகளும் நிறைந்த தேசப்பணியில் அனுதாபம் காட்டவோ, உதவி செய்யவோ யாரும் வரமாட்டார்கள். உன்னை தீண்டத் தகாதவளைப்போல மக்கள் அகன்று சென்று விடுவார்கள். பிறந்த பொன்னாட்டின் மீது அன்பு கொண்டதற்கு எங்ககளுக்குக் கிடைக்கும் பரிசு வெறுப்பு, துரோகி என்ற பட்டம். சிறை தண்டனை, நாடு கடத்தப்படுதல் ஆகியவையே. இப்படிப்பட்ட சோதனைகளில் ஈடுபட்டு உன்னால் வெற்றி பெறமுடியுமா பாரதி? இந்தத் தொல்லைகளில் அகப்பட்டு அவதிப்படாமல் அபூர்வனுடன் நீ மகிழ்ச்சிகரமாக இருக்க ஆசி கூறுகிறேன். அவன் தன் ஆசாரங்களையும், தான் என்ற கர்வத்தையும் விட்டு ஒருநாள் உன்னிடம் அடைக்கலம் புகக் கட்டாயம் வருவான். இது எனக்கு நன்றாகத் தெரியும்’’ என்றார்.

பாரதியின் கண்களிலிருந்து நீர் பெருகிற்று. ‘‘என்னைப் பலவீனமான உள்ளம் படைத்தவள் என்று ஒதுக்கி அனுப்ப நினைக்கிறீர்களா?’’

‘‘உன்னைப்போன்ற அழகிகளின் நட்பை விரும்பாதவர் இருக்க முடியுமா? அதை தூரத்தான் ஒதுக்கித் தள்ள முடியுமா? ஆனால் நாட்டுப்பணி எப்படிப்பட்டது? அதில் ஏற்படக் கூடிய துன்பம், துயரம், அபாயம், துரோகம் – இருப்பதை, நீயே நேற்று உன் கண்களால் பார்த்தாயே! உன்னைப் போன்ற மென்மையான இதயமுடையவர்களுக்கு அதில் இடமில்லை. அந்தப் பயங்கரத் தீயில் உன்னை இழுத்துச் செல்வதும் முறையல்ல. உன்னிடம் ஒன்றைத்தான் எதிர்பார்க்கிறேன். அந்த நாள் எனக்குப் பூரண விடுதலை கிடைக்கும் நாள் அன்று வரலாம்’’

‘‘அந்த பயங்கரத்தில் நீங்களும் இனி இறக்க வேண்டாம்!’’

‘‘மீண்டும் முட்டாள்களைப்போல் பேசாதே!’’

‘‘அவர்கள் அனைவரும் நெஞ்சில் ஈரமில்லாத கொடுமைக் காரர்கள்.’’

"நான்? சுமித்திரா?"

பாரதி தலை குனிந்து கொண்டாள். அவள் பதில் ஏதும் சொல்லவில்லை.

டாக்டர் பாபு அந்த சிறு இடைவெளி நேரத்தில் தன்னை மாற்றிக் கொண்டார். அவர் அன்பான குரலில் "அபூர்வனை பொறுத்தவரை நீ செய்தது பெரிய தவறு. தேச சேவையில் அவ்வளவு பெரிய பயங்கரங்கள் இருக்கும் என்று அவன் எண்ணியிருக்க மாட்டான். உண்மையில் அவன் அவ்வளவு மோசமானவன் இல்லை. வெளிநாட்டில் வேலை செய்ய வந்தான், ஊரில் தாயார், அண்ணன். அண்ணி, உறவினர் இருக்கிறார்கள். குடும்ப வாழ்க்கையில் ஈடுபட்டு உலகத்தவரைப் போல் நான்கோடு அவனும் சேர்ந்து ஐந்தாக வாழ விரும்பினான். படித்துப் பட்டம் பெற்றவன். அரசாங்கத்தில் பதவி வகித்தவரின் மகன் அடிமையாயிருப்பதைப்பற்றி வெட்கப்படாதவன். உணர்ச்சி வசப்பட்ட வாலிபர்களைப் போல் நாட்டுப்பணிகளில் ஈடுபட விரும்பினான். அதனாலேயே வழி வேண்டுவோர் சங்கத்தில் சேரும்படி நீ சொன்னதும் சம்மதித்து விட்டான். உன்னை அவனுக்கு நன்றாகத் தெரியும். ஆனால் நீயே அவனை படுபாதாளத்தில் தள்ளி அவனை உயிர்ப் பலி வாங்குவாய் என்று தெரியுமா?" என்றார்.

"நேற்று அவர் சிறிதும் வெட்கமில்லாமல் சொன்னதைக் கேட்ட பிறகுமா, அவருக்கு மரியாதை காட்டுவது?"

"நேற்று நீ அந்தக் காட்சியை பார்க்கவில்லை. அவனை அழைத்து வந்து கயிற்றால் கட்டும்போது திகைத்தான். அவன் செய்ததைச் சொன்னதும் இல்லை என்று மறுக்கவில்லை. அவன் செய்த குற்றத்திற்கு மரண தண்டனை என்று சொன்னதும் அவன் நாலாபக்கத்திலும் பார்வையைச் செலுத்தினான், அவன் கண்கள் யாரைத் தேடுகின்றன என்பது எனக்குத் தெரியும். உடனே உன்னை அழைத்து வரச் சொன்னேன்."

"எதற்காக பாபு இவற்றையெல்லாம் சொல்கிறீர்கள்? அவர் செய்த காரியத்தால் உங்களைவிட யாருக்கும் அவ்வளவு ஆபத்து இல்லை என்பது எனக்குத் தெரியும். ஆனாலும் எனக்காக அவர் உயிரைக் காப்பாற்றி யிருக்கிறீர்கள். நீங்கள் அவரைக் காப்பாற்றியதன் மூலம் வெளியில் மாத்திரமின்றி உள்ளேயும் விரோதிகளை ஏற்படுத்திக் கொண்டீர்கள்."

“நான் அபூர்வனையா காப்பாற்ற விரும்பினேன்? இல்லவே இல்லை. கடவுளின் விலைமதிப்பற்ற படைப்பையே காப்பாற்றினேன். விரஜன் போன்ற முரடர்களால் அது அழிய விடலாமா?” என்று கேட்டு பேச்சை நிறுத்தினார் டாக்டர்.

“உங்கள் உள்ளத்தில் இவ்வளவு அன்பும், தயையும் மறைந்திருப்பதை யார் அறிவார்! உங்கள் உயிரைப் பலிவாங்க அரசாங்கம் துடிக்கிறது. பிறந்த பொன்னாட்டின் மக்களே உங்கள் ரத்தத்தைப் பருக தாகத்துடன் திரிகிறார்கள்” என்றாள் பாரதி.

டாக்டர் வேறு பக்கம் திரும்பிக் கொண்டார். சிறுது நேரம் வரை மௌனமாக இருந்தார். பிறகு திரும்பிச் சிரித்தார். அந்தச் சிரிப்பு இயற்கையானதாக இருக்கவிலலை. அவருடைய அன்பான குரல் மறைந்து விட்டது. ஏதோ ஒரு பழைய சம்பவம் அவர் மனதை அழுத்துவது போல் தோன்றிற்று.

“என் வாழ்க்கையில் நடந்த ஒரு சம்பவத்தைச் சொல்கிறேன். நீல காந்த ஜோஷி என்ற மராத்திய வாலிபன். தெருவில் ஒரு பிணம் போவதைப் பார்த்தால் போதும். அவன் கண்கள் கலங்கிவிடும் இலங்கையில் ஒருநாள் இரவு நானும் அவனும் பூங்காவின் சுவரைத் தாண்டி உள்ளே குதித்தோம். எங்காவது ஒளிந்து படுத்து இரவைக் கழிக்க எண்ணினோம். மரபெஞ்சு ஒன்றின் அருகில் சென்றதும் ஒருவன் அதில் படுத்திப்பதைப் பார்த்தோம். அவன் தண்ணீர் வேண்டும் என்று கத்திக் கொண்டிருந்தான். தீக்குச்சியைக் கிழித்து அவனைப் பார்த்தோம். அவனுக்கு காலார நோய் கண்டிருந்தது. நீல காந்தன் அவனுக்குப் பணிவிடைசெய்யத் தொடங்கினான். பொழுது விடியும நேரமாயிற்று. என்னையும் போலீஸ் தேடிக் கொண்டிருக்கிறது. காலரா கண்டவனோ இனி பிழைக்க மாட்டான். ‘இனி இங்கிருப்பது ஆபத்து. வா போகலாம்’ என்று அவனை அழைத்தேன். நீல காந்தன் கண்களில் நீர்மல்க ‘அண்ணா நீ போ, இவனை இந்த நிலையில்விட்டு என்னால் வர முடியாது’ என்றான். அவனை என்னால் சமாதானப்படுத்தி என்னுடன் புறப்படச் செய்ய முடியவில்லை” என்றார் டாகடர்.

“நீல காந்தன் என்ன ஆனார்?” என்று பதட்டமாகக் கேட்டாள் பாரதி.

“காலரா கண்டவன் மிகவும் நல்லவன். எங்களுக்குத் தொல்லை கொடுக்காமல் பொழுது விடிவதற்குள் இறந்து விட்டான். நீலகாந்தன் அதன்பின் என்னுடன் வந்தான். நாங்கள் சிங்கப்பூருக்கு வந்தபோது அவன் போலீஸாரிடம் சிக்கிக் கொண்டான். ராணுவத்தில் ஒற்றர் பிரிவில் பணிபவரின் பெயரைச் சொல்லியிருந்தால் அவன் தப்பியிருக்கலாம். அதைச் செய்யாதது மாத்திரமல்ல. விசாரணையின் போது அவனைக் கேட்ட கேள்விகளுக்கு அவன் பதிலே சொல்லவே இல்லை. அவன் யாருடைய நன்மைக்காக உயிரையும் பலி கொடுக்க முன் வந்தானோ அவர்கள் அவனை அறிய மாட்டார்கள். அரசாங்கம் அவனைத்தூக்கிலிட்டது. அவனைப் போன்ற உண்மையான தேசப்பற்றுள்ள வாலிபர்கள் நம் நாட்டில் தோன்றிக் கொண்டுதான் இருக்கிறார்கள் பாரதி. இல்லாவிட்டால் உன் நிழலிலேயே நான் என் வாழ்நாட்களை கழித்து விடுவேன்!

பாரதி மௌனமாக இருந்தாள்.

டாக்டர் மீண்டும் சொன்னார்! “மனிதனைக் கொல்லும் வேலையை நான் செய்ய மாட்டேன். அதைச் செய்யவும்விட மாட்டேன்.”

“அவசியம் ஏற்பட்டால் கூடவா?” என்று கேட்டாள் பாரதி.

“என்னுடையதும் விரஜனுடையதும் ஒரே மாதிரியான அவசியம் இல்லை.”

“நான் கேட்டது உங்களுடைய அவசியத்தைப் பற்றித் தான்”

“அதைக் கேட்காதே பாரதி!” என்றார் வருத்தமாக டாக்டர்.

“பெரிய லட்சியத்தை அடைய நீங்கள் உலகம் முழு வதும் சுற்றி வருகிறீர்கள். உங்களைப் போன்ற உத்தமனை நான் பார்த்ததே இல்லை. என் வாழ்நாள் முழுவதும் உங்களுக்குப் பணிவிடை செய்தே கழித்து விடுவேன். உங்களுடன் என் போன்றவள் விவாதிப்பது அழகாகாது என்னைத் தவறாக நினைக்காதீர்கள்” என்று கெஞ்சும் குரலில் சொன்னாள் பாரதி.

டாக்டர் சிரித்துக் கொண்டே “உன்னை ஏன் தவறாக நினைக்கப் போகிறேன்” என்றார்.

“நான் கிறிஸ்தவ மதத்தைச் சேர்ந்தவள். ஆங்கிலேயர் நமக்கு நன்மை செய்பவர்கள் என்ற எண்ணத்தில் வளர்ந்தவள். திடீரென்று அவர்களை விரோதிகளாக நினைக்க முடியவில்லை. உங்களிடம்தான் இந்த உண்மையைச் சொல்லுகிறேன். ஆனால் நானும் பாரதத்தின் பெண்தான் என்மீது அவநம்பிக்கை கொள்ளாதீர்கள்.”

டாக்டர் அவள் தலைமீது வலது கையை வைத்து “கவலைப்படாதே. உன்னிடம் எனக்குள்ள அன்பும், நம்பிக்கையும் குறையாது” என்றார்.

“பாபு, புரட்சிக்காரர்களின் கொடிய பாதக வழியை விட்டு வேறு வழியில் செல்ல மாட்டீர்களா?”

“இந்த வழியில் என்ன தவறு இருக்கிறது?”

“பாபு, உங்களை வீணாக உயிர்ப்பலி கொடுக்க நான் விரும்பவில்லை. சுமித்திரா தேவியால் ஒருகால் முடியும். பாரதநாடு அடிமை நிலையிலிருந்து விடுபட்டு சுதந்தரமடைய வேண்டும் என்று நாம் விரும்புகிறோம். இதில் ஒளிவு மறைவே கிடையாது. துன்பம், துயரம், வறுமை, பஞ்சம், பசி ஆகியவற்றால் அல்லல்படும் பாரத மக்களுக்கு உண்ண உணவும், உடுக்க உடையும், இருக்க உறைவிடமும் தேவை. அடிமைத்தளை நீங்கி மக்களுக்கு இவை அனைத்தும் கிடைக்க பயங்கரமான புரட்சி மார்க்கத்தைத் தவிர வேறு வழியே கிடையாது என்பதை என்னால் ஒப்புக் கொள்ளவே முடியாது. உலகம் முழுவதும் சுற்றிய உங்களுக்கு இந்த மார்க்கம்தான் புலப்பட்டதா? உலகம் தோன்றிய காலத்திலிருந்து சுதந்திர வேட்கை கொண்ட மக்கள் கையாண்டு வந்த பலாத்காரப் புரட்சித் தடங்கள் தான் உங்களுக்குத் தென்பட்டதா? உலக மக்கள் ஆராய்ந்தறியும் தன்மையை இழந்து விட்டார்களா? ரத்தக்கறை படிந்த அந்த வழியை விட்டு வேறு பாதையை பின்பற்றிச் செல்ல மாட்டார்களா? இந்த கொள்கை எப்போதும் நியாயமாக இருக்க முடியாது. மனிதத் தன்மையின் முழு உருவத்தையும் உங்கள் ஒருவரிடம் தான் கண்டேன். கொலை பாதக வழியில் செல்லாதீர்கள். அன்பு மார்க்கத்தை அடைத்து விடாதீர்கள். அதை எங்களுக்காகத் திறந்து விடுங்கள். இந்த உலகத்தில் நாங்கள் அனைவரையும் நேசித்து அனைவருடனும் அன்புப் பாதையில் தோளோடு தோள் சேர்ந்து செல்கிறோம்” என்று சொன்னாள் பாரதி.

டாக்டர் மௌனமாக எழுந்து நின்றார். பாரதியின் தலையில் கை வைத்து ஆசி கூறுவது போல் சிறிது அழுத்தி விட்டு "நேரமாகிறது. வருகிறேன் அம்மா என்றார்.

"ஒன்றுமே சொல்லாமல் புறப்பட்டு விட்டீர்களே?"

"எல்லாம் வல்ல இறைவன் உனக்கு ஒரு குறையும் வைக்க மாட்டார்" என்று பதில்சொல்லி விட்டு டாக்டா வெளியே சென்றார்.

36

மாலை வரை தன் வேலைகளைச் செய்து கொண்டிருந்தாள் பாரதி. பிறகு நகரத்தின் ஒரு கோடியில் ஓடிக்கொண்டிருக்கும் நதிக்கரைக்குச் சென்றாள்.

சிறிது தூரத்திலேயே கடலுடன் கலக்கும் அந்த நதியில் சிறிய கப்பல்கள் செல்வதற்கு ஏற்றபடி ஆழமாக இருந்தது. விரோதி நாட்டினர் கப்பல் ஏதாவது அந்த நதி வழியே உள்ளே வந்தால் அதைத்தடுக்க சிறு கோட்டையைக் கட்டி ஆங்கிலப்படை ஒன்றையும் வைத்திருந்தார்கள். உயர் பதவியில் இருப்பவர்கள் அங்கு உல்லாசமாகப் பொழுதைப் போக்க வசதி செய்யப்பட்டிருந்தது. அடர்ந்த மரங்களடங்கிய அந்த நதிக்கரையில் பாதியில் இறங்கி நீராட படிக்கட்டுகள் கட்டியிருந்தார்கள்.

போர்க்காலம் தவிர மற்ற நாட்களில் அங்கே சிப்பாய்களின் கெடுபிடி அதிகமிருக்காது. ஆனால் எல்லாரும் அங்கே போக முடியாது. கௌரவமான குடும்பத்தைச் சேர்ந்தவர்கள் வந்தால் அவர்களைத்தடுக்க மாட்டார்கள்.

பாரதியையும் அவர்கள் கௌரவமான குடும்பத்தைச் சேர்ந்தவளாகக் கருதியதால் அவள் அங்கு செல்வதை யாரும் தடுப்பதில்லை. அவளும் தனக்குப் பொழுது போகாத நேரங்களில் அங்கு சென்று நதிக்கரையில் உட்கார்ந்து இயற்கையின் எழிலைக் கண்டு மகிழ்வாள்.

அன்று அவள் அந்த இடத்திற்குச் சென்று நதிக்கரையில் உட்கார்ந்தாள். மாலை மங்கும் நேரம். பறவைகள் கூடு திரும்பிக் கொண்டிருந்தன. அவற்றின் சுதந்திரமான போக்கைக் கண்டு பொறாமைப்பட்டாள். கதிரவனின் அன்றையக் கடைசிக் கிரணம் மரங்களிடையே பாய்ந்து வந்து கொண்டிருந்தது.

நதியின் இடது பக்கத்திலிருந்து ஒரு சிறிய படகு அவள் உட்கார்ந்திருக்கும் இடத்தை நோக்கி வந்து கொண்டிருந்தது. அது மீனவரின் படகு. அதில் மீனவன் ஒருவன் உட்கார்ந்திருந்தான். அவன் முகம்மதிய இனத்தைச் சேர்ந்தவன். படகு நெருங்கி வந்ததும் மீனவன் “அம்மா அந்தக் கரை போக வேண்டுமா? வாருங்கள். ஒரு அணா கொடுத்தால் போதும்” என்றான்.

“நான் போகவில்லை. வேண்டாம்” என்றாள் பாரதி.

“அரையணா கொடுங்கள். வாருங்கள்.”

படகுக்காரன் போகவில்லை. அவளை வரும்படி தொந்தரவு செய்தான். மீனவர் முரடர்கள். கெட்ட எண்ணமுடையவர்கள் என்று பலர் சொல்லக் கேட்டிருக்கிறாள். அதனால் அவள் எழுந்து நின்று “போகிறாயா, இல்லை சிப்பாயைக் கூப்பிடட்டுமா?” என்று உரத்த குரலில் கேட்டாள்.

தாடியும் மீசையுமான அவன் பூப்போட்ட லுங்கி உடுத்தியிருந்தான். கோடு போட்ட சொக்காய் அணிந்திருந்தான். பூப்போட்ட குல்லாயை முன்பக்கமாக சாய்த்து வைத்துக் கொண்டிருந்தான். பாரதி அவனைக் கூர்ந்து பார்த்தாள். மறுகணம் கலகலவென்று சிரித்து விட்டாள்.

“சிப்பாய்களைக் கூப்பிடுகிறாயா? இல்லை போவதா?ஞ என்றான் மீனவன்.

“ஆமாம். அபூர்வ பாபுவின் விருப்பம் நிறைவேற வேண்டுமல்லவா? சிப்பாய்களைக் கூப்பிட்டு பிடித்துக் கொடுக்க வேண்டியதுதான்” என்றாள் பாரதி. பிறகு “அதிருக்கட்டும். இது என்ன வேடிக்கை பாபு?” என்று கேட்டாள்.

“வா. படகில் ஏறிக்கொள். எல்லாவற்றையும் சொல்கிறேன்” என்றார் டர்க்டர், அவர் கைதேர்ந்த படகோட்டியைப் போல் படகை கரையோரமாகச் செலுத்தி நிறுத்தினார்.

பாரதி ஏறிக்கொண்டதும் படகை வேகமாகச் செலுத்தினார் டாக்டர். சிறிது தூரம் சென்றதும் “அபூர்வ பாபு கப்பலில் முதல் வகுப்பில் பயணம் செய்தாரே, பார்த்தாயா?” என்று கேட்டார்.

“இல்லை” என்று தலையசைத்தாள் பாரதி.

“அவருடைய வீட்டிற்கோ அலுவலகத்திற்கோ செல்ல முடியாது. அவரைப் பார்ப்பதற்காக துறைமுகத்தில் ஒரு ஓரமாகப் படகைக் கட்டிவிட்டு நின்றிருந்தேன். அவரைப் பார்த்து கையைத் தூக்கி சலாம் செய்...”

பாரதி குறுக்கிட்டு “எதற்காகப் பாபு அபாயகரமான காரியத்தைச் செய்யத் துணிந்தீர்கள்” என்று கேட்டாள்.

“எதற்காகவா? நீ ஏன் இங்கே தனிமையில் உட்கார்ந்திருந்தாய் சொல் பார்க்கலாம்!”

பொங்கி வந்த அழுகையை அடக்க முடியவில்லை. பாரதி கண்ணீர் பெருக்கிய வண்ணம் “நான் இன்றுதான் வந்தேனா? அடிக்கடி வருவேன்... அவர் உங்களை அடையாளம் தெரிந்து கொண்டாரா?” என்று கேட்டாள்.

டாக்டர் சிரித்துக்கொண்டே “அடையாளம் தெரிந்து கொள்ளவில்லை. மாறுவேஷம் போடுவது எனக்கு நன்றாகத் தெரியும். தாடி மீசையினுள்ளிருக்கும் என்னை அவர் தெரிந்து கொள்ள முடியாது. அவர் முகத்தில் மகிழ்ச்சியே இல்லை” என்றார்.

பாரதி மௌனமாக இருந்தாள். டாக்டரும் அவள் முகத்தைப் பார்த்துக் கொண்டே துடுப்பை வலித்துப் படகைச் செலுத்தினார்.

“என்ன பாபு சிந்திறீர்கள்?” என்று மௌனத்தைக் கலைத்துக் கேட்டாள் பாரதி.

“நீயே தான் சொல்லேன்” என்றார் டாக்டர்.

“சொல்வதா? பாரதி பெண்ணாக இருந்தாலும் மனித என்னைவிட நன்றாகப் புரிந்துக்கொண்டிருக்கிறாள். உயிரைக் காப்பாற்றிக்கொள்ள உயர் கல்வி படித்துப் பட்டம் பெற்ற ஒருவனும் இவ்விதம் துரோகம் செய்யமாட்டான். நன்றி அன்பு, வெட்கம், மானம் எதுவுமே கிடையாது. செய்தி சொல்லவும் நினைக்கவில்லை. விசாரித்துத் தெரிந்து கொள்ளவும் இல்லை. பயத்தினால் நடுநடுங்கி ஓடிவிட்டான். இதை என்னால் கற்பனை செய்து பார்க்கவும் முடியவில்லை பாரதியோ எல்லாவற்றையும் தெரிந்து கொண்டிருக்கிறாள். எப்படி உண்மைதானே?” என்றாள்.

டாக்டர் மௌனமாக வேறு பக்கமாகத் திரும்பிக் கொண்டு துடுப்பை வலித்து வந்தார்.

“ஒருமுறை என்பக்கம் திரும்பிப்பாரும் பாபு” என்றாள் பாரதி.

டாக்டர் முகத்தைத் திருப்பி அவளைப் பார்த்தார்.

பாரதியின் உதடுகள் துடித்தன. “மனித சுபாவத்தை நீங்கள் எப்படித் தெரிந்து கொள்ளாமல் போனீர்கள் பாபு” என்றாள்.

அவள் சொன்னதை டாக்டர் மறுக்கவும் இல்லை, ஆதரிகவுமில்லை. ஒரு நல்ல சொல்லும் சொல்லவில்லை. ஒருகணம் அவர் கண்கள் கலங்கியதை பாரதி கவனித்தாள்.

படகு அகலமான நதியிலிருந்து குறுகிய கிளை நதியினுள் திரும்பிச் சென்றது.

“பாபு எங்கே போகிறீர்கள்?” என்று கேட்டாள் பாரதி.

“என் வீட்டிற்கு” என்றார் டாக்டர்.

“வீட்டில் வேறு யாராவது இருக்கிறார்களா?”

“உனக்குத் தெரிந்தவர் யாருமில்லை”

“என்னை எப்போது திரும்பி அழைத்து வருவீர்கள்?”

“இன்று இரவு முடியாவிட்டால் நாளைக் காலையில் திருப்பி அழைத்து வந்து விடுகிறேன்.”

“வேண்டாம் பாபு. இப்போதே திருப்பிக்கொண்டு விடுங்கள்.”

“பாரதி என்னை நம்பவில்லையா?”

பாரதி மௌனமாகத் தலைகுனிந்து கொண்டாள்.

“இப்பொழுது உன்னை அழைத்துப் போகுமிடத்திலிருந்து உலகத்தில் யாராலும் உன்னைக் காப்பாற்றிக் கூட்டி வர முடியாது...என் மனதிலுள்ளதைத் தெரிந்து கொள்ளவும் பாக்கி எதுவும் இருக்காது” என்று சொல்லிச் சிரித்தார் டாக்டர்.

“உங்கள் மனதில் உள்ளதைத் தெரிந்து கொள்ளும் அளவுக்கு எனக்கு அறிவில்லை. ஆனால் உங்களைப் போன்ற மனக் கட்டுப்பாடுடையவர் யாரும் இருக்க முடியாது” என்றாள் பாரதி.

டாக்டர் சிறிதுநேரம் மௌனமாக இருந்தார். பிறகு "பாரதி, உன்னை விட்டுப்பிரிவது எனக்கு வேதனையாக இருக்கிறது. நீ என் அன்னை. என் சகோதரி. உன்னிடம் எனக்கு அவ்வளவு நம்பிக்கையில்லா விட்டால் இந்த விவகாரத்தில் நான் தலையிட்டேயிருக்கமாட்டேன். என்னைத் தவிர உலகத்தில் உன் பெருமையை தெரிந்து கொள்ளக்கூடியவர் யாரும் இல்லை. உன் பெருமையை நூற்றில் ஒரு பங்காவது அபூர்வன் என்றாவது ஒருநாள் தெரிந்துக்கொண்டால் அவன் வாழ்க்கை பயனுள்ளதாக இருக்கும். பாரதி, நீ உலகத்திற்குத் திரும்பப் போய்விடு. எங்கள் சங்கத்தில் இருக்காதே. உன் விவகாரத்தை அபூர்வனிடம் சொல்வதற்காகவே அவனைக் காணச் சென்றேன்" என்றார்.

பாரதி மௌனமாக இருந்தாள். அன்று ஊர் செல்வதற்கு அவளைச் சந்திக்கவுமில்லை. விடை பெறவும் இல்லை. சில நாள் பழக்கம்தான். இருந்தாலும் அந்தப் பழக்கமே அவளை வாட்டி வதைத்தது. அவள் மௌனமாகக் கண்ணீர் பெருக்கிக் கொண்டிருந்தாள்.

மரம் செடிகளுக்கிடையே சிறிது விளக்கொளி தெரிந்தது. அதைச் சுட்டிக்காட்டி, "அதுதான் என் தற்போதைய வீடு. இன்னும் சிறிது தூரம் சென்று திரும்பினால் வீட்டின் முன் பக்கம் இறங்கலாம். ஒரு பந்த பாசமுமில்லாமல் நான் முன்பு சுதந்தரப்பறவையாக இருந்தேன். என்னை அறியாமலேயே நான் ஒரு பாசத்தில் அகப்பட்டுக் கொண்டுவிட்டேன். உன்னைக் குறித்தே சிந்திக்கிறேன். உனக்கு நல்ல பாதுகாப்பான இடம் கிடைத்தால் அதைப் பார்த்த பிறகு விடைபெற்றுச் செல்ல நினைக்கிறேன்" என்றார்.

"நான் ஒரு குறையுமின்றி தானே இருக்கிறேன் பாபு" என்றாள் தடைபட்ட குரலில் பாரதி.

"உன்னைப் பார்த்தாலே அது தெரிகிறதே! வீட்டில் இல்லை என்று ஆள் வந்து சொன்னான். துறைமுகத்திற்குச் சென்றிருப்பாய் என்று நினைத்து அங்கே போனேன். அங்கே இல்லாததால் ஆற்றங்கரையில் இருப்பாய் என்ற நம்பிக்கையுடனேயே வந்தேன். துரதிர்ஷ்டம் பிடித்த அபூர்வன் உன்னுடைய மகிழ்ச்சியை மாத்திரம் பறித்துக்கொண்டு போகவில்லை. உன்னுடைய உள்ளத்தின் உறுதியையும் அல்லவா உடைத்தெறிந்து விட்டான்."

அவர் சொன்னது பாரதிக்குத் தெளிவாக விளங்கவில்லை "அன்றைக்கு எனக்காகப் படுக்கை போட்டுக் கொடுக்கும்போது உனக்கு எந்தவித சந்தேகமோ, கவலையோ இருக்கவில்லை. நீயும் மன அமைதியுடன் கட்டிலுக்கு அருகாமையிலேயே விரிப்பை விரித்துத் தூங்கினாய். 'உங்களைக் கண்டு பயப்பட நீங்கள் வேற்று மனிதரா?' என்று என்னையே கேட்டாய். இன்றோ உன் மனோபாவமே அடியோடு மாறிவிட்டது. உன்னைப்போன்ற சுயேச்சையான பெண்களை அபூர்வனைப்போன்ற பொறுப்பற்றவர் கூட மிகவும் சுலபமாக ஏமாற்றி விடமுடியும்" என்றார் டாக்டர்.

"அவரை நம்பாவிட்டால் எனக்கு என்ன வழி இருக்கிறது?" என்று கம்மிய குரலில் கேட்டாள் பாரதி.

"வேறு வழி இல்லா விட்டால் போகிறது. உனக்கே உன்னிடம் நம்பிக்கை இல்லா விட்டால் எப்படி வாழ்வது?"

பாரதி தன்னை ஆராய்ந்து பார்த்ததே இல்லை. டாக்டர் பாபு சொன்னதைக் கேட்டு ஆச்சரியமடைந்தாள்.

டாக்டர் மீண்டும் சொன்னார். "எனக்குத் தெரிந்த ரஷ்யப் பெண் ஒருத்தியிருந்தாள். அவள் விவகாரம் பிறகு சந்தர்ப்பம் கிடைக்குப் போது சொல்கிறேன். ஆனால் மீண்டும் உங்கள் அனைவரையும் சந்திக்க முடியுமா என்று தோன்றவில்லை. உன் காதலுக்கு ஈடு இணையே கிடையாது. அபூர்வபாபுவை உன் உள்ளத்தை விட்டு யாராலும் விரட்ட முடியாது. ஆனால் அபூர்வ பாபு ஏற்றுக் கொள்ளும் வகையில் உன்னை நீ உருவாக்கிக் கொள்ள வேண்டும்."

"இன்றே கடினமான கட்டுத் திட்டங்களை மேற்கொள்ள தொடங்கி விடு. இதனால் உனக்கு ஒவ்வொரு நாளும் உண்டாகும் ஏச்சுப் பேச்சுகள், உன்னுடைய மனிதத் தன்மையையே அழித்து விடலாம். உள்ளத்தின் தூய்மைக்கும் மதிப்பில்லாமல் உடலின் தூய்மைதான் முக்கியம் என்றும் கருதும் போது இப்படி நம்மை நாமே மாற்றிக் கொள்ள வேண்டியிருக்கிறது. உடலின்பத்தை முக்கியமாகக் கருதுபவர்களிடம் கூட உடலின் தூய்மை வற்புறுத்தப்படுகிறது. எத்தனை காலம் உயிர் வாழ வேண்டும் என்று தலையில் எழுதி யிருக்கிறதோ?"

“நீங்களே என்னை உலகத்திற்குத் திரும்பிப் போ என்று சொல்கிறீர்கள். நான் என்ன தான் செய்ய வேண்டுமென்றீர்?” என்று சற்றுக் கோபமடைந்து விட்டவள் போல் கேட்டாள் பாரதி.

“உன் தலை தாழ வேண்டும் என்று சொல்லவில்லை”

“பெண்கள் தலை நிமிர்ந்து நடப்பதை ஒருவரும் விரும்பமாட்டார்.”

“அப்படியானால் நீ உலகத்திற்குத் திரும்பிப் போக வேண்டாம்.”

கவலை தோய்ந்த பாரதியின் முகத்தில் மலர்ச்சி தோன்றிற்று. “அண்ணா, உங்களுக்கு அந்தக் கவலை வேண்டாம். உலகத்திற்கு நான் போகக் கூடிய சந்தர்ப்பம் ஏற்படாது. மற்ற பாதைகளை அடைத்து ஒரே ஒரு வழியைத் திறந்து வைத்திருந்தேன். அதுவும் இன்று அடைபட்டுவிட்டது. இது உங்களுக்கே தெரியும். இனி நீங்கள் காட்டும் வழிதான் என்று உரியது. ஆனால் உங்கள் பயங்கர வழியில் மாத்திரம் என்னை வரச் சொல்லாதீர்கள். பகவானை அடைய எத்தனையோ வழிகள் இருக்கின்றன. அதே போல உங்கள் லட்சியத்தை அடைய இந்த பயங்கர வழியைத் தவிர வேறு இல்லையா? மனிதர்களின் அறிவு வளர்ச்சி குன்றிவிடவில்லை. இந்த நம்பிக்கை எனக்கு இருக்கிறது. உங்கள் லட்சியத்தை அடைய வேறு வழி கட்டாயம் இருக்கும். இந்தக் கணத்திலிருந்தே நான் அதைத் தேடிக் கண்டு பிடிக்கும் பணியில் ஈடுபடப் போகிறேன். அன்று இரவு மிகப் பயங்கரமானது எது என்று தெரிந்து கொண்டேன்

டாக்டர் புன்னகை செய்து “இதோ என் வீடு வந்து விட்டது” என்று சொல்லிக் கொண்டே படகை ஓரமாகச் செலுத்தி நிறுத்தினார். லாந்தரைக் கையில் எடுத்துக் கொண்டு இறங்கினார். பிறகு “பாரதி, செருப்பைக் கழட்டி கையில் எடுத்துக் கொண்டு இறங்கு” என்றார்.

பழைய தேக்கு மரப்பலகையால் கட்டப்பட்ட வீடு போன்ற ஒன்று. கடல் நீரின் ஏற்றம் குறைந்திருந்தால் வெள்ளம் வடிந்திருந்தது. அடியெடுத்து வைக்கு மிடமெல்லாம் சேறுஇ செடி கொடிகளும் உதிர்ந்த இலைகளும் அழுகிப் போயிருந்தன. எங்கும் மூக்கைத் துளைக்கும் நாற்றம். சிறிது இடை வெளிக்கு அப்பால் மரங்கள் அடர்த்தியாக வளர்ந்திருந்தன. பாம்பு தேள் என்ன, புலி, சிங்கம் கூட அங்கே. வசிக்கலாம். அங்கு மனிதர் வசிக்க முடியுமா என்பதே. சந்தேகம், ஆனால் டாக்டர் பாபுவை போன்ற தேச பக்தர்கள் எந்த பயங்கரமான இடத்திலும் வசிக்கலாம்.

கயிற்றைப் பிடித்துக் கொண்டு மரப்படிகளில் ஏறினாள் சுமார் எட்டு வயதுள்ள ஒரு பெண் வந்து கதவைத் திறந்தாள். உள் பக்கம் பாய் விரித்திருந்தார்கள், அதன் மீது நடுத்தர வயது பர்மா மங்கை ஒருத்தி படுத்துத் தூங்கிக் கொண்டிருந்தாள். மூன்று சிறுவர்கள் விளையாடிக் கொண்டிருந்தனர். அவற்றில் ஒன்று கக்கூஸுக்குள் போவது தவறு என்று வெளியிலேயே அசுத்தம் செய்து கொண்டிருந்தது. பாயின் மீது சோறு, கறி முதலியவை சிதறிக் கிடந்தன. கரி ஏறி சில சட்டிகள் காணப்பட்டன. ஒரு வாணாயிலிருந்து ஒரு சிறுவன் சோற்றை எடுத்துத் தின்பதும் கீழே உதறுவதுமாக இருந்தான். இது வீடா நரகமா என்ற சந்தேகம் உண்டாயிற்று.

டாக்டரைப் பின் தொடர்ந்து சென்றாள் பாரதி. இருவரும் பக்கத்து அறைக்குச் சென்றார்கள். அங்கு பாய் மாத்திரம் விரிக்கப்பட்டிருந்தாலும் வேறு ஒரு பொருளும் காணப்பட வில்லை. ஒரு மூலையில் மாத்திரம் படுக்கை ஒன்று சுற்றி வைக்கப்பட்டிருந்தது.

படுக்கையை விரித்து "இதன் மீது உட்கார்" என்றார்.

பாரதி கேள்வி கேட்காமல் உட்கார்ந்தாள். படுக்கை வைத்திருந்த மூலையிலேயே டாக்டரின் கைப்பையும் இருந்தது. அதைப் பார்த்த பிறகு இது டாக்டர் வசிக்குமிடம். ஆனால் தற்காலிகமானதுதான் என்று தெரிந்து கொண்டாள்.

பாயில் படுத்திருந்த பெண் பர்மிய மொழில் ஏதோ கேட்டாள். டாக்டரும் பர்மிய மொழியிலேயே பதில் சொன்னார். ஒரு பீங்கான் ஏனத்தில் சோறு, கறி, குழம்பு முதலியவற்றைப் போட்டு சிறுவன் ஒருவன் எடுத்து வந்து டாக்டர் முன் வைத்தான். டாக்டர் தம்முடன் எடுத்து வந்திருந்த விளக்கொளியில் சாப்பாட்டைப் பார்த்து பாரதி பதறிப் போனாள்.

"பாரதி பசிக்கிறது அல்லவா? ஆனால் இந்த உணவு" என்று டாக்டர் சொல்வதற்குள் பாரதி குறுக்கிட்டு "பசியில்லை. எனக்கு எதுவும் வேண்டாம்" என்று பல முறை சொல்லி விட்டாள்.

பாரதி கிறிஸ்துவப் பெண். அவள் ஜாதி வேற்றுமைகளை வெறுப்பவள். ஆனால் இந்த உணவுப் பொருள்கள் எங்கேயிருந்து எடுத்து வரப்பட்டன என்று பாரதிக்குத் தெரியும்.

“எனக்கு பசி பொறுக்க முடியவில்லை பாரதி. முதலில் என் பசியைத் தணித்துக் கொள்கிறேன்” என்று கைகளைச் சுத்தம் செய்து கொண்டு சாப்பிட உட்கார்ந்தார்.

டாக்டர் சாப்பிடுவதை பாரதியால் பார்க்க முடியவில்லை. அவள் உள்ளம் வேதனையால் குமுறியது. என்னே உங்கள் 'தேசப்பற்று! சுதந்தர வேட்கை! உலகத்தில் உங்களுக்கு என்று ஒன்றையும் வைத்துக் கொள்வதில்லை. இந்த வீடு, உணவு வகைகள், சுற்றுச் சூழ்நிலை, ஆடுமாடுகளைப் போன்ற வாழ்க்கை. இவற்றைப் பார்க்கும் போது மரணமே உன்னதமானதாக இருந்தது பாரதிக்கு. ஆனால் உடல் உள்ளம், இரண்டையும் உறுத்தி மரணத்தின் பக்கம் ஒவ்வொரு அடியாக எடுத்து வைத்துச் செல்வது தேசப்பணியில் ஈடுபட்ட இவர்களுடைய பொறுமைக்கு மூன்று உலகங்களிலும் ஈடு இணை இருக்க முடியாது. நான் அடிமை அன்னையின் கைவிலங் கை ஒடித்து அவளை சுதந்திர சிங்காதனத்தில் அமர்த்தவேண்டும் என்ற ஆசை இவர்களை எப்படிப்பட்ட துன்பதையும் தாங்கிக் கொள்ள வலிமையை அளிக்கிறது.

பாரதிக்குத் திடீரென்று அபூர்வனின் நினைவு வந்தது. அவன் தன் வேலை போய் விட்டதற்காக வருத்தப்பட்டது. நண்பர்கள், மற்றவர்களிடம் கைக் காயத்தைக் காட்ட வெட்கப்பட்டது இவர்களும் பாரத அன்னையின் பிள்ளைகள் தான். நாட்டின் முதுகெலும்புகள். படித்தும் பட்டம். பெற்று உத்தியோகத்தில் சேர்ந்து நிம்மதியாக வாழ்க்கையின் சுக போகங்களை அனுபவிப்பவர்கள்.

டாக்டர் முகமலர்ச்சியுடன் சாப்பிட்டுக் கொண்டிருந்தார். இமயத்தின் சிகரத்திலிருந்து திடீரென்று கீழே இறக்கி விடப்பட்டவளைப் போல உணர்ந்தாள். டாக்டர் பாபுவிடம் சிறிது கடுமையான குரலில் “பாபு, நீங்கள் தேர்ந்தெடுத்துள்ள இந்த பயங்கர உயிர்வதைப் பாதை எந்த வகையிலும் சரியானதல்ல. கடந்து போன இறந்தொழிந்த அந்த நீதிதான் மனித வாழ்க்கையில் மார் தட்டி தலைவிதியை நிர்ணயம் செய்யும் என்று கூறுவது உண்மைக்குப் புறம்பானது. இந்தப்பாதை நல்லதல்ல. உங்கள் எல்லா தவறுகளையும் மறந்து உங்களுடைய நாட்டுப் பற்றுக்காக மாத்திரம் உங்களை சிரம் தாழ்த்தி வணங்குகிறேன். அபூர்வ பாபு நல்லவிதமாக இருக்கட்டும். அவரைக் குறித்து இனி கவலைப்படமாட்டேன். நான் உயிர் வாழ்வதற்கான மந்திரத்தை இன்று தெரிந்து கொண்டேன்” என்றாள்.

வாயிலிருந்த கடைசி கவளத்தை விழுங்காமல் "என்னென்னமோ சொல்கிறாயே பாரதி" என்று கேட்டுக் கொண்டே கையைக் கழுவி நாற்காலியில் போய் உட்கார்ந்தார். முன்பு சாப்பாடு கொண்டு கொடுத்த பையன் வாயில் ஒரு சுருட்டுடன் உள்ளே வந்தான். அதை டாக்டரிடம் கொடுத்து விட்டுச் சென்றான்.

பாரதி ஆச்சரியமடைந்தாள்.

"சும்மா கிடைத்தால் எதையும் விட மாட்டேன். அபூர்வனின் சித்தப்பா நிமாயி பாபு என்னைக் கைது செய்ய ரங்கூன் வந்த போது என்னுடைய கோப்பையில் சிலிம் இருந்தது. அது மாத்திரம் என்னிடம் இல்லாவிட்டால் அன்று நான் தொலைந்திருப்பேன்" என்றார் டாக்டர்.

இந்த சம்பவம் பற்றி பாரதி கேள்விப்பட்டிருந்தாள். "சிலிம் உங்களுக்கு விடுதலை வாங்கிக் கொடுக்கலாமே தவிர அதை நீங்கள் உபயோகிக்க மாட்டீர்கள் என்று தெரியும். இந்த வீடு யாருடையது பாபு?"

"என்னுடையது!"

"அந்தப் பையன்கள், பர்மியப் பெண்?"

டாக்டர் சிரித்துக் கொண்டே என் முகம்மதிய நண்பரின் மனைவியும் குழந்தைகளும். அவரும் என்னைப் போன்று மரண தண்டனை பெற வேண்டியவர். ஆனால் அவர் செல்லும் பாதை வேறு. அவர் எங்காவது வெளியே போயிருப்பார். அறிமுகம் செய்து வைக்க முடியுமா என்பது சந்தேகம்" என்றார்.

"அறிமுகத்தைப் பற்றி நான் கவலைப்படவில்லை. இந்த தேவலோகத்திலிருந்து என் வீட்டிற்குக் கொண்டு விடுங்கள். இங்கே எனக்கு மூச்சுவிடவும் முடியவில்லை."

"இந்த தேவலோகம் உனக்குப் பிடிக்காது என்று முன்பே தெரியும். ஆனால் இந்த இடத்தைத் தவிர வேறு எங்கும் உன்னிடம் நான் சொல்ல நினைப்பதைச் சொல்ல முடியாது."

"டாக்டர் பாபு. விரைவிலேயே நீங்கள் வேறு நாட்டிற்குப் போகப் போகிறீர்களா?"

“ஆமாம். வடக்கிலும் மேற்கிலும் உள்ள நாடுகளுக்குச் சென்று வர வேண்டும். திரும்பி வர இரண்டு ஆண்டுகளுக்கும் மேலாகலாம். உனக்குப் பலவித துன்பங்கள், துயரங்கள் ஏற்பட்டிருக்கின்றன. இன்று இரவுக்குப் பிறகு உன்னைச் சந்திக்க முடியுமா என்பதே சந்தேகம்தான்”

“நாளைக்கே புறப்படப் போகிறீர்களா?”

டாக்டர் பதில் சொல்லவில்லை. அவர் திட்டம் மாற்றப்படாதது. இந்த இரவுக்குப் பிறகு பாரதி தனியாக இருக்க வேண்டியது தான். அவள் நல்லது கெட்டது கேட்க ஒரு வரும் இல்லை.

கால்நடையாகவே தென் சீனாவுக்குச் சென்று அங்கிருந்து கான்டன் நகரத்தை அடைய வேண்டும். அந்த வழியிலேயே என் வேலையாக அமெரிக்கவுக்கும் போக வேண்டும். அது முடியாவிட்டால் பசிபிக் தீவுகளைப் பார்த்து விட்டு இங்கே வருவேன். அதன் பிறகு தீப்பொறி பற்றும் வரை இங்கேயே தான் இருப்பேன். ஆனால் திரும்பி வராவிட்டால் பத்திரிக்கையில் செய்தியைப் படித்து தெரிந்து கொள் பாரதி.”

“சீனா செல்வது எவ்வளவு அபாயகரமானது என்று உங்களுக்கே தெரியும் ஆனால் அவசியம் போயே தீர வேண்டும் என்றால் இந்த ஊருக்கு ஏன் திரும்பி வர வேண்டும்? உங்கள் தாய் நாட்டிற்கு நீங்கள் தேவையில்லையா?”

“தாய் நாட்டின் பணிக்காகத் தானே இந்த நாடுகளைச் சுலபமாக விட முடியவில்லை. இந்த நாட்டில் பெண்கள் சுதந்திரமாக வாழ்கிறார்கள். சுதந்திரத்தின் உண்மையை அவர்கள் நன்றாகத் தெரிந்து கொண்டிருக்கிறார்கள். அவர்கள் தான் எனக்குப் பெரிதும் உதவி புரிகிறார்கள். இந்த நாட்டில் என்றைக்காவது சுதந்திரத் தீ பற்றி எரிந்தால் அது பெண்கள் வைத்தது என்று தெரிந்து கொள். அப்போது நான் சொன்ன இந்த சொற்கள் நினைவிருக்குமா?”

அதன் கருத்தைத் தெரிந்து கொண்டாள் பாரதி. “நான் உங்கள் பாதையில் சக பயணி இல்லையே!”

“சக பயணியாக இல்லாதிருக்கலாம். என் சொல்லை நினைவு படுத்திக் கொள்வதில் தவறுமில்லையே.”

“தங்களை நினைவு படுத்த எத்தனையோ இருக்கின்றன. மற்றவரை ஆபத்தில் இழுத்து விடுவீர், என்னை அவ்விதம் செய்ய முடியாது.” என்று சொல்லி அவள் எழுந்து நின்றாள். படுக்கை, தலையணை, கம்பளம் ஆகியவற்றை எடுத்து விரித்து விட்டு மெல்லிய குரலில் “என் அபூர்வ பாபுவின் பயணம் எனக்கு ஒரு வழியைக் காட்டி விட்டது. அதுவே என் வாழ்க்கையின் பாதையாகும். மீண்டும் என்னை நீங்கள் சந்திக்கும் போது இதையும் ஒப்புக் கொள்வீர்கள்” என்றாள்.

டாக்டர் வருத்தத்துடன் “திடீரென்று என்னென்னவோ சொல்லத் தொடங்கி விட்டாயே. இந்த கந்தல் கம்பளத்தை உன்னால் போர்த்துக் கொள்ள முடியாது? அது உனக்கு வேண்டாம்” என்றார்.

“உங்களுக்கு தேவையில்லாமலிருக்கலாம். உங்களுடைய இந்தக் கந்தல் கம்பளத்தை நான் என்றைக்கும் மறக்கமாட்டேன். பெண்களுடைய வாழ்க்கையில் வேறு எதற்குத் தேவை ஏற்படப் போகிறது? அவர்களுடைய கடமைதான் என்ன?”

டாக்டர் சிரித்துக் கொண்டே “என்னால் உன் கேள்விக்குப் பதில் சொல்ல முடியாது. ஆனால் எந்தப் பெண்ணிடமும் இப்படி ஒப்புக் கொண்டது இல்லை” என்றார்.

பாரதியும் சிரித்துவிட்டாள். “சுமித்திராதேவியிடம் கூட?”

டாக்டர் தலையசைப்பிலேயே ‘இல்லை’ என்று கூறி விட்டார்.

நாற்காலியிலிருந்து படுக்கைக்கு வந்து அதன்மீது உட்கார்ந்தார் டாக்டர். அவருக்கு அருகாமையிலேயே பாரதி உட்கார்ந்திருந்தாள்.

“தாங்கள் சொல்வற்குமுன் மற்றொன்றைச் கேட்கிறேன், தவறாக நினைக்கமாட்டீர்களே?” என்றாள் பாரதி.

“தவறாக நினைக்கமாட்டேன்” என்றார் டாக்டர்,

“சுமித்திராதேவி யார்? அவரை எங்கே சந்தித்து நட்பு ஏற்பட்டது?”

டாக்டர் வெகுநேரம் வரை மௌனமாக இருந்தார். பிறகு அவர் புன் முறுவல் செய்து கொண்டு “அவள் எனக்கு என்ன ஆக வேண்டும் என்பதை அவளே சொல்வதுதான் நல்லது. அதற்கு முன் பார்த்திராத அவளை அன்று

போலீஸாரிடம் என் மனைவி என்று கூறிக்கொண்டேன். சுமித்திரா என்ற பெயரும் என்னால் அளிக்கப்பட்டதுதான்" என்றார்.

பாரதி அவர் முகத்தையே பார்த்துக் கொண்டிருந்தாள்.

"எனக்குக் கிடைத்த தகவலின்படி அவளுடைய தாயார் யூத இனத்தைச் சேர்ந்தவள். தந்தை வங்காள பிராம்மணன். ஆரம்பத்தில் அவர் சர்க்கஸ் கம்பெனியில் வேலை செய்து கொண்டிருந்தார் அந்த சர்க்கஸ் கம்பெனி மூலமாகவே ஜாவாவுக்குச் சென்றார். சுரபாயாவில் அவர் ரயில் நிலையத்தில் சேர்ந்து பணிபுரியத் தொடங்கினார். தந்தை உயிருடன் இருக்கும் வரை காண்வெண்ட் பள்ளியில் சுமித்திரா படித்துக் கொண்டிருந்தாள். தந்தை காலமாகி ஐந்தாறு ஆண்டுகள் அவளுடைய வாழ்க்கையைக் கேட்காதே" என்றார் டாக்டர்.

"இல்லை பாபு. நீங்கள் எல்லாவற்றையும் சொல்லித் தான் ஆகவேண்டும்" என்று பாரதி பிடிவாதம் செய்தாள்.

டாக்டர் சிரித்துக் கொண்டே சொல்லத் தொடங்கினார்! "எனக்கும் எல்லாமும் தெரியாது. தெரிந்ததைச் சொல்கிறேன். தாயார், மகள் இரண்டு மாமன்கள், ஒரு சீனாக்காரன், சென்னையைச் சேர்ந்த இரண்டு முகம்மதியர்கள் கூட்டாகச் சேர்ந்து ஜாவாவில் ரகசியமாக 'கஞ்சா, அபீன்' ஆகியவற்றை விற்பனை செய்துவந்தனர். அந்தசம்பவம் நடை பெறும்வரை இவர்கள் என்ன செய்து கொண்டிருக்கிறார்கள். என்பது எனக்குத் தெரியாது. பட்டேவியா, சுரபாயா இடையே ரயிலில் அடிக்கடி சுமித்திரா போய் வருவதைப் பார்த்திருக்கிறேன். அவள் அழகாகவும் கவர்ச்சிகரமாகவும் இருந்ததால் மற்றவர்களைப் போல் என் கவனத்தையும் கவர்ந்தாள். திடீரென்று ஒரு நாள் தேக் ரயில் நிலையத்தில் பிரயாணிகள் தங்குமிடத்தில் அறிமுகம் உண்டாயிற்று. அவள் வங்காளப் பெண் என்றும் தெரிந்தது."

"அழகாப இருந்ததால் மாத்திரமா உங்களால் சுமித்திராதேவியை பிறகு மறக்க முடியவில்லை?"

"நீ என்ன வேண்டுமானாலும் நினைத்துக் கொள். ஜாவாவை விட்டு நான் புறப்பட்டு எங்கெல்லாமே சென்றேன். அவளை அடியோடு மறந்து விட்டேன். ஒரு ஆண்டுக்குப் பிறகு சுமித்திரா தீவில் பேங்குவேன் துறை முகத்தில் அவளைச் சந்தித்தேன். ஒரு பெட்டியில் அபின் வைத்திருந்தாள்.

அவளைச் சூழந்து நாற் புறமும் போலீஸார் இருந்தனர். என்னைக் கண்டதும் கண்கலங்கினாள். அவளைக் காப்பாற்றியே தீரவேண்டும் என்று முடிவு செய்து கொண்டேன். அபீன் அடங்கிய பெட்டி எங்களுடையதல்ல, அவள் என் மனைவி என்று சொன்னேன். அவள் நான் இப்படிச் சொல்வேன் என்று எதிர்பார்த்திருக்கமாட்டாள். அதனால் அவள் திகைத்துப் போனாள். இந்த சம்பவம் சுமித்திராவில் நடந்ததால் அவளுக்கு நான் சுமித்திரா என்றுபெயர் சூட்டினேன். அவளுடைய பெற்றோர் வைத்தபெயர் ரோஸ்தாவூத். மாதாங் நகர குற்றவியர் நீதிமன்றத்தில் வழக்கு போட்டிருந்தார்கள். அந்த நீதிமன்றத்தைச் சேர்ந்த பாங்குசேர் வீட்டிற்கு நாங்கள் இருவரும் சென்றோம். மறுநாள் வழக்கை விசாரித்த மாஜிஸ்டிரேட் சுமித்திராவை விடுதலை செய்து விட்டார். ஆனால் சுமித்திரா அன்று எனக்கு விலங்கிட்டவள் இன்னும் விடுவிக்கவே இல்லை.''

பாரதி சிரித்துக் கொண்டே ''உங்களுக்கு விடுதலை கிடைக்கவே கிடைக்காது என்றாள்.''

''சில நாட்களுக்கெல்லாம் அவளுடைய கூட்டத்தினருக்கு விவரம் தெரிந்து ஒவ்வொருவராகத் தலை காட்டத் தொடங்கினர். நண்பர் பாங்குசேர் அவள் அழகில் மயங்கியவர். இதனால் ஒரு நாள் அவளை நண்பர் பொறுப்பிலேயே விட்டு விட்டு சுமித்திராலிலிருந்து புறப்பட்டேன்.''

பாரதி ஆச்சரியமடைந்து ''அவரிடத்திலா ஒப்படைத்து ஓடினீர்கள்! நீங்கள் எவ்வளவு கொடுமையானவர்'' என்றாள்.

''ஆமாம் இது அபூர்வன் நடந்து கொண்டது போலத் தான். ஒரு ஆண்டு கடந்திருக்கும். நான் ஸெலிபிஸ் தீவில் மெகாஸர் நகர ஓட்டல் ஒன்றில் சிறு அறை எடுத்துக் கொண்டு தங்கியிருந்தேன். ஒருநாள் என் அறைக்கு நான் திரும்பி வந்தபோது அங்கே சுமித்திரா உட்கார்ந்திருந்தாள். இந்துப் பெண்களைப் போல் கரை போட்ட புடவை உடுத்தியிருந்தாள். அன்று தான் அவள் இந்துப் பெண்களைப்போல் என் பாதங்களைத் தொட்டு வணங்கினாள். எல்லாவற்றையும் விட்டு விட்டேன், இதயத்தைத் தூய்மையாக்கிக் கொண்டேன். என்னையும் உங்கள் பணியில் சேர்த்துக் கொள்ளுங்கள் என்னைவிட நம்பிக்கையானவள் உங்களுக்கு அகப்பட மாட்டாள்? என்றாள்!''

பாரதி மூச்சை அடக்கிக் கொண்டு பிறகு என்ன நடந்தது? என்று கேட்டாள்.

"அதன் பிறகு நடந்தவை என்று குறிப்பிட்டு எதையும் சொல்வதற்கில்லை. சுமித்திராவைக் குறை சொல்ல எனக்கு ஒரு தவறும் தென்படவில்லை. உலகத்தில் அவளால் செய்ய முடியாத காரியம் ஒன்று இருக்காது. இருபத்தியோரு வயதில் எல்லா ஆசா பாசங்களையும் ஒரே நாளில் தூர ஒதுக்கித் தள்ளிய அவளிடம் நான் அஞ்சுகிறேன். ஆனால் அவள் மிகக் கொடுமைக் குணமுள்ளவள்."

சிறிது தவறு காரணமாக நீண்ட பெரு மூச்சு வெளிப்பட்டதைக் கண்டு டாக்டர் கலக்க மடைந்தார், அந்தச் கலக்கம் கண நேரமே நீடித்தது. உடலையும் உள்ளத்தையும் அவர் தன் கட்டுப்பாட்டின் கீழ் வைத்திருந்தார். அவர் அமைதியான குரலில் "பிறகு சுமித்திராவை அழைத்துக் கொண்டு காண்டன் நகருக்கு வர நேர்ந்தது" என்றார்.

பாரதி வந்த சிரிப்பை முகத்தைக் திருப்பி மறைத்துக் கொண்டாள். "பிறகு உங்களை யார் அழைத்துப் போகக் சொன்னது" என்றாள்.

"ஒருவர் கட்டளையிட்டால் தானா? இந்த விவகாரத்தை ஒருவரிடமும் சொல்வதில்லை என்று நினைத்திருந்தேன். முடிவைக் கேட்காமல் நீ விடமாட்டாயே!"

"ஆமாம் நீங்களே சொல்லிவிடுங்கள்!"

"நான் தங்கியிருந்த ஓட்டலில் இரண்டாவது மாடியில் ஒரு அறையை அமர்த்திக் கொண்டாள். வேண்டாம் என்று நான் தடுத்தேன். அவள் சம்மதிக்கவில்லை. நீ என் பேச்சைக் கேட்காவிட்டால் நான் வேறு எங்காவது குடிபோய் விடுவேன் என்றேன். அவள் சிறிதும் தயங்காமல் 'நீங்கள் எனக்குத் தங்க இடம் கொடுக்க வேண்டாம்' என்றாள். மறுநாளே விவகாரம் புரிந்து விட்டது. கள்ளக் கடத்தல்காரர்கள் ஏழெட்டுப் பேர்கள் வந்து சேர்ந்தார்கள். அவர்களில் இரண்டு அரபு நாட்டவரும் இருந்தனர். இவர்கள் தவிர இரண்டு நீக்கிரோ அடிமைகள். அவர்களில் ஒருவன் குட்டி யானை போல் காணப்பட்டான். அவன் சுமித்திராவைத் தன் மனைவி என்று அலட்சியமாகச் சொல்லிக் கொண்டான்.

"உங்கள் கண் முன்னாலா?"

“அவனைக்கள்ளக் கடத்தலில் மீண்டும் ஈடுபடுத்தத்திட்டமிட்டனர். அதற்காக ஏதாவது காரணம் காட்டி பசிபிக் தீவில் தங்கள் தொழிலை நடத்தத் தீர்மானித்தனர். சுமித்திரா இதை விரும்பவில்லை. என்னை விட்டுச் செல்லவும் நினைக்கவில்லை. ஏதாவது சச்சரவு செய்தால் போலீஸில் பிடித்துக் கொடுத்து விடுவேன் என்றேன். அவர்கள் மௌனமாகத் திரும்பும் சமயம் ‘எங்களை விரோதித்துக் கொண்டவர் தப்பியதே இல்லை’ என்று கூறிச்சென்றனர். அதுவும் ஒரு வீண் பயமுறுத்தல் என்று சொல்ல முடியாது.”

“ஏன் என்ன செய்தார்கள்?”

“அவர்கள் கூட்டமாக வந்து தாக்குவார்கள் என்று எதிர் பார்த்தேன். எச்சரிக்கையுடன் இரவைக் கழிப்பது என்று முடிவு செய்தேன்.”

“போலீஸாருக்கு முன்னதாகவே தெரிவித்திருப்பது தானே?”

“போலீஸ் நிலையத்திற்குச் செல்வது என் வரை எவ்வளவு அபாயகரமானது? இரவு ஒரு தொல்லையும் நடக்கவில்லை. கடற்கரை ஓரமாகப் படகுகள் செல்கின்றன. மறுநாள் நான் ஒரு படகை அமர்த்தினேன். சுமித்திராவுக்கும் காய்ச்சல். அவளால் எழுந்திருக்கவும் முடியவில்லை. அதனால் பயணம் தடை பட்டது. நள்ளிரவுக்குமேல் கதவைத்திறக்கும் சப்தம் கேட்டு, ஜன்னல் வழியாகப் பார்த்தேன். ஓட்டல்காரன் தான். பத்துப்பதினைந்து பேர் புகுந்து வந்தனர். என் கதவை மூடி விட்டு எப்படியாவது சுமித்திராவின் அறைக்குக் சென்று விட நினைத்தனர்.”

பயத்தால் பாரதிக்கு நா குழறிற்று. “நீங்கள் என்ன செய்தீர்கள்?”

“அவர்கள் என் கதவை அடைவதற்கு முன்னதாக அதைத்திறந்து மாடிக்குச் செல்லும் பாதையை அடைத்து விட்டேன். பிறகு இருட்டில் நடந்த சம்பவம் எனக்குத் தெளிவாகத் தெரியாது. என்னைப் பொறுத்தவரை நடந்தது நினைவிருக்கிறது. ஒரு இடது தோளில் பாய்ந்தது. மற்றொன்று முழங்காலுக்குக் கீழாகப் பாய்ந்தது. பொழுது விடிந்தது. போலீஸார் வந்து பொறுப்பேற்றனர். ஓட்டல்காரன் சொன்ன வாக்கு மூலப்படி ஐந்து பேர்களைக் கைது செய்து அழைத்துச் சென்றனர். அவ்வளவு பெரிய சம்பவம் நடந்ததற்கு ஆங்கில ஆட்சியாக இருந்தால் நடப்பதே வேறு, டச்சுக்காரர்கள்

போக்கே தனியானது. இறந்தவர்களின் அங்கங்கள் அடையாளங்கண்டு கொள்ள முடியாதபடி சிதைக்கப்பட்டு விட்டன.''

''உங்கள் கையினால்தான் அவர்கள் அனைவரும் மடிந்தார்கள்?''

''நான் காரணமாக இருக்கலாம். அவர்கள் ஒருவரை ஒருவர் கொன்று கொண்டனர் என்று கூறலாம்.''

பாரதி மௌனமாக இருந்தாள்.

டாக்டர் மீண்டும் சொல்லத் தொடங்கினார். ''சிறிது தூரம் படகு, பிறகு குதிரை வண்டி. அதன் பின் கப்பல் என்று இருவரும் மேநாட் நகரத்திற்கு வந்து சேர்ந்தோம். அங்கு பெயரை மாற்றிக் கொண்டு சீனக் கப்பலில் காண்டன் நகரை அடைந்தோம். இனி எதையும் கேட்க வேண்டியிருக்காது, ஆனால் என் கையினால் கூட மனிதர்கள் கொல்லப்பட்டிருக்கிறார்கள் என்று நினைக்கலாம்.''

பாரதி எங்கோ கவனமாக ''என்னை என் வீட்டில் கொண்டு விட்டு விடுங்கள்.'' என்றாள்.

''இப்பொழுதே போக விரும்பினால் புறப்படு.'' என்று படுக்கையின் தலையணைக்கும் கீழேயிருந்து துப்பாக்கியை எடுத்துச் செருகிக் கொண்டார். சுமித்திராவின் கட்டளைப் படி அவளும் கைத்துப்பாக்கி இல்லாமல் வெளியில் கிளம்புவதில்லை. இன்னும் அது அவளிடம் இருந்தது. அது இவ்வளவு பயங்கரமானது, மனிதனைக் கொல்லக் கூடியது என்பதை நினைததும் அவள் மெய் சிலிர்த்தது.

படகில் ஏறி உட்கார்ந்ததும் ''பாபு, நீங்கள் என்ன வேண்டுமானாலும் செய்திருக்கட்டும். எனக்கு உங்களைத் தவிர வேறு கதியே இல்லை. என் மனம் ஒரு நிலைக்கு வரும். வரை என்னை விட்டுப் போய் விடாதே'' என்றாள்.

''உன்னிடம் சொல்லி விடைபெற்றுக் கொண்ட பிறகே செல்கிறேன்'' என்று சிரித்துக் கொண்டே சொன்னார்.

37

படகு அக்கரையைச் சேர்ந்ததும் இருளில் ஒருவன் ஓடி வந்து அருகில் நின்றான். பாரதியை முதலில் இறங்கச் சொன்னதும் அவள் எழுந்து நின்று கரையில் நின்று கை நீட்டியவனின் முகத்தைப் பார்த்தாள். மங்கிய ஒளியில் அவனை அடையாளம் தெரிந்து கொண்டதும் அவள் படகை விட்டு இறங்காமல் அதிலேயே உட்கார்ந்து விட்டாள்.

அவள் மன நிலையை அறிந்து கொண்ட டாக்டர் "அம்மா அவன் நமது ஹீராசிங். உன்னை வீட்டிற்குக் கொண்டு விடத்தான் இங்கு காத்திருக்கிறான் ஹீராசிங். நானும் வரலாமா?" என்று கேட்டார்.

"தாராளமாக வரலாம். உங்களைத் தடுக்க உலகத்தில் யாருக்குத் துணிவு இருக்கிறது?" என்றான் ஹீராசிங்.

பாரதியின் வீட்டை போலீஸார் கண்காணித்து வருகிறார்கள் என்று தெரிந்தது.

"நான் போகவில்லை" என்று மெல்லிய குரலில் சொன்னாள் பாரதி.

"அப்படியானால் எங்கும் அலைந்து கொண்டிருக்க வேண்டியதில்லை."

அவன் ஹீராசிங்குடன் போகத் தயங்குகிறாள் என்பதை டாக்டர் உணர்ந்தார். "இப்போது தங்கியிருந்த இடத்தில் உன்னைக் கொண்டு விட வெட்கமாக இருக்கிறது. வேறு ஒரு இடத்திற்குப் போகிறாயா? அவன் வீடும் இதே ஆற்றங் கரையில் தான் இருக்கிறது. சசி பிடில் வித்வான்" என்றார்.

"அவர் வீட்டில் இருப்பாரா? சாராயம் பருகி விட்டு மது போதையில் எங்காவது விழுந்து கிடப்பாரா?" என்றாள் பாரதி.

"அவன் குடிப்பதில் ஆச்சரியமில்லை. என் குரலைக் கேட்டால் அவன் போதை தானாகத் தெளிந்துவிடும். அங்கே நவதாராவும் இருக்கிறாள். போ னால் உனக்குச் சாப்பிடவும் ஏதாவது கிடைக்கும்."

"அங்கேயே போகலாம். ஆனால் இந்த நள்ளிரவில் எனக்கு உணவு எதுவும் தேவை இல்லை."

டாக்டர் துடுப்பை எடுத்துப் படகைத் தள்ளியதும் ஹீராசிங் மறுபடியும் இருளில் சென்று மறைந்தான்.

"பாபு! ஒரு சந்தேகம். ஹீராசிங் மீது போலீஸார் சந்தேகப் படவில்லையா?" என்று கேட்டாள் பாரதி.

"இல்லை, அவன் தந்தி அலுவலகத்தில் பணிபுரிபவன். இரவு பகல் என்னேரத்திலும் மக்களுக்கு வரும் தந்தியை எடுத்துச் சென்று கொடுப்பவன். இதனால் அவனைச் சந்தேகப்படமுடியவில்லை."

கடல் பொங்கத் தொடங்கி விட்டது. நதியில் கடல் நீர் எதிர்த்து வந்து கொண்டிருந்தது. படகைத் தள்ளுவதே கடினமாகி விட்டது. வெள்ளத்தை எதிர்த்துச் செலுத்தாமல் அதன் போக்கிலேயே எச்சரிக்கையுடன் போகவிட்டார்.

கடல் நீர் வந்து படகு செலுத்துவதைக் கடினமாக்கியதும் "வேண்டாம். வேறு திசையில் படகைச் செலுத்துங்கள். இல்லாவிட்டால் கரைக்கு ஒதுக்குங்கள்" என்றாள் பாரதி.

"அது முடியாது பாரதி. உனக்காக மாத்திரமல்ல. வேறு ஒரு வேலையாகவும் அவனை நான் பார்க்க வேண்டும்" என்றார் டாக்டர்.

பாரதி மௌனமாகச் சிரித்து "அவரைப் பார்க்க வேண்டுமா? ஏன் பொய் சொல்கிறீர்கள்?" என்றாள்.

"அவனை உங்களில் யாரும் நன்றாகத் தெரிந்து கொள்ளவில்லை. அவனைப் போன்ற உண்மையானவன் கிடைக்கவே மாட்டான். பழைய பிடிலை மூலதனமாக, வைத்துக் கொண்டு அவன் போகாத இடமே இல்லை. நல்ல கல்வி அறிவாளி. எந்தப் புத்தகத்தைக் கண்டாலும் உடனே படித்து கருத்தை எடுத்துச் சொல்லிவிடுவான். அவனுக்கு இணையாக இந்தக் கலைகளில் ஒருவரையும் கூற முடியாது. பல காரணங்களால் நான் அவனை விரும்புகிறேன்" என்றார் டாக்டர்.

"இவ்வளவு சொல்பவர் அவரைக் குடிப்பழக்கத்திலிருந்து தடுக்கக் கூடாதா?"

"ஒருவர் செய்வதை செய்யாதே என்று சொல்லி எனக்குப் பழக்கமில்லை. மேலும் அவனோ படித்தவன். கவி, பிடில் வித்வான்.

அவனுடைய இனம், உலகம் ஆகியவையோ வேறானது. சமூகக் கட்டுத்திட்டங்கள் அவர்களை ஒன்றும் செய்யாது என்பதல்ல. அவனுடைய வேறு இன, உலக நன்மைகளை நாங்களும் சிறிது அனுபவிக்கிறோம். எப்பொழுதாவது அவனுக்கு அடக்க முடியாத வருத்தம் ஏற்பட்டால் அப்போது நான்தான் அதில் பங்கு கொள்ளுகிறவன்."

"பிறர் துன்பங்களைப் பகிர்ந்து கொள்ளும் உங்கள் உள்ளம் பெண்களுடையதைவிட மென்மையானது. அவர் மதுபோதையில் உண்மையை வெளியிட மாட்டாரா? அவருடைய உண்மையான பெயர் என்ன?"

"அதுல், சுரேந்திரன், தீரேந்திரன் இன்னும் எத்தனையோ பெயர். சசிமதன் என்பதே உண்மையான பெயர். ஒரு வேடிக்கை என்னவென்றால் அவன் குடிவெறியிலோ மற்ற நேரங்களிலும்கூடச் சொல்வதை யாரும் நம்புவது கிடையாது."

"நவதாரா சொல்வதைக் கேட்பார் என்று நினைக்கிறேன்"

"இருக்கலாம்" என்று சொல்லிக் கொண்டே படகைக் கரைக்கு ஒதுக்கினார் டாக்டர். பெரிய பெரிய மரக்குவியல்கள் ஆங்காங்கே காணப்பட்டன. அவற்றின் இடையில் படகைச் செலுத்தி நிறுத்தினார். படகிலிருந்து இருவரும் இறங்கினர்.

"ஒரு பயங்கரத்தை விட்டு மற்றொரு பயங்கரத்தை அல்லவா தேடிவந்திருக்கிறோம். இங்கு பாம்பு தேள் மாத்திரமல்ல, புலி சிங்கம் இருந்தால்கூட ஆச்சரியமில்லை." என்றாள் பாரதி.

டாக்டர் சிரித்துக் கொண்டே "பாம்பும் தேளும் மேல் நாட்டிலிருந்து இங்கு வரவில்லை. அவற்றிற்கு நியாய அநியாயம் தெரியும். அனாவசியமாக யாருக்கும் துன்பம் கொடுக்காது, புலி, சிங்கத்தைப்பற்றிச் சொன்னாய் அல்லவா. பாரதத்தில் மனிதர்களே இல்லாமல் புலி சிங்கம் வசிப்பதாக இருந்தால்கூட மேல்நாட்டவர் மகிழ்ச்சியே அடைவர். வேட்டையாட வந்து குதிப்பார்கள். ரத்த வெறியினால் அவர்கள் அலைகிறார்கள்" என்றார்.

ஆங்கிலேயரிடம், டாக்டருக்கு இருக்கும் வெறுப்பு பாரதிக்கு வருத்தத்தைத் தந்தது. டாக்டரின் பரந்த உள்ளத்தில் இந்தச் சிறு நஞ்சுப்பெட்டி புகுந்து ஆட்டிப்படைக்கிறது என்று அவள் ஆச்சரியப்பட்டாள்.

சிறிது தூரம் இருவரும் சென்று கொண்டிருக்கும்போது பிடிலின் இனிமையான நாதம் கேட்டது. டாக்டர் நின்று "சசி விழித்துக் கொண்டிருக்கிறான். போதையில்லாமலும் இருக்கிறான்... இதைப் போன்ற இனிமையான பிடில் இசையைக் கேட்டிருக்கிறாயா?" என்று கேட்டார்.

பாரதி மௌனமாக சில அடிகள் முன்னே சென்றாள். இருளின் இதயத்தைப் பிளந்து கொண்டு பிடிலிலிருந்து மேலேழுந்து வரும் சோக இசைக்கு ஒரு தொடக்கமோ முடிவோ இருப்பதாகத் தோன்றவில்லை. உலகத்தில் அதற்கு இணையாக எதுவுமில்லை. பாரதி தன்னையும் மறந்தாள். டாக்டர் அவள் கையைப் பிடித்து அழுத்தி அழுத்தி "வா" என்றார்.

பாரதி சுயநினைவு வந்தவளாய் "நடங்கள், வருகிறேன். இதைப் போன்ற துன்ப இசையை நான் கேட்டதே இல்லை" என்றாள்.

"உலகம் முழுவதும் சுற்றி வந்து விட்டேன். சசியின் பிடில் இசையைப்போல் வேறு எங்கும் யாரும் வாசிக்கக் கேட்டதே இல்லை.... பைத்தியக்காரன் கையில் அல்லவா அந்த உன்னத இசைக்கருவி சிக்கித் தவிக்கிறது. இதுவரை தான் அதை பத்து முறைக்கு மேல் மீட்டுக் கொடுத்திருக்கிறேன். இப்பொழுதும் அவன் அபூர்வபாபுவிடம் அதைப் பதினைந்து ரூபாய்க்கு அடமானம் வைத்திருக்கிறானாம்" என்றார்.

"அபூர்வ பாபுவுக்கு நாளையே நான் பதினைந்து ரூபாயை அனுப்பி விடுகிறேன்" என்றாள் பாரதி.

மரங்கள் அடர்ந்த பகுதியின் நடுவே மரத்தினால் உருவான இரண்டு அடுக்கு மாடிவீடு இருந்தது. வீட்டின் வெளிப்புறத்தில் பெரிய சீனத்து விளக்குகள் தொங்கிக் கொண்டிருந்தன. விளக்கொளியில் வீட்டின் முகப்பிலிருந்த பெயர்ப்பலகை நன்றாகத் தெரிந்தது. "சசிதாரா இல்லம்"

"சசிதாரா இல்லம் என்று பெயர் வைத்திருக்கிறார்கள்?" என்று கேட்டாள் பாரதி.

"இது புரியவில்லையா? சசி மதனின் முதல் இரண்டு எழுத்தும் நவதாராவின் கடைசி இரண்டு எழுத்தும் இணைந்து சசிதாராவாயிருக்கிறது."

பாரதி வருத்தமடைந்தாள். "இது பெரிய அநியாயம். இதை நீங்கள் எப்படிப் பொறுத்துக் கொண்டிருக்கிறீர்கள்?"

"உன் சகோதரனுக்கு அனைவரும் அடங்கி நடக்க வேண்டும் என்று எண்ணுகிறாயா? ஒருவன் தன் வீட்டுக்குப் பெயர் வைப்பதையும் நான் தடுக்க முடியுமா?"

"இது மானக் கேடானது பாபு. நீங்கள் இதில் தலையிட்டு சீர் செய்வதாக இருந்தால் மட்டுமே இவங்களுடன் இப்போது அவர்கள் வீட்டிற்கு வருகிறேன்."

டாக்டர் வருத்தம் தோய்ந்த குரலில் "சசிக்கும் தாராவுக்கும் விரைவில் திருமணம் நடக்கப் போவதாகச் சொல்லப் படுகிறது" என்றார்.

"நவதாராவின் கணவன் உயிருடன் இருக்கும் போதா?"

"அவர் இறந்து பதினைந்து நாட்களாகிவிட்டன.

"நீங்கள் சொல்வது உண்மையாகவே இருந்தாலும் ஒரு ஆண்டு வரையிலாவது மீண்டும் இல்லறத்தில் ஈடுபடாமலிருப்பது நல்லது அல்லவா?"

"சரி, இதைச் சொல்கிறேன். ஆனால் இருவரும் திருமணம் செய்து கொள்ளக் கூடாது என்று தடுப்பது விபரீதங்களுக்கு வழி ஏற்படுத்திவிடும்."

வீட்டின் படிகளில் ஏறும்போது "பாரதி, உலகத்தில் நல்லதும் கெட்டதும் கலந்து தான் இருக்கும். தனிப்பட்ட முறையில் ஒவ்வொருவருக்கும் விருப்பு வெறுப்புகள் இருக்கலாம். இவர்களுடைய காதல் உண்மையானதாக இருந்தால் அதுவே இவர்களை மேன்மையடையச் செய்துவிடும்."

வீட்டின் கதவருகில் வந்து நின்றனர் இருவரும். பிடிலின் இசை ஒலியைத் தவிர அங்கு ஒரு சப்தமும் கேட்கவில்லை.

டாக்டரின் குரல் கேட்டதும் பிடில் இசை நின்றது. கண நேரத்திற்குள் சசி வந்து கதவைத் திறந்தான். டாக்டரை அவன் அடையாளம் தெரிந்து கொண்டான். பாரதியைப் புரிந்து கொள்ள முடியாமல் தவித்தான். விளக்கொளியில் பாரதியைப் பார்த்ததும் மகிழ்ச்சியடைந்து ஆஹாஹா.. நீங்களா? வாருங்கள். என்று உரிமையோடு அவள் கையைப் பிடித்து உள்ளே அழைத்துச் சென்றான். மூவரும் உள் அறையை அடைந்தபோது சசி மகிழ்ச்சியுடன் ஒரு நீண்ட கவரை எடுத்து அவளிடம் கொடுத்தான்.

"நான் சொன்னால் நம்பமறுத்தீர்களே. இப்போது பாருங்கள். பாத்தாயிரம் ரூபாய்க்கு ட்ராப்ட் வந்திருக்கிறது. என் தாத்தாவின் சொத்தில் கிடைத்த பங்கு; இருபதினாயிரம் வர வேண்டும். வீணாக நிலத்தை விற்க வேண்டாம். என் பணத்தில் பத்தாயிரம் அனுப்புகிறேன். நீ எப்போது வந்தாலும். உன் நிலத்தில் பங்கு உண்டு" என்று அண்ணா எழுதியிருக்கிறான். குடும்ப சொத்து பாகப்பிரிவினையின்றி ஒருவரிடமே பத்திரமாக இருக்கிறது. எனக்கு இந்தப் பத்தாயிரமே போதுமானது. இதை வங்கியில் போட்டுவிட்டு வட்டியின் மூலம் வாழ்க்கையை நடத்துவோம். அதிலேயே சிறிதும் சேமிப்போம் என்றான்.

"என்ன சொல்கிறாய் சசி. வீடு வாங்கப் போகிறாயா? அதில் தங்க எனக்கு இடம் கொடுக்கப் போகிறாயா? இதை விட உனக்குப் பெரிய தொல்லை வேறு என்ன இருக்கப் போகிறது!" என்றார்.

"உங்களுக்குத் தங்க இடம் கொடுப்பதால் சிறை அல்லது மரண தண்டனையே கிடைப்பதானாலும் கவலையில்லை. உங்களைப் போன்ற உயிர் நண்பர் உலகத்தில் எங்கு தேடினாலும் கிடைக்கமாட்டான். 1911 ஆம் ஆண்டு ஜப்பான் நாட்டில் டோக்கியோ நகரத்தில் வெடிகுண்டு வீசிய குற்றத்திற்காக கோடோவின் உப்பத்தில் பலருக்கு மரண தண்டனை கிடைத்தது. அச்சமயம் தாங்கள் தான் கோடோகூவ் சங்கத்தின் பத்திரிகையின் உதவி ஆசிரியராகப் பணிபுரிந்து கொண்டிருந்தீர்கள். உங்கள் வீட்டிற்கு நான் வந்தேன். மறு கணமே உங்களுடைய வீட்டைப் போலீஸ்படை ஆயுதங்களுடன் வீட்டைச் சுற்றி நின்று கண்காணித்து வந்தன. இதைப் பார்த்து நான் அழுதுவிட்டேன்." 'இனி அழுவதில் பயனில்லை இங்கிருந்து நாம் இருவரும் தப்பி ஓடவேண்டும்' என்றார்.

பின் பக்க ஜன்னல் வழியாகக் கயிற்றைக் கட்டித் தொங்கவிட்டார். முதலில் என்னையும், பின் தானுமாக இறங்கினார். பாபு, இந்த சம்பவம் உங்களுக்கு நினைவிருக்கிறதா? என்று கேட்டான் சசி.

"நினைவிருக்கிறது" என்றார் சிரித்துக் கொண்டே பாபு.

"அன்று டாக்டர் உதவ முன் வந்திராவிட்டால் இருவருமே கொல்லப் பட்டிருக்கலாம். அந்த அரக்கர்களுக்கு நியாயம் அநியாயம் எதுவுமே கிடையாது. முரடர்கள் இங்கு உங்கள் எதிரில் பேசிக் கொண்டிருப்பதும் அவர் தயவினால் தான். இப்படிப்பட்ட உயிர் காக்கும் நண்பனை எங்கும் காணமுடியாது என்றான் சசி.

பாரதியின் கண்கள் நீரைச் சுரந்தன. "உங்கள் கதைகளை பிறகு ஒரு நாள் சாவகாசமாகக் கேட்டுக் கொள்கிறேன். டாக்டர் பாபு. உங்களுக்குக் கடவுள் உயர்ந்த அறிவைத் தந்திருக்கிறார். ஆனால் உங்கள் உயிரின் மதிப்பை மாத்திரம் உங்களுக்குத் தெரிந்து கொள்வதற்கான சக்தியைக் கொடுக்க மறந்து விட்டார். அபாயம் நிறைந்த ஜப்பான் நாட்டிற்கு இப்போது போகிறேன் என்கிறீர்களே?" என்றாள்.

டாக்டர் சிரித்துக் கொண்டே "அறையில் கயிறு கட்டிவிட்டுப் போன சம்பவத்தை சசி மறக்க முடியாது. ஜப்பானியர்களை மன்னிக்கவும் இயலாது. உலகத்தில் ஜப்பானியரைப் போன்ற அபூர்வமான இனத்தைக் காணவே முடியாது. மேல் நாட்டினரை இப்போது அல்லது வெகுகாலத்திற்கு முன்பே தெரிந்து கொண்டு விட்டனர். மேல் நாட்டினரை இரண்டாயிரம் ஆண்டுகளுக்கு முன்பே தெரிந்து கொண்டு விட்டனர். 'இருநூற்றைம்பது ஆண்டுகளுக்கு முன் சந்திர சூரியர் உள்ள அளவும் கிறிஸ்துவ பிரசாரமிஷினரிகள் ஜப்பான் நாட்டினுள் நுழையக் கூடாது. நுழைந்தால் மரண தண்டனைதான்' என்று சட்டம் இயற்றினார்கள். அவர்களை நாம் சிரம் தாழ்த்தி எவ்வளவு முறை வணங்கினாலும் தகும்" என்றார்.

உணர்ச்சி வேகத்தால் டாக்டரின் முகம் ரத்தச் சிவப்பாக மாறிவிட்டது. "பாரதி, எனக்கு என் உயிரின் விலை தெரியவில்லை என்று கூறினாய். காண்டன் நகரில் ஒரு ரகசிய கூட்டத்தில் சன்யாட்சன் என்னிடம் ஒன்றைச் சொன்னார்" என்றார் டாக்டர்.

பாரதி பயந்த குரலில் "படிகளில் யாரோ ஏறி வரும் சப்தம் கேட்கிறது" என்றாள்.

டாக்டர் கண நேரம் காதைக் கூர்மையாக்கிக் கொண்டு கேட்டார். மறுகணம் கைத்துப்பாக்கியை எடுத்துக் கொண்டு எழுந்து நின்றார். "இந்த காரிருளில் என்னைப் பிடிக்க உலகத்தில் ஒருவராலும் முடியாது" என்றார்.

38

சசி, கவனமாகக் காலடியோசையைக் கேட்டான். பிறகு பலமாகச் சிரித்து "இன்று நவதாரா முதலியவர் வருவதாகச் சொல்லியிருந்தார்கள். அவர்கள் தான் வருகிறார்கள்" என்றான்.

"நவதாராவுடன் யார் வருகிறார்?" என்றார் அமைதியாக டாக்டர்.

"தலைவிதான்."

"யார்? சுமித்திராதேவியா?" என்று ஆச்சரியத்துடன் கேட்டாள் பாரதி.

"ஆமாம்" என்று சொல்லிக் கொண்டே சசி எழுந்து சென்று கதவைத் திறந்தான்.

சுமித்திரா, ராமதாஸ், வழக்கறிஞர் கிருஷ்ணய்யர், விரஜன் ஆகியோர் ஒருவர் பின் ஒருவராக அறையினுள் வந்தனர். டாக்டர் தலை நிமிர்ந்து அவர்களை வரவேற்றார்.

சுமித்திரா வரப்போகும் விவரம் டாக்டருக்கு முன்பே தெரியும். அதற்குள் மற்றவர்கள் கூடிப் பேசியிருக்கிறார்கள். ஏதோ ரகசிய பேச்சுவார்த்தை நடந்திருக்கிறது என்று டாக்டர் உணர்ந்து கொண்டார். அபூர்வன் சம்பந்தமாகச் சங்கத்தில் வேற்றுமை ஏற்படலாம் என்று தோன்றியது. ஒரு வேளை அது இன்று நடைபெறலாம் என்று டாக்டர் தீர்மானித்தார்.

சுமித்திரா முகம் கடுமையாக இருந்தது. அவள் பாரதியுடன் பேசாதது மாத்திரமல்ல, தலை நிமிர்ந்து பார்க்கவும் விரும்பவில்லை. விரஜன் காவித் தலைப்பாகையை எடுத்துக் கீழே வைத்துக் கொண்டான். மற்றவர் நாற்காலிகளிலும் பெஞ்சியிலும் உட்கார்ந்த போது விரஜன் தரையில் உட்கார்ந்து தன் பருத்த உடலை சுவரில் சாய்த்துக் கொண்டான். வழக்கறிஞர் கிருஷ்ணய்யர் சிகரெட்டை எடுத்துப் பற்ற வைத்துப் புகையை இழுத்து அனுபவித்துக் கொண்டிருந்தார். நவதாரா ஒதுக்குப்புறமான ஒரு இடத்தில் உட்கார்ந்து கொண்டாள்.

அங்கு நிலவிய அமைதி படுநாசத்திற்கு முன் ஏற்படுவது போன்றதாகத் தோன்றிற்று.

அபூர்வன் விவகாரம் நடந்த போது இருந்த பயங்கர இரவாக இன்றும் பாரதிக்குத் தோன்றிற்று. அவள் டாக்டர் அருகில் நெருங்கி உட்கார்ந்து கொண்டாள். டாக்டர் மற்றவர்களைப் பார்த்து "உங்கள் அனைவரையும் கண்டு பாரதி பயப்படுகிறாள்" என்றார்.

சுமித்திரா தன் பார்வையாலேயே விரஜனைத் தடுப்பதை பாரதி பார்த்து விட்டாள். திடீரென்று விரஜன் உரத்த குரலில் "தங்கள்

சர்வாதிகாரத்தை நாங்கள் எதிர்க்கிறோம், அபூர்வன் என் கையில் கிடைத்தால்...'' என்றான்.

டாக்டர் குறுக்கிட்டு''அவனைக் கொன்று விடுவாய் அவ்வளவுதானே... நீங்கள் அனைவரும் இவன் சொன்னதை ஆதரிக்கிறீர்களா?'' என்று கேட்டார்.

சுமித்திரா மௌனமாகத் தலைகவிழ்ந்தாள். மற்றவர்களும் பதில் சொல்லவில்லை.

''உங்கள் மௌனத்திலிருந்து விரஜனின் எண்ணத்தை ஆதரிப்பதாகவே தெரிகிறது. இதை முன்பே பேசியும் முடிவு செய்திருப்பீர்கள் '' என்றார் டாக்டர்.

''முன்பே பேசி முடிவு செய்து விட்டோம். பழிவாங்கத் தீர்மானித்திருக்கிறோம்'' என்றான் விரஜன்.

''நான் அப்படித்தான் முடிவு செய்கிறேன். ஆனால் ஆத்திரத்தில் நீங்கள் மறந்ததை நினைவு படுத்த விரும்புகிறேன். வடக்கு சீனா முழுவதும் நமது செயலாளராகவும் சிறந்த செயல் வீரனாகவும் அகமது துரானி இருந்தான். அவனைப் போல் அஞ்சாநெஞ்சமுள்ளவன் நம் சங்கத்தில் வேறு ஒருவனுமில்லை. **1910** ஆம் ஆண்டு கொரியாவை ஜப்பான் கைப் பற்றிக் கொண்டது. அதற்கு ஒரு மாதத்திற்குப் பிறகு மஞ் சூரியா ரயில் நிலையத்தில் துரானி கைது செய்யப்பட்டான் ஷாங்காயில் அவனுக்குத் தூக்குத் தண்டனை அளிக்கப்பட்டது. சுமித்திரா துரானியை நீ பார்த்திருக்கிறாயா?'' என்று கேட்டார் டாக்டர்.

''பார்த்திருக்கிறேன்'' என்று தலையசைத்துக்கொண்டே சொன்னாள் சுமித்திரா.

''சீனாவில் கலகலத்துப் போன நமது சங்கத்தை ஒன்று சேர்க்கும் பணியில் நான் அப்போது ஈடுபட்டிருந்தேன். துரானி என் வலது கை போன்றவன். அவனுக்குத் தூக்குத் தண்டனை பற்றிய செய்தி எனக்குத் தெரியாது. அவன் மீது வழக்கு நடந்து கொண்டிருந்தது. அவனை அப்போது மிகச் சுலபமாகக் காப்பாற்றி அழைத்து வந்திருக்கலாம். இந்தியாவில் பைசாபாத்தைச் சேர்ந்த மதுராதுபே என்பவன் செய்த பொய் பிரசாரத்தை மக்கள் நம்பி விட்டனர். துரானியின் மரணத்தை அவர்கள்

மகிழ்ச்சிகரமான விழாவாகக் கொண்டாடினர். நான் திரும்ப வந்து காண்டனில் நடந்த கூட்டத்தில் விவரம் தெரிந்தது. அதற்குள் மதுராதுபே–டைபாய்ட் காய்ச்சலில் மரணமடைந்து விட்டான். அதனால் அன்று இரவு நடந்த கூட்டத்தில் இரண்டு தீர்மானங்கள் நிறைவேற்றப்பட்டன. கிருஷ்ணய்யர், நீங்கள் அந்தக் கூட்டத்தில் இருந்தீர்கள். நீங்கள் அதைக் கூறுங்கள்'' என்றார்.

வழக்கறிஞர் முகம் சிறுத்தது. ''எதைச் சொல்கிறீர்கள்?''

''யாரும் எனக்குத் தெரியாமல் என்னுடைய வேலைகளைப் பற்றி யாரும் சர்ச்சை செய்யக் கூடாது என்பதே ஒரு தீர்மானம்'' என்றார் டாக்டர்.

விரஜன் கேலி கலந்த குரலில் ''ஆலோசனை கூடச் செய்யக் கூடாதா?'' என்று கேட்டான்.

''நான் இல்லாத போது செய்யக் கூடாது. ஆனால் நீங்களோ செய்கிறீர்கள். அன்று காண்டன் கூட்டத்திற்கு வந்திருந்தவர்கள் துரானியின் மரணத்தால் ஆத்திரமடைந்திருந்தனர், நானே அமைதியாக இருந்தேன். விரஜா உன் மீது மற்றொரு குற்றமும் இருக்கிறது.''

''என்ன சொல்லுங்கள்?''

''எனக்கு எதிராகப் பேசுவதும் குற்றமாகும். துரானியின் மரணத்திற்குப் பிறகு நான் மிகவும் எச்சரிக்கையாகவே இருந்து வருகிறேன்.''

''உங்களைப் போல் மற்றவருக்கும் எச்சரிக்கையாக இருக்க வேண்டியதும் அவசியமாகிறது''

அனைவரும் மௌனமாக இருந்தனர்.

டாக்டர் சிறிது நேர மௌனத்திற்குப் பிறகு பேசத் தொடங்கினார். ''இதற்கு தண்டனை மரணம் தான். இங்கிருந்து போவதற்கு முன் நான் ஏதும் செய்ய வேண்டாம் என்றிருந்தேன். பிறரைக் கொல்லத் துடிக்கிறாயே. நீ செய்த குற்றம் உனக்கு எப்படித் தெரிகிறது?''

விரஜன் முகம் சிவந்தது. ''நான் புரட்சிக்காரன். புரட்சியில் கட்டுபட்டவனுக்கு உயிர் முக்கியமல்ல. அதை இருக்கவோ ஒழிக்காவா எனக்குத் தெரியும்,'' என்றான்.

“நல்லது. இன்றிரவு அப்படியே நடக்கட்டும். விரஜா உன் பெல்டிலிருந்து எடுக்க நேரமிருக்காது.” என்று சொல்லிக் கொண்டே டாக்டர் துப்பாக்கியுடன் இடது கையைத் தூக்கினார்.

இதைப் பார்த்து பயந்த பாரதி அதைப் பற்ற முயற்சித்தாள். ஆனால் டாக்டர் உதறிவிட்டார்.

இமைக்கும் நேரத்தில் அறையில் ஒரு பயங்கரம் தோன்றியது.

சுமித்திரா நடுங்கும் உதடுகளுடன் “நமக்குள் இதெல்லாம் என்ன?” என்றாள்.

ராமதாஸ் சட்டென்று “சங்கத்தின் கட்டுத் திட்டங்கள் முழுவதும் எனக்குத் தெரியாது. நமக்குள் கருத்து வேற்றுமை ஏற்பட்டால் மரண தண்டனையா? அபூர்வபாபு தப்பி விட்டார். ஒரு வகையில் நல்லதாயிற்று. ஆனால் டாக்டர் பாபு நீங்கள் அந்த விவகாரத்தில் நடந்து கொண்டது முறையானதல்ல.” என்றார்.

வழக்கறிஞர் இதை ஆதரிப்பது போல் தலையசைத்தார். மற்றவர் ஆதரவு தனக்குக் கிடைக்கிறது என்ற எண்ணம் விரஜனுக்கு உண்டாயிற்று. “இப்போது ஒருவன் உயிர் தேவை என்றால் என்னுடையதை எடுத்துக் கொள்ளுங்கள்” என்றான் துணிவாக.

“துரோகிக்குப் பதிலாக உண்மையான ஊழியனின் ரத்தம் வேண்டுமா? இதோ என் உயிரைத் தரத் தயாராக இருக்கிறேன்?” என்றாள் திடமாகச் சுமித்திரா.

கணநேர மௌனத்திற்குப் பிறகு டாக்டர் “அந்தக் காலம் மறைந்து விட்டது. அப்போது நீங்கள் இல்லை. ஆனால் இந்த உண்மையான ஊழியனை எனக்கு அப்போதிருந்தே தெரியும் போகட்டும். டோக்கியோவில் ஒரு நாள் ஓட்டல் ஒன்றில் சன்யாட் ஸென் அவர்களுடன் பேசிக் கொண்டிருந்தேன். அவர் சொன்னார். ‘ஏமாற்றத்தைத் தாங்கும் சக்தி குறைவாக உள்ளவர்களை சங்கத்தின் பணிகளிலிருந்து வெகு தூரத்தில் இருக்கச் செய்ய வேண்டும்’ அதனால் என்னால் ஏமாற்றம் கேலி, துரோகம் ஆகியவற்றைத் தாங்கிக் கொள்ள முடியும். விரஜா உன்னை நான் அச்சுறுத்துவதாக நினைக்காதே. நான் நமது பணிகளுக்காக வேறு ஒரு இடத்திற்குப் போகவேண்டியிருக்கிறது. சங்கத்தின் கட்சித் திட்டங்கள் சீர்

குலைத்தால் என் வேலை வெற்றி பெறாது. சுமித்திராவை உன் பிடியில் வைத்துக் கொள்ள விரும்பினால் 'உன் காரியம் வெற்றியடையட்டும்' என்று வாழ்த்துகிறேன். ஆனால் என் பாதையில் மாத்திரம் குறுக்கிடாதே. சுரபாயாவிலும், முந்தா நாளும் முயற்சி செய்து விட்டாய், என்னால் பொறுக்க முடியாது" என்றார்.

சுமித்திரா திடுக்கிட்டு "இதென்ன பேச்சு! முயற்சியின் கருத்து என்ன?" என்றாள்.

அவள் சொன்னதைக் கேட்காதவர் போல டாக்டர் "கிருஷ்ணய்யர் மன்னிக்கவும்." என்றார்.

வழக்கறிஞர் தலைகுனிந்து கொண்டார். டாக்டர் சட்டைப் பையிலிருந்து கடியாரத்தை எடுத்துப் பார்த்தார். பாரதியின் கையைப் பிடித்து "ஹும் புறப்படு. உன்னை உன் வீட்டில் கொண்டு விடுகிறேன்" என்றார்.

பாரதி கனவுலகத்தில் இருப்பவள் போல் எழுந்து நின்றாள்.

39

கூட்டத்திலிருந்த அனைவரிடமும் விடை பெற்றுக் கொண்டு பாரதியுடன் கீழே இறங்கி வந்தார் 'டாக்டர் பாபு'. அவர் வாயிலை அடைவதற்குள் சசி வேகமாகப்படிகளில் இறங்கி வந்தான். "டாக்டர் பாபு, ஒன்று சொல்ல விரும்புகிறேன். தங்களை நான் மறக்கவே மாட்டேன். இருப்பது அனைத்தும் உங்களுடையது தான்." என்றான்.

டாக்டர் சிரித்தார். "துன்ப காலத்தில் கவிக்கு பயமில்லாதிருந்தது. நல்ல காலம் வரும்போது நன்றிக் கடன் மறந்து விடுமோ என்ற பயம் வந்து விட்டது. நல்லது சசி, உன்னுடையது அனைத்தும் என்னுடையதுதான். தேவையான போது வருகிறேன்" என்றார்.

"தாங்கள் போவதற்கு முன் சந்திக்க வேண்டுமே! எனக்கும் நவதாராவுக்கும் சனிக்கிழமை திருமணம். அதற்கு நீங்களும் பாரதியும் வரவேண்டும்"

நான் போவதற்கு முன் சந்திப்பது முடியாத காரியம் என்றே நினைக்கிறேன். திருமணத்திற்கு பாரதி வரமுடியாது. நான் இருந்தால்

கட்டாயம் வருகிறேன். "உங்கள் இருவருக்கும் இன்றே ஆசியைக் கூறி விடுகிறேன். நீங்கள் என்றென்றும் மகிழ்ச்சியோடு இருங்கள்!"

பாரதியை அழைத்துக் கொண்டு வேகமாகப் படகுக்கு வந்தார் டாக்டர். கடல் கொந்தளிப்பும் நீர் ஏற்றமும் குறைந்திருந்தது. படகில் இருவரும் ஏறிக் கொண்டதும் துடுப்பால் பக்கத்திலிருந்த மரத்தில் ஊன்றி நெட்டினார். படகு நதியின் நடுபாகத்திற்கே போய்விட்டது.

வெள்ளம் மெல்லச் சென்றதால் படகும் அதன் வேகத்திலேயே போயிற்று. "இன்று நான் தனிமையில் இருந்திருந்தால் மனம் ஆறும் மட்டும் அழுது தீர்த்திருப்பேன். எதிர் காலத்தில் அனைவரும் நலமாக இருக்க நீங்கள் விரும்புகிறீர்கள். சசி பாபு எவ்வளவு கேவலமான காரியத்தைச் செய்யப் போகிறார். அவரையும் நீங்கள் வாழ்த்துகிறீர்கள். ஆனால் நீங்கள் நன்றாக இருக்க வேண்டும் என்று ஒருவரும் ஆசி கூற முன் வரவில்லை. நான் உங்களைவிடச் சிறியவள்தான். எதிர் காலத்தில் நீங்கள் ஒரு குறையுமின்றி மகிழ்ச்சியுடன் இருக்க ஆசி கூறுகிறேன்" என்றாள் பாரதி.

"வயதில் சிறியவர் ஆசி பலிக்காது. சில சமயம் நேர் மாறாகவும் நடைபெறும்" என்றார் டாக்டர்.

"நீங்கள் சுமித்திராதேவியைக் காதலிக்கவில்லை என்று கூறலாம். அபூர்வபாபு என்மீது காதல் கொள்ளவில்லை. ஆனால் நானே அவரைக் காதலித்தேன். உலக நியதிக்கு நீதிபதி என்று ஒருவன் இருந்தால் அவரிடம் அபூர்வபாபுவை விசாரணை செய்ய ஒப்படைக்க வேண்டும்.

டாக்டர் பதில் சொல்லவில்லை.

"என்ன டாக்டர் பாபு பதிலைக் காணோமே!" என்றாள் பாரதி.

"பதில் சொல்ல என்ன இருக்கிறது. நீ குறிப்பிடும் உலக நியதியை மதிப்பதானால் சுமித்திராவின் நிலைமை என்ன ஆகியிருக்கும் தெரியுமா? அவள் தன்னை விரஜன் கையில் ஒப்படைத்து விட்டு மறைந்து வாழ வேண்டியதுதான்." என்றார் டாக்டர்.

"சுமித்திராதேவியை விரஜன் காதலிக்கிறானா?"

"இது பதில் சொல்ல முடியாதது. உடல் கவர்ச்சிக்கு இணையானதே கிடையாது. மானம், வெட்கம், நன்மை தீமை, எதைக் குறித்தும்

சிந்திப்பதில்லை. விலங்குகளின் வெறியைக் காணாதவர்களால் அதைக் கற்பனை கூடச் செய்து பார்க்க முடியாது. நான் மாத்திரம் இல்லையென்றால் சுமித்திராவுக்குத் தற்கொலை செய்து கொள்வதைத் தவிர வேறு வழி இருக்காது'' என்று சொல்லிக் கொண்டே குனிந்திருந்த பாரதியின் தலையில் கையை வைத்தார்.

பாரதி பயந்து ''எல்லாம் தெரிந்த நீங்கள் சுமித்திரா தேவியை அவன் கையில் ஒப்படைத்துப் போக நினைத்தீர்களே'' என்றாள்.

''போவதற்கு முன் எல்லா சச்சரவுகளையும் தீர்க்க விரும்பினேன். சுமித்திராதான் அதற்கு இடம் கொடுக்கவில்லை.''

''நீங்கள் விரஜனைக் கொல்ல நினைத்தீர்களா?''

''ஆமாம். இனி நான் திரும்புவதற்குள் அவன் போலீசாரிடம் அகப்பட்டுக் கொண்டால் சரி. இல்லாவிட்டால் நான் திரும்பி வந்ததும் அந்த வேலையைச் செய்ய வேண்டியிருக்கும்.''

''உங்களுடைய கொலைபாதகப் பணியில் என்னால் ஈடுபட முடியாது. உங்கள் சங்கத்தின் ரகசிய வேலைகளைச் செய்யவும் இயலாது''

''அப்படியானால் நீயும் இவர்களைப்போல் என்னைப் பிரிந்துபோக விரும்புகிறாயா?''

''இப்படிச் சொல்லி என் வயிற்றெரிச்சலை ஏன் கிளப்பி விடுகிறீர்கள்! உங்களுக்கு விருப்பமானதைச் செய்யுங்கள். உங்களை விட்டுப் பிரிந்து நான் உயிர் வாழ்வேன் என்று மாத்திரம் நினைக்க வேண்டாம். நீங்களே சொல்லும் வரை உங்கள் பணியைச் செய்து கொண்டிருப்பேன். மனிதனைக் கொல்வது உங்கள் வேலையல்ல. மனிதனை மனிதனாக வாழச் செய்வதுதான் எனக்குத் தெரியும். இதைச் செய்யும் எண்ணத்துடன் தான் உங்களுடன் புறப்பட்டு வந்தேன்.''

டாக்டர் துடுப்புப் போடுவதை சிறிது நிறுத்தி ''என் வேலை என்ன?'' என்று கேட்டார்.

''நமது வழி வேண்டுவோர் சங்கத்தை ரகசியமானதாகச் செய்ய வேண்டியதில்லை. தொழிற்சாலைகளில் பணிபுரியும் தொழிலாளர்கள், மேற்பார்வையாளர்களைப் பார்த்தேன். அவர்களுக்குள்ள அச்சம்,

படிப்பின்மை, விலங்குகளுக்குச் சமமான வாழ்க்கை– இவற்றிற்கு ஒரு மாற்று கண்டுபிடித்து அதைச் செம்மையாகச் செய்தால் அதுவே பெரிய வெற்றிகரமான பணியாகும். உண்மையாகச் சொல்லுங்கள். இது தானே உங்கள் பணி?" என்றாள் பாரதி.

வெகு நேர மௌனத்திற்குப் பிறகு டாக்டர் துடுப்பைப் போட்டுக் கொண்டே "அது உன் வேலை அல்ல பாரதி. உனக்கு வேறு பணிகள் இருக்கின்றன. இந்த வேலையை சுமித்திரா கவனித்துக் கொள்வாள். இதன் முழுப்பொறுப்பையும் அவளிடம் ஒப்படைத்து விட்டேன்" என்றார்.

அதிக சலனமின்றி நதி ஓடிக் கொண்டிருந்தது. படகும் அதேபோல அமைதியாகச் சென்றது.

"பாரதி உன்னிடம் உண்மையைச் சொல்லிவிடுவதே நல்லது. தொழிலாளர்கள் நன்மைக்குப் பாடுபடுவதற்காக வழி வேண்டுவோர் சங்கம் ஏற்படவில்லை. பெரிய லட்சியம் ஒன்றையடையவே சங்கம் தொடங்கப்பட்டது. அந்த லட்சியத்தை அடைய ஆயிரம், ஏன், லட்சக்கணக்காகக்கூட உயிர்களைப் பலி கொடுக்க நேரிடலாம். அதில் நீ இருக்க வேண்டாம். உன்னால் முடியாது".

பாரதி திடுக்கிட்டு "மனிதர்களைப் பலி கொடுப்பதா?" என்று கேட்டாள்.

"மனிதன் எங்கே இருக்கிறான்? விலங்குகள் தானே?" என்றார் அலட்சியமும் வெறுப்பும் கலந்த குரலில் டாக்டர்.

"விளையாட்டுக்குக்கூட நீங்கள் மனிதர்களை இப்படிச் சொல்லக் கூடாது. உங்கள் கருத்தைப் புரிந்து கொள்ள முடிவதே இல்லை. ஆனால் உங்கள் மனம் எனக்குத் தெரியும். என்னைப் பயமுறுத்த இப்படிச் சொல்கிறீர்கள்."

"பயமுறுத்தச் சொல்லவில்லை. உண்மையைத்தான் சொன்னேன். நான் சென்ற பிறகு தொழிலாளர்களூ உதவி செய்யப் போகாதே. நீங்கள் செய்யும் சிறு தொண்டினால் அவர்களுக்கு நன்மை ஏற்பட்டுவிடாது. புரட்சி ஒன்றினால்தான் நன்மை உண்டாகும். புரட்சிப் பாதையில் அவர்களை அழைத்துச் செல்லவே வழி வேண்டுவோர் சங்கம் அமைக்கப்பட்டது. புரட்சி அமைதியான முறையில் இயங்குவது அல்ல. வன்முறைகளும்

போராட்டங்களும் மிகச் சாதாரணமாகத் தோன்றும். அதுதான் புரட்சியின் தலைவிதி. அதற்குச் சாபக்கேடு. ஐரோப்பாவைப்பார், ஹங்கேரிப் புரட்சி, ரஷ்யப்புரட்சி ஆகியவை வன்முறையில் நடத்தப்பட்டதுதான்.

பதினெட்டாம் நூற்றாண்டின் கடைசியில் தோன்றிய பிரஞ்சுப் புரட்சி சரித்திரத்தில் இதைக் காணலாம். தொழிலாளிகளின் குருதி பாரிஸ் நகரத்தின் தெருக்களில் ஆறுபோல் பெருக்கெடுத்து ஓடிற்று. ஜப்பானில் இப்போது தோன்றியிருப்பது இப்படிப்பட்டதுதான். அங்கும் தொழிலாளர்களின் துயரக் கதையில் சிறிதும் மாறுதல் ஏற்படவில்லை. மனிதன் தன் உரிமைக்காக மனிதனுடனேயே போராடத் தான் வேண்டியிருக்கிறது." என்றார் டாக்டர்.

பாரதி பயத்தால் நடுங்கினாள்.

"அதிருக்கட்டும். இதேவிதமான ரத்தப்பெருக்கு நம் நாட்டிலும் ஏற்பட வேண்டுமா? யாருக்காக உதவி செய்ய இரவு பகலாக உழைத்து வருகிறோமோ, அவர்கள் குருதி தெருக்களில் பெருக்கெடுத்து ஓட விரும்புகிறீர்களா?" என்றாள்.

டாக்டர் பதட்டமின்றி அமைதியாக "அதைத்தான் நான் விரும்புகிறேன். மனிதனுடைய ரத்தம் பெருக்கெடுத்து ஓடினால் அது விடுதலைக் கடலை நோக்கித்தானே செல்லும்? இல்லா விட்டால் இமயமளவு பாபத்தை எப்படிக் கழுவிச் சுத்தம் செய்ய முடியும்? அந்தச் சுத்தப்படுத்தும் வேலையில் என் குருதியும் இரண்டு சொட்டாவது சேரலாம். அதைக் கொடுக்க நான் தயங்கவே மாட்டேன்" என்றார்.

"இதைத் தவிர வேறு மார்க்கம் உங்களிடம் இல்லையா?"

"இன்னும் தேடி அலைந்து கொண்டிருக்கிறேன். எவ்வளவோ நாடுகளுக்குச் சென்றேன். எத்தனையோ புத்தகங்களைப் படித்தேன். நானும் பல நாள் பலவாறாகச் சிந்தித்திருக்கிறேன். வேறு பாதையே புலப்படவில்லை. குழப்பத்தை. உண்டு பண்ணுவது தீமை செய்வதற்காக அல்ல. அமைதி, அமைதி என்ற சொல்லைக் கேட்டு காது செவிடாகி விட்டது. அமைதியைப் பிரசாரம் செய்பவர்கள் பிறர் மன அமைதியைக் கொள்ளை அடித்துப் பெரிய மாளிகைகளில் வசிக்கிறார்கள். மனித உரிமைகளை அவர்கள் மூடி மறைத்து விடுகிறார்கள். வஞ்சித்து, துன்பம்

துயரம் முதலியவற்றால் அவதியுறும். மக்கள் காதுகளில் அமைதி என்று சொல்லிச் சொல்லி புரட்சி என்ற சொல்லைக் கேட்டு அஞ்சி நடுங்கி, அது பாபகரமானது. தீமையானது என்ற எண்ணத்தை ஏற்படுத்தி விட்டார்கள் கட்டிப்போட்டிருக்கும் பசு பட்டினியால் மடிவதைப் பார்த்திருக்கிறாயா? பட்டினி கிடக்கும் பசு கயிறை அறுத்துக் கொண்டு தீனி தேடி ஓடி முதலாளியின் மனஅமைதியைசீர்குலைப்பதில்லை. இதனால் ஏழைகளின் நல் வாழ்வுக்கான பாதை அடியோடு அடைபட்டுப் போய்விட்டது. நாமும் அவர்களுடன் சேர்ந்து அழுது புலம்பிக்கொண்டிருந்தால் எப்போதுதான் விடிவு காலம் ஏற்படும்? அமைதி புனிதமானதாகவோ, பழமையானதாகவோ இருக்கலாம். ஆனால் அது மனிதனைவிட உயர்ந்ததாகி விட முடியாது. அடிமைத் தளையை நாம் தகர்த் தெறியத்தான் வேண்டும். பெரிய மாளிகை உடைபடும் போது சுண்ணாம்பும் மண்ணும் கற்களும் சிதறி விழத்தான் செய்யும். அவற்றில் சில மனிதர்கள் மீதும் விழலாம். இது இயற்கையானது" என்றார் டாக்டர்.

"அப்படியானால் புரட்சிப் பாதையில் ஏன் அடியெடுத்து வைக்கிறீர்?"

"மற்ற பாதைகள் அனைத்தும் அடைபட்டு விட்டன. புரட்சிப்பாதை ஒன்றுதான் திறந்திருக்கிறது."

"தொழிற்சாலையில் பணிபுரியும் தொழிலாளிகளை அவர்கள் குறைகளை வெளிப்படுத்தவும் அவற்றிற்குத் தீர்வு காணவும் அமைதியான வகையில் வேலை நிறுத்தம் செய்யத் தூண்டுகிறோம். நீங்கள் சென்ற பிறகு வழி வேண்டுவோர் சங்கத்தின் இந்த வேலையையும் நாங்கள் நிறுத்திவிட வேண்டியது தானா?"

"தொழிலாளர் விவகாரம் சுமித்திராவினுடையது. உனக்கு வேறு வேலை தருகிறேன். வேலை நிறுத்தம் உள்ளது. ஆனால் அமைதியான வேலை நிறுத்தம் என்று இல்லை. உலகத்தில் எந்த வேலை நிறுத்தமும் பக்கபலமில்லாமல் வெற்றி பெற முடியாது. கடைசி முயற்சியை அவர்கள் செய்து பார்க்க வேண்டும்."

"யார் பார்ப்பது, தொழிலாளர்களா?"

"ஆமாம். பணக்காரனின் பணத் தட்டுப்பாடும், ஏழையின் வறுமையும் ஒன்று அல்ல. இது சுமித்திராவுக்கு நன்றாகத் தெரியும். ஏழைகளின்

வேலையில்லாத் திண்டாட்டமும், பட்டினியும் மரணத்தின் திசையை நோக்கி உந்தித் தள்ளிக் கொண்டிருக்கும். அவர்களுடைய மனைவி மக்கள் வறுமையிலும் பட்டினியிலும் வாடிவதங்கித் தவிப்பார்கள். குடும்பத்தின் துயர நிலை தொழிலாளியை மூளை கலக்கமடையச் செய்துவிடுகிறது. அப்போது அவன் பிறரிடம் பலவந்தமாக உணவைப் பறித்துத் தின்னத் தொடங்குவான். முதலாளி இதைத்தான் எதிர்பார்க்கிறான். செல்வம், செல்வாக்கு, அதிகாரம், அதிகார வர்க்கத்தின் உதவி. இத்தனையும் முதலாளியின் கையில் இருக்கிறது. தொழிலாளி விழித்தெழும் போது முதலாளிகள் அலட்சியமாக இருக்கமாட்டார்கள். அமைதி, அடக்கு முறையினால் வெற்றி கொள்ளப்பட்டு விடும். அன்று நிராயுதபாணியான, வறுமையிலும், துன்பத்திலும், பசியிலும் வாடி வதங்கிவிட்ட ஏழை மக்களின் குருதி தெருக்களில் ஆறுபோல ஓடத்தான் செய்யும்'' என்றார் டாக்டர்.

``பிறகு?'' என்று பயந்துகொண்டே கேட்டாள் பாரதி.

``அடக்கு முறைக்குள்ளாகி அவதியுறும் தொழிலாளர் வர்க்கம் தம் சொந்த சகோதரர்களையே கொன்றவர்களிடம் கையைக்கட்டி நிற்கும். அதற்கு கொலைகாரன் பிச்சை கொடுப்பார். ஒரு நாள் தங்களுக்குச் செய்த கொடுமைகளை எண்ணி கொதித்தெழுவார்கள். ஆனாலும் அப்போதும் பழைய கதைதான் நடைபெறும்.''

``வேலை நிறுத்தத்தினால் லாபமே ஏற்படாதா?''

``ஏன் இல்லை? வேலை நிறுத்தம்தான் புரட்சியின் பாதைக்கு அடிகோலும். வறுமை, பஞ்சம், பட்டினி,துன்பம், தோல்வி இத்தனையும் சேர்ந்து மனத்தில் ஒரு கொடிய வெறுப்பை ஏற்படுத்தும். இந்த வெறுப்பு கொடிய நஞ்சு போன்றது. அது நாலா திசைகளிலும் பரவும். இதுதான் நமது மூலதனம். எந்த நாட்டிலும் சாதாரணமாகப் புரட்சியைத் தோற்றுவிக்க முடியாது. அதற்கு மூலகாரணம் ஒன்று தேவை. அந்த மூல காரணத்தைத்தான் நாங்கள் தொடங்குகிறோம். இந்த உண்மையை அறியாதவர்கள் தொழிலாளர்களை அதிக ஊதியம் போன்றவை கேட்டு வேலை நிறுத்தம் செய்யத் தூண்டுகிறார்கள். இவர்கள் தொழிலாளர், நாடு இரண்டையுமே உருப்படாமல் செய்வார்கள்''

``நாம் இறங்க வேண்டிய இடத்தைக் கடந்து விட்டடோமா?'' என்று பாரதி சந்தேகத்துடன் கேட்டாள்.

"அதை மறக்க மாட்டேன்."

"என்னை ஏன் சங்கத்தின் வேலையில் ஈடுபட வேண்டாம் என்று கூறுவதற்கான காரணத்தைத் தெரிந்து கொண்டேன். நான் மிகவும் பலவீனமான உள்ளம் படைத்தவள். அபூர்வ பாபுவைப் போல் ஒன்றுக்கும் உபயோகமில்லாதவள் என்று எண்ணுகிறீர்கள். சுமித்திராதேவியிடம் தான் தங்களுக்குப் பூரண நம்பிக்கை இருக்கிறது. உங்கள் புரட்சி மார்க்கத்தை தவிர வேறு கிடையாது என்பதை நான் ஒப்புக் கொள்ள மாட்டேன். மனிதனுடைய ஆராய்ச்சி தொடர்ந்து நடைபெற்றுக் கொண்டு தான் இருக்கிறது. ஒரு சாரார் நன்மைக்காக மற்றொரு சாரார் அழியவேண்டும் என்பது முடிவானதாகாது. நீங்களே சொன்னாலும் ஏற்கமாட்டேன்."

"உன் மன நிலை எனக்குத் தெரியும் பாரதி."

சிறிதுநேர மௌனத்திற்குப் பிறகு "புரட்சி என்றால் மனித சமூகத்திற்குத் தேவையானதா? என்ன? அது –என்னால் சிந்தித்துப் பார்க்கவே முடியவில்லை. உங்கள் வாய் மூலம் கேட்கும் போது உள்ளம் நடுங்குகிறது. மனிதர்களின் துன்ப வாழ்க்கையை நீங்கள் பார்த்திருக்கிறீர்கள். அதனாலேயே நீங்கள் உணர்ச்சிவசமாகி விடுகிறீர்கள். தாங்கள் போகும்போது என்னையும் தங்களுடன் அழைத்துச் செல்கிறீர்களா?" என்றாள் பாரதி.

டாக்டர் சிரித்துக்கொண்டே "உனக்கென்ன மூளைக் கோளாறு ஏற்பட்டிருக்கிறதா?" என்று கேட்டார்.

"மூளைக் கோளாறா?...நான் உங்களுடைய வேலைகளுக்கு இடையூறாக இருப்பதாகத் தோன்றுகிறது. அதனாலேயே என்னைப் பிரிக்க நினைக்கிறீர்கள். தேசத்தின் எந்த ஒரு நல்ல பணிக்கும் நான் பயன்படமாட்டேனா? எனக்குச் சிறிது சந்தர்ப்பம் கொடுக்கமாட்டீர்களா?"

"நாட்டுக்கு நன்மை ஏற்படச் செய்ய நல்ல காரியங்கள் பல இருக்கின்றன. ஆனால் அந்தப் பணிகளைச் செய்வதற்கான சந்தர்ப்ப சூழ்நிலையை நாம் உருவாக்கிக் கொள்ள வேண்டும்."

"நீங்கள் எனக்கு சந்தர்ப்பச் சூழ்நிலையை ஏற்படுத்தித் தாருங்கள்."

கணநேர மௌனத்திற்குப் பிறகு டாக்டரின் முகம் மலர்ந்தது. "தேசப் பணிசெய்ய பல சங்கங்கள் இருக்கின்றன. அவற்றின் மூலம் மக்கள்

நலனுக்கான பணிகள் பலவற்றைச் செய்கிறார்கள். துன்பப்படுவோருக்குப் பணிவிடை செய்வது, ஆண் பெண்களை நற்பணிகளில் ஈடுபடத் தூண்டுவது, நோயாளிகளுக்கு மருத்துவம் செய்வது, திடீரென்று ஏற்படும் வெள்ளப் பெருக்கினால் பாதிக்கப்பட்டவர்களுக்கு உதவி செய்வது இன்னும் எண்ணற்ற பணிகளைச் செய்கின்றனர். அவை உனக்குப் பணிபுரிவதற்கான வழியைக் காட்டும். நான் என்னவோ புரட்சிக்காரன், தயை, தாட்சண்யம், அன்பு, பாசம், பாவபுண்ணியம்—ஆகிய அனைத்துமே தப்புவதற்காக வேயப்பட்ட முள்வேலி. இந்த சங்கங்கள் செய்யும் எண்ணற்ற பணிவிடைகள் எனக்குக் குழந்தைகளின் விளையாட்டுப் போலக் காணப்படுகிறது. அன்னை பாரத பூமியின் விடுதலை தான் என் உயர் லட்சியம் அதற்காக உழைப்பதே எனக்குப் பெரிய சாதனை. வாழ்நாளில் எனக்கு வேறு எது நல்லது எது கெட்டது என்று தெரியவே தெரியாது. பாரதி, இனி என்னை உன் பக்கம் ஈர்க்காதே" என்றார் டாக்டர்.

அந்தக் காரிருளில் அவருடைய முகத்தை உற்றுப் பார்த்துக்கொண்டு மௌனமாக உட்கார்ந்திருந்தாள் பாரதி.

40

சசி நவதாராவின் திருமண நாள். அன்று விடை பெறும் போது டாக்டரிடம் "சனிக்கிழமை இரவு எப்படியும் பாரதியை அழைத்துக் கொண்டு வந்து எங்களை ஆசீர்வதிக்க வேண்டும்" என்று சசி மிகவும் கெஞ்சி கேட்டுக் கொண்டான்.

டாக்டரும் "கட்டாயம் நான் வருகிறேன். பாரதியை அழைத்து வரமுடியுமா என்பது சந்தேகம்" என்றார்.

ஆனால் சசி விடாப்பிடியாக பாரதியை அழைத்துக் கொண்டு இரவு எவ்வளவு நேரமானாலும் வரவேண்டும் என்று கண்டிப்பாகச் சொன்னான்.

அன்று சனிக்கிழமை. சசியின் திருமணத்திற்குப் போக பாரதி தன்னை ஆயத்தப்படுத்திக் கொண்டாள். மாலை மங்கியதும் கறுப்புக் கம்பளத்தை எடுத்துப் போர்த்திக் கொண்டு ஆற்றங்கரைக்கு வந்து மரங்களின் அருகில் நின்றாள்.

படகு ஏதாவது வருகிறதா என்று பார்வையை உன்னிப்பாக்கினாள் பாரதி. அதே சமயம் அவளை நெருங்கி ஒரு படகு வந்துகொண்டிருந்தது.

முன் நிலவுக்காலமான அன்று பஞ்சமி. வானத்தில் தேங்காய் வில்லல் போல் சந்திரன் காணப்பட்டான். அவனுடைய குளிர்ந்த நிலவொளியில் படகில் இருப்பது யார் என்று பார்த்துத் தெரிந்து கொண் டாள்.

படகு கரையை அடைந்ததும் டாக்டர் நீட்டிய கையைப் பற்றிக் கொண்டு பாரதி படகில் ஏறி உட்கார்ந்தாள்.

படகு செல்லத் தொடங்கிற்று. டாக்டரின் முகத்தை சிறிது நேரம் மௌனமாகப் பார்த்துக் கொண்டிருந்தாள் பாரதி. "உங்களைப் பார்த்து இரண்டு மூன்று நாட்களேயானாலும் தோன்றுகிறது எத்தனையோ யுகமாகத் இப்போதே சொல்லி விடுகிறேன். பிறகு ஏதும் தடை சொல்லாதீர். சீன நாட்டுக்கு நானும் உங்களுடன் வரத் தீர்மானித்து விட்டேன்" என்றாள்.

"நானும் இதைக் கண்டிப்பாகச் சொல்கிறேன். என்னுடன் வெளிநாடுகளுக்கு வர நினைக்காதே. பயணத்தின் தொடக்கத்தில் எல்லாமே மகிழ்ச்சியாக இருக்கலாம். பிறகு குறுக்கிடும் தொல்லைகளை உன்னால் தாங்கவே முடியாது.

நவதாரா சசி திருமணம் பலருக்கு நூதனமாக இருக்கலாம். வழக்கமான சடங்குகளிலிருந்து மாறுபடலாம். அது சமூக கட்டுத் திட்டங்களுக்கு எதிரிடையானதாக இருக்கலாம். ஆனால் குற்றத்தைச் சசி செய்யவில்லை. சமூகக் கட்டுத் திட்டங்களை உருவாக்கியவர்களையே அந்தக் குற்றம் சாரும். சசி வேறு ஒரு பெண்ணைக் காதலித்திருக்கக் கூடாதா என்றே நான் நினைக்கிறேன் என்றார் டாக்டர்

"சசி பாபு வேறு ஒருத்தியைக் காதலித்திருக்கலாம். அந்தப் பெண்ணோ சசி பாபுவை காதலிக்க வேண்டுமே! சசி பாபுவைப் போன்ற ஒருவரை எந்தப் பெண்ணாவது காதலிப்பாளா?"

"சசி ஒருவரைக் காதலிப்பதோ வேறு ஒரு பெண் சசியைக் காதலிப்பதோ நினைத்துப் பார்க்க முடியாதது. அக்காரணத்தால்தான் சசி நவதாரா திருமணத்திற்கு இருந்து ஆசி கூறி விடை பெறுவது என்று தீர்மானித்திருந்தேன். என் ஆசிக்கு அருள்வலிமை இருக்குமானாலும் சசியின் வாழ்க்கையையே அது மாற்றிவிடும். இதில் சந்தேகமே வேண்டாம்."

"உண்மையாகவே சசி பாபுவிடம் உங்களுக்கு உயிருக்குயிரான நட்பா டாக்டர் பாபு? இதற்கு ஏதாவது தனிக் காரணம் உண்டா?"

“நான் உன்னிடம் அளவு மீறி அன்பு காட்டுகிறேனே எதற்காக? இதே போன்றதுதான் சசியின் மீதுள்ள நட்பும்”

“உங்கள் வரை நானும் சசிபாபுவும் ஒரே விதமானவர்கள். இவ்வளவு நாட்களுக்குப் பிறகு என் உண்மையான மதிப்பு இன்று தெரிந்துவிட்டது. உங்களுடன் இனி மகிழ்ச்சியுடன் வந்து சசி நவதாரா தம்பதிகளை வணங்கி வருகிறேன்” என்றாள்.

“நல்லது வா.”

படகு கடல் சங்கமுகப் பகுதியை நோக்கிப் போய்க் கொண்டிருந்தது. சில நாட்களாக அங்கு ஜப்பான் நாட்டுக் கப்பலொன்று நின்று கொண்டிருந்தது. படகு கப்பலைக் கடந்து உப்பங்கழியிலேயே போய்க் கொண்டிருந்தது. அப்போது பாரதி பேசத் தொடங்கினாள், “டாக்டர் பாபு, சில நாட்களாக என் மனதில் இப்படி ஒரு எண்ணம் ஏற்பட்டு வருகிறது. கடலின் எல்லையையோ அதன் ஆழத்தையோ காணமுடியாது. உங்கள் விவகாரங்களும் கிட்டத்தட்ட கரை காணாத ஆழங்காண முடியாத கடலை போன்றவைதான். அன்பு, காதல் எதுவும் உம் துணையில்லாமல் தனித்து இருக்க முடியாது. ஆனால் அனைத்தும் உம் முன் ஓடி எங்கோ ஒளிந்து கொண்டு விடுகின்றன.”

“உன் உபமானம் தவறானது. கடலுக்குக் கரையும் உண்டு. அதன் ஆழத்தையும் பார்க்க முடியும்” என்றார் டாக்டர்.

“இந்த உலகத்தில் உங்களைத் தவிர எனக்கு ஒருவரும் இல்லை. இதை உங்களிடம் நான் ஆயிரம் முறையாவது சொல்லியிருப்பேன். தாங்கள் இங்கிருந்து சென்ற பிறகு நான் எங்கு தங்குவேன்? எப்படி வாழ்வேன்? நான் சொல்வதாவது கேட்கிறதா? உங்களுக்கு இதயமே கிடையாதா? ஊரை விட்டுப் புறப்பட்டதுமே என்னை மறந்து விடுவீர்கள்”

“உன்னை மறக்கவே மாட்டேன்” என்று உறுதியாகச் சொன்னார் டாக்டர்.

“இந்த உலகத்தில் உங்களைத் தவிர வேறு யார் துணையுடன் நான் வாழ்வேன்?”

“மணமான பெண்கள், கணவன், மகன், மகள், வீடு வாசல்...”

பாரதி குறுக்கிட்டு ஆத்திரமாக "அபூர்வபாபுவை மனப்பூர்வமாகக் காதலித்தேன். இதை உங்களிடம் மறைத்ததில்லை. அவர் கிடைத்திருந்தால் என் வாழ்க்கை மகிழ்ச்சியாக இருந்திருக்கலாம். ஆனால் இதற்காக உங்களுக்கு விருப்பம் ஏற்பட்ட போதெல்லாம் என்னைக் கேலி செய்யலாமா?" என்றாள்.

"கேலியா, நான் உன்னைக்கேலி செய்யவேமாட்டேன்."

பாரதி மௌமாக இருந்தாள்.

டாக்டர் மீண்டும் சொல்லத் தொடகினார். அன்று சுமித்திராவைப் பற்றிக் கேட்ட கேள்விக்கு என்னால் பதில் சொல்ல முடியவில்லை. வழிபோக்கருக்கு திசையைக் காட்டும் திசை காட்டியல்ல நான். சுமித்திராவைப் பற்றி நீ சொன்னதைக் கேட்டு மெய்சிலிர்த்தது. எவ்வளவோ விவகாரங்கள் எனக்குத் தெரியும். ஆனால் ஆண் பெண் காதல் விவகாரம் மாத்திரம் எனக்குத் தெரியாது. நடக்க முடியாது என்ற சொல் என் அகராதியில் இருக்கவே இருக்காது.

"அப்படியே இருக்கட்டும். சுமித்திரா தேவிக்கு ஒரு நாள் நல்ல காலம் வராமல் போகாது. அபூர்வபாபுவை நான் நேசிக்கிறேன். அவர் நல்லவரோ, கெட்டவரோ என்னால் அவரை மறக்க முடியாது. இதனால் அவரை மணந்து அவருடன் வாழ்க்கை நடத்துவேன் என்பதல்ல. தயவு செய்து உங்கள் முழு மனதுடன் எனக்கு ஆசி கூறிச் செல்லுங்கள். நானும் உங்களைப் போல் மற்றவர்களின் நன்மைக்காக என்னை அர்ப்பணித்துக் கொள்கிறேன். அனாதையான உங்கள் இந்தத் தங்கையை உங்கள் வழித்துணையாக்கிக் கொள்ள மாட்டீர்களா?"

டாக்டர் படகைச் செலுத்திக் கொண்டே தலையசைத்து "என்னுடன் அழைத்துப் போவது முடியாது. இப்போது ஜோவாவின் நினைவு வருகிறது. உன்னைப் போலவே அவன் வாழ்க்கையும் வீணாகி விட்டது. எனக்கு என் அன்னை பாரத தேவியின் கைவிலங்குகள் உடைத்தெறிந்து அவள் சுதந்திரமாக இருக்க வேண்டுவது ஒன்றுதான் தெரியும். அந்த ஒரு காரியம்தான் என் குறிக்கோள். இதைவிட மேலான காரியம் எனக்கு இந்த உலகத்தில் வேறு எதுவுமே கிடையாது. கலை, கலாசாரம், கல்வி ஆகிய அனைத்தும் நாடு அரசியல் சுதந்திரம் பெறாமல் முன்னேற்றமடைய முடியாது. இதற்காக உன்னை நான் பலியிட முடியாது. அன்பு, காதல், தயை,

நட்பு ஆகிய பல வகையில் உன் இதயம் என் கொள்கையிலிருந்து பல்மடங்கு உயர்ந்து விட்டது. உன்னை நான் எட்டிப் பிடிக்கவும் முடியாது என்றார்.

அவர் சொன்னதைக் கேட்டதும் பாரதியின் உள்ளம் மகிழ்ச்சியால் பூரித்தது. டாக்டரின் உள்ளத்தில் அவளுக்குச் சிறிது இடம் கிடைத்திருப்பதைக் கண்கூடாகக் கண்டாள். “நானும் இதைத்தான் சிந்திக்கிறேன். நீங்கள் போகாவிட்டால் என்ன? எதற்காக இந்தப் புரட்சித் தீயில் குதித்து”அவதிப்பட வேண்டும்? பாரதத்திலும், வெளிநாடுகளிலும் ரகசிய சங்கங்களை ஆரம்பித்து அவதிப்படுகிறீர்கள்? ஒரு நாளும் மனிதர்களுக்கு இதனால் ஒருநன்மையும் உண்டாகாது.

டாக்டர் அலட்சியமாக ஆனால் உறுதியான குரலில் “பலனைக் கடவுளின் கையில் ஒப்படைத்து விட்டு நாம் நம் கடமைகளைச் செய்வோம். அதுதான் எனக்குத் தெரியும்” என்றார்.

இருவரும் மௌனமானார்கள்.

அப்போது இந்தியாவில் சுதேசி இயக்கம் தொடங்கியிருந்தது. நாட்டுப்பற்றுமிக்க பல அறிஞர்கள் சட்டத்திற்கு விரோதமில்லாத வகையில் சொற்பொழிவுகள் செய்துவந்தார்கள் மிதவாதிகள் ஆன அவர்களின் சொற்பொழிவுகள் பத்திரிகைகளில் வெளிவந்து கொண்டிருந்தன. அவற்றை பாரதி படித்து அந்த நாட்டுப்பற்று அறிஞர்களிடம் பக்தி கொண்டிருந்தாள். முதல் நாளும் இப்படித்தான் அறிஞர்கள் சொற்பொழிவைப் பத்திரிகையில் படித்திருந்தாள். அதன் வேகம் தான் அவள் டாக்டரிடம் அப்படிப் பேசத் தொடங்கியது.

“இந்தியாவை ஆங்கிலேயர் ஆளும் வரை அங்கு உங்களுக்கு வசிக்க இடமில்லை. ஆனால் பரந்த உலகம் இருக்கிறது. அங்கு ஆங்கிலேயரின் அதிகாரம் இல்லை. அங்கெல்லாம் சென்று நீங்கள் சுலபமாக உங்கள் பிரசாரத்தைச் செய்யலாம். உங்கள் புரட்சித் திட்டங்களை உருவாக்கலாம்... இருட்டில் உங்கள் முகம் தெரியவில்லை. நீங்கள் நான் சொல்வதைக் கேட்டு நகைக்கிறீர்கள் என்று தெரிகிறது. நீங்களும், உங்கள் கூட்டத்தினரும் இன்னமும் நம்பிக்கையுடனேயே உங்கள் பணியைச் செய்து வருகிறீர்கள். நேற்றைய பத்திரிகையை...

டாக்டர் குறுக்கிட்டு “வணக்கத்திற்குரிய அவர்களை எங்களுடன் ஒப்பிட்டு அவமானப்படுத்தாதே!” என்றார்.

“நான் அப்படிச் செய்யவில்லை. நீங்கள் தான் அவர்களைக் கேலி செய்கிறீர்கள்”

தலையை வேகமாக அசைத்து டாக்டர் “கட்டாயம் கேலி செய்யவே மாட்டேன். அவர்களிடம் எனக்கு அளவு கடந்த பக்தி உண்டு. நாட்டின் நலன்களுக்காக அவர்கள் கூறும் ஆலோசனைகளை உலகில் எங்களைவிட யாரும் பூரணமாக உணர்ந்திருக்க முடியாது.” என்றார்.

“அவர்கள் வழி வேறு. உங்கள் வழி வேறு. ஆனால் குறிக்கோள் ஒன்றுதானே?”

“இதுவரை ஏதோ நீ கேட்டாய் என்று பதில் சொல்லிக் கொண்டிருந்தேன்? இனி என்னால் பொறுக்க முடியாது. எங்கள் இருவரின் வழிகளும் வெவ்வேறானவை. மாத்திரமல்ல. கொள்கையும் குறிக்கோளும் வெவ்வேறானவை. இது உனக்குப் புரியவில்லையா? உலகத்தில் எவ்வளவோ இனத்தவர் சுதந்தரமாக வாழ்கிறார்கள். மனிதனுக்கு சுதந்தரத்தைத் தவிர வேறு சிறந்ததாக எதுவும் இருக்க முடியாது. சுதந்திரத்தைப் பற்றிப் பேசுவது மாத்திரமல்ல, அதைப் பற்றிச் சிந்திப்பதுகூட ஆங்கிலேயரின் சட்டப்படி குற்றமாகும். நான் அந்தக் குற்றத்தைச் செய்து கொண்டிருப்பவன். அந்த வணக்கத்திற்குரிய தலைவர்களோ சட்டத்திற்கு விரோதமாக ஒரு சொல்லும் சொல்லமாட்டார்கள். ஒரு சிறு காரியத்தையும் செய்ய மாட்டார்கள். சீனாவில். மஞ்சு மன்னர்கள் மக்களை இரண்டரை முழ நீளத்திற்கு குடுமி வைத்துக் கொள்ள வேண்டும் என்று கூறியது போல ஆங்கில அரசாங்கமும் பாரத மக்களுக்குக் கட்டளையிட்டால் இந்தத் தலைவர்கள் சிறிது தயங்க மாட்டார்கள். வேண்டுமானால் இரண்டரை முழம் வேண்டாம். ஒன்றரை முழமாகக் குறைக்கலாம் என்று விண்ணப்பம் செய்து கொள்வார்கள்” என்றார் டாக்டர் சிரித்துக்கொண்டே.

“நீங்கள் என்ன வேண்டுமென்றாலும் சொல்லுங்கள் அவர்கள் தேசபக்தியைக் குறை கூற முடியாது. நாட்டின் நன்மையைக் கருதி ராஜ தந்திரத்துடன் நடந்து கொள்கிறார்கள். அவர்கள் பணி பயனற்றது என்று மாத்திரம் சொல்லாதீர்கள். கொள்கை, செயல் முறை இவற்றில் மாறுபட்டிருக்கிறார்கள் என்பதற்காக அவர்களை ஏளனம் செய்யாதீர்.”

படகு சென்று கொண்டிருந்தது. பின்னால் நீராவிப்படகு குரலெழுப்பிக் கொண்டே வந்து அவர்களைக் கடந்து சென்றது.

"உன் மனதை நோகச் செய்யவோ வணக்கத்திற்குரிய தலைவர்களைக் கேலி செய்ய வேண்டுமென்றோ எண்ணவே மாட்டேன். வீட்டில் பசுவை குறிப்பிட்ட நீளமுள்ள கயிற்றால் கட்டிவைக்கிறார்கள். கயிற்றின் நீளத்திற்கு மேல் பசுவால் உலாவ முடியாது. சட்டமும் இப்படித்தான் சுதந்தர மளிக்கிறது."

"ஒருவருக்குத் தன் உயிர் இப்போதோ மறுகணமோ என்ற ஆபத்தில் சிக்சிக்கொண்டிருக்கும்போது மற்றவரை எள்ளி நகையாடலாமா?"

"இது முன்பே தீர்ந்து போன விவகாரம். நான் தேசப் பணியில் இறங்கிய அன்றே உயிருக்கு அபாயம் தோன்றிவிட்டது. இதைப் பற்றி மற்றவரிடம் சொல்லவோ, ஆலோசனை கேட்கவோ ஒன்றுமில்லை. அரசாங்கத்திடம் சிக்கிய பிறகு என்னை அது விடுதலை செய்தால் ஒன்று அதனிடம் தூக்குக் கயிறு இல்லாமலிருக்கலாம். அல்லது அதற்கு மூளைக் கோளாறு ஏற்பட்டிருக்கலாம்.

"அதனால்தான் நான் உங்களுடன் இருக்க விரும்புகிறேன். நான் உங்களுடன் இருக்கும்வரை ஒருவரும் உங்களை அணுக முடியாது" என்று பாரதி கண்ணீர் பெருகிய வண்ணம் சொன்னாள்.

அவள் வருத்தப்படுகிறாள் என்பதை டாக்டர் உணர்ந்தார். "கடல் பொங்கத் தொடங்கிவிட்டது. விரைவாகப் போய்விட வேண்டும்" என்றார்.

"சட்டமும் ஆயுத பலமும் கொண்ட அவ்வளவு பெரிய அரசாங்கத்தை ஒழித்து விட முடியும் என்று உண்மையாக நம்புகிறீர்களா?"

"முடியும் என்றுதான் மனப்பூர்வமாக நம்புகிறேன். அந்த நம்பிக்கையில்லா விட்டால் என் நோன்பு என்றைக்கோ வீணாகிப் போயிருக்கலாம்."

"என்னை ஒதுக்கித் தள்ளுவதற்கு இதுதான் காரணமா?"

"இல்லை, நீ செய்ய வேண்டிய கடமைகள் ஏராளமாக இருக்கின்றன. அவை மங்களமானவை. மனதிற்கு அமைதியையும் மகிழ்ச்சியையும் அளிக்கக் கூடியவை. உனக்கு எந்தப் பணியில் நம்பிக்கையிருக்கிறதோ அதில்தான் நீ ஈடு பட வேண்டும்.

அவள் மீது கொண்டிருக்கும் அளவற்ற அன்பு காரணமாகவே அவளைப் புரட்சி வழியில் ஈடுபடுத்த அவர் விரும்பவில்லை என்பதை பாரதி உணர்ந்தாள். அவருடைய அன்பு பாரதியின் கண்களில் நீரைச் சுரந்தது. அவள் தடைபட்ட குரலில் "அதிகாரம், படைபலம் – இவை உங்களை பயமுறுத்திவிட முடியாது. உயிருக்குப் பயந்து நீங்கள் உங்கள் பணியிலிருந்து பின்வாங்க மாட்டீர்கள். உங்களுடன் பழகிய பிறகு தேசபக்தி என்பதை அறிந்து கொண்டேன். அன்னை நாட்டிற்காக எதையும் தியாகம் செய்யலாம். அதை விடப் பெரிய காரியம் எதுவும் இருக்க முடியாது. ஆனால் உயிரைப் பலி கொடுப்பதால் மட்டும் நாடு சுதந்தரமடைந்து விடுமா? இப்படிப்பட்ட தவறை நான் செய்வேன் என்று கனவு காணாதே" என்றாள்.

டாக்டர் பெருமூச்சு விட்டுக் கொண்டே "நல்லது" என்றார்.

"அப்படியானால்?"

"உன்னைப் பொறுத்தவரை தவறு நடந்து விட்டது. புரட்சி என்றால் குத்து, வெட்டு, கொலை என்று நினைக்காதே. புரட்சி என்பது விரைவாக ஏற்படும் அடிப்படை மாறுதலைக் குறிப்பதாகும். சட்டம், படைபலம்– எல்லாம் எனக்குத் தெரியும். ஒருவர் வலிமையை மற்றொருவர் சோதித்துப் பார்ப்பது எங்கள் நோக்கமல்ல. இன்று விரோதிகளாக உள்ளவர்கள் நாளையே நண்பர்களாகலாம். நீலகாந்தன் வலிமையைச் சோதிக்கப் போவதில்லை. நட்பை ஏற்படுத்தவே சென்றான். அதற்காக உயிரையும் பலி கொடுத்தான். அட நீலகாந்தா உன்னை யார் அறிவார்? உன் பெயர் யாருக்காவது நினைவிருக்குமா?"

தாய் நாட்டின் பணிக்காக, கண் காணாத நாட்டில் ஒருவருக்கும் தெரியாமல் உயிரைப் பலி கொடுத்த வாலிபன் நீலகாந்தன் மீது டாக்டருக்குள்ள அன்பையும் அனுதாபத்தையும் மதிப்பையும் கண்டு பாரதி பெருமிதமடைந்தாள்.

"என்ன சொன்னேன் பாரதி? சிறு வாய்க்கால் என்று தானே? நல்லது, ஒரு பெரிய பட்டணத்தையே எதிர்த்துச் சாம்பராக்கும் நெருப்பு, எவ்வளவு சிறிய பொறி தெரியுமா? பட்டணம் எரியும்போது அந்தத் தீப்பொறியும்கூட எரிந்து சாம்பலாகி விடுகிறது. உலகத்தில் ஏற்பட்ட இந்தக் கொள்கையை அரசாங்கம் என்ன செய்துவிட முடியும்?" என்றார் டாக்டர்.

"நீங்கள் சொல்வதைக் கேட்டாலே உடல் நடுங்குகிறது. அரசையே சுட்டுப் பொசுக்க எண்ணுகிறீர்களே! அரசில் பணிபுரிபவர்களில் பலர் நம்மவர் இல்லையா? இப்படிப்பட்ட நாசத்தை நினைத்தாலே உங்கள் கல்மனம்தான் கண்முன் வருகிறது"

"பரிகாரம் என்பது வெறும் வாய் வேதாந்தம் இல்லை. நம் முன்னோர்கள் சேர்த்து வைத்த பாபத்தின் குன்றை எப்படி அழிப்பது? தயை காட்டுவதை விட நியாயமாக நடந்து கொண்டால் போது மானது"

"இது உங்கள் பழைய சித்தாந்தம். பாரததேசத்தில் சுதந்தரத்திற்காக நீங்கள் அனுபவிக்கும் துன்பங்களை நான் அறிவேன். ரத்தக் கறையை ஏற்படுத்தும் வன் முறையைத் தவிர வேறு நல்ல வழி அன்னையின் சுதந்தரத்திற்காக உங்களுக்குத் தோன்றவில்லையா? வன்முறைக்குப் பதில் வன்முறை தானோ? இந்தக் கொடிய வழியை தொன்றுதொட்டு மனித சமூகம் கடைபிடித்து வந்திருக்கிறது. ரத்தகறை வன்முறை படுநாசம்– இதைத் தவிர உரிமையைப் பெற நல்ல பிறருக்குத் தொல்லையில்லாத பாதையை மனிதன் கண்டு பிடிக்க முடியாதா? தேசம் பறிபோய் விட்டால் என்ன மனிதர்களிடம் அதையும் விடச் சிறந்த பண்பு இருக்கிறதே! மனிதர் ஒருவரை ஒருவர் வெட்டி மடியாமல் ஒற்றுமையாக வாழ வழியில்லையா?"

"வடக்கும் தெற்கும் ஒரு காலத்திலும் ஒன்று சேர முடியாது என்று ஆங்கில கவி ஒருவர் சொல்லியிருக்கிறார்."

பாரதி ஆத்திரத்துடன் "அவன் சொன்னது இருக்கட்டும். நீங்கள் சிறந்த மேதை உங்களிடம் பல முறை கேட்டும் இருக்கிறேன். அவர்கள் மேல் நாடு, ஐரோப்பாவைச் சேர்ந்தவர்களாக இருக்கலாம். ஆனால் அவர்களும் மனிதர்கள் தானே? மனிதன் மனிதனிடம் அன்பு காட்ட முடியாதா? நானோ கிறிஸ்துவ மதத்தைச் சேர்ந்தவள். ஆங்கிலேயருக்கு நான் கடமைப்பட்டவள். அவர்களிடம் பல சிறப்பான நல்ல குணங்கள் இருப்பதை நான் பார்த்திருக்கிறேன். அவர்களை நீங்கள் சொல்வது போன்று கெட்டவர்களாக நினைக்கவும் மனம் இடம் தர மறுக்கிறது பாபு. என்னைத் தவறக நினைக்க வேண்டாம். நான் பாரத மண்ணில் பிறந்தவள். ஒரு வகையில் உங்கள் சகோதரி. எனக்கு என் பிறந்த நாட்டிடமும் அதன் மக்களிடமும் அதிக பற்று இருக்கிறது. உங்கள் கொள்கைக்காக நீங்கள் கடைப் பிடித்து வரும் வாழ்க்கை முறையைப் பார்த்தவர்கள் ஒரு முறை

சந்தித்தால் மீண்டும் உங்களைச் சந்திக்க முடியுமா என்று எண்ணவே முடியாது. இன்று பதட்டப்படாமல் என் கேள்விக்குப் பதில் சொல்லிப் போங்கள். உங்கள் பதிலைக் கேட்டு நான் என் வாழ்நாள் முழுவதும் பெருமிதத்துடன் உலாவி வருவேன்" என்றாள்.

டாக்டர் மௌனமாகத் துடுப்பை வலித்துக் கொண்டிருந்தார். பாரதி கேட்ட கேள்விக்குப்பதில் சொல்ல விரும்பவில்லை போல் தோன்றியது. ஆனால் மறுகணம் அவர் மிகத் திடமான குரலில் பேசத்தொடங்கினார் "பாம்பையே தின்று உயிர் வாழும் ஒருவகைப் பாம்பு இருக்கிறது தெரியுமா பாரதி!"

"தெரியாது" என்றாள் தாமதமின்றி பாரதி.

"கல்கத்தா உயிரியல் கண்காட்சி சாலையில் இருக்கிறது. அபூர்வனுக்கும் கட்டளையிட்டால் அவன் உடனே அழைத்துச் சென்று காட்டுவான்."

"அடிக்கடி கேலி செய்யாதீர்கள் பாபு, அது அவ்வளவு நல்லதல்ல"

"அந்தப் பாம்புகள் ஒன்றுடன் ஒன்று சேர்ந்து வாழ முடிந்ததில்லை. ஒன்றின் வயிற்றில் மற்றொன்று சென்றும் வாழ முடியாது. நான் சொல்வதில் நம்பிக்கை இல்லையென்றால் காட்சி சாலையின் அதிகாரியைக் கேட்டுப்பார்.

பாரதி பதில் சொல்லவில்லை.

டாக்டர் பாபு தொடர்ந்தார். "ஆங்கில இனத்தவரின் மதத்தை நீ சேர்ந்தவளாக இருக்கலாம். அவர்களுக்கும் கடமைப்பட்டவளாக இருக்கலாம். ஆனால் உலகத்தையே நாட்டின் ஆள வேண்டும் என்ற அடங்காததாக முடையவர்கள் பாரத நாட்டின் சொந்தக்காரர்கள். அவர்கள் எப்போது அந்த முதலாளியானார்கள். தெரியுமா? அவர்களிடம் கப்பல்கள், தொழிற்சாலைகள், போராயுதங்கள், பெரிய பெரிய மாளிகைகள் இருக்கின்றன. அவர்கள் தங்களுக்குத் தேவையானவற்றை யெல்லாம் சேகரித்துக் கொண்டவர்கள். **1810** முதல் **1880** ஆம் ஆண்டுவரை வேற்றுநாட்டவர்களுக்குக் கொடுக்க வேண்டியிருந்த மூவாயிரம் கோடி ரூபாயைக் கொடுத்துக் கடனைத் தீர்த்திருக்கிறார்கள். இவ்வளவு பெரிய தொகை அவர்களுக்கு எங்கிருந்து கிடைத்தது? உன்னைப் பாரத மண்ணில்

பிறந்தவள் என்று சொல்லிக் கொள்கிறாய். பிறந்த பொன்னாட்டின் மீது உனக்கு பற்றுதல் உண்டு என்று சொல்கிறாய்.''

பாரத நாட்டில் ஒவ்வொரு ஆண்டும் மலேரியா காய்ச்சலால் ஆயிரக் கணக்காக மக்கள் இறக்கிறார்கள். ஒருபோர்க் கப்பலைக் கட்ட என்ன செலவாகிறது தெரியுமா? கப்பலை நிர்வாகம் செய்யும் செலவை மாத்திரம் பாரத நாட்டிற்குச் செலவழித்தால் ஆயிரக்கணக்கான தாய்மார்களின் கண்ணீரைப் போக்கலாம். இதைப் பற்றி நீ சிந்தித்துப் பார்த்தது உண்டா? பாரத நாட்டின் சிறப்பான கலைகள் அழிந்தன. வெளிநாட்டு உள்நாட்டு வியாபாரங்கள் ஒழிந்தன. மக்களின் சிந்தனா சக்தி என்ற ஜீவநதி வற்றிப்போய் பாலைவனமாகி விடுகிறது. வயலில் உழுது பயிரிடும் விவசாயிக்கு வயிறார உணவு இல்லை. சிறந்த சிற்பச் கலைஞர்கள் இந்திய நாட்டாரிடம் பிச்சைக்காரர்களுக்குச் சமமாகக் கூலிவேலை செய்கிறார்கள். நாட்டு மக்களுக்கு போதுமான அளவு உணவு தானியங்கள் இல்லை. குடிக்கத் தண்ணீரும் இல்லை. குடும்ப வாழ்க்கையில் ஈடுபட்டுள்ளவனிடம் அவனுக்கு முக்கிய தேவையான பைசா இல்லை. பால்இல்லாமல் குழந்தைகள் சாகின்றன – இதையெல்லாம் நீ பார்த்திருக்கிறாயா, பாரதி''

பொங்கி வந்த வேதனையை அடக்க முடியாமல் பாரதி அவர் பேச்சை நிறுத்த எண்ணினாள். ஆனால், அவள் வாயிலிருந்து சொற்களுக்குப் பதில் ஏதோ புரியாத ஒலிதான் வெளிப்பட்டது.

டாக்டர் உணர்ச்சி வசப்பட்டுப் பேசினார்! ''பாரதி, நீ கிறிஸ்துவ மதத்தைச் சேர்ந்தவள். ஒரு சமயம் ஐரோப்பிய நாகரிகத்தை அறிய ஆசைப்பட்டாய். உன்மனம் நோகலாம் என்பதால் அன்றைக்குச் செல்லவில்லை. இன்று செல்கிறேன். கிறிஸ்துவ வேதத்தில் பல நல்ல கருத்துகள் இருப்பதாகக் கேள்விப்பட்டிருக்கிறேன். ஆனால் பலநாட்கள் நான் ஐரோப்பியருடன் கலந்து பழகியதால் அவர்களுடைய உண்மையான எண்ணம் எனக்குப் புரிந்தது. சுயநலம் வலிமை, எதற்கும் வெட்கப்படாத சுபாவம் – இதுதான் அவர்களுடைய மூலாதாரக் கொள்கை. வலிமையற்றவர்களையும் திறமைக் குறைவானவர்களையும் இதற்குமுன் மனித சமூகத்தில் இல்லாத அளவு கொடுமையாகக் கொலை செய்தது கிடையவே கிடையாது. பூகோளப்படத்தை எடுத்துப்பார். பலவீனமான எந்தநாடும் ஐரோப்பியரின் நாடு பிடிக்கும் வெறிக்குத் தப்பவே இல்லை என்பது தெரியும். நாட்டின் வளம், பொருளாதாரம் ஆகியவற்றிலிருந்து

நாட்டு மக்கள் வஞ்சிக்கப் படுகிறார்கள். இதற்கு முக்கியமான காரணம் அவர்கள் பலவீனமானவர்கள். இதைவிட விசித்திரமானது என்ன தெரியுமா? வெற்றி பெற்றவர் நாட்டின் ஆட்சிப்பொறுப்பை ஏற்பது கடமை என்று கூறிக் கொண்டே மக்களின் கால்களிலும் கைகளிலும் அடிமை விலங்கைப் பூட்டி விடுகிறார்கள். இதுதான் அவர்கள் நாட்டு மக்களுக்குச் செய்யும் நன்மை, அவர்களுடைய கடமையும் இதுவேதான். இந்த அபாண்ட மான பொய்யைத்தான் அவர்களுடைய இலக்கியங்கள் பறை சாற்றுகின்றன. அவர்களும் மதப்பிரசாரகர்களும் இதையே தான் சொல்லி மக்களை மயக்குகிறார்கள். இது மாத்திரமல்ல, பள்ளிப் புத்தகங்களிலும் இதையேதான் வெளியிட்டிருக்கிறார்கள்! அவர்கள் அரசின் நீதியும் இதுவேதான்!"

பாரதி கன்னிமடத்தில் வளர்ந்தவள். கிறிஸ்தவமதத்தில் மிகச் சிறந்தவர்களை அவள் கண்டிருக்கிறாள். அவளுடைய நம்பிக்கையை உடைத்தெறியும் வகையில் டாக்டர் கூறியது அவனுக்கு வருத்தத்தை உண்டு பண்ணிற்று. அவள் தழு தழுத்த குரலில் "பாபு இன்று நீங்கள் எதனாலோ உணர்ச்சி வசமாகிவிட்டீர்கள். கிறிஸ்துவ மதப்பிரசாரகர்கள் மீது இன்று உங்களுக்கு ஏனோ தவறான எண்ணம் உண்டாகியிருக்கிறது. மேல்நாட்டு நாகரிகம் உங்களுக்கு ஒரு நன்மையும் செய்ய வில்லையா? கணவனை இழந்த பெண்கள் உடன்கட்டை ஏறுதல், மூட நம்பிக்கையால் குழந்தைகளை நதிக்குப் பலியிடுதல்..." என்றாள்.

டாக்டர் குறுக்கே "திருவிழாவின் போது வாயில் அலகு குத்திக் கொள்ளுதல், சப்பாத்தி முள்ளின் மீது நடப்பது– இன்னும் கொள்ளை, கொலை, நரபலி எதுவும் நினைவுக்கு வர வில்லையா?" என்று கேட்டார்.

பாரதியால் பதில் சொல்ல முடியவில்லை.

"இன்னும் சில நினைவுக்கு வருகின்றன. நவாபுகள் நாட்டை ஆண்ட காலத்தில் வீடுகளில் மகள், மருமகளை வைத்துக் கொள்ள முடியாது. இவர்கள் வயிற்றைக் கீறி உள்ளே என்ன குழந்தை இருக்கிறது என்று ஆராய்வார்கள். வேற்று நாட்டினர் எழுதிய நம்நாட்டுச் சரித்திர நூல்களில் நாடு, நாட்டு மக்கள் ஆகியோரிடம் வெறுப்பை ஏற்படுத்தினார்கள். சிறுவயதில் ஒரு புத்தகம் படித்தேன். அதில் இங்கிலாந்திலிருந்த ஒரு மந்திரிக்கு இந்தியாவைப் பற்றிச் சிந்தித்தார். தூக்கமே இல்லாமல்

போயிற்றாம். சாப்பாடே பிடிக்கவில்லையாம். இதை நம்நாட்டுப் பிள்ளைகள் படித்து மனப்பாடமாக ஒப்புவிக்க வேண்டும். வயிற்றுப் பிழைப்புக்காக ஆசிரியர்கள் இதை மாணவர்களுக்கு உபதேசிக்க வேண்டும். நாகரிக மக்களின் அரசு நீதி எப்படியிருக்கிறது பார்த்தாயா பாரதி?... அபூர்வபாபுவைக் குறைசொல்வது தவறு" என்றார் டாக்டர்.

அபூர்வன் பெயர் குறிப்பிடப்பட்டதும் அவள் வெட்கத்தால் தலைகுனிந்தாள். "நீங்கள் சொல்வது உண்மையாக இருக்கலாம். தேசபக்தியுடைய ஒருவன் அப்படியும் செய்யலாம். ஆனால் இவ்வளவு பெரிய சாம்ராஜ்யம் பொய்யின் அடித்தளத்தின் மீது நிற்க முடியுமா? கால வெள்ளத்தின் முன் இது இவ்வளவு காலம்தான் தாக்குப் பிடிக்கலாம் என்று முடிவு கட்டலாம். இதற்கு முன்னேயும் இப்படிப்பட்ட சாம்ராஜ்யங்கள் தோன்றியுள்ளன. அவை நிலைத்து நின்றனவா? உங்கள் கருத்து உண்மையானால் இந்த ஆங்கில சாம்ராஜ்யமும் நிலைத்து நிற்க முடியாது. எவ்வளவுதான் நீங்கள் குறை கூறினாலும் ஆங்கிலேயர்களால் உங்களுக்கு யாதொரு நன்மையும் ஏற்படவில்லையா? அவர்களுடைய பழக்க வழக்கங்கள், அமைதியான சூழ்நிலை உங்களுக்கு ஒரு உதவியும் செய்யவில்லையா? அதற்கு ஒரு காரணமும் இல்லையா? நம் சுதந்திரம் எப்பொழுதோ பறிபோய் விட்டது. ஆட்சியாளர்தான் மாறியிருக்கிறார்கள். நாட்டு மக்களின் அதிர்ஷ்டத்தில்தான் மாறுதல் ஏற்படவில்லை. நான் கிறிஸ்தவ மதத்தைச் சேர்ந்தவள் என்பதற்காகத் தவறாக நினைக்காதே. நாம் செய்த தவறுகள் நம்முடைய குற்றங்குறைகளை வேறு நாட்டினர்மீது சுமத்திவிட்டு வீணாக மனம் பொருமிக் கொண்டிருப்பதுதான் தேசபக்தியா? இதை நான் ஒத்துக் கொள்ளவே முடியாது. உங்கள் வெறுப்பு காரணமாக ஆங்கிலேயருக்கு நீங்கள் தீமை செய்யலாம். அதனால் பாரத தேசத்திற்கு ஒரு சிறு நன்மையும் ஏற்பட முடியாது." என்று பாரதி உணர்ச்சி வசமாகப் பேசியது அமைதியான சூழ்நிலையில் டாக்டர் பாபுவின் காதுகளில் ரீங்காரம் செய்தது.

டாக்டர் திகைத்தார். பாரதியின் இந்த தோற்றமும் அவள் பேச்சும் புதுமையாக இருந்தது. நம்பிய மதம், நாகரிகம், வளர்ந்த சூழ்நிலை இவைகளைக் குறை கூறியதால் ஏற்பட்ட மனவெழுச்சியினால் பாரதி கூறியவை டாக்டரை வருத்தமடையச் செய்யவில்லை. அதற்கு மாறாக பாரதியின் மீது அவருக்கு உயர்ந்த எண்ணமே உண்டாயிற்று.

டாக்டர் மௌனமாக இருப்பதைக் கண்ட பாரதி "ஏன் பாபு, உங்கள் உள்ளத்தில் அவ்வளவு வெறுப்பையும் பகைமையும் வைத்திருக்கும் உங்களால் எப்படிப் பேச முடியும்? இப்படிப்பட்ட உங்களால் வேறு எதைச் செய்ய முடிந்தாலும் நாட்டுப் பணியை மாத்திரம் செய்ய முடியாது." என்றாள்.

"பாரதி, உன்னிடம் இதைப் பலமுறை கூறியிருக்கிறேன். நாட்டுக்கு நன்மை செய்ய விரும்புகிறவர்கள் உண்டியல் குலுக்கிப் பணம் சேர்த்து அனாதை இல்லம், ஆராய்ச்சி சாலை, ஏழைகளுக்கு உதவி செய்யும் நிலையம்—இது போன்ற வற்றை ஏற்படுத்தி வருகிறார்கள். அவர்கள் மேலானவர்கள். அவர்களை நான் வணங்குகிறேன். நாட்டுக்கு நன்மை செய்யும் விவகாரத்தை மாத்திரம் நான் ஏற்கவில்லை. நாடு சுதந்திரமடைவதற்கான வேலைகளைச் செய்யும் பொறுப்பைத் தான் நான் மேற்கொண்டுள்ளேன். என் இதயத்தில் எரியும் தீயை இரண்டு வகையால் அணைத்து விடலாம். ஒன்று என் மரணம். மற்றது ஐரோப்பிய நாகரிகம் ஆழம் காணமுடியாத பரந்த கடலில் அமிழ்ந்து விட்டது என்ற செய்தியால்" என்றார்.

பாரதி அசந்து போனாள்.

டாக்டர் மீண்டும் பேசத் தொடங்கினார். "வாணிபம் என்ற போர்வையின் கூழ் உள்ளே நுழையப் பார்த்த ஐரோப்பியரை ஜப்பான் நாட்டினரால் மட்டுமே புரிந்து கொள்ள முடிந்தது. அக்காரணத்தால் ஜப்பான் இன்றைக்கு வளமாக வாழ்கிறது. ஐரோப்பாவுடன் தோளோடு தோள் சேர்ந்து நிற்கிறது. ஆனால் ஐரோப்பியரின் தந்திரங்களைத் தெரிந்து கொள்ளாத நாடு இந்தியாவும் சீனாவும்தான். அப்போது ஸ்பெயின் நாட்டின் கொடி எங்கும் பறக்கத் தொடங்கிற்று. ஸ்பெயின் நாட்டைச் சேர்ந்த ஒரு சிறு கடற்படைத் தலைவனிடம் 'நீங்கள் இவ்வளவு பெரிய சாம்ராஜ்யத்தை எப்படி உருவாக்கினீர்கள்? என்று ஜப்பானியர் கேட்டனர். இது மிகவும் சுலபம். நாங்கள் எந்த நாட்டைக் கைப்பற்ற விரும்புகிறோமோ அங்கு முதலில் வியாபாரப் பொருள்களுடன் போவோம். அந்த நாட்டு மன்னனின் கால்களைப் பிடித்துக்கொண்டு கெஞ்சி வியாபாரம் செய்ய அனுமதி பெறுவோம். பிறகு மதப்பிரச்சாரகர்களை வரவழைப்போம். அவர்களால் அந்த நாட்டு மக்களை மதம் மாற்ற முடியாவிட்டாலும் அவர்களுடைய மதத்தைக் கட்டாயம் குறை கூறுவார்கள். மக்கள் ஆவேசம்

கொண்டு எழுவார்கள். சிலரைக் கொல்வார்கள். பிறகு என்ன? துப்பாக்கி, பீரங்கி, ராணுவம் வரும். அப்போது அந்த நாட்டு மக்களை விட என் நாட்டு மக்கள் எவ்வளவு கொடுமையானவர்கள் என்பதை நிரூபித்துக் காட்டுவார்கள் என்றான். உடனே ஜப்பானியர் 'ஐயா உடனே புறப்படுங்கள். உங்கள் வியாபாரப் பொருள்கள் எங்களுக்குத் தேவையில்லை.' என்று கூறினர். 'சந்திர சூரியர் உள்ளவரை கிறிஸ்துவ மதப் பிரச்சாரகர்கள் ஜப்பானில் அடியெடுத்து வைக்கக் கூடாது. தப்பித்தவறி யாராவது உள்ளே துணிந்து நுழைந்தால் மரணதண்டனை' என்று சட்டமே இயற்றிவிட்டது ஜப்பான்"

"இதற்கு முன் கூட நீங்கள் இப்படிச் சொல்லக் கேட்டிருக்கிறேன். நீங்கள் புகழ்கிறீர்களே அந்த ஜப்பான் எப்படிப்பட்ட நாடு?" என்றாள் தன் மதத்தையும் மத போதகர்களையும் தாக்கிப் பேசியதைக் கேட்ட பாரதி.

"நான் அவர்களைப் போற்றுகிறேனா? அது தவறு. அவர்களை நான் வெறுக்கிறேன். கொரியாவுக்குக் கொடுத்த வாக்குறுதியைக் காற்றில் பறக்கவிட்டு 1910ம் ஆண்டில் எந்தவித காரணமுமில்லாமல் அதை ஆக்ரமித்துக் கொண்டது. அப்போது நான் ஷாங்காயில் இருந்தேன். அப்பொழுது நடந்த காட்டுமிராண்டித் தனமான கொடுமைகள் மறக்கக் கூடியதா? இதற்கு ஜப்பான் மாத்திரம் தஞ்சம் அளிக்கவில்லை. ஐரோப்பாவும் அளித்தது. ஆனால் வலிமையான பகைவனைக் கண்டு ஆங்கிலேயன் வாய் திறக்கவில்லை. ஜப்பான் நாட்டின் உடன்படிக்கைகளுக்குக் கட்டுப்பட்டிருக்கிறோம் என்று சொல்லித் தப்பித்துக் கொண்டார்கள். அமெரிக்க நாட்டு ஜனாதிபதியும் 'வாக்குறுதி கொடுப்பதில் தவறே இல்லை. ஆனால் திறமையும், வலிமையும் இல்லாதவர்களால் தங்கள் நாட்டைக் காப்பாற்றிக் கொள்ள முடியாவிட்டால் அவர்களுடைய நாடு பறி போகத் தானே செய்யும்?" என்றார். நானும் இதையேதான் சொல்கிறேன் பாரதி. வலிமையற்றவர்களின் செல்வத்தை வலிமைமிக்கவர்கள் ஏன் பறித்துக் கொள்கிறார்கள் என்பதை ஐரோப்பிய நாகரிகத்திற்குப் புரியவில்லை. இது பைத்தியக்காரத்தனம் இல்லையா?"

பாரதி ஒன்றும் பேசவில்லை.

டாக்டர் மீண்டும் சொல்லத் தொடங்கினார். "பதினெட்டாம் நூற்றாண்டின் கடைசியில் ஆங்கில நாட்டு மெகார்த்தினி, சீனாவுக்கு

வந்தான். மற்ற அரசனிடம் வாணிபம் செய்ய அனுமதி வேண்டினான். அப்போது சியன்லுங் சக்கரவர்த்தியாக இருந்தார். இரக்க குணமுள்ளவர். ஆங்கிலேயனின் வேண்டுகோளைக் கேட்டு மகிழ்ச்சியடைந்தார். 'தூதனே, எங்கள் தெய்வத்திரு நாட்டில் ஒருகுறைவும் இல்லை. நீ வெகு தூர தேசத்திலிருந்து வந்திருக்கிறாய். பல துன்பங்களை அனுபவித்திருப்பாய். காண்டன் நகரத்திற்குப் போ. இடம் கொடுப்பார்கள். வாணிபத்தைச் செய்!' என்று ஆசீர்வதித்து அனுப்பினார். மன்னரின் ஆசி வீண் போகவில்லை. இருபத்தைந்து ஆண்டுகளுக்குள்ளாகவே பிரிட்டனுக்கும். சீனாவுக்கும் போர் தொடங்கிற்று."

"ஏன் பாபு?" என்று பாரதி ஆச்சரியத்துடன் கேட்டாள்.

"அது சீனா செய்த தவறு. 'டிபன் சாப்பிட்டு எங்கள் அறிவு மங்கி விடுகிறது. இந்த வியாபாரத்தை நிறுத்துங்கள் என்று ஆங்கிலேயருக்குக் கட்டளையிட்டனர்."

"பிறகு?"

"பிறகு நடந்தவை முக்யமல்ல. இரண்டு ஆண்டுகளுக் கெல்லாம் சீனா அபின் உபயோகிக்கச் சம்மதித்தது. மேலும் ஐந்து துறைமுகங்கள் ஆங்கிலேயரின் வாணிபத்திற்காக வழங்கப்பட்டன. **1860** ஆம் ஆண்டு கடைசியாக ஹாங் காணிக்கையாக காங் துறைமுகத்தை அளித்து அந்தப் போரை முடிவுக்குக் கொண்டு வந்தனர். கொள்ளை மலிவாகக் கிடைக்கும் அபினை வாங்கித் தின்று உலகத்தையே மறந்து வாழத் தெரியாத அவர்களுக்கு இது சரியான தண்டனைதான்."

"இது உங்கள் சொந்த கற்பனையில் உதயமான கதையா?"

"எப்படியோ இருக்கட்டும். கேட்பதற்கு நன்றாக இல்லையா? ஆங்கிலேயருடன் உடன்படிக்கை ஏற்பட்டதும் பிரஞ்சு அரசாங்கம், சீனாவிடம் எங்களிடம் அபின் இல்லை. மனிதனை அழிக்கும் போர்க் கருவிகள் ஏராளமாக இருக்கின்றன' என்று கூறிற்று. இதன் பயனாக பிரஞ்சுக்காரர்கள், சீனாவின் அன்னாம் என்ற பிரதேசத்தைப் பறித்துக் கொண்டார்கள். இது தவிர போர் நிறுத்த உடன்படிக்கை, போர் நஷ்டம், மற்றும் பல......"

“டாக்டர் பாபு, ஒருதலை பட்சமாகவே கூறுகிறீர்களே. சீனாவின் மீது ஒரு குற்றமும் இல்லையா?”

“ஏதோ இருக்கலாம். ஆனால் ஐரோப்பிய நாகரிகத்தின் அநியாயமான சுமையை பிறர் மீது சுமத்தத் தயாராக இருக்கிறது. இப்படிப்பட்ட அநியாயம் அவர்கள் நாட்டில் நடக்காது. இந்தியா சீனா போன்ற நாடுகளில்தான் நடக்கலாம்”

“பிறகு நடந்தது என்ன?”

“ஜெர்மன் நாகரீகம் பார்த்தது! தங்களுக்கு பெரிய உணவு கிடைத்தது என்று எண்ணிற்று. ஒரு கப்பல் நிறைய கிறிஸ்துவப் பிரசாரகர்களை அனுப்பி வைத்தது. பத்தொன் பதாம் நூற்றாண்டின் தொடக்கத்தில் கர்த்தரின் பெருமை, அமைதி, தர்மம் முதலியவற்றைப் பிரசாரம் செய்தார்கள். அப்பொழுது சில சீனர்கள் முட்டாள்தனமாக ஆத்திர மடைந்தார்கள். மதப் பிரசாரகர்கள் இருவர் தலையை வெட்டிப்போட்டார்கள். இது சீனா செய்த தவறுதான். இதற்காக காங் மாநிலம் ஜெர்மன் கைக்குப் போய்விட்டது பிறகு பக்ஸர் புரட்சி ஏற்பட்டது. ஐரோப்பிய இனம் ஒன்று சேர்ந்து இதற்குப் பழி வாங்கியதைப் போல் உலகில் வேறு அநியாயம் நடந்தே இருக்காது. இந்தக் கடனை சீனர்கள் எப்போது தீர்ப்பார்களோ கர்த்தரே அறிவார். இதற்குள் பிரிட்டன், ரஷ்யா, ஜப்பான், எல்லாம் ஒன்று சேர்ந்து போகட்டும். என் தொண்டை வரண்டு விட்டது. அவர்களுடைய துயரத்தையும் துன்பத்தையும் ஒப்பிட்டுப் பார்க்க உலகில் நம்மைத் தவிர வேறு யாரும் இல்லை. சியன்லுங் சக்கரவர்த்திக்கு மகா நிர்வாணம் கிடைக்கலாம். அவர் ஆசி வீண் போகாது.”

பாரதி தலையை அசைத்ததுடன் மௌனமானாள். சிறிது நேரத்திற்குப் பிறகு “அதனால்தான் செயலிழந்து கிடக்கும் சீனாவை உங்கள் புரட்சிக்குத் தேர்ந்தெடுத்தீர்களா? பல கொடுமைகளுக்குள்ளான மக்களைத் தட்டி எழுப்புவது என்பது அவ்வளவு சுலபமல்ல. ஆனால் முன்பே தொல்லைப் பட்டுக் கொண்டிருக்கும் விவசாயிகள், தொழிலாளர்கள் ஆகியோரைத் தூண்டி விடுவதால் மேலும் பல துன்பங்களும் தொல்லைகளும் அதிகரிக்கத்தானே செய்யும். இதை சிந்தித்துப் பார்த்தீர்களா? என்றாள்.

"ஏழைத் தொழிலாளியையும் பஞ்சத்தில் வாடும். விவசாயியையும் பற்றிக் கவலைப்பட வேண்டாம். எந்த. நாட்டின் விடுதலைப் போரிலும் அவர்கள் கலந்து கொண்டதே இல்லை. விடுதலைப் போருக்குத் தடங்கலே செய்து விடுவார்கள். அவர்களுக்கு ஆர்வத்தை ஏற்படுத்த எனக்கு அவகாசமில்லை. என் பணி, படித்த மத்திய வர்க்கம், உயர் மட்டவர்க்கம் ஆகியோரிடையே தான். என்றாவது ஒரு நாள் என் வேலையில் நீ ஈடுபட விரும்பினால் இதை மறந்து விடாதே. கொள்கைக்காக உயிரைக் கொடுக்கும். துணிவை விவசாயியிடம் எதிர்பார்ப்பது தவறு. அவர்கள் விடுதலையை விரும்பவில்லை. அமைதியான வாழ்க்கைதான். அந்த அமைதியும் திறமையற்ற பலவீனமானதுதான். அவர்கள் விரும்புவது அடிமை சுதந்தரம்" என்றார் டாக்டர்.

பாரதி வருத்தத்துடன் "நான் இதைத்தான் விரும்புகிறேன் பாபு. என்னை அந்த அப்பாவி மக்களிடம் பணிபுரிய விட்டு விடும். உங்கள் வழி வேண்டுவோர் சங்கத்தின் புரட்சிகரமான கொள்கைகளை நினைத்தாலே இதயத் துடிப்பு அதிகரிக்கிறது" என்றாள்.

டாக்டர் சிரித்துக் கொண்டே "ஹூம்" என்றார்.

"இதைத் தவிர வேறு பதிலே சொல்ல மாட்டீர்களா?" என்று ஆத்திரத்துடன் கேட்டாள் பாரதி.

"நாம் வந்து சேர வேண்டிய இடத்தை அடைந்து விட்டோம். சிறிது எச்சரிக்கையாக இரு" என்று கூறிக் கொண்டே துடுப்பை வேகமாக வலித்து கரையை அடைந்தார். படகை நிறுத்தி அவர் இறங்கினார். பிறகு பாரதியின் கையைப் பிடித்து சேறு இல்லை, இறங்கு" என்றார்.

41

இருட்டுப் பாதையில் நடக்கத் தொடங்கிய சமயம் பாரதி பயந்தாள். சிறிது தூரம் நடந்த பிறகு ஒரு பெரு மூச்சு விட்டு "டாக்டர் பாபு உங்களிடம் ஒப்படைத்துக் கொண்டு விட்டார், கவலையே இல்லை. மன நிம்மதியுடன் இருக்கலாம்" என்றாள்.

டாக்டர் பதில் சொல்லவில்லை. சிறிது தூரம் நடந்ததும் "ஏதாவது புரிகிறதா? திருமண வீடா? ஒரே இருட்டு சந் தடியும் இல்லை பிடில் இசையில் ஒலிகூட இல்லை. ஒரு வேளை இவர்கள், எங்காவது

போய்விட்டார்களா?" என்றார்.

மேலும் சிறிது தூரம் சென்றதும் ஒரு வீட்டின் முன் அலங்கார காகித விளக்குகள் காணப்பட்டன. பாரதி தயங்கிய வண்ணம் "அதோ பாருங்கள். சீனத்துக் காகித விளக்கு. சசி பாபு எல்லாவற்றையும் நன்றாக ஏற்பாடு செய்திருக்கிறார்" என்று சொல்லிச் சிரித்தாள்.

இருவரும் மெள்ள நடந்து மரப்படிகளில் ஏறினர். மூடிய கதவின் மீது கை வைத்ததுமே அது திறந்து கொண்டது. சசி, ஏதோ ஒரு கடிதத்தை கவனமாகப் படித்துக் கொண்டிருந்தான். அவனைப் பார்த்து பாரதி மகிழ்ச்சியுடன் "சசி பாபு, நாங்கள் வந்திருக்கிறோம். சாப்பாட்டுக்கு ஏற்பாடு செய்யுங்கள். நவதாரா எங்கே? நவதாரா, நவதாரா..." என்று அழைத்தாள்.

சசி தலையை நிமிர்ந்து அவர்களைப்பார்த்து "வாருங்கள், நவதாரா இங்கே இல்லை" என்றான்.

டாக்டர் சிரித்துக் கொண்டே "கவிஞரே, மனைவி இல்லாத வீடா? எங்கே அவளைக் கூப்பிடு! எங்களை வர வேற்று தனித்து விருந்து உபசரிக்கட்டும். அவள் வராவிட்டால் இங்கேயே நின்றிருப்போம். சாப்பிடவும் வரமாட்டோம்" என்றார்.

சசி வருத்தத்துடன் "நவதாரா இங்கே இல்லை டாக்டர் பாடி. அவர்கள் ஊரைச் சுற்றப் போய் விட்டார்கள்" யாபு என்றான்.

சசியின் முகத் தோற்றத்தைக் கண்டு பாரதி பயந்தாள். "ஊரைச் சுற்றிப் பார்க்கவா? இன்று கூடவா, ஆச்சரியமாக இருக்கிறதே" என்றாள்.

"திருமணத்திற்குப் பிறகு தேன் நிலவுக்காக ரங்கூனுக்குச் சென்றார்கள்... நவதாராவுக்கும் எனக்கும் திருமணமாகவில்லை அகமத் என்று வாலிபனைத் தெரியுமா? சிவப்பாக அழகாக இருக்கும் அவன் ஆலையில் வேலை செய்கிறான். நீங்கள் அவனைப் பார்த்ததில்லையா? இன்று பகல் அவனுக்கும் நவதாராவுக்கும் திருமணம் நடந்தது. எல்லாம் முன்னதாகவே ஏற்பாடு செய்திருந்தனர். எதையும் என்னிடம் சொல்லவில்லை"

டாக்டரும் பாரதியும் ஆச்சரியத்தால் கண்களை அகல விரித்து சசியையே பார்த்துக் கொண்டிருந்தனர். "சசி. நீ என்ன சொல்கிறாய்?"

என்று டாக்டர் கேட்டார்.

சசி எழுந்து உள்ளே சென்றான். அங்கு மறைவான இடத்தில் வைக்கப்பட்டிருந்த ஒரு துணிப்பையை எடுத்துக் கொண்டு வந்தான். அதை டாக்டரின் பாதங்களில் வைத்து "பணம் கிடைத்தது. நவதாராருக்கு ஏழாயிரம் ரூபாய் கொடுப்பதாகக் கூறியிருந்தேன், கொடுத்து விட்டேன் நான் ஐநூறு ரூபாய் எடுத்துக் கொண்டேன். மீதம் நாலாயிரம் ரூபாய் இருக்கிறது" என்றான்.

டாக்டர் குறுக்கிட்டு "இந்தப் பணத்தை ஏன் என்னிடம் கொடுக்கிறாய்?" என்று கேட்டார்.

"இனி எனக்குப் பணம் எதற்கு டாக்டர்? நீங்கள் எடுத்துக் கொள்ளுங்கள், உங்களுக்கு உபயோகப்படும்."

"நவதாராவுக்கு எப்பொழுது பணம் கொடுத்தீர்கள்?" என்று பாரதி கேட்டாள்.

"நேற்று பணம் கிடைத்தது. உடனே கொடுத்து விட்டேன்."

"வாங்கிக் கொண்டாளா?"

சசி தலையை அசைத்து "அகமதுக்கு மாதம் முப்பது ரூபாய்தான் சம்பளம், பாவம்! என்ன செய்வான்? நவதாரா இந்தப் பணத்தில் ஒரு வீடு வாங்கப் போகிறாள்?" என்றான்.

"கட்டாயம் வாங்குவாள்" என்று கூறிக் கொண்டே பாரதியின் முகத்தைப் பார்த்தார் டாக்டர்.

பொங்கி வந்த கண்ணீரை முந்தானையால் துடைத்துக் கொண்டாள் பாரதி.

"தலைவி தங்களை ஒரு முறை சந்திக்க விரும்புகிறார். அவர் சுரபாயாக்குப் போகப் போகிறார்" என்றான் சசி.

டாக்டர் தனக்கு ஏற்பட்ட ஆச்சரியத்தை வெளிக்குக் காட்டாமல் "எப்பொழுது போகிறாளாம்?" என்று கேட்டார்.

"வெகு விரைவில் போகப் போகிறாராம். அவரை அழைத்துச் செல்ல ஆட்கள் வரப் போகிறார்களாம்."

சசியின் அருகில் வந்து பாரதி "உண்மையாகவே சுமித்திராதேவி போகிறாரா?" என்று கேட்டாள்.

"ஆமாம். அவருடைய தாயாருடைய சித்தப்பாவுக்கு அங்கு ஏராளமாக சொத்து இருக்கிறதாம். சித்தப்பாவுக்கு வேறு சந்ததி இல்லையாம். தாயாருக்குத்தான் அந்த சொத்துகளெல்லாம் சேரவேண்டுமாம். அதனால் அவர் போய்த் தான் ஆக வேண்டும்."

"அப்படியானால் கட்டாயம் போவாள்" என்றார் டாக்டர்.

பாரதியைப் பார்த்து, சசி "ஏராளமாக உணவுப் பொருள்கள் இருக்கின்றன, சாப்பிடுகிறாயா?" என்று கேட்டான்.

பாரதி பதில் சொல்வதற்கு முன் டாக்டர் "சாப்பிடுகிறோம் சசி, எங்கே இருக்கிறது?" என்று சொல்லி சசியின் கையைப் பிடித்து இழுத்துக் கொண்டு சமையலறைக்குச் சென்றார்.

சமையலறையை அடையும் சமயம் மெல்லிய குரலில் "இன்னொன்று டாக்டர், அபூர்வபாபு திரும்பி வந்துவிட்டார்" என்றான்.

டாக்டர் ஆச்சரியத்துடன் நின்று "யார் சொன்னது?" என்று கேட்டார்.

"நேற்று அவரை பெங்கால் பாங்கில் பார்த்தேன். அவருடைய தாயார் உடல் நலமில்லாமல் இருக்கிறார். வாருங்கள், எல்லாவற்றையும் சொல்கிறேன்."

சசி சொன்னது பொய் இல்லை. விதவிதமான உணவு வகைகள் தயாரித்து அறையில் வைக்கப்பட்டிருந்தன. சிறிய பெரிய அடுக்குகள், தட்டுகள், காகிதக் கூடைகள், மண் பாண்டம் ஆகியவற்றில் தின்பண்டங்கள் காணப்பட்டன. ஓட்டல்காரன் விதவிதமாகப் பலகாரங்களையும், உணவுப் பொருள்களையும் தயாரித்து அக்கரையிலிருந்து இக்கரைக்கு அனுப்பி யிருந்தான். அவற்றைச் சாப்பிட வேண்டியவர்கள் தான் அங்கு இல்லை.

எல்லாவற்றையும் பார்த்த டாக்டர் மகிழ்ச்சியுடன் உரத்த குரலில் "ஆகா! ஆகா! பாரதி, சசி எவ்வளவு முன் யோசனைக்காரன் பார்த்தாயா? யாருக்கு என்ன பிடிக்கும், என்ன பிடிக்காது என்பதைத் தெரிந்து கொண்டு எல்லாவற்றையும் தயாராக்கச் சொல்லியிருக்கிறான்" என்றார்.

பாரதி வேறு பக்கம் பார்த்துக் கொண்டிருந்தாள். சசியின் அழைப்பின் பேரில் உள்ளே வந்து ஒரு தட்டில் உணவுப் பொருள்கள் பலகாரங்கள், தின்பண்டங்கள் ஆகியவற்றை வைத்து எடுத்து வந்து டாக்டரிடம் கொடுத்தாள். சசிக்கும் அதே போல் தட்டில் எடுத்துக் கொடுத்தாள்.

"நீ சாப்பிடவில்லையா பாரதி" என்று கேட்டார் டாக்டர்.

"எனக்கு வேண்டாம்" என்றாள் பாரதி.

"ஆகா எவ்வளவு நேர்த்தியாக இருக்கிறது?"

"இதை விட நேர்த்தியாகத் தயாரித்துப் போடுகிறேன்"

டாக்டர் சாப்பிட்டுக் கொண்டே இடது கையைத் தட்டி யார் சாப்பிடவேண்டுமோ அவர்கள் சாப்பிடவில்லை. சாப்பிடுபவர்களுக்கு ஒருநாளைக்கு மேல் மறுநாள் போட்டால் உன் தயாள சமூகம் கைகொட்டிச் சிரிக்கும். கடவுளின் தலைகீழான நியதி இது. என்ன கவி, சரிதானே" என்று கூறி பலமாகச் சிரித்தார் டாக்டர்.

"வயிறு புடைக்கத் தின்றுவிட்டு பணத்தையும் எடுத்துப் போகிறார்கள்" என்றாள் பாரதி.

வாயிலிருந்த பலகாரத்தை மென்று விழுங்கிவிட்டு "பாதிதான் நவதாரா வீடுவாங்க எடுத்துக் கொண்டு விட்டாள். மீதம் இருப்பதை விட்டு வைத்தால் அப்துல்லா வண்டி வாங்க கேட்டு விடுவான், என்ன சசி" என்றார்.

"முன்புகூட நீங்கள் சிரித்ததைப் பார்த்திருக்கிறேன், இப்படிக் கேலி கலந்த சிரிப்புச் சிரித்துப் பார்த்ததே இல்லை டாக்டர் பாபு "

டாக்டர் ஏதோ சொல்ல நினைத்தவர் பாரதியின் முகத்தைப் பார்த்து மௌனமானார்.

"காதல் விவகாரத்தை உங்களைப் போல் மற்றவர்களும் விளையாட்டாக நினைப்பார்களா? சதுரங்கத்தில் வெற்றி தோல்வியைப் போல் காதலினும் தோல்வியைக் கண்டு உங்களுக்குச் சிரிக்கத்தான் தோன்றுகிறதா? புரட்சி, விடுதலை இவற்றைத்தவிர மனிதருக்கு சிந்திக்க வேறு ஒன்றுமில்லையா? சசி பாபுவின் முகத்தைப் பாருங்கள். ஒரே நாளில் அவர் மாறிவிட்டார். அபூர்வபாபு இந்தியா சென்ற தினமும் நீங்கள் இப்படித்தான் கேலியாகச் சிரித்திருப்பீர்கள்" என்றாள்.

“இல்லை இல்லை.”

பாரதி குறுக்கிட்டு “இல்லை என்று ஏன் சொல்கிறீர்கள்! சசிபாபு உங்கள் நெருங்கிய நண்பர். நவதாரா இவரைத் தன் வலையில் சிக்க வைத்துக் கொண்டாள். ஆனால் எதிர் காலத்தில் இன்னும் மோசமான நிலை ஏற்படுவதிலிருந்து சசி பாபு தப்பிவிட்டார் டாக்டர் பாபு, நீங்கள் எவரையும் காதலித்ததே இல்லையா?” என்றாள்.

சசி பயந்து “இது என்னுடைய தவறு. உலக அனுபவமே இல்லாதவன்...” என்றான்.

பாரதி ஆத்திரமாக “வெட்கப்பட இதில் ஒன்றுமில்லை சசிபாபு. இப்படிப்பட்ட தவறை உலகத்தில் நீங்கள் ஒருவர் தான் செய்திருக்கிறீர்களா? உங்களை விட நூறு மடங்கு அதிகமாக நான் தவறைச் செய்திருக்கிறேனே? என்னைவிட ஆயிரம் மடங்கு அதிகமான தவறைச் செய்த துரதிர்ஷ்டம் பிடித்தவள் இந்த ஊரை விட்டே போகத் தீர்மானித்திருக்கிறாளே. அது டாக்டருக்குத் தெரியுமா? நவதாரா ஏமாற்றி விட்டாள். நமது கவிதைகளில் பாதிக்கு மேல் ஏமாற்றத்தின் எதிரொலியாகத்தான் இருக்கின்றன! என்றாள்.

டாக்டர் அவள் பக்கம் பார்த்தார். ஆனால் பாரதி மீண் டும் சொல்லத்தொடங்கினாள். “உலக விவகாரங்களைப் பற்றி அறிவு தங்களுக்குக் குறைவாக இருக்கலாம் சசிபாபு. என்னிடம் அப்படி இல்லையே! சுமித்திரா தேவியின் அறிவுக் கூர்மைக்கு இணைகூற முடியுமா? ஆனால் சுமித்திரா தேவியின் அறிவு ஒருவருக்கும் உபயோகப்படல்லை. அது டாக்டர் பாபுவின் முன் தோல்வியடைந்து விட்டது. உங்களுடைய இதயத்தின் கதவுகளைத் திறக்க முயற்சி பயனற்றுப் போயிற்று. பாறை போன்ற கதவுகளின் முன்பு மோதி மண்டையை உடைத்துக் கொண்டதுதான் பலன். இதயத்தினுள் செல்லவே முடியவில்லை” என்றாள்.

டாக்டரோ, சகிபாபுவோ பதில் சொல்லவில்லை.

“சசிபாபு, நான் பெரிய தவறு செய்துவிட்டேன். உங்களிடம் அதற்காக மன்னிப்புக் கேட்டுக் கொள்கிறேன். உங்களை யாரும் காதலிக்க முடியாது என்று டாக்டர் பாபுவிடம் சொன்னேன். அப்போது உங்களை நான் நன்றாகப்

புரிந்து கொள்ளவில்லை. அபூர்வபாபுவைக் காதலித்தவள் உங்களைக் காதலித்திருந்தால் எவ்வளவோ சிறப்பாக இருப்பாள் என்று தெரிந்து கொண்டேன். எவ்லாரும் உங்களை அலட்சியப் படுத்தினார்களே. ஆனால் டாக்டர் பாபு மாத்திரம் உங்களைப் பெரிதாக மதித்தார்." என்றாள்.

டாக்டர் எலும்புத் துண்டிலிருந்து இறைச்சியைப் பிரிப்பதில் ஈடுபட்டிருந்தார்.

பாரதி அவரைப் பார்த்து "டாக்டர் பாபு, நீங்கள் மனிதர்களை எடை போட்டால் அதில் தவறே ஏற்படாது. அதனால்தான் இன்று சசி வேறு ஒருவரை காதலித்திருந்தால் என்று சொன்னீர். என்னையும் இதே போல தடுத்திருக்கக் கூடாதா? இரண்டு லட்சியங்களுக்கு உதாரணமாக நீங்கள் இருவரும் என் முன் இருக்கிறீர்கள். இன்று எனக்கு ஏற்பட்டுள்ள வெறுப்பைப்போல் என்றுமே இருந்ததில்லை" என்றாள்

டாக்டர்பாபு ஒரு இறைச்சித் துண்டை வாயில் போட்டு மென்று கொண்டே "சசி, அபூர்வபாபு என்ன சொன்னார்?" என்று கேட்டார்.

சசிக்குப்பதில் பாரதி பதில் சொன்னாள்: "தாயார் உடல் குனமில்லாமல் இருக்கிறார்கள். மருத்துவம் செய்ய வேண்டும். பணம் வேண்டும். திரும்பி வந்து பயந்து ஒருவர் கண்ணிலும் படாமல் வேலை செய்யவேண்டும். ராமதாஸ், விரஜேந்தியன் ஆகியோர்தான் பயப்பட வேண்டும். அவருடைய சித்தப்பா போலீஸ் அதிகாரி. அபூர்வபாபுவின் பாதுகாப்பிற்கு ஏற்பாடு செய்திருப்பார். உங்களையும் கூட கண்டுபிடிக்க முயற்சி செய்வார்கள். மோசமான குணமுள்ளவர். பயந்து நடுங்கிச் சாகிறவர்." என்றாள்.

டாக்டர் சிரித்துக் கொண்டே "ஒருவர் மீது உண்மையான காதல் இல்லா விட்டால் இப்படி அவர் புகழ் பாடமாட்டார்கள். சசி, நீயும் ஆரம்பி. நவதாராவைப் பற்றி நீயும் பாடு. எனக்கும் உன் காதல் தெரிய வேண்டாமா?" என்றார்.

பாரதி திடுக்கிட்டு "பாபு என்னை வெறுக்கிறீர்களா?" என்று கேட்டாள்.

"அப்படித்தான் வைத்துக் கொள்ளேன்"

வேதனை நிறைந்த குரலில் பாரதி "அவர் திரும்பிவந்து விட்டார்.

என்னை ஊரை விட்டு வேறு எங்காவது அழைத்துப் போங்கள்" என்று கூறி தலை குனிந்து அழத்தொடங்கினாள்

டாக்டர் மௌமாகச் சாப்பிட்டுக் கொண்டிருந்தார். பாரதி எழுந்து சென்று முகத்தைச் சுத்தம் செய்து கொண்டு வந்தாள். "டாக்டர் பாபு, இன்னும் கொஞ்சம் பலகாரம்" என்றாள்.

"இப்போதைக்குப் போதும். சிறிது பலகாரம் கட்டிக் கொடு. இரண்டு நாட்களுக்காவது உபயோகமாக இருக்கும்" என்று கூறித் தன் சட்டைப் பையிலிருந்து கைக்குட்டையை எடுத்துக் கொடுத்தார் டாக்டர்.

கைக்குட்டை அழுக்காக இருந்ததால் அதைத்திருப்பிக் கொடுத்தாள் பாரதி. பிறகு ஒரு சுத்தமான பையை எடுத்து அதில் பலகாரங்களைப் போட்டுக் கட்டிக் கொடுத்தாள். "பிராம்மண குலதிலகமே. பணப்பையை மறக்கவேண்டாம்" என்று கேலியாகச் சொன்னாள் பாரதி.

"ஆமாம், அது பிராம்மண காணிக்கை" என்று சிரித்துக் கொண்டே சொன்னார் டாக்டர்.

அதுவரை சசிபேசவில்லை. இப்போது அவன் பேச விரும்பினான். "டாக்டர் பாபு, நீங்கள் தவறாக நினைக்காவிட்டால் ஒன்றைச் சொல்கிறேன். ஒருநாள் நீங்கள் பாரதியை மணந்து கொல்வீர்கள் என்று பலர் நினைக்கிறார்கள்" என்றான்.

டாக்டர் திடுக்கிட்டார். பிறகு பலவந்தமாகச் சிரிப்பை வரவழைத்துக் கொண்டு "சசி, உன் வாயில் சர்க்கரை போட வேண்டியதுதான். அப்படிப்பட்ட ஒரு நல்ல நாள் இந்த துரதிர்ஷ்டம் பிடித்தவனுக்கு வருமா? இது கற்பனைக்கும் எட்டாத ஒன்று" என்றார்.

"பலர் அவ்விதம்தான் நினைக்கிறார்கள்."

"பலருக்குப் பதில் ஒருவர் நினைத்தால் போதுமானது."

பாரதிசிரித்தாள். துரதிர்ஷ்டம் பிடித்தவரின் வாழ்க்கை ஒரே கணத்தில் மாறிவிடும். டாக்டர் பாபு, நீங்கள் கட்டளையிட்டால் நாளைக்கே பாரதி உங்களை மணந்து கொண்டு விடுவாள். ஒருநாள் பொறுத்துக் கொள் என்று சொல்ல மாட்டாள்" என்றாள்.

"அபூர்வ பாபு உயிரின் மேலுள்ள ஆசையையும் மறந்து இங்கு வந்திருக்கிறார். அவருடைய கதி என்ன ஆவது?"

"அவரை மணக்க ஊரில் பெண் இருக்கிறாள். அவர் மனம் உடைந்து இறக்க மாட்டார்."

"அப்படியானால் என்னை மணக்கத் துணிந்து விட்டாய் என்று சொல்."

"உங்களிடம் ஒப்படைத்துக் கொள்ள ஏன் அஞ்ச வேண்டும்?"

சசியைப் பார்த்து டாக்டர், "நன்றாகக் கேட்டுக்கொள். எதிர் காலத்தில் அவள் மறுத்தால் நீ சாட்சியம் சொல்ல வேண்டியிருக்கலாம்" என்றார்.

"சாட்சி தேவையே இல்லை. உங்களிடம் வாக்குக் கொடுத்து விட்டு நான் மீறவே மாட்டேன்."

"நல்லது. அந்த நாள் வரட்டும், பார்த்துக் கொள்ளலாம்."

பாரதி சிரித்துக் கொண்டே "டாக்டர் பாபு, நான் சுமித்திராதேவி மாத்திரமல்ல. அந்தக் காலத்தில் முனிவர்களின் தவத்தைக் கலைக்க இந்திரனால் அனுப்பப்படும் மேனகா, ஊர்வசி, ரம்பை போன்றவர்களாலும் உங்கள் திட உள்ளத்தைச் சிதைக்க முடியாது. ரத்தம் மாமிசமுள்ள இதயமானால் சரி. இது கற்பாறையாயிற்றே. அடிமைத்தனத்தின் தீயில் வெந்து உங்கள் இதயம் கலங்கி விட்டது" என்றாள்.

பக்தியாலும் அன்பினாலும் பாரதியின் கண்களில் நீர் சுரந்தது. "நம்பிக்கையில்லா விட்டால் உங்களிடம் என்னை ஒப்படைத்துக் கொள்வேனா? நானும் நவதாரா இல்லை. நான் பெரிய தவறு செய்து விட்டேன் என்பது தெரியும். அதைச் சீர்திருத்த வெறு வழியே இல்லை. ஒரு நாளாவது ஒருவரை மனப்பூர்வமாக..." என்றாள்.

பாரதியின் கண்கள் நீரைச்சுரந்தன. அவள் அதைத் துடைத்துக் கொண்டு சிரிப்பை வரவழைத்து "டாக்டர் பாபு. நேரமாக வில்லையா? கடல் பொங்க ஆரம்பித்து விடும் அல்லவா?" என்றாள்.

சுவரிலிருந்த கடிகாரத்தைப் பார்த்து டாக்டர் "இன்னும் நேரமாகவில்லை என்று சொல்லி வலது கையை பாரதியின் தலைமீது

வைத்து "இப்படிப்பட்ட கெட்ட நாட்களில் கூட பாரத தேசத்தின் விலைமதிக்க முடியாத ரத்தினம் வீணாகி விடவில்லை. நவதாரா போனால் போகட்டும். பாரதி இருக்கிறாள். சரி. உலகம் முழுவதும் இவளுக்கு இணையாக முடியாது. கேவலமான அபூர்வ பாபுவைத் தவிர ஸ்வயகாசி போன்றவர்களுக்குக் கூட இந்த இதயத்தில் இடம் கிடைக்காது. சரி, உன் மதுப்புட்டி எங்கே?" என்று கேட்டார்.

சசி வெட்கத்துடன் "வாங்கி வரவில்லை பாபு. நான் இனி மதுவைத் தொடமாட்டேன்" என்றான்.

"உங்களுக்கு நினைவு இல்லையா டாக்டர் பாபு, இவர் மதுவைத் தொடக்கூடாது என்று நவதாரா வாக்கு வாங்கிக் கொண்டாள்" என்றாள் பாரதி.

"நவதாராவும் போய்விட்டாள், சொத்து விற்று வந்த பணமும் போய்விட்டது. இந்தப் பேரிடிகளை நீ எப்படி மதுவின் உதவியில்லாமல் சமாளிப்பாய்!" என்றார்

"டாக்டர் பாபு. சிறிது சிந்தித்துப் பேசுங்கள்" என்றாள் பாரதி.

"சிந்தித்துப் பார்த்துதான் பேசுகிறேன். சொத்து விற்று வரும் பணத்தின் மீது இவன் எவ்வளவு ஆசை வைத்திருந்தான்! சசியின் நண்பர்கள் அனைவருக்குமே இது தெரியும். நவதாரா இவன் வாழ்க்கையில் குறுக்கிட்டாள். ஐந்து ஆறு மாதமாக இவனுக்கு இந்தப் பணத்தின் மீதே கவனமாக இருந்தது சசியின் கவலையை போக்க இணையற்ற நண்பன் மது. நேற்று வரை அது உதவிற்று. இன்றோ? அவனுடைய மகிழ்ச்சி அமைதி எல்லாம் ஒரே நாளில் எங்கோ ஓடி ஒளிந்து கொண்டன. அப்படியும் சசிக்கு ஒருவரிடமும் வெறுப்போ விரோதமோ இல்லை. மற்றவரைக் குறை சொல்லவில்லை. அதற்குப் பதிலாக அவர்களுக்கு நன்மை செய்யும்படி பகவானிடம் வேண்டிக் கொண்டிருப்பான்" என்றார்.

பாரதி நீண்ட பெருமூச்சு விட்டு "டாக்டர்பாபு, நீங்கள் இவரிடம் இவ்வளவு அன்பாக இருக்கிறீர்களே?" என்று கேட்டாள்.

"அன்பு மாத்திரமல்ல. அவனிடம் எனக்கு மதிப்பும் உண்டு. சசி அமைதியான மனப்போக்குடையவன். அவன் உள்ளம் கங்காநதி போன்று தூய்மையானது. நான் சென்ற பிறகு இவனை நீதான் பார்த்துக் கொள்ள

வேண்டும். உன்னிடம் தான் இவனை ஒப்படைத்து விட்டுப்போகப் போகிறேன். தன் துன்பத்தை அவனே அனுபவிப்பானே தவிர மற்றவருக்கு எந்தவிதமான தொல்லையும் கொடுக்க மாட்டான்"

"என்னையும் உங்கள் பணியில் ஈடுபடுத்திக் கொள்ளுங்கள். இனி நான் மதுவைத் தொடவும் மாட்டேன்" என்றான் சசி.

டாக்டர் அன்பு ததும்பும் குரலில் "இல்லை சசி. நீ என் பணியில் ஈடுபடவேண்டிய அவசியமில்லை. இந்த என் சகோதரியுடன் நீ இரு. என்னுடைய பல வேலைகளை நீங்கள் செய்யலாம்" என்றார்.

"முன்பு கவிதை எழுதினேன். இப்பொழுதும் என்னால் எழுத முடியும்."

டாக்டர் மகிழ்ச்சியுடன் "இதனால் என் பெரிய காரியங்கள் நிறைவேறும்" என்றார்.

"விவசாயிகள், தொழிலாளர்களுக்காகக் கவிதை எழுதுகிறேன்."

"அவர்களுக்குப் படிக்கத் தெரியாதே கவி"

"படிக்கத் தெரியாவிட்டால் என்ன? அவர்களுக்காகவே எழுதப் போகிறேன்."

"அது இயற்கையாக இருக்காது. படிக்காதவர்களுக்கு தர்ம உணவு விடுதி ஏற்படுத்தலாம் அவர்களுக்காக இலக்கியம் சமைக்க முடியாது. ஒரு நாள் அவர்களே தங்கள் இலக்கியத்தை இயற்றிக் கொள்வார்கள்."

"அப்படியானால் நான் என்ன செய்யலாம்?"

"புரட்சி கீதம் பாடு. எங்கே எந்த நாட்டில் பிறந்தாயோ, எங்கே மனிதனாகிறாயோ அந்த மண்ணைப் பற்றிப் பாடு. மத்திய வர்க்கத்தைப் பற்றி மட்டும் பாடு."

பாரதி ஆச்சரியமும் வருத்தமும் அடைந்தவளாக "பாபு, நீங்கள் வர்க்கத்தை ஒப்புக் கொள்கிறீர்களா? உங்கள் குறிக்கோளே மத்திய வர்க்கத்தின் மேம்பாடுதானா?" என்று கேட்டாள்.

"நான் ஜாதி வேற்றுமையைப் பேசவில்லை. வகுப்புவாத விஷம் என்னிடம் கிடையாது. ஆனால் படித்தவர் படிக்காத வர் என்ற வேற்றுமையை

ஒப்புக் கொள்ளாமல் இருக்க நீ முடியாது, நீ கிறிஸ்துவ மதத்தைச் சேர்ந்தவள் என்று உன்னை ஒதுக்க முடியுமா? உனக்கு இணையாக என்னுடைய வர் என்று சொல்லிக் கொள்ள யார் இருக்கிறார்?"

பாரதி அவரை மிகுந்த மரியாதையுடன் பார்த்து "உங்கள் புரட்சிக்கீதத்தை சசிபாபு பாடினால் சுவைக்காதே. உங்கள் புரட்சிக்கீதம், ரகசிய சங்கம்..." என்றாள்.

டாக்டர் குறுக்கிட்டு "என் சங்கத்தின் சுமை என் தலை மீதே இருக்கட்டும். அதைத் தாங்கக் கூடிய வலிமை... இல்லை அதை விட்டுவிடு. பாரதி உனக்கு முன்பே சொல்லியிருக்கிறேன். புரட்சி என்பதன் பொருள் கொலை, கொள்ளை, ரத்தக்களறி அல்ல. புரட்சி என்றால் வெகு விரைவாக ஏற் படும் அடிப்படை மாறுதல். சமூகப் புரட்சியின் கீதத்தை பாடத் தொடங்கு சசி. பழமையாவது, ஆசாரசீலமாவது? மதம், சமூகம், கலாசாரம் எல்லாம் சிதைந்து போகட்டும். பழையவற்றிலுள்ள மோகத்தைப் போன்ற தீமை வேறு ஒன்றுமே இல்லை. அதைப் போன்ற பாரத நாட்டின் விரோதி வேறு எதுவுமில்லை என்று பாடு. நாட்டின் விடுதலை விவகாரத்தை என்னிடம் விட்டுவிட்டு ...யார்?" என்று உற்றுக் கேட்டார்.

படிகளில் யாரோ ஏறிவரும் காலடிச் சப்தம் கேட்டது.

டாக்டர் கண் இமைக்கும் நேரத்தில் பையிலிருந்த துப்பாக்கியை எடுத்துக் கொண்டு இருளில் ஓரமாகச் சென்று பார்த்தார். பிறகு திரும்பி வந்து "பாரதி, சுமித்திரா வருகிறாள்" என்றார்.

42

நள்ளிரவில் சுமித்திரா வருவது மிகவும் ரகசியமாக இருந்தது. அதே போல் அவள் வந்ததும் அவ்வளவு நல்லதாகத் தோன்றவில்லை.

பாரதி கவலையும் பயமும் அடைந்தாள்.

சுமித்திரா உள்ளே வந்ததும் டாக்டர் இயற்கையான பாவத்தில் அவளை வரவேற்றார். "வா, உட்கார். தனி யாகவா வந்தாய்?" என்று கேட்டார்.

"தனியாகத்தான்" என்று கூறி பாரதியைப் பார்த்து "நலமா?" என்று கேட்டாள் சுமித்திரை.

கண நேரத்தில் பாரதி என்னென்னவோ நினைத்து விட்டாள். அன்று போலவே இன்றும் சுமித்திரா தன்னை அலட்சியம் செய்வாள் என்று எண்ணியிருந்தாள். ஆனால் சுமித்திரா அவளுடைய நலம் விசாரித்ததும் குரலில் அன்பு ததும்பியதும் பாரதிக்கு மகிழ்ச்சியை அளித்தது. அதனால் அவள் நன்றி கலந்த குரலில் "நலம்தான் தேவி. நீங்கள் நலமா?" என்று கேட்டாள்.

"நலம்தான்" என்று கூறி சுமித்திரா ஒரு பக்கமாக உட்கார்ந்து கொண்டாள். அவள் அதிகமாகப் பேசுவது வழக்கமில்லை. சாந்தமாகவும் அதே சமயம் கம்பீரமாகவும் அவள் பழகுவாள். இன்றும் அவள் அப்படியே நடந்து கொண்டாள். அவள் தோற்றத்திலிருந்து கோபமோ, வெறுப்போ ஏற்படவில்லை என்பதை உணர்ந்ததால் பாரதியால் மீண்டும் பேச்சைத் தொடங்க முடியவில்லை.

"ஏராளமான சொத்துக்குச் சொந்தக்காரியாகிறாயாமே! சுரபாயாவுக்குப் போகப் போவதாக சசி சொன்னான்" என்றார் டாக்டர்.

"ஆமாம், என்னை அழைத்துப் போக ஆட்கள் வந்திருக்கிறார்கள்" என்றாள் சுமித்திரா.

"பெரிய பணக்காரியாகிவிட்டாய்! எப்போது போகப் போகிறாய்?"

"சனிக்கிழமை கப்பலுக்குப் போக எண்ணியிருக்கிறேன். எல்லா சொத்தும் கிடைத்தால் பெரிய பணக்காரிதான்."

"கிடைக்கும். வக்கீலின் யோசனைப்படி நடந்து கொள். எதற்கும் எச்சரிக்கையாக இரு. உன்னை அழைத்துப் போக வந்திருப்பவர்கள் உனக்குத் தெரிந்தவர்கள் தானே?"

"தெரிந்தவர்கள் தான்."

சசி பேசத் தொடங்கினான். "டாக்டர், நீங்கள் மூன்று பெண்களைத் தேர்ந்தெடுத்தீர்கள். நவதாரா போய் விட்டாள். தலைவியும் போகப் போகிறார். இனி பாரதிதான் இருக்கிறாள்."

டாக்டர் சிரித்துக் கொண்டே "கவலை வேண்டாம் சசி. அவள் விவகாரமும் தீர்ந்துவிடும். அவளும் இந்தப் பெண்களின் வழியைப் பின்பற்றிச் சென்றுவிடுவாள்" என்றார்.

பாரதி உடனே டாக்டரை எரித்து விடுபவள்போல் பார்த்தாள். ஒன்றும் சொல்லவில்லை.

“நீங்களும் விரைவிலேயே இந்த ஊரை விட்டுப் போகப் போகிறீர்கள். அத்துடன் ரங்கூன் பர்மாவைப் பொறுத்த வரை வழிவேண்டுவோர் சங்கத்தின் வேலைகள் முடிவடைந்துவிடும். இனி அதை யார் நடத்த முடியும்?” என்று சசி சொல்லி பெருமூச்சு விட்டான்.

டாக்டர் முகத்தில் ஒரு மாறுதலும் ஏற்படவில்லை. அவர் சிரித்துக் கொண்டே “என்ன சொன்னே சசி? இவ்வளவு நாட்கள் எல்லாவற்றையும் பார்த்தும் நீ எனக்கு அளிக்கும் அத்தாட்சியா இது? மூன்று பெண்களும் போய்விட்டால் சங்கம் செயலிழந்து போய்விடுமா? மதுவை விட்டதும் உன் மூளையில் ஏற்பட்ட முன்னேற்றமா இது? இதைவிட நீ மீண்டும் மது அருந்துவது தான் நல்லது” என்றார்.

சுமித்திராவின் பக்கம் பார்த்தாள் பாரதி. அவள் தலைகுனிந்து கொண்டிருந்தாள். பிறகு டாக்டர் பக்கம் திரும்பி பாரதி “டாக்டர் பாபு, நீங்கள் சொல்வதை என்னால் புரிந்து கொள்ள முடியவில்லை. நவதாராவோ, நானோ சங்கத்திற்கு உபயோகமில்லாதவர்கள். ஆனால் சுமித்திரா தேவி? அவரை நீங்கள் தலைவியாக்கியிருக்கிறீர்கள். அவர் போய்விட்டால் சங்கம் செயலிழந்து போகாதா? உண்மையைச் சொல்லுங்கள்” என்றாள்.

டாக்டர் கண நேரம் மௌனமாக இருந்தார். பிறகு “நான் ஆத்திரத்தில் எதையும் சொல்லவில்லை. சுமித்திராவைப் புறக்கணிக்க முடியாது. உனக்குத் தெரியாமல் இருக்கலாம். நமது சங்க வேலைகளினால் ஏற்படும் துன்பங்களுக்கு ஒரு அளவே இருக்காது என்று சுமித்திராவுக்குத் தெரியும். ஒருவர் உயிர் தப்புவது கடினம் என்ற நிலை ஏற்படும்போது அதன் விலையை எப்படித் தீர்மானிக்க முடியும்? மனிதன் போயே தான் தீரவேண்டும். அவன் எவ்வளவு பெரியவனோ சிறியவனோ அவன் இல்லாவிட்டால் எல்லாம் போய்விடும் என்று நாம் நினைக்கக் கூடாது. ஒருவன் காலிசெய்த இடம் மற்றோருவரால் நிரப்பப்பட்டுவிடும். இதுதான் நமது முதலாவதாகவும் முக்கியமானதாகவுமுள்ள படிப்பினை” என்றார்.

“உண்மையில் அவ்விதம் நடப்பதில்லையே! உதாரணமாக உங்களையே எடுத்துக்கொள்ளலாம். உங்கள் இடத்தை யாராவது பூர்த்தி

செய்ய முடியுமா? இதை என்னால் நினைத்துக் கூடப் பார்க்க முடியவில்லை" என்றாள் பாரதி

"பாரதி, உன், சிந்தனையே வேறு விதமானது. இதைத் தெரிந்து கொண்டு தான் சங்கத்தில் உன்னை சேர விடக் கூடாது என்று தீர்மானித்தேன். உலகத்தில் உனக்கு வேறு வேலை இருப்பதாக அடிக்கடி சொல்லி வந்திருக்கிறேன்" என்றார் டாக்டர்.

"நான் எதற்கும் உதவாதவள் என்று ஒதுக்கவே விரும்புகிறீர்கள். எனக்கு ஏதாவது பணியைச் செய்யக்கொடுத்தால் நான் உலகத்தில் இறங்கத்தயார்... என் கேள்வி இதல்ல டாக்டர் பாபு. நீங்கள் இல்லாத இடத்தைப் பூர்த்தி செய்ய முடியுமா? நான் சொல்லுகிறேன் முடியாது என்று. மனிதன் சாதாரண வெள்ளப் பெருக்கல்ல. இல்லாத ஒன்றுக்காக ஏன் உயிரைப் பலிகொடுக்கத் தூண்டுகிறீர்?"

டாக்டர் பதில் சொல்ல முற்படவில்லை. பாரதி அவர் பதிலுக்காகக் காத்திருக்கவில்லை. அவள் பேசத் தொடங்கினாள். "இனி இந்த ஊரில் நீங்கள் இருக்க முடியாது. இதை விட்டுப் போகத்தீர்மானித்து விட்டீர்கள். உங்களைத் திரும்பக் காண முடியாது என்பதை நினைக்கும்போது வருத்தமாக இருக்கிறது. இந்த வருத்தம் தீரக்கூடியதல்ல. இன்று எனக்கு பல பிரச்னைகள் நினைவுக்கு வருகின்றன. நான் ஒன்றைச் செய்தபோது சரி, தவறு என்று சொன்னீர்கள் என்றால் எது சரி, எது தவறு என்று புரிந்துகொள்ள முடியவில்லை. உங்கள் வழி வேண்டுவோர் சங்கத்தின் செயலர் நான். உங்கள் வேலையில் எனக்கு அக்கரையில்லை என்பதை நான் மறைத்ததே கிடையாது. நீங்கள் ஆத்திரப்படவோ நம்பிக்கை இழக்கவோ இல்லை. அபூர்வபாபுவுக்கு உயிர்ப் பிச்சை அளித்தீர்கள். அதை நான் மறக்கமாட்டேன். என் சிறிய வாழ்க்கையை உங்களால்தான் தெரிந்து கொள்ள முடிந்தது. உங்களுக்கு பல கோடி வணக்கங்கள். ஊரை விட்டுச் செல்வதற்கு முன் ஒரு உண்மையைச் சொல்லி விடுங்கள். உங்களுடைய, என்னுடைய, மற்றவர்களுடைய உண்மைகளைக் கூறிவிடுங்கள்' என்றாள்.

இந்த வேண்டுகோளின் உள் கருத்தைப் புரிந்து கொள்ள முடியாத சசி, சுமித்திரா இருவரும் ஆச்சரியத்துடன் ஒரு வரை ஒருவர் பார்த்துக் கொண்டனர். அவர்களுடைய மௌனமான பார்வையைக் கண்டு பாரதி நாணமடைந்தாள். இதை டாக்டரும் கவனித்து விட்டார்.

"உண்மை, பொய்-இரண்டையுமே கலந்து கொள்கிறாயே பாரதி. இதில் என் தவறு என்ன இருக்கிறது? நீ வெட்கப்பட ஒன்றுமில்லை. நான் தான் வெட்கப்பட வேண்டும்" என்றார் டாக்டர்.

பாரதி தலைகுனிந்து மௌனமாக இருந்தாள்.

சுமித்திரா பதில் சொன்னாள். "உங்களுக்கு வெட்கம் என்பதே இல்லையே? பெண்கள்தான் உண்மையைச் சொல்லவும் வெட்கப்பட வேண்டியிருக்கிறது. சிலரால் அப்படியும் கூட வெளியிட முடியவில்லை."

டாக்டர் பாரதியைப் பார்த்து "எனக்கு வெட்கம் இல்லை என்று சுமித்திரா சொல்கிறாள் பார்த்தாயா? நான் என விருப்பப் படி பொய்யையும் மெய்யையும் கலந்து பேசுகிறேனாம். என் வழி வேண்டுவோர் சங்கத்திற்கு இதனுடன் தொடர்பு இருக்கிறது என்றால் அதை இன்றே ஒழித்து விடலாம். அதன் நன்மை தீமை, என் வாய் மெய்யைப் பொறுத்திருக்கிறது. இதுதான் என் கொள்கை. இதுதான் தெளிவான தோற்றம்" என்றார்.

"என்ன பாபு. இதுதானா உங்களுடைய கொள்கை? இது தான் உங்கள் உண்மைத் தோற்றமா?" என்று பாரதி பட படவென்று கேட்டாள்.

சுமித்திரா குறுக்கிட்டு "ஆமாம். இது தான். உண்மையான உருவம் இதுவேதான். கருணை, அன்பு, இரக்கம், கொள்கை எதுவுமே இல்லை. இந்த உடைக்க முடியாத பாறையை எனக்கு நன்றாகத் தெரியும்" என்றாள்.

சுமித்திரா சொன்னதை பாரதி நம்பவில்லை. ஆனால் அவள் சொன்னதைக் கேட்டு திகைத்தாள்.

"கடைசி உண்மை, முழு உண்மை என்றெல்லாம் சொல்லி பாமர மக்களை ஏமாற்றலாம். உண்மை நிரந்தரமானது, பழமையானது, வெற்றி கொள்ள முடியாதது என்று நினைக்கின்றீர்கள் அது தவறு. உண்மையைப் போலவே பொய்மையையும் மனித இனம் இரவு பகல் எந்நேரத்திலும் கையாள்கிறது. அது நிரந்தரமானதோ பழமையானதோ இல்லை. இவற்றிற்கும் பிறப்பும் இறப்பும் உண்டு. நான் பொய் சொல்லவில்லை." என்றார் டாக்டர்.

"பாபு, இதுதான் உங்கள் வழிவேண்டுவோர் சங்கத்தின் கொள்கையா?" என்று கேட்டாள் பாரதி.

“பாரதி. வழி வேண்டுவோர் சங்கம் என் விவாத மேடையல்ல. யார், எந்த, புரியாத ஒன்றிற்காக நீதி வாக்கியங்களை உருவாக்கினார்களோ தெரியாது. வழிவேண்டுவோர் சங்கத்திற்கு அது தேவையாக இருக்கலாம். ஆனால் தூக்குக் கயிறு கழுத்தில் மாட்ட ஒருவனுடைய வாயிலிருந்து வரும் சொற்கள் பொய்யாக இருக்க முடியுமா? நீங்கள் கூறும் முழு உண்மை எனக்குத் தெரியாது. முழுப்பொய் என்று ஒன்றிருந்தால் அது இதுதான் “

சுமித்திரா ஆத்திரமடைந்தாள். பாரதியோ திகைத்தாள்.

“கவி” என்றார் டாக்டர்.

“என்ன பாபு?” என்று கேட்டாள் சசி.

“சசியின் பக்தியைப் பார்த்தீர்களா?” என்று சொல்லி டாக்டர் சிரித்தார். அவர் சிரிப்பில் மற்றவர் கலந்து கொள்ளவில்லை. சுவரில் மாட்டியிருந்த கடிகாரத்தைப் பார்த்தார். பிறகு “கடல் பொங்க இன்னும் நேரமிருக்கிறது. நான் புறப்படுகிறேன். தாரா இல்லாத இந்த சசிதாரா இல்லத்திற்கு வர எனக்கு நேரமிருக்காது” என்றார்.

“நாளைக்கே இந்த வீட்டைக் காலி செய்துவிடப் போகிறேன்.”

“எங்கே குடி போகப் போகிறாய்?”

“உங்கள் உத்தரவுப்படி பாரதியுடன் இருக்கப் போகிறேன்”.

டாக்டர் சிரித்துக் கொண்டே “பார்த்தாயா பாரதி, சசி என் உத்தரவைப் புறக்கணிக்க மாட்டாள். அந்த வீட்டிற்கு ‘சசி பாரதி இல்லம்’ என்று பெயர் வைப்பாயா? மூன்று முறை ஏமாற்றமடைந்தது எனக்குத் தெரியும். இந்த முறை ஒருக்கால் வெற்றி கிடைக்கலாம். பாரதி நல்ல பெண். தயாள குணமுள்ளவள்” என்றார்.

அந்தச் சூழ்நிலையிலும் பாரதி சிரித்தாள். சுமித்திரா புன்னகை செய்து தலைதாழ்த்தினாள்.

“உன் பணத்தை பாரதியிடம் கொடுத்து விடுகிறேன். அவளும் ஒரு வீடு வாங்கிக் கொள்ளட்டும்” என்றார் டாக்டர்.

“பாபு, என் வயிற்றெரிச்சலைக் குத்திக் கிளறுகிறீர்கள்? இந்தக் கேலியை நிறுத்தமாட்டீர்களா?” என்றாள் என்றாள் சற்று கோபமாக பாரதி.

"பணத்தை உங்களுக்குக் கொடுத்துவிட்டேன். நீங்கள் எடுத்துச் செல்லுங்கள். என் பிறந்த நாட்டிலிருந்து வீடு முதலியவற்றை விற்று வந்த பணம், அது அந்த நாட்டுப் பணிக்கே செலவாகட்டும்" என்றான் சசி.

டாக்டர் சிரித்தார். "என்னிடம் பணம் இருக்கிறது. உன் பணத்திற்கு அவசியமில்லை. இனி எனக்குப் பணத்திற்கும் குறைவு இருக்காது" என்று சுமித்ராவையும் பார்த்தார் டாக்டர்.

சுமித்ராவின் கண்களில் நன்றிப் பெருக்கெடுத்தது. அவள் வாய் திறந்து ஒரு சொல்லும் சொல்லவில்லை. "என் உடல் பொருள் யாவும் உங்களுடையது தான். அதை நீங்கள் அனுபவிப்பீர்களா?" என்று கேட்பது போலிருந்தது அவள் பார்வை.

சிறிது நேர மௌனத்திற்குப் பிறகு "கவி" என்றார் டாக்டர்.

"பாபு"

"பிராம்மணனுக்கு நல்லவிதமாக உணவு அளித்துவிட்டாய். நல்ல சந்தர்ப்பம் வரும்போது என்னால் வர முடியாமலும் போகலாம். ஆனால் உனக்கு ஒரு நல்ல நாள் வந்தே தீரும். இப்பொழுதே ஆசி கூறி வருகிறேன். நீ ஒரு குறைவின்றி இருப்பாய். மகா கவியாவாய். நாட்டின் சிறந்த கவியரசனாகத் திகழ்வாய். அரச நீதிக்கெல்லாம் நீ உயர்ந்தவன்."

"உங்களோடு நான் ஒரே இடத்திலிருந்தால் அதில் தாழ்மை ஏற்படும். நான் உங்களைவிடப் பெரியவனா?" என்று வருத்தத்துடன் கேட்டான் சசி.

"உண்மையில் நீ பெரியவன்தான். உன்னை அறிந்து கொண்டால் மனித இதயத்தைத் தெரிந்து கொள்ளலாம். உன்னை விடுவதனால் ஏற்படும் இழப்பை எப்படி ஈடு செய்ய முடியும்? ஒரு நாள் நம் பாரத தேசத்தில் அடிமை, சுதந்தரம் ஆகிய பிரச்னைகளுக்கு ஒரு முடிவு ஏற்பட்டே தீரும். நாட்டின் துன்பமயமான சரித்திரத்திற்கு மக்களின் பாராட்டுதலைத் தவிர வேறு ஒன்றும் கிடைக்காது. ஆனால் உன் பணியை யாரால் மதிப்பிட்டுக் கூற முடியும்? நீதான் நாட்டில் சிதறிக் கிடக்கும் சிந்தனை முத்துக்களை ஒன்று திரட்டி மாலையாகக் கோர்த்து அன்னைக்கு அணிவிக்க வேண்டும்.

சுமித்திரா புன்னகை செய்து "எப்போது மாலையாகத் தொடுக்க வேண்டும் என்று அவருக்குத்தான் தெரியும். ஆனால் இப்பொழுதே சசிபாபு

சொற்களைத் திரட்டி ஒன்று சேர்த்து மதிப்பை இழக்க வேண்டாம். அதைப் பாரதியால் பொறுக்க முடியாது'' என்றாள்.

டாக்டர் சொல்லத் தொடங்கினார்: ''சசி நமது நாட்டின் கவியாவான். அவன் இந்து, முகம்மதிய, கிறிஸ்துவ கவியாக இருக்க மாட்டான். தேசத்தின் கவி. புனிதமான நதிகளும், கனியும் காயும் தரும் மரங்கள், இன்ப மலர்களை நல்கும் செடி கொடிகள், பசுமை தவழும் நிலங்கள்–நம் அன்னை நாடு. அங்கு பொய் இல்லை. நேரம், துன்பம், துயரமில்லை. பஞ்சம் பசிக்கு இடமே இல்லை. அன்னிய ஆட்சியின் அடக்குமுறைகள் கிடையவேகிடையாது. சகி, நீ அந்தப்புனித நாட்டின் கவியாக மாட்டாயா? என்ன சொல்கிறாய் தம்பி?''

பாரதிக்கு மெய் சிலிர்த்தது. தம்பி என்று டாக்டர் அழைத்த இனிமை சசியை பூரிக்கச் செய்தது. அவன் மகிழ்சியுடன் ''பாபு. நான் முயற்சித்தால் ஆங்கிலத்திலும் கவிதை எழுதுவேன்'' என்றான்

''வேண்டாம், வேண்டாம். ஆங்கிலத்தில் வேண்டாம், பாரத நாட்டின் மொழியில் உன் தாய் மொழியில் கவிதை எழுது சசி. உலகத்தின் அநேக மொழிகள் எனக்குத் தெரியும். ஆனால் தேனினும் இனிய மொழி நம் தாய் மொழி. அதற்கு இணையாக எதுவுமே இல்லை. இப்படிப்பட்ட இனிமையை எப்பொழுது யார் உற்பத்தி செய்தார் என்று நான் அடிக்கடி சிந்திப்பது வழக்கம்.''

பாரதியின் கண்கள் நீரை ஆறு போல் பெருக விட்டன. அவள் தடைபட்ட குரலில் ''பாபு, தாய் நாட்டின் மீது இவ்வளவு பக்தி செய்ய யார் உங்களுக்குக் கற்றுக் கொடுத்தது? உங்கள் தாய் நாட்டுப் பக்திக்கு இணையே இல்லையே?'' என்றாள்.

இதற்கு எதிரொலி செய்வது போல சசி ''அந்த மதிப்பிற்குரிய பாடல் என்னுடையது. அதன் அன்பின் நாதம் தான் என் குரல். இந்தக் கணத்திலிருந்தே நான் பாடத் தொடங்குகிறேன். நாட்டை, நம் தாய் நாட்டை மக்கள் விரும்பிப் போற்றும் வண்ணம் நான் பாடிக் கொண்டே திரிவேன்'' என்றான்.

டாக்டர் ஆச்சரியத்துடன் சசியைப் பார்த்தார். இருவரும் சிரித்தனர். அவர்கள் சிரிப்பின் ரகசியத்தை மற்ற இருவர் புரிந்து கொள்ளாமல் திகைத்தனர்.

டாக்டர் மீண்டும் பேசத் தொடங்கினார்: "மக்கள் மீண்டும் போற்றிப்புகழ வேண்டுமா? சசி, உன் போதனையை மக்கள் ஒரு நாளும் ஏற்க மாட்டார்கள். நீ கூறும் அன்பில் சிறு துளியிருந்தாலும் நம் சகோதரன் வேற்று நாட்டானுடன் சதி செய்து நமது கோடான கோடி மக்களின் மகிழ்ச்சியை பிறர் கையில் ஒப்படைப்பானா? தாய் நாடு, அன்னை பூமி என்பதெல்லாம் வெறும் வாய்ச் சொற்கள் தானா? பாதுஷக்களின் பாதங்களில் விழுந்து வணங்க, இந்துவான மான்சிங், பிரதாப் சிம்மனை வனவிலங்கைப்போல் கட்டி இழுத்துச்சென்றான். கலகக்காரர்களும் கொள்ளைக்காரர்களும் நாட்டில் புகுந்து வந்த போது, மக்கள் அவர்களை எதிர்த்துப் போரிடாமல் தண்ணீரில் போய் ஒளிந்து கொண்டார்கள். முகம்மதிய கொள்ளைக்காரர்கள் நமது ஆலயங்களை இடித்து, தெய்வச் சிலைகளைப் பண்படுத்தி அலங்கோலம் செய்தார்கள். நம் சகோதர மக்கள் உயிரைக் காப்பாற்றிக் கொள்ள ஓடி மறைந்தனர். தர்மத்திற்காகக் கூட ஒருவனும் உயிரைப் பலி கொடுக்க முன் வரவில்லை. நாம் அந்த இந்தியர்கள் இல்லை. அவர்களுக்கும் நமக்கும் சம்பந்தமே இல்லை. அவர்களை அப்படியே ஒதுக்கித் தள்ளி விடு. அவர்களுடைய கொள்கை, அரசியல், பேடித்தனம், தேசத்துரோகம், சமூகக் கோட்பாடுகள், எல்லாமே புறக்கணிக்கப்பட வேண்டியவை தான். இவற்றை எடுத்துச் சொல்வதுதான் உன் திறமை, உன் கவிதை. இதுதான் புரட்சி கீதம். உண்மையான தேச பக்தியை வெளிப்படுத்தும் கீதமே அதுதான்."

சசிக்கு ஒன்றும் தோன்றவில்லை. அவர் கூறியவற்றின் கருத்தும் புரியவில்லை.

டாக்டர் மீண்டும் சொன்னார்: "அவர்களுடைய பேடித் தனத்தால் நாம் உலக நாடுகள் முன் தாழ்மையடைகிறோம். அவர்களுடைய சுயநலத்தின் சுமையினால் பிறர் முன் தலை நிமிர்ந்து நிற்க முடியவில்லை. அவமானம் பிறர் முன் முகத்தைக் காட்ட அனுமதிக்கவில்லை. நாட்டின் விவகாரம் மாத்திரமா? அவர்கள் போற்றாத ஒரு கொள்கையை, நம்பிக்கை வைக்காத தெய்வங்களை வணங்கச் செய்து, மக்களின் கைகளையும் கால்களையும் அடிமைத்தளைகளால் பிணைத்து விட்டார்கள் இவை தான் இப்போது நாம் அனுபவிக்கும் சொல் லொணாத் துன்பங்களின் ஆணிவேர்"

"என்ன பாபு! நீங்கள் ஏதேதோ சொல்லிக் கொண்டு போகிறீர்களே" என்றான் சசி.

பாரதிக்கு ஏற்பட்ட வருத்தத்திற்கு அளவே இல்லை. “பாபு. நான் கிறிஸ்துவ மதத்தைச் சேர்ந்தவள்தான். ஆனாலும் நீங்கள் சொல்லும் அவர்கள் எனக்கும் மூதாதையர்கள் தான். அவர்களிடம் பல தவறுகள் இருக்கலாம். அவர்களுடைய மத, தெய்வ நம்பிக்கையில் குறையிருந்தது. என்று மாத்திரம் சொல்லாதீர்கள்” என்றாள்.

அதுவரை சுமித்திரா மௌனமாக எல்லாவற்றையும் கேட்டுக் கொண்டிருந்தாள். இப்பொழுது அவள் பாரதியின் பக்கம் பார்த்து “யாரைப் பற்றியும் கடுமையாகப் பேசுவது தவறுதான். ஆனால் மதிப்பற்ற ஒன்றுக்கு மதிப்பளிப்பது, தான் பெரிய தவறு. அவர்கள் மூதாதையராக இருக்கலாம். தவறான கொள்கைகளை விட்டுவிட வேண்டும். இதுதான் முதல் படிப்பினை” என்றாள்.

பாரதி மௌனமாக இருந்தாள்.

டாக்டர், சசியைப் பார்த்துச் சொன்னார். “எந்த ஒரு பொருளும் பழைமை என்பதால் அது உயர்ந்ததாகி விடாது சசி, பழைமையின் புகழைப் பாடிக் கொண்டிருப் பதும் தவறு. நாமோ புரட்சிக்காரர்கள். பழைமையின் மோகம் நம்மிடம் கிடையாது. நம் நோக்கம், லட்சியம் கொள்கை எல்லாமே புதுமையானவை. பழைமையை ஒழித்துத்தான் புதுமைக்கு வழி வகுக்க வேண்டும், மக்கி மடிந்து போன அந்தப் பாதை நமக்கு இடையூறாக இருந்தால் நாம் எப்படி அரசியல் உரிமையைப் பெற முடியும்?”

“டாக்டர் பாபு. நான் வீண் சர்ச்சைக்காக எதையும் பேசவில்லை. என் வாழ்க்கைக்கான வழியை உங்களிடம் தெரிந்து கொள்ளவே கேட்கிறேன். ஒரு கலாசாரம், கோட்பாடு—பழைமையானது என்பதால் அது தோற்றதாகி விடுமா? அப்படியானால் மனிதன் எப்படிப்பட்ட சந்தேகமுமில்லாமல் எதன் அடித்தளத்தின் மீது நிலைத்து நிற்க முடியும்?” என்று கேட்டாள் பாரதி.

“இவ்வளவு சுமையையும் சுமக்கக்கூடியது எது என்று தெரியவில்லை. வயதின் காரணமாக எல்லாப் பொருள்களும் பழைமையாகவும், நைந்தும், பயனற்றும் போய் விடலாம். அப்போது அவற்றைத் தூர எறிந்துவிட வேண்டியது தான். ஆனால் மனிதன் அப்படிச் செய்யவில்லை. ஒவ்வொரு நாளு அவற்றைச் சேர்த்துக் கொண்டே வருகிறான் அவனுடைய மூதாதையர்கள் ஏற்படுத்திய கட்டுத் திட்டங்கள், அப்படியே எவ்வித மாற்றமில்லாமல் இருக்கின்றன. அப்படியே இருந்தாலும் கவலையில்லை. இல்லாவிட்டால் நீயும் எங்களுடன் சேர்ந்து

பழைமையான அனைத்தையும் தூரத் தூக்கி எறிந்து அழித்து விடு. புது மனிதனும், புது உலகமும் தோன்றட்டும் என்று நீயே சொல்வாய்."

"பாபு, இவை அனைத்தையும் உங்கள் ஒருவரால் செய்து விட முடியுமா?"

"செய்ய முடியும். பழைமை என்பது புனிதமாகி விடாது. மனிதனுக்கு எழுபது வயதாகி விட்டால் அவன் பத்து வயதுக் குழந்தையை விடச் சிறந்தவனாகி விடமாட்டான். நீ உன் வழியிலேயே சிந்தித்துப்பார். மனிதன் தொடர்ந்து நடந்து செல்லும் பாதையைப் பாரத நாட்டு குலதர்மம் பொய்யாக்கி விட்டது. பிரம்ம, க்ஷத்திரிய, வைசிய சூத்திர நால்வகை வர்ணத்தாரும் அவரவர் தர்மத்தின் படி நடப்பதில்லை. யாராவது செய்யத் தொடங்கினால் அவர் உயிர் வாழ முடிவதில்லை. கடந்த யுகத்தின் கோட்பாடுகள் இந்த யுகத்தில் அழிந்து விட்டன. ஆனாலும் அவற்றை பிராம்மணர்கள் புனிதமானதாக நினைத்துக் கொண்டிருக்கிறார்கள். அவற்றை மேலும் புனிதமானதாக எண்ணிச் சச்சரவு செய்பவர்கள், ஜமீன்தார்கள் இவற்றின் முழு உருவத்தைத் தெரிந்து கொள்வது கடினமே அல்ல. குல ஆசாரத்தின் மோகத்தால் உன்னைப் போன்றவனை அபூர்வன் அசட்டை செய்திருக்கிறான் என்றால் என்ன சொல்கிறாய்? பழைமையின் மோகத்தை நீ, விட்டு விட வேண்டும் பாரதி" என்றார் டாக்டர்.

பாரதி பயந்து "அன்பும் நம்பிக்கையும் நிறைந்த மதத்தை விட்டு விடுவதா?" என்றாள்.

"ஆமாம். எல்லா மதங்களுமே பொய். செல்லரித்துப் போன பழைய நாளைய கோட்பாடுகள் நிறைந்தவை. உலக மக்களுக்கு இதை விட விரோதி வேறு ஒன்று இருக்கவே முடியாது"

பாரதி பயத்தால் முகம் வெளுக்க "பாபு, நீங்கள் எங்கிருந்தாலும் உங்களை மறக்க மாட்டேன். ஆனால் உங்கள் உண்மையான கருத்து இது தான் என்றால் இன்றிலிருந்து உங்கள் பாதையும் என் பாதையும் வெவ்வேறானது. உங்களுடைய வழி வேண்டுவோர் சங்கம் இவ்வளவு பாபம் நிறைந்தது என்று நான் நினைத்ததே இல்லை" என்றாள்.

டாக்டர் புன்னகை செய்தார்.

“உங்களுடைய கருணையற்ற, கொடுமை நிறைந்த, அழிவுப் பாதையினால் ஒரு நன்மையும் ஏற்படாது. இது நிச்சயம். என் அன்பு, கருணை, மார்க்கம், மத நம்பிக்கை எனக்கும் பெருமையைத் தேடித் தரும். அந்தப் பாதை தான் எனக்கு ஏற்றது.”

“இதனால் தான் உன்னை என் சங்கத்தில் பூர்ணமாக ஈடுபடுத்தவில்லை. உன்னைப் பொறுத்த வரை தவறு செய் தது சுமித்திரா. என்னால் இத்தகைய தவறு ஒரு நாளும் ஏற்படாது. நீ உன் பாதையிலேயே செல். அன்பின் அரவணைப்பு, கருணையின் ஆதரவு உலகத்தில் ஏராளமாகக் கிடைக்கும். ஆனால் கிடைக்காதது வழி வேண்டுவோர் சங்கம் தான்” என்று சொல்லும்போது டாக்டரின் கண்களில் ஒரு ஒளி தோன்றி மறுகணம் அடங்கி விட்டது. குரல் மிகவும் உறுதியாகவும் உணர்ச்சி பூர்வமாக இருந்தது. அவர் அமைதியாகப் பேசியது மிகப் பயங்கரத்தை உண்டு பண்ணின. இதைப் பாரதியும், சுமித்திராவும் தெரிந்து கொண்டனர்.

டாக்டர் மீண்டும் பேசத் தொடங்கினார். “நான் இதை பலமுறை சொல்லியிருக்கிறேன் பாரதி. சில நன்மைகளை நான் விரும்பவில்லை. நான் விரும்புவது பூரண சுதந்தரம் ராணாபிரதாப்சிம்மன் சித்தூரை கானகத்துடன் சேர்த்த போது ராஜபுதனத்தில் அதைவிடத் தீமை நிறைந்த பகுதி இருக்கவில்லை. இன்று எத்தனையோ நூற்றாண்டுகள் கடந்து விட்டன. இன்றும் அந்தத் தீமை ஆயிரக்கணக்கான நன்மைகளை விட மேலானதாக இருக்கிறது. இந்த விவாதங்களெல்லாம் இருக்கட்டும். என் விரதத்தின் முன் எதுவுமே பொய்யல்ல, எதுவும் தீமையானதல்ல.”

பாரதி மௌனமாக இருந்தாள். இதற்கு முன் சர்ச்சை, கருத்து வேற்றுமை ஏற்பட்டிருக்கின்றன. ஆனால் இப்படியல்ல. அவள் மனம் வருந்திற்று. அவள் மீது ஏதோ இனம் புரியாத சுமை ஏற்றி வைக்கப்பட்டிருப்பதாகத் தோன்றியது.

டாக்டர் கடிகாரத்தைப் பார்த்தார். பிறகு பாரதியைப் பார்த்து “கடல் கொந்தளிப்பு ஏற்படும் நேரம் வந்துவிட்டது. புறப்படு”என்றார்

பாரதி எழுந்து நின்றாள்.

டாக்டர் பலகாரம் நிறைந்த பையை எடுத்துக்கொண்டு எழுந்து நின்று “சுமித்திரா, விரஜேந்திரன் எங்கே?” என்று கேட்டார்.

அவள் பதில் சொல்லவில்லை. அவள் தலை குனிந்து கொண்டிருந்தாள்.

"உன்னையும் அழைத்துப் போய் விடுகிறேனே."

"வேண்டாம்" என்று சுமித்திரா மறுத்துவிட்டாள்.

டாக்டர் தம்உணர்ச்சிகளை அடக்கிக் கொண்டு "நல்லது, புறப்படு பாரதி. தாமதம் வேண்டாம்" என்று கூறிக் கொண்டே வெளியே சென்றார்.

சுமித்திரா தேவிக்கு மௌனமாக வணக்கம் தெரிவித்து விட்டு பாரதி நடந்தாள்.

43

படகு எதிர்க் கரையை அடைந்ததும் பாரதியை முதலில் இறக்கி விட்டார் டாக்டர். பிறகு அவரும் இறங்க முற்படும் போது பாரதி அவரைத் தடுத்தாள். "எனக்குத் துணை வேண்டாம். நான் வீட்டிற்குப் போய்ச் சேர்ந்து விடுவேன்" என்றாள்.

"தனியாகவா? அருகில்தானே உன் வீடு இருக்கிறது. நானும் வந்து திரும்புகிறேன்"

மன்னிக்கவும் பாபு. "தாங்கள் என்னுடன் வந்து என் பயத்தை அதிகரிக்க வேண்டாம். நீங்கள் திரும்பிப் போங்கள்."

உண்மையில் அவளுக்குத் துணையாகச் செல்வது பெரிய ஆபத்து என்பது தெரியும். அதனால் டாக்டரும் அதிகமாக வற்புறுத்தாமல் விட்டார். ஆனால் பாரதி சென்ற திசையையே பார்த்துக்கொண்டு வெகு நேரம் நின்றிருந்தார்.

வீட்டை அடைந்த பாரதி கதவைத் திறந்து விளக்கைக் கொளுத்தினாள். படுக்கையைத் தட்டிப் போட்டாள். உடலும் உள்ளமும் சோர்வடைந்திருந்தன. ஆனாலும் படுக்கையில் படுத்தும் தூக்கம் வரவில்லை. "கணத்தில் மாறக்கூடிய இந்த உலகத்தில் நிலையாக இருக்கக் கூடிய உண்மையான எதுவுமே கிடையாது" என்று டாக்டர் சொன்னது அவள் காதுகளில் ரீங்காரம் செய்தது.

மனிதனுடைய தேவைக்குத் தகுந்த வண்ணம் அந்த உண்மையானது தோன்றுகிறது. அதற்குத் தோற்றமும், மறைவும் உண்டு. இந்த நம்பிக்கை

ஒரு வகையில் மனதின் மயக்கம் எனலாம். கடந்த காலத்தில் உண்மையாக இருந்தது நிகழ் காலத்திலும் அதை ஒப்புக் கொள்ள வேண்டும் என்று கூறுவது தவறு இல்லையே!

பாரதி தூக்கமின்மையால் சிந்தனையை ஓட விட்டாள். மனிதர்களின் அவசியத் தேவையை, குறிப்பாக பாரத நாட் டின் சுதந்திரத்தைப் பற்றிய புதிய உண்மையைத் தோற்றுவிப்பது தான் உண்மையான தேசப்பணியாகும். இதற்கு முன் நிலவிய கொள்கை, கட்டுத்திட்டங்கள், ஆகிய அனைத்தும் பொய் என்பதல்ல. எந்த யோசனையும் உடன்படிக்கையும் கீழ்த் தரமானதல்ல. தொழிற்சாலையில் பணிபுரியும் தொழிலாளிகளின் வாழ்க்கை முன்னேற்றமும், அவர்கள் குழந்தைகளுக்குக் கல்வி போதனை, தொழிலாளர்களுக்கு கல்வி அறிவு ஏற்பட இரவுப்பள்ளி நடத்தல் ஆகிய அனைத்தின் நோக்கம் வேறு என்று டாக்டர் கூறத் தயங்கவோ, வெட்கப் படவோ இல்லை. அடிமை நாட்டின் விடுதலைப் பயணம் தங்கு தடையின்றி நடைபெற வேண்டாமா? நாட்டை ஆள்பவர், அடிமையாக இருப்பார். இரு சாராரிடையே ஒருநாள் மன ஒற்றுமை ஏற்படலாம் என்றாலோ அதைவிட துரதிர்ஷ்டம் வேறு இருக்க முடியாது என்று அவர் கூறுகிறார். அன்று ஒருநாள் டாக்டரின் கருத்தை அவளால் உணர முடியவில்லை. இன்றோ அவள் தெளிவாகப் புரிந்து கொண்டு விட்டாள்.

கடிகாரத்தில் மணி மூன்றடித்தது. அப்போதும் பாரதிக்குத் தூக்கம் வரவில்லை. அவளை அறியாமலே அவள்வாய் முணுமுணுக்கத் தொடங்கிற்று. “பாபு,நீங்கள் மனிதர்களில் உயர்ந்தவர். உங்களிடம் என் பக்தி, மதிப்பு மரியாதை அனைத்தும் மாறாமல் இருந்து விடும். ஆனால் உங்களுடைய பலாத்காரமான புரட்சிக் கொள்கையை என்னால் ஒத்துக் கொள்ள முடியாது. நமது பாரத அன்னையின் அடிமை விலங்கு உங்கள் திருக்கரத்தாலேயே உடைத்தெறியப் படட்டும். அநீதிக்கு மாத்திரம் நீதியின் உருவத்தைக் கொடுத்து அதைத் தூக்கி நிறுத்த முயற்சிக்க வேண்டாம். நீங்கள் மகா மேதை. உங்களை விவாதத்தில் வெற்றி கொள்வது இயலாத காரியம். அன்னியரிடம் அடிமைப்பட்டு அல்லல் படுவதை அதே பாரத நாட்டுப் பெண்ணான என்னாலும் பொறுக்கத்தான் முடியவில்லை. ஆனால் உங்கள் வழி முறை யும் எனக்குப் பிடிக்கவில்லை!”

மறுநாள் பாரதி கண் விழித்தபோது கதிரவன் தோன்றி வெகு நேரமாகியிருந்தது. பள்ளிக்கு சிறுவர் சிறுமிகள் வந்து கதவருகே நின்று அவரை அழைத்தனர் பாரதி எழுந்து அவசர அவசரமாக முகம் கைகால்களைச் சுத்தம் செய்து கொண்டு கீழ்ப்பகுதிக்கு வந்தாள். சிறார்களை உட்காரச் சொன்னாள் பாரதி. அவர்களுக்குப் பாடம் சொல்லிக் கொடுக்க ஆரம்பித்தாள். அப்பொழுது ஓட்டல்கார அய்யர் வந்து "நேற்று மாலை உங்களைக் காண அபூர்வபாபு வந்திருந்தார். இப்போதும் வந்திருக்கிறார். அவரை வரச் சொல்லட்டுமா?" என்று கேட்டார்.

பாரதியின் முகம் வாட்டமடைந்தது. "அவருக்கு என்ன வேண்டுமாம்?"

"அது தெரியாது. அவருடைய தாயாருக்கு உடல் நலமில்லையாம். அதைப் பற்றித்தான் உங்களிடம் ஏதாவது சொல்ல வந்திருக்கலாம்."

"தாயாருக்கு உடல்நலமில்லாவிட்டால் நான் என்ன செய்வது?" என்று பாரதி சட்டென்று கேட்டாள்.

அய்யர் ஆச்சரியமடைந்தார். அபூர்வபாபு ஒரு நிறுவனத்தில் உயர் பதவி வகிப்பவர். இதே வீட்டில் ஒரு நாள் அவருக்கு நடந்த ராஜோபசாரம் அய்யருக்குத் தெரியும். நள்ளிரவுக்குமேல் அவருக்காக பிரத்யேகமாக உணவு தயாரித்து எடுத்து வர வேண்டியிருந்தது. இன்று பாரதியின் மனம் சரியில்லையோ என்று அவர் எண்ணி "அவரை அனுப்புகிறேன்" என்று சொல்லி அங்கிருந்து புறப்படத் தயாரானார்.

"பிள்ளைகளுக்குப் பாடம் சொல்லிக்கொடுக்க வேண்டும். இப்போது அனுப்பாதீர்கள்" என்றாள் படபடவென்று பாரதி.

"பிற்பகல், அல்லது மாலை வரச்சொல்லவா?"

அதற்கும் பிடி கொடுத்துப் பதில் சொல்லாததால் அய்யர் சென்றார்.

பகல் குளித்து வேறு உடை அணிந்து மீண்டும் சிறார்களுக்குப் பாடம் சொல்லிக் கொடுத்தாள். பிற்பகல் குறித்த நேரத்திற்கெல்லாம் பள்ளி முடிந்து பிள்ளைகள் தங்கள் இல்லங்களுக்குச் சென்றனர். அப்பொழுது தான் பாரதிக்கு மீதி நேரத்தை எப்படிக் கழிப்பது என்று கவலை எழுந்தது. அதே சமயம் அபூர்வனை பற்றி நினைவு வந்தது.

அபூர்வபாபுவைத்திருப்பி அனுப்பியது தவறு, சந்திக்கக் கூட அனுமதிக்காதது அவனை அவமானப்படுத்தியது போலாகுமே என்று எண்ணினாள் பாரதி.

அபூர்வனுடைய தாயார் உடல் நலமில்லாமல் இருக்கிறாள். ஆனால் அவளுக்கு என்னால் என்ன செய்ய முடியும்! தாயாருக்கு அவளால் பணிவிடை செய்ய முடியாது. அதற்கு அனுமதிக்கவும் மாட்டார்கள். ஆனால் அவர் அருகில் உட் கார்ந்திருக்கலாம் அல்லவா? இதற்காகத்தான் அபூர்வபாபு வந்தாரா?

பாரதியின் சிந்தனை வேகமாக வேலை செய்ததால் அவளுக்குப் பசியே ஏற்படவில்லை. ஏதும் சாப்பிட வேண்டும் என்று கூடத் தோன்றவில்லை.

திடீரென்று ஒரு குதிரை வண்டி வந்து அவள் வீட்டின் முன் நின்றது. பாரதி அச்சத்துடன் மாடியிலிருந்தே ஜன்னல் வழியாகப் பார்த்தாள்.

சசி தன் சாமான்களுடன் வந்திருந்தான். முன் இரவு வேடிக்கையாகச் சொல்கிறான் என்று எண்ணினாள். ஆனால் அவன் சொன்னவிதம் வந்து விட்டான். இனி என்ன செய்வது என்று ஒருகணம் சிந்தித்தாள் பாரதி. பிறகு வேகமாக இறங்கி வந்து சசியை அவன் சாமான்களுடன் ஓட்டலின் பின்னால் டாக்டர் பாபு உபயோகித்து வந்த அறைக்கு அழைத்துச் சென்று குடி அமர்த்தினாள். வாடகையைப்பற்றி சசி கேட்டதற்கு டாக்டர் பாபு ஆறுமாத வாடகை கொடுத்திருப்பதாகவும் கவலைப்பட வேண்டாம் என்றும் சமாதானம் சொன்னாள்.

அன்று முழுவதும் பாரதிக்குச் சோர்வும் கவலையும் அளவுக்கு மீறி ஏற்பட்டது. இன்னும் என்ன அபாயம் வருமோ என்ற அச்சத்தினால் வீடுதிரும்பிய பாரதி அறையின் ஜன்னல் கதவுகளையும் மூடித் தாளிட்டாள். அவளுக்குச் சாப்பிடவும் தோன்றவில்லை. அப்படியே படுக்கையில் படுத்துக் கொண்டாள். கண்களை மூடியதுமே தூக்கம் கவ்விக்கொண்டது.

மறுநாள் கண்விழித்தபோது அவளால் எழுந்திருக்கவே முடியவில்லை. முதல் நாள் பூராவும் சாப்பிடாததினால் சோர்வு அவளை ஆட்கொண்டிருந்தது. அத்துடன் தாகத்தால் நாவரண்டு போய்விட்டது.

கிறிஸ்துவ மதத்தைச் சேர்ந்த பெண்ணாக இருந்தாலும் பாரதி நியமங்களில் நம்பிக்கையுள்ளவள். அவள் தாயார் மறுமணம் செய்து கொண்டவளாதலால் நியமங்களை மதிப்பவள் இல்லை. அப்போதும் கூட பாரதி தன் நியமத்தை விடவில்லை. தந்தையும், தாயாரும் இறந்த பிறகு பாரதி நியமங்களை விடாமல் மேற்கொண்டு வந்தாள். அவளுக்கு உடல் நலமில்லாத போது மாத்திரம் பிராம்மணர் ஓட்டலிலிருந்து ஏதாவது வரவழைத்துச் சாப்பிடுவாள்.

அன்று திங்கட்கிழமை. பள்ளிக்கு விடுமுறை. அதனால் அவள் எழுந்து குளித்து சமையல் செய்யத் தொடங்கினாள் ஆனால் அவளால் முடியவில்லை. அவள் வேலைக்காரி மூலம் ரொட்டியும், பருப்பும் தயார் செய்து அனுப்பும்படி ஓட்டல் கார அய்யருக்குச் சொல்லி அனுப்பினாள்.

வெகு நேரத்திற்குப் பிறகு வேலைக்காரி தட்டில் ரொட்டியும் லோட்டாவில் பருப்பும் எடுத்து வந்தாள். அவற்றை மேஜைமீது வைத்து விட்டு பாரதியைச் சாப்பிட அழைத்தாள்.

பாரதி அவள் முகத்தைப் பார்த்தாள். ஒன்றும் சொல்ல வில்லை.

வேலைக்காரி முணு முணுத்தாள். "அங்கிருந்து வந்த போது உனக்கு உடம்பு சரியில்லை என்று கேள்விப்பட்டேன் தனியாக இருக்கிறாய். இந்தா என்று இரண்டு ரொட்டி சுட்டுக் கொடுப்பவர்கள் இல்லை. இந்தா சாப்பிடு."

"நீ போ, நான் சாப்பிடுகிறேன்" என்றாள் பாரதி.

"போகிறேன் அம்மா. வேலைக்காரனும் வரவில்லை. நான் ஒருத்தியாகவே எல்லாவற்றையும் சுத்தம் செய்தாக வேண்டும். பாபு திரும்பி வந்ததும் அழுது கொண்டே என்னிடம் இருபது ரூபாயைக் கொடுத்தார். "அம்மா, கடைசி நேரத்தில் நீ செய்த உதவிபோல் என் தாயாருக்கு அவள் பெண் கூடச் செய்திருக்க முடியாது' என்று சொன்னார். வெளிநாடு, உறவினர் ஒரு வரும் இல்லை. தந்தி கொடுத்தாலும் பெண்கள் வர முடியாது. கடல்வழி. அவர்கள் மீது குற்றம் சொல்ல முடியாது" என்றாள்.

பாரதியின் இதயம் வேகமாக அடித்துக்கொண்டது. அச்சத்தால் அவள் வாயிலிருந்து ஒரு சொல்லும் வெளிப்பட வில்லை.

வேலைக்காரி மீண்டும் சொன்னாள். "ஓட்டல்கார அய்யர் என்னைக் கூப்பிட்டார். 'அபூர்வபாபுவின் தாயாருக்கு உடல் நலமில்லை. நீ அங்கே போ' என்றார். என்னால் மறுத்துச் சொல்ல முடியவில்லை. சத்திரம், சளிக்காய்ச்சல், அறையின் ஜன்னல் கதவுகள் மூடமுடியாமல் ஒடிந்துபோயிருந்தன. மாலை ஐந்து மணிக்கு உயிர் பிரிந்தது. இங்கு தெரிந்தவர்களுக்குச் செய்தி அனுப்பி அவர்கள் வந்து சடலத்தை எடுத்துப்போக இரவு இரண்டரை மணியாயிற்று. சுடலைக்கு எடுத்துச் சென்று அந்திமக்கிரியைகளை முடித்து வீடு திரும்பும் பொழுது விடிந்துவிட்டது. நான் ஒருத்தியே அறையைச் சுத்தம் செய்தேன்."

பாரதிக்கு எல்லாம் புரிந்துவிட்டது "அபூர்வபாபுவின் தாயார் இறந்து விட்டாரா?" என்று கேட்டாள்.

"ஆமாம் அம்மா. இந்த மண்ணில் அவருக்கு உயிர் போக இருக்கிறது. இந்த ஊரிலிருந்து அபூர்வபாபு புறப்பட்டுச் சென்றார். அன்றே அவர் தாயார் தன் மூத்த பிள்ளைகளுடன் சண்டை போட்டுக்கொண்டு இங்கே புறப்பட்டு வந்து சேர்ந்தார். அவருடன் ஒரு வேலைக்காரன் மாத்திரம் வந்திருந்தான். கப்பல் பயணத்தின்போதே காய்ச்சல் கண்டு விட்டது. சத்திரத்திற்கு வந்த சமயம் அந்த அம்மாளுக்குத் தன் சுய நினைவு போய் விட்டது. ஊரை அடைந்த அபூர்வ பாபு விவரம் தெரிந்ததும் மறு கப்பலிலேயே புறப்பட்டு இங்கு வந்தார். தாயாரின் கடைசி நேரம் நெருங்கிவிட்டதை உணர்ந்தார்... எனக்கு வேலை இருக்கிறது. மாலை வருகிறேன் என்று சொல்லிவிட்டு மற்ற விவரங்களைக் கூறும் ஆசையை அடக்கிக் கொண்டு புறப்பட்டுச் சென்றாள்.

ரொட்டியும் பருப்பும் வைத்த இடத்திலேயே இருந்தன. பாரதியின் கண்கள் நீரை ஆறுபோல் பெருக விட்டன. அபூர்வனின் தாயாரை நினைத்துக் கொண்டாள். கணவன் இருந்த காலத்திலும், கணவனாலும், மூத்த பிள்ளைகளாலும், அவளுக்குச் சுகம் இல்லை. கணவன் இறந்த பிறகு பிள்ளைகள் அவளைக் கவனிப்பதே இல்லை. சின்னப்பிள்ளை அபூர்வனிடம்தான் அவளுக்குப்பூரண நம்பிக்கையிருந்தது. நன்றாக இருந்த சமயத்தில்தான் சந்திக்க முடியவில்லை. உடல் நலமில்லாமல் படுத்திருந்த போதாவது போய்ப் பார்த்திருக்கலாம். கிறிஸ்துவப் பெண்ணான அவளை அவர் ஏற்றுக் கொண்டிருப்பாரோ என்னவோ? ஆனால் அந்த மர்மம் வெளியாகாமலே போய்விட்டது.

அபூர்வன் இன்று அனாதையாகி விட்டான். தாயாரின் ஆசிதான் அவனை ஒரு கவசம்போல் பாதுகாத்து வந்தது. இன்று அதுவும் போய்விட்டது.

வெளிநாட்டில் அவனுக்கு ஒரு வேலையும் இல்லை. உறவினர்கள் கைவிட்டு விட்டார்கள். நண்பர்களோ கோழை, துரோகி, வஞ்சகன் என்று கூறி அவனை விலக்கி விட்டனர். எல்லாவற்றையும்விட இன்று அவன் தாயாரும் இல்லை. அபூர்வன் தன் துக்கத்தை ஆற்றிக்கொள்ளவே வெட்கத்தையும் விட்டு தன்னிடம் வந்ததாகத் தோன்றியது பாரதிக்கு.

பாரதி பலவிதமாகச் சிந்தித்துக்கொண்டு உட்கார்ந் திருந்தாள். அப்போது வேலைக்காரி திரும்பி வந்தாள். ரொட்டியும் பருப்பும் வைத்த இடத்திலேயே இருப்பதைக் கண்டு திடுக்கிட்டாள். "ஏன் அம்மா சாப்பிடவில்லையா?" என்று கேட்டாள்.

"இல்லை, யாரையாவது அனுப்பி ஒரு வண்டி அழைத்து வரச் சொல்" என்றாள் பாரதி.

"பாபுவைப் பார்க்கப்போகப் போகிறாயா?"

"ஆமாம்."

வேலைக்காரி ஏதோ சொல்ல வாயெடுத்தாள். அவள் மீண்டும் எல்லாவற்றையும் விவரமாகச் சொல்லத் தொடங்கப் போகிறாள் என்று பயந்தாள் பாரதி. அதனால் "இப்படிப் பட்ட நேரங்களில் உன்னைப்போல் உதவி செய்பவர் யார் இருக்கிறார்? தாமதம் செய்யாமல் போய் வண்டி அழைத்து வா" என்று அவளை விரட்டினாள்.

சுமார் பதினைந்து நிமிஷங்களுக்குள் வண்டி வந்தது. கையில் சிறிது பணத்தை எடுத்துக் கொண்டு வண்டியில் ஏறி உட்கார்ந்தாள் பாரதி.

வண்டி சத்திரத்தை அடைந்தபோது பொழுது சாய இன்னும் கொஞ்ச நேரம் இருந்தது. இரண்டாவது மாடியில் வட பகுதியில் ஒரு அறையில் அபூர்வன் இருந்தான். "சத்திரத்தின் பணியாள் பாரதியிடம் சத்திரத்தில் யாரும் மூன்று நாட்களுக்கு மேல் தங்க அனுமதி கிடையாது. இப்போதே ஆறு நாட்களாகி விட்டன. நிர்வாகிக்குத் தெரிந்தால் என் வேலை போய்விடும்" என்றான்.

பாரதி அவன் கையில் இரண்டு ரூபாயைக் கொடுத்தாள். அவன் குறிப்பிட்ட அறைக்குள் சென்றாள்.

உள்ளே தரையிலும் சுவர்களிலும் ஓதம் படிந்திருந்தது. சாமான்கள் நாலா பக்கமும் இறைந்து கிடந்தன. இவற்றின் நடுவே அபூர்வன் கம்பளத்தைப் போட்டுக்கொண்டு படுத்திருந்தான். அவன் முகத்தை மேல் துணியால் மூடிக் கொண்டிருந்தான். அவன் தூங்குகிறானா, விழித்திருக்கிறானா என்பது தெரியவில்லை. வேலைக்காரன் இருக்கிறானா என்று பார்த்தாள். ஒருவரையும் காணோம். அதனால் பாரதி மெல்லிய குரலில் "அபூர்வபாபு" என்று அழைத்தாள்.

அபூர்வன் எழுந்து உட்கார்ந்தான். தாயை இழந்த துக்கம் அவன் முகத்தில் நன்றாகக் காணப்பட்டது. ஒரு சமயம் தன்னை நிழலைப்போல் பின் தொடர்ந்து வந்திருந்தான் அபூர்வன் என்பது பாரதிக்குத் தெரியும். இன்றோ அந்த அபூர்வன் இல்லை இவன். அவனிடம் என்ன சொல்வது எப்படி அவனை அழைப்பது என்று விளங்காமல் தவித்தாள் பாரதி.

இந்த சங்கடமான நிலையை அபூர்வன் போக்கினான். "பாரதி இங்கே உட்கார ஒன்றும் இல்லை. அந்தப் பெட்டியின் மீது உட்கார்ந்து கொள்" என்றான்

பாரதி வாயிற்படியருகே நின்றிருந்தாள். வெகுநேரம் வரை இருவரும் ஒருவரை ஒருவர் பார்த்துக் கொண்டே மௌனமாக இருந்தனர்.

வெளியே சென்ற வேலைக்காரன் திரும்பி வந்தான். பாரதியைப் பார்த்து ஆச்சரியமடைந்தான். ஆனால் எண்ணெய் வாங்க விளக்கை எடுத்துக் கொண்டு வெளியே சென்றான்.

பாரதி மெள்ள பெட்டியின் மீது உடகார்ந்து "அம்மா வந்திருந்தாளா! எனக்குத் தெரியவே தெரியாது. இந்த விவகாரத்தில் நீங்கள் சொல்ல ஒன்றுமில்லை. வருத்தம் என் இதயத்தையே தாக்குகிறது" என்று சொல்லும் போதே அவள் கண்களிலிருந்து நீர் பெருகி வழிந்தது.

அபூர்வன் மௌனமாக இருந்தான்.

பாரதி கண்ணீரைத் துடைத்துச் கொண்டு "காலம் வந்து விட்டது. அம்மா சொர்க்கம் போய்ச் சேர்ந்தார். முன்பு உங்கள் முகத்தில் விழிப்பதில்லை என்று தீர்மானித்திருந்தேன். இந்த சூழ்நிலையில் உங்களை

எப்படித் தனியே விட்டுச் செல்வது? வண்டி கொண்டு வந்திருக்கிறேன். வாருங்கள்" என்றாள்.

"அங்கு வர முடியாது. சாவு தீட்டு. நான் சனிக்கிழமை ஊருக்குத் திரும்பிச் செல்கிறேன்." என்றான் அபூர்வன்.

"சனிக் கிழமைக்கு இன்னும் நான்கு நாட்கள் இருக்கின்றன. தீட்டு காக்க வேண்டும் என்பது எனக்குத் தெரியும். புறப்படுங்கள்"

அபூர்வன் மறுத்தான்.

"பாபு, இவ்வளவு நாட்களுக்குப் பிறகு உங்களிடம் வெட்கப்பட என்ன இருக்கிறது! தாயாரின் ஈமச்சடங்குகள் இன்னும் மீதமிருக்கின்றன. நீங்கள் ஊருக்குப் போயே தீர உங்களுடைய எந்தக் காரியத்திற்கும் நான் வேண்டும். தடையாக இருக்கமாட்டேன். இப்படிப்பட்ட சமயத்தில் உங்களை நான் அழைத்துச் சென்று வைத்திருக்கா விட்டால் என்ன ஆவது? நீங்கள் வரவில்லை என்றால் நான் வீட்டிற்குச் சென்று விஷம் குடித்து தற்கொலை செய்து கொண்டு விடுவேன். அப்போது தாயாரின் துக்கத்தை அனுபவிக்கவேண்டி வரும்" என்றாள் பாரதி.

"சரி வேலைக்காரனைக் கூப்பிடுங்கள். சாமான்களை மூட்டை கட்டட்டும்" என்றான் அபூர்வன். சாமான்கள் அதிகமில்லை. எல்லா வற்றையும் கட்டி வண்டியில் ஏற்ற அரை மணி நேரம்தான் ஆயிற்று.

வேலைக்காரன் வந்தான்.

வண்டியில் செல்லும் போது அபூர்வனிடம் "உங்கள் அண்ணன்மார்கள் வரவில்லையா?" என்று கேட்டாள்.

"இல்லை, அவர்களுக்கு லீவு கிடைக்கவில்லை"

"தாயாரின் சடங்குகள் முடிந்த பிறகு ஊரிலேயே இருக்கப் போகிறீர்களா?"

"இல்லை, சடங்கு முடிந்த பிறகு ஒரு நாள் கூட அந்த வீட்டில் நான் இருக்க முடியாது"

பாரதி ஒரு நீண்ட பெரு மூச்சு விட்டாள்.

44

பாழடைந்த மாளிகையில் இன்று மீண்டும் வழி வேண்டுவோர் சங்கத்தின் அவசரக் கூட்டம் கூடியது. முன்பு அது அபூர்வன் செய்த குற்றத்தை விசாரிக்கக் கூடிற்று. அன்று அனைவர் முகத்தில் பழி வாங்கும் எண்ணமும் குற்றவாளியின் ரத்தத்தைக் காணும் துடிப்பும் காணப்பட்டது. இன்று அதற்கு நேர்மாறாக இருந்தது. ஒருவர் மீதும் குற்றம் சுமத்தவோ அதற்காக விவாதம் நடக்கவோ இல்லை.

பாரதியின் கண்கள் கலங்கியிருந்தன. சுமித்திரா தலை குனிந்து கொண்டிருந்தாள். டாக்டர் வழக்கம் போல் எதிலும் பற்றில்லாதவர் போல் காணப்பட்டார்.

ராமதாஸ் தளவர்க்கர் போலீஸாரிடம் அகப்பட்டுக் கொண்டார். கத்திக்குத்து காயங்களுடன் அவர் உயிருக்குப் போராடிக் கொண்டிருந்தார். கைது செய்த போலீஸ் அவரை மருத்துவமனையில் கொண்டு சேர்த்தது. அவருக்கு இன்னமும் சுயநினைவு வரவில்லை.

ராமதாஸின் இளம் மனைவி தன் பெண் குழந்தையை அழைத்துக் கொண்டு ஒன்றும் புரியாமல் அலைந்து திரிந்தாள். மிகுந்த முயற்சியின் பேரில் முதல் நாள் மாலை தென்னிந்தியாவைச் சேர்ந்த ஒரு பிராமணன் வீட்டில் அவள் தங்க இடம் கிடைத்தது. சுமித்திரா விவரம் கேட்டு அவனுடைய பெற்றோருக்குத் தந்தி கொடுத்தாள்.

“ராம் பாபுவுக்கு என்ன ஆகும்?” என்று பாரதி கேட்டாள்.

“மருத்துவமனையிலிருந்து உயிருடன் எழுந்து வந்தால் சிறையில் கடுந்தண்டனை கிடைக்கலாம்?” என்றார் டாக்டர்.

“அவருடைய மனைவி, குழந்தையின் கதி?”

“இந்தியாவிலிருந்து அவளுடைய தகப்பனார் வந்து அழைத்துச் செல்லலாம்” என்றாள் சுமித்திரா.

“யாரும் வரவில்லை. அவள் வீட்டில் யாருமில்லை என்றால்...?”

டாக்டர் சிரித்தார். “ஆச்சரியப்பட ஒன்றுமில்லை. திடீரென்று ஒருவர் இறந்துவிட்டால் திக்கற்ற மனைவி மக்களுக்கு என்ன நேருமோ அதே கதிதான் ராமதாஸின் மனைவி, குழந்தைக்கும். நான் குடும்ப வாழ்க்கையில்

ஈடுபட்டவனல்ல. என்னிடம் பணமும் இல்லை. ஆங்கிலேயர் சட்டப்படி நம் பிறந்த நாட்டுக்குக் கூட நாம்செல்ல முடியாது. நாம் பயந்த விலங்குகளை போல் பதுங்கிப் பதுங்கி வாழ்ந்து வருகிறோம். குடும்பவாழ்க்கை நடத்துபவன் துன்பத்தைப் போக்க நமக்கு. வலிமை இல்லை!"

"உங்களிடம் இல்லாமல் இருக்கலாம். வலிமையுள்ளவர்கள் – நமது நாட்டிலிருப்பவர்கள்...இவர்களுடைய துயரதைப் போக்க முடியாதா?"

டாக்டர் முன் போலவே சிரித்துக் கொண்டே பேசினார் "அவர்கள் எங்கே உதவி செய்யப் போகிறார்கள்? இப்படிப் பட்ட பயங்கர வேலைகளில் ஈடுபடும்படி அவர்கள் நமக்குக் கட்டளையிடவில்லையே! அதே சமயம் அவர்களுடைய அமைதியான வாழ்க்கைக்கு நாம் தடையாக இருப்பதாக நினைப்பார்கள். நம்மை அவர்கள் நல்ல எண்ணத்துடன் பார்ப்பதில்லை. இந்தியர்கள் சுதந்தரத்தை விரும்பவில்லை என்று ஆங்கிலேயர் பிரசாரம் செய்வதில் உண்மையில்லாமலில்லை. காலாகாலமாக இருட்டிலேயே வசித்து வந்ததால் அவர்கள் பார்வை மங்கிவிட்டது. அவர்கள் மீது வீணாகக் குற்றம் சுமத்துவதில் பயனில்லை."

கணநேரம் அங்கு மௌனம் நிலவியது. டாக்டர் மீண்டும் பேசத் தொடங்கினார்; "சிறைச்சாலையில் ராம்தாஸ் இறந்து விட்டால் மேலுலகத்திலிருந்து தன் மனைவியும் மகளும் தெருத் தெருவாக அலைந்து வீடுவீடாகச் சென்று பிச்சை எடுப்பதைக் கண்டு கண்ணீர் பெருக்குவார். ஆனால் பெற்ற பொன்னாட்டிற்குத் துரோகம் செய்ததாக ஆண்டவனிடம் குற்றம் சாட்டப்படமாட்டார். அவரை எனக்குத்தெரியும்."

கிருஷ்ணய்யருக்கு வங்காளியில் பேச வராது. சொல்வது புரியும். அதனால் அவர் ராமதாஸ் பற்றி டாக்டர் கூறியதை "முற்றிலும் உண்மை" என்றார்.

"புரட்சிக்காரர்களுக்குக் கிடைக்கும் கடைசி படிப்பினை இதுதான். எதற்காக அழ வேண்டும்? யாரிடம் நம் குறையைச் சொல்வது? நமது தோழர்களில் ஒருவருக்குத் தூக்குத் தண்டனை அளிக்கப்பட்டதாக அரசாங்கம் அறிவித்தால், அந்த தூக்குக் கயிற்றை கழுத்தில் மாட்டி அதை இழுப்பவன் நம் பிறந்த நாட்டைச் சேர்ந்தவனாகவே இருப்பான் என்பதை மறக்க வேண்டாம். மாட்டு இறைச்சிவிற்கும் கடைக்கு அதே இனத்தைச்

சேர்ந்த ஒரு மாடுதான் வண்டியை இழுத்து வருகிறது'' என்றார் டாக்டர்.

''இதுதான் உங்கள் பணிகளுக்குக் கிடைக்கும் பரிசா?'' என்று கேட்டாள் பாரதி.

டாக்டரின் கண்கள் மின்னின. ''இது சாதாரண பரிசா? அதன் மதிப்பு எனக்குத் தெரியும் பாரதி. நம் நாட்டு மக்கள் இதன் மதிப்பை உணரமாட்டார்கள். ஏளனம் செய்து கைக் கொட்டிச் சிரிப்பார்கள். ஆனால் ஒருநாள் அவர்கள் தங்கள் கேலிக்கும் கிண்டலுக்கும் வட்டியும் முதலுமாக கடனைத் தீர்க்க வேண்டி வரும். பாரதி, நீ கிறிஸ்துவ மதத்தைச் சேர்ந்தவள். கர்த்தர் சிந்திய ரத்தம் உலகில் வீணாகி விட்டது என்று நினைக்கிறாயா?''

யாரும் பேசவில்லை. பாரதியும் பதில் சொல்லவில்லை. டாக்டர் மீண்டும் சொன்னார். ''ஒரு காரணமுமின்றி மனிதர்களைக் கொல்வதை நான் ஒருநாளும் ஆதரிக்கவே மாட்டேன். இது உங்களுக்குத் தெரியும். கொலையை நான் எதிர்க்கிறேன். என் கையினால் ஒரு சிறு எறும்பைக்கூடக் கொன்றது கிடையாது. ஆனால் சந்தர்ப்ப சூழ்நிலை அடியோடு மாறினால்— சுமித்திரா என்ன சொல்கிறாய்?''

''எனக்குத் தெரியும். இரண்டுமுறை நடந்ததை நான் நேரிலேயே பார்த்திருக்கிறேன்'' என்றாள் சுமித்திரா.

''ஆயிரக் கணக்கான மைல்களுக்கப்பாலிருந்து வந்து நம்மை ஆள்கிறார்கள். நமது மனிதத் தன்மை, மானம், மரியாதை, உண்ணும் சோறு, தாகத்திற்குப்பருகும் தண்ணீர் எல்லாவற்றையும் பறித்துக்கொண்டு நம்மைக் கொல்லவும் அவர்களுக்கு உரிமை உண்டு. நமக்கு அவர்களைப் பழிவாங்க உரிமை இல்லையா? இப்படிப்பட்ட நியாய புத்தி உனக்கு எங்கிருந்து வந்தது பாரதி?''

பாரதி தலை அசைத்து ''பாபு,என்னை நீங்கள் அவமானப்படுத்த முடியாது. இவை மிகவும் பழமையானவை. பழி வாங்கும் எண்ணத்தைத் தூண்டும் சொற்கள். உலகத்தில் இதுதான் கடைசி கடைசியான சொற்கள் இல்லை ஒரு உன்னதமான சொல் இருக்கிறது'' என்றாள்.

''அது என்ன சொல்லேன் பார்க்கலாம்?''

பாரதி உணர்ச்சி வசமாகி ''அது எனக்குத் தெரியாது. ஆனால்

உங்களுக்கு அது கட்டாயம் தெரிந்திருக்கும். உங்களுடைய நேர்மையான அறிவில் கலந்திருக்கும் வெறுப்பை தூர ஒதுக்கித் தள்ள அமைதியான வழிக்குப் போங்கள். உங்களுடைய அறிவும், ஆற்றல் ஆகியவற்றின் முன் தோல்வியை ஒப்புக் கொள்வீர்கள். வன்முறை, கொலைக்குக் கொலை கொடுமைக்குக் கொடுமை—இந்த எண்ணம் தான் நீண்ட நாட்களாக உலகில் நிலவி வருகிறது. இதை விட சிறந்த மார்க்கம் இருக்க முடியாதா?" என்றாள்

"இருக்கும் என்று யார் சொல்வர்கள்?"

"ஏன் பாபு? நீங்களே சொல்வீர்கள்!"

"இந்த விவகாரத்தில் என்னை மன்னித்து விடு பாரதி ஆங்கிலேயர்களின் காலடியில் அடிமைகளாய் மிதிக்கப்பட்டுக் கொண்டிருக்கும் போது வாயிலிருந்து அமைதியின் குரல் வெளிப்படாது. நான் போய் விடுவேன். இந்தப் பொறுப்பை சசியிடம் ஒப்படைத்துவிடு. உனக்காக அவன் அவ்விதம் செய்யலாம்."

"விவாதத்தையே கேலிக்கூத்தாகி விடுகிறீர்கள். நீங்கள் இவ்வளவு விரோதம் பாராட்டும் ஆங்கிலேய மத போதகர்களிடம் இது சம்பந்தமாகப் பல முறை சொல்லியிருக்கிறேன். அதைக் கேட்டு அவர்கள் மிகவும் மகிழ்ச்சியடைந்தார்கள்."

டாக்டர் அதை ஏற்றுக் கொண்டார். "இது மிகவும் சாதாரணமானது வனவிலங்குகள் நிறைந்த காட்டில் கையால் ஒரு ஆயுதமுமின்றி ஒருவன் அமைதியைப்பற்றிப் பேசத் தொடங்கினால் பயங்கர விலங்குகளான புலி சிங்கங்களுக்கு மகிழ்ச்சிதானே உண்டாகும்? அவர்கள் அப்பாவிகள்."

"இன்று பாரத நாட்டிற்கு இவ்வளவு பெரிய துரதிர்ஷ்டம் ஏற்பட்டிருக்கிறது. இம்மாதிரி எந்தக் காலத்திலும் இருந்ததில்லை. ஒருகாலத்தில் பாரத தேசத்தின் நாகரிகம் கலாசாரம் உச்ச நிலையில் இருந்தது. அப்போது பாரத தேசம் கொலை பாதகத்தையோ, விரோதத்தையோ போதிக்கவே இல்லை. சத்தியம், சாந்தி, தர்மம் இவையே நாட்டின் நாலாபக்கமும் எதிரொலி செய்துகொண்டிருந்தது. அப்படிப்பட்ட பொற்காலம் மீண்டும் ஏற்படும் என்பதுதான் என் நம்பிக்கை."

அது வரை மௌனமாக விவாதத்தைக் கேட்டுக் கொண்டிருந்த சசி குரல் தழுதழுக்க "பாரதி சொன்னதை ஆதரிக்கிறேன். பாரத நாட்டின்

பொற்காலம் மீண்டும் ஏற்பட்டே தீரும். இந்த நம்பிக்கை எனக்கும் இருக்கிறது'' என்றான்.

டாக்டர் கண்கள் இருவரையும் பார்த்தன. பிறகு "பாரத தேசத்தின் எந்தக் காலத்தைப் பற்றிக் கூறுகிறீர்கள்? நாகரிகம், கலாச்சாரத்திற்கு ஒரு வரம்பு இருக்கிறது. கொள்கை, அகிம்சை, அமைதி, ஆகியவற்றின் மோகம் அதன்மீது தாக்கினால் அது அழியவேண்டியதுதான். ஹுணர்களிடம் பாரததேசம் எப்போது தன் தோல்வியை ஒப்புக் கொண்டது? பாரதநாட்டுக் குழந்தைகளை புல் பூண்டுபோல் சுட்டுப் பொசுக்கத் தொடங்கினார்கள். பெண்கள் முதுகுத் தோலை முரசுக்குப் பயன்படுத்தினார்கள். நினைத்தும் பார்க்க முடியாத அந்தக் கொடுமைகளுக்கு பாரத மககளால் ஈடு கொடுக்க முடியவில்லை. அதன் பலன் என்ன? நாடு அடிமையாயிற்று. ஆலயங்கள் அழிந்தன. வீரம் மங்கிய அந்த மக்கள் செய்த தவறின் தண்டனையை நாம் இன்று அனு பவித்து வருகிறோம்.'' என்றார்.

கண நேர மௌனத்திற்குப் பிறகு பாரதியை நோக்கிச் சென்றார் டாக்டர்: "தேசம் போனால் என்ன, வருத்தப்பட ஒன்றுமில்லை. மீண்டும் மனிதராகுங்கள், என்ற கவிதையை நினைவுபடுத்துகிறாய். அடிமை நாட்டைப் பிறர் கையிலிருந்து மீண்டும் பெறக்கூடிய மனிதன் எப்படிப் பட்டவனாக இருக்க வேண்டும்? நாட்டிலுள்ள ஏழை எளியவர்களுக்குப் பணிவிடை செய்வதும் மலேரியா காய்ச்சலுக்குக் கொயினா மருந்து கொடுப்பதும்தான் மனிதனாவதாகக் கூறுகிறாயா? உண்மையில் மனிதனாகப் பிறந்தவன், மனிதத் தன்மையுடன் இருப்பான். மரணம் என்ற அச்சத்திலிருந்து விடுபடுபவன் தான் மனிதன்'' என்றார்.

மேலும் சிறிது நேரம் மௌனமாக இருந்து மீண்டும் பேசத் தொடங்கினார் டாக்டர்: "பாரதி, நீ ஆங்கிலேயர் பழக்க வழக்கங்களில் வளர்ந்தவள். கிறிஸ்துவ நாகரீகத்தை விடச் சிறந்தது எதுவும் இல்லை என்ற எண்ணம் உன் மனதில் ஆழமாகப் பதிந்து விட்டது. இது வெறும் பிரமை. நாகரீகம் என்பது மனிதனைக் கொல்லும் கருவியாக மாறுவதா? கொடியவர்களிடம் வஞ்சகமான எண்ணத்திற்குக் குறை இல்லை. தற்காப்புக்கு என்று இவர்கள் செய்யும் கொடிய வேலைக்கு ஒரு இணையே இல்லை. நாகரீகம் என்பதற்கு உண்மையான கருத்து இருந்தால் அது வலிமை குன்றிய மக்களை வலிமை மிக்கவர்கள் அவர்கள் உரிமையை பறிக்காமல் இருப்பது தான். இவர்கள் நியாயத்திற்கு மதிப்பு வைக்கிறார்களா? சீனக்

கலகக்காரர்கள் பற்றி கூறியது நினைவிருக்கிறதா? நாகரீகமான ஐரோப்பியர்கள் அவர்கள் மீது பாய்ந்து பழி வாங்கினார்கள். இந்தப் பயங்கரங்களுக்குமுன் ஜெங்கிஸ்கான், நாதர்ஷா போன்றவர்கள் செய்த கொடுமைகள் மிகச் சாதாரணமானவை. போர் என்று வந்து விட்டால் ஆண்களில் வாலிபர் முதல் வயோதிகர் வரை மாத்திரமல்ல, பெண்களும் குழந்தைகளையும் கூட இவர்கள் விட்டு வைப்பதில்லை. கொன்று குவித்து விடுவார்கள். அவர்களுக்குத் தங்கள் எண்ணம் நிறைவேற எதையும், எத்தகைய கொலை பாதகத்தையும் செய்யத் தயங்க மாட்டார்கள். நீதி, தர்மம் என்பதெல்லாம் பாரத நாட்டுக்கு மாத்திரம்தானா? இவர்களுக்கும் இல்லையா?"

சுமித்திரா இம்மாதிரியான சர்ச்சைகளில் கலந்து கொண்டு வெகு நாட்களாகின்றன. அவளும் வழக்கறிஞர் கிருஷ்ணய்யரும் பொறுமை இழந்தனர். "நமது சங்கத்தின் வேலை எப்போது துவங்கும்?" என்று வழக்கறிஞர் கேட்டார்.

"ஆரம்பிக்கவேண்டியதுதான். சுமித்திரா, நீ சுரபாயாவுக்கு எப்போது போகப் போகிறாய்?" என்று கேட்டார் டாக்டர்.

"புதன்கிழமை போகலாம்" என்றாள் சுமித்திரா.

"சங்கத்தின் பணிகளை அடியோடு கைவிட்டு விட்டாயா?"

"ஆமாம்."

டாக்டர் தன் சட்டைப்பையிலிருந்து தந்திகளை எடுத்துக் கொடுத்து, "சுமித்திரா, படித்துப்பார். நேற்று ஹீராசிங் கொண்டு கொடுத்தான்" என்றார்.

வழக்கறிஞர் குனிந்து தந்திகளைப் பார்த்தார். பாரதி ஒரு மெழுகு வர்த்தியை ஏற்றிக் கொண்டு வந்து அருகில் வைத்தாள். தந்திகள் ஆங்கிலத்தில் மிகத் தெளிவாக இருந்தது. சுமித்திராவின் முகம் கம்பீரமயிற்று. "சங்கேத சொற்கள் அனைத்தும் நினைவில் இல்லை. ஷாங்கேயிலுள்ள நமது சங்கத்தினரும், குரூசரும் தந்தி கொடுத்திருப்பதைத் தவிர வேறு ஒன்றும் புரியவில்லை."

"காண்டனிலிருந்து குரூசர் தந்தி கொடுத்திருக்கிறார். ஷாங்கேயில் நமது சங்கத்தை பொழுது புலருவதற்கு முன்னதாகவே போலீசார் சூழ்ந்து கொண்டு விட்டனர். மூன்று போலீஸ்காரர்கள், நம்மவர்களில் விநோதன்

ஆகியோர் சச்சரவில் இறந்தனர். மகதாபும், சூரிய சிங்கும் கைதாகியிருக்கிறார்கள். அயோத்தியா ஹாங்காங்கிலும், துர்க்காவும், சுரேஷும் பினாங்கிலும் இருக்கிறார்கள். சிங்கப்பூரிலுள்ள சங்கத்தை போலீசார் வலை வீசித் தேடிக்கொண்டிருக்கின்றனர்.

அதைக் கேட்டதும் வழக்கறிஞர் முகம் வெளிறிப் போயிற்று.

"சகோதரர்கள் இருவரும் எதற்காக எப்போது ராணுவத்தை விட்டு ஷாங்காய் வந்தார்கள் என்று தெரியவில்லை. ...சுமித்திரா, விரஜேந்திரன் எங்கே, ஏதாவது தெரியுமா?" என்றார் டாக்டர்.

சுமித்திரா அப்படியே அசைவற்று உட்கார்ந்திருந்தாள். "தெரியாது" என்று தலையசைத்துத் தெரிவித்தாள்.

"இப்படிப்பட்ட காரியத்தை அவன் செய்திருப்பான் என்று நான் நினைக்கவில்லை" என்றார் வழக்கறிஞர் அய்யர்.

டாக்டர் மௌனமாக இருந்தார்.

"டாக்டர் பாபு, நீங்கள் பர்மாவை விட்டுப் போகப் போவது விரஜேந்திரனுக்குத் தெரியும்" என்றான் சசி.

எல்லோரும் சிலைபோல் அசைவற்றிருந்தனர். ஒருவரும் ஒன்றும் சொல்லவில்லை. மெழுகு வர்த்தி கடைசி ஒளியை விடும் சமயம் சசி மற்றொரு மெழுகு வர்த்தியைக் கொளுத்தி வைத்தான்.

வெகு நேரம் அங்கு மௌனம் நிலவியது. வழக்கறிஞர் அய்யர் சிகரெட்டை எடுத்துப் பற்ற வைத்துப் புகையை வெளியில் விட்ட வண்ணம் "இப்போது எல்லாம் முடிந்து விட்டது" என்று ஆங்கிலத்தில் சொன்னார்.

சிகரெட் புகைக்காக சசி உட்சென்று ஒரு சிகரெட்டை வாங்கிப் பற்ற வைத்துப் புகையை இழுத்து வெளியில் விட்டான்.

வழக்கறிஞர் மீண்டும் "மோசமான நேரம். இனி நாம் படுநாசத்தைத் தடுத்தே ஆகவேண்டும்" என்றார்.

"எனக்கு முன்பே தெரியும். ஒன்றும் புதிதாக நடந்து விடவில்லை!" என்றான் சசி.

"சுமித்திரா, நீ புதன்கிழமையாபுறப்படுகிறாய்?" என்று கேட்டார் டாக்டர்.

சுமித்திரா அவரைத் தலை நிமிர்ந்து பார்க்காமல் "ஆமாம்" என்றாள்

"உலகம் முழுவதும் அரசாங்கத்தின் அதிகாரசக்தி பரவி இருக்கிறது. அதற்கு எதிராகப் புரட்சி செய்வது வீண் மாத்திரமல்ல அறிவு கெட்ட தனமும்கூட. ஆரம்பத்திலிருந்தே. நான் சொல்லிக் கொண்டிருக்கிறேன். கடைசியில் ஒருவர் கூட இருக்க மாட்டார்கள்." என்றான் சசி.

வழக்கறிஞர் புகையை வெளிவிட்டுக் கொண்டே "அது உண்மைதான்" என்றார்.

"இன்றையக் கூட்டம் இத்துடன் முடிவடைகிறது" என்று சொல்லி டாக்டர் எழுந்து நின்றார்.

அனைவரும் எழுந்து நின்றனர். ஒவ்வொருவரும் தங்கள் கருத்தைச் சொன்னார்கள். பாரதிதான் ஏதும் சொல்லவில்லை. அவள் டாக்டர் அருகில் வந்து மெல்லிய குரலில் "பாபு. என்னிடம் சொல்லிக் கொள்ளாமல் எங்கும் போக மாட்டீர்களே?" என்று கேட்டாள்.

டாக்டர் பதில் சொல்லாமல் தன் வலிமைமிக்க கரத்தால் பாரதியில் மென்மையான கையைப்பற்றி அழுத்தினார்.

45

முதல் நாள் பிற்பகல் முதலே வானம் மோசமாகி விட்டது. பிற்பகல் இடியும் மழையும் பெய்தது. அதனால் சுமித்திராவை பார்தி திரும்பச் செல்ல அனுமதிக்கவில்லை. மழை காரணமாக வீட்டுக்கு வெளியில் தலைகாட்டவும் முடியவில்லை. நதியையோ கடப்பது முடியாத காரியம்.

ஓட்டலில் தங்கியிருந்த சசி பிற்பகல் பாரதியின் வீட்டிற்கு வந்தான். மழை காரணமாக அவன் தன் ஓட்டலுக்குத் திரும்பவும் முடியவில்லை.

மாலை வந்ததும் மாடி அறையின் ஜன்னல்களை பாரதி முடினாள். விளக்கை ஏற்றி வைத்தாள். சுமித்திரா சாய்வு நாற்காலியில் உடல் முழுவதும் போர்வையால் போர்த்திக் கொண்டு சாய்ந்திருந்தாள். கட்டிலில் தலையணையில் கையை ஊன்றிக் கொண்டு சசி உட்கார்ந்திருந்தான். தரையில் கம்பளத்தை விரித்துப் படுத்திருந்தான் அபூர்வன். அவன் சாப்பிடுவதற்காக அரிவாள் மணையில் பழம் நறுக்கிக் கொண்டிருந்தாள். அருகில் ஒரு ஸ்டவ்வில் பருப்பு வெந்து கொண்டிருந்தது.

உலகத்தின் மீது வெறுப்பு ஏற்பட்டு விட்டதால் சந்நியாசியாகப் போவதாக அபூர்வன் சொன்னான்.

இதை சசி ஏற்கவில்லை. "இந்த முடிவு சரியானதல்ல. சந்நியாசத்தில் இப்பொழுது ஒரு நன்மையும் இல்லை. பாரிசால் கல்லூரியில் வேலைக்கு விண்ணப்பம் கொடுத்திருக்கிறீர்கள். அந்த வேலை கிடைத்தால் மிகவும் நல்லது."

"வாழ்க்கையில் இன்பத்தைச் சுவைத்துக் கொண்டு மகிழ்ச்சியுடன் ஊர் சுற்றி வருவதைத் தவிர மனிதனுக்கு வேறு ஒன்றும் முக்கியமானதாக இல்லையா, சசிபாபு எல்லாருடைய எண்ணமும் ஒரே மாதிரியாக இருக்கவும் இருக்காது" என்றாள் பாரதி.

அபூர்வனுக்கு இப்போது ஏற்பட்டிருந்த புதிய துக்கம் பாரதியைத் தவிர வேறு ஒருவருக்கும் தெரியாது. தாயை இழந்தது போன்ற வருத்தத்திற்கு ஈடு இருக்க முடியாது. ஆனால் தாயாரின் மரணச் செய்தியைக் கேட்டு அபூர்வனின் சகோதரன், விநோதன் எழுதிய கடிதம்தான் விசித்திரமாக இருந்தது. தாயாரின் முன்கோபமும் அவருக்கு ஏற்பட்ட அவமானமுமே இந்த அனாதரவான தேசத்திற்கு, கங்காஜலம் கூட இல்லாமல் உயிரைவிட நேர்ந்தது என்று அபூர்வன் எண்ணினான்.

வங்காள பிராமணர் இங்கும் இருந்தார். அதை அறிந்ததினால் அபூர்வன் இன்று பாரதியிடம் "தாயாரின் ஈமக்கடன்களைச் செய்ய நான் கல்கத்தா போகப் போவதில்லை. இங்கேயே செய்து விடலாம் என்று தீர்மானித்திருக்கிறேன்" என்றான்.

திடீரென்று சுமித்திரா நிமிர்ந்து உட்கார்ந்தாள். "பாரதி, கீழே யாரோ கதவைத் திறந்து கொண்டு உள்ளே வருகிறார்கள் போலிருக்கிறது" என்றாள்.

காற்றினாலும் மழையினாலும் எதுவும் தெளிவாகக் கேட்கவில்லை. எல்லாரும் அச்சத்தினால் திகைத்தனர். ஒரு கணம் பாரதி உற்றுநோக்கி விட்டு வேறு யாருமில்லை. அபூர்வபாபுவின் வேலைக்காரன் கீழே இருக்கிறான்" என்றாள்.

அடுத்தகணமே மிகவும் பழக்கமானகாலடி ஓசை கேட்டது. பாரதி தலைதூக்கிப் பார்த்து மகிழ்ச்சியுடன் "நம்ம டாக்டர் பாபு. வாருங்கள் பாபு.

ஆயிரம் லட்சம் கோடி வரவேற்புகள்." என்று உரத்த குரலில் சொன்னாள். பழம் நறுக்குவதையும் மறந்தாள்.

டாக்டர் உள்ளே வந்து முதுகிலிருந்த பெரிய மூட்டையை இறக்கி வைத்துவிட்டு சிரித்துக் கொண்டே "அனைவருக்கும் வணக்கம்" என்றார்.

அவருடைய இரு கரங்களையும் பற்றிக் கொண்டு "பாபு, உங்களுக்காக கிச்சடி தயாராகிறது. முதலில் மேல் அங்கியை கழட்டுங்கள். பூட்ஸை நான் கழட்டுகிறேன்" என்று டாக்டர் மேல் அங்கியையும் பூட்ஸையும் கழட்ட உதவி செய்தாள் பாரதி. அவரை ஒரு நாற்காலியில் உட்கார வைத்து "மழையும் காற்றும் இப்படி தொடர்ந்து அடித்துக் கொண்டிருக்கிறதே! வண்டி வைத்துக் கொண்டு வரக்கூடாதா? சரி காலையில் என்ன சாப்பிட்டீர்கள்? ஓட்டலில் இன்று இறைச்சி வறுத்திருக்கிறார்கள். வாங்கி வரட்டுமா? சாப்பிடுகிறீர்களா?" என்றாள்.

டாக்டர் சிரித்துக் கொண்டே "என்னைப் பைத்தியக்காரனாக்கி விடுவாய் போலிருக்கிறது!" என்றார்.

சசி டாக்டரைப் பார்த்து "உங்களை பத்து ஆண்டுகளுக்குப் பிறகு பார்ப்பது போலிருக்கிறது" என்றான்.

"இவளுடைய அன்புப் பெருக்கினால் எனக்கு மூச்சுத் திணறுகிறது" என்று பாரதியைச் சுட்டிக் காட்டிச் சொன்னார் டாக்டர்.

இதுவரை டாக்டருடைய மேலங்கி, பூட்ஸ் முதலியவற்றில் பாரதிக்குக் கவனம் இருந்தது. இப்போது அவர் இறக்கி வைத்த மூட்டையின் மீது பார்வை சென்றது. "அதிருக்கட்டும் பாபு. இப்படிப்பட்ட பேய் மழை காற்றில் உங்கள் தோழனை எதற்காகத் தூக்கிக் கொண்டு வந்தீர்கள்? எங்காவது வெளியூர் போகப் போகிறீர்களா? பொய் சொல்லி ஏமாற்ற வேண்டாம்." என்றாள் பாரதி.

"போகாவிட்டால் ராமதாஸ் தளவர்க்கரைப் போல் போலீஸின் கையில் அகப்பட்டுக் கொள்ள வேண்டியது தான்" என்று சிரித்துக் கொண்டே சொன்னார் டாக்டர்.

"ஆமாம் உண்மைதான்" என்றான் சசி.

"வீணாகப் பேசிக் கொண்டிருக்க வேண்டாம் பாரதி. கிச்சடி தீய்ந்துவிடப் போகிறது...அபூர்வபாபு, நாளைக் கப்பலில் நீங்கள் புறப்படாவிட்டால் சரியான நேரத்தில் போய்ச் சேர முடியாது.

"தாயாரின் சடங்குகளை இங்கேயே செய்யத் தீர்மானித்து விட்டேன் டாக்டர் பாபு." என்றான் அபூர்வன்.

"இங்கா? ஏன்?"

அபூர்வனோ, பாரதியோ பதில் சொல்லவில்லை.

"ஏதோ சொல்ல முடியாத காரியம் நடந்திருக்கிறது. அப்படியானால் நீங்கள் இந்தியாவுக்குத் திரும்பிப் போக வேண்டிய அவசியமில்லை. இங்கு உங்கள் வேலை அப்படியே இருக்கிறதல்லவா?"

அபூர்வன் பதில் சொல்லவில்லை. சகி சொன்னான். "அவர் சந்நியாசி ஆகப் போகிறாராம்!"

டாக்டர் சிரித்து "சந்நியாசமா? அதற்கு என்ன அவசியம் ஏற்பட்டது" என்று கேட்டார்.

"உலக வாழ்க்கையில் பிடிப்பே இல்லாத போது வேறு என்ன செய்வது?" என்றான் அபூர்வன்.

"இந்த விவகாரங்களில் என்னை இழுக்காதீர்கள். இதில் சசியின் கருத்தை ஏற்பதுதான் நல்லது. அவனுக்கு இது நன்றாகத் தெரியும். பள்ளியில் ஒரு ஆண்டு தேர்வில் தோல்வி ஏற்பட்டதும் ஒரு ஆண்டுக் காலம் அவன் ஒரு சந்நியாசியின் சீடனாக இருந்தான்."

"ஒரு ஆண்டல்ல, ஒன்றரை ஆண்டு!" என்று திருத்தினான் சசி.

பாரதியும் சுமித்திராவும் சிரித்தனர்.

அபூர்வன் மீண்டும் சொன்னான்.

"என் தாயாரின் மரணத்திற்கு நானே தான் காரணம் என்று எண்ணுகிறேன். உண்மையில் எனக்குக் குடும்ப வாழ்க்கை கசந்து விட்டது."

"இந்த விவகாரங்களில் எனக்கு அனுபவம் கிடையாது என்னால் ஒரு ஆலோசனையும் கூற முடியாது. வாழ்க்கையில் ஏற்பட்ட கசப்பான நிகழ்ச்சிகளால் மனம் நொந்து உலக வாழ்க்கையைத் துறந்து துன்பமயமான வாழ்க்கையை வாழ முடியுமே தவிர ஒரு காரியத்தை வெற்றிகரமாகச் செய்து முடிக்க முடியாது... எனக்கு இவற்றைப் பற்றி அதிகமாகத் தெரியாது" என்றார் டாக்டர்.

பாரதிக்குத் திடீரென்று ஒரு புதிய எண்ணம் ஏற்பட்டது. "பாபு, உங்களுக்கு எல்லாம் தெரியும். நீங்கள் ஒரு நாளும் தவறானவற்றைச் சொல்லவேமாட்டீர்கள்" என்றாள்.

"வீட்டில் அண்ணா—" என்று அபூர்வன் சொல்ல ஆரம்பித்தான்.

டாக்டர் குறுக்கிட்டு "அபூர்வனுக்கு மாத்திரம்தான் அண்ணன் இருக்கிறானா? பாரதிக்கும் ஸ்வயசாசி என்ற அண்ணன் இல்லையா? இந்த வீட்டில் உங்களுக்கு இடமில்லாமல் சங்கத்திலுள்ள சிறிய வீடுதான் உங்கள் உலகமா? அபூர்வ பாபு உணர்ச்சி மனிதனுக்கு அவசியம்தான். உணர்ச்சி வசத்தினால் அறிவுமழுங்கிப் போனால் அதுவே எதிரியாகி விடுகிறது" என்றார்.

"ஏதோ தர்மத்தை நிலை நாட்டவோ, என் ஆத்மதிருப்திக்காகவோ, முக்தியடையவோ நான் சந்நியாசம் மேற்கொள்ள விரும்பவில்லை. பிறருக்குத் தொண்டு செய்யவே நான் துறவறம் பூண நினைக்கிறேன். பாபு, என்னை நீங்கள் நம்ப மாட்டீர்கள். நான் பழைய அபூர்வனல்ல"

டாக்டர் முதுகில் தட்டிக்கொடுத்து "இது உண்மைதான் அபூர்வபாபு" என்றார்.

அபூர்வன் தடைபட்ட குரலில் "இன்றிலிருந்தே என் வாழ்க்கையை தேசசேவை, மக்கள் சேவை, ஏழை எளியவர்களுக்குப் பணி செய்தலில் ஈடுபடுத்திக் கொள்ளப்போகிறேன். கல்கத்தாவில் எனக்கு வீடு இருக்கிறது. நகரத்தில்தான் நான் வளர்ந்தேன். ஆனால் நகர மக்களுடன் எனக்குத் தொடர்பு கிடையாது. கிராம மக்கள் நிறைந்த பாரத நாட்டில் விவசாயம் உயிர் நாடியாக இருக்கிறது. இன்று கிராமங்கள் அழியும் நிலையில் இருக்கிறது. மத்திய வர்க்கத்தினர் கிராமத்தை விட்டு நகரங்களுக்குக் குடிபெயர்ந்து விட்டனர். நகரத்தில் வசித்துக் கொண்டு அவர்கள் கிராமத்தின் மீது ஆதிக்கம் செலுத்துகின்றன. அவர்களுக்கு நேரிடையாகக் கிராமத்துடன் தொடர்பே இல்லை. இவர்கள் உண்ண உணவும், உடுக்க உடையும் கிராமத்து மக்களிடமிருந்து தான் கிடைக்கின்றன. குடியானவர்களோ கல்வியறிவின்றி, சரியான உணவின்றி, உடுத்த ஆடையுமின்றி அவதிப்படுகிறார்கள். அவர்கள் மேம்பாடடையவே நான் உழைக்கப் போகிறேன். பாரதியும் எனக்கு முழு ஆதரவு தருவதாக வாக்களித்திருக்கிறாள். கிராமத்தில் பள்ளியை ஏற்படுத்தி கிராமக் குழந்தைகளுக்கு அவள் கல்வி புகட்டுவாள். தேவையானால் இடையே மக்கள் வீடுகளுக்கே சென்று சிறியவர்களுக்கும் பெரியவர்களுக்கும் கல்வியைப் போதிப்பாள்" என்றான்.

"நல்ல முடிவுதான்" என்றார் டாக்டர் அமைதியாக. பிறகு "ஏழை விவசாயிகளுக்கு உதவி செய்ய விரும்புகிறீர்கள். ஆசிகள். ஆனால் உங்கள் பணி என் தொண்டுக்கு உதவியாக இருக்கும் என்று மாத்திரம் நினைக்காதீர்கள். விவசாயிகள் சுகபோகத்தை அனுபவிக்கட்டும். அவர்களுக்கு எல்லா நன்மைகளும் கிடைக்கட்டும். அவர்கள் உதவியை நான் எதிர் பார்க்கவில்லை. அபூர்வபாபு, ஒருவருக்கு நன்மை செய்வதற்காக மற்றவர் மீது குற்றம் சொல்ல வேண்டுமென்பதல்ல. விவசாயிகளின் துன்பத்திற்கும் துயரத்திற்கும் மத்திய வர்க்கத்தினர் காரணமே இல்லை. அவர்களுக்கு ஏற்பட்டுள்ள வறுமை, துன்பம் ஆகியவற்றின் ஆணிவேரைத் தேடிக்கண்டு பிடியுங்கள்" என்றார்.

அபூர்வன் நாணமடைந்து "எல்லாரும் இப்படிச்சொல்ல வில்லையா?" என்றான்.

"தவறானதை கோடிக்கணக்கானவர் சேர்ந்து ஒரு குரலாகச் சொன்னாலும் அது சரியானதாகாது. நாம் ஆராய்ந்து பார்த்தால் படித்த மத்திய வகுப்பாரைப் போல் இந்தியாவில் துன்பம், துயரம் அடைந்த வர்க்கமே கிடையாது என்பது தெரிய வரும். அவர்களைப் போல் அவமானப் படுபவர்களும் இருக்க முடியாது. அவர்கள் மீது பொய்யான குற்றச் சாட்டுக்களைச் சொல்லி அல்லல்படும் அவர்களை மேலும் அல்லல் பட வைக்கவேண்டாம். வேறு நாட்டவரின் ஆலோசனைகள், பிரச்னைகள் ஆகியவை நம் நாட்டிற்குப் பொருத்தமாகி விடமுடியாது. வெளியிலிருந்து வரும் ஒவ்வொரு கலாசாரமும் ஆலோசனையும் தன்னுடன் அழிவையும் இழுத்துக் கொண்டு வருகின்றன. அப்படியிருக்க நீங்கள் ஏன் உள் நாட்டின் வர்க்கப் பூசலை ஏற்படுத்துகிறீர்கள்? துன்பமும் துயரமும் நாட்டின் கழுத்து வரை வந்து விட்டது. அன்பு, அக்கறை ஆகியவை சிதைந்து விடுகின்றன. இதற்குக் காரணம் உன்னைப் போன்ற படித்தவர்கள் படித்த வர்க்கத்தினருக்கு எதிராக நடத்தும் போராட்டங்களினால் தான். உன்னை சசி ஒரு நாள் இந்த மாதிரி வேலைகளில் ஈடுபட வேண்டாம் என்று தடுத்தான் அல்லவா? நமக்கு எதிராக நாமே நம் தீமைகளை எடுத்துச் சொல்வதால் ஒரு உண்மை வெளிப்படுகிறது. அதனால் விரைவில் புகழும் ஏற்படுகிறது. விவசாயிகளுக்கு உதவி செய்வதானால் செய்யுங்கள். ஒரு வர்க்கத்தை மற்றொரு வர்க்கத்திற்கு எதிரிடையாகத் தூண்டி விடாதீர்கள் உலகத்தார் முன் அவர்களைக் கேலிக்குள்ளாக்காதீர்கள்." என்றார் டாக்டர்.

"கவலைப் படாதீர்கள் டாக்டர் பாபு, நான் பார்த்துக் கொள்கிறேன். உங்களுக்கு கிராமம் கிராம மக்களிடம் அக்கறை குறைவுதான். உங்கள் சலனமெல்லாம் நகரத் தொழிற்சாலை, தொழிலாளிகளின் மீதுமே இருக்கிறது. அதனால்தான் உங்கள் வழி வேண்டுவோர் சங்கத்தையும் நகரத்திலேயே தொடங்கி நடத்துகிறீர்கள். உங்களுக்கு இதயமிருந்தால் இதில் மத்தியவர்க்கம், படித்த மேல்வர்க்கம் ஆகியவர்களுக்கே இடமிருக்கும். அவர்களிடம் தான் நீங்கள் பெரிய சாதனையை எதிர்பார்க்கிறீர்கள். அவர்களையே உங்களவர்களாக எண்ணுகிறீர்கள். இது உண்மை தானே?" என்றாள் பாரதி.

"உண்மைதான் அம்மா! வழி வேண்டுவோர் சங்கம், குடியானவர்களுக்கு நன்மை செய்யக் கூடியதல்ல என்று உன்னிடம் பலமுறை கூறியிருக்கிறேன். தொழிற் சாலையில் வேலை செய்யும் தொழிலாளர்களும், விவசாயிகளும் ஒன்றல்ல. என்னைத் தொழிற்சாலையின் ஒரு தொழிலாளியாகப் பார்க்க முடியுமே தவிர கிராமத்து விவசாயியாக அல்ல. அதிருக்கட்டும். நாட்டிற்கு சுதந்திரம் கிடைக்க இரண்டு நாழிகை தாமதமாகலாம்! என் கிச்சடி தீய்ந்து போய் விட்டால் என்னால் பொறுக்கவே முடியாது." என்றார் டாக்டர்.

பாரதி பயந்து கிச்சடியைக் கவனிக்க ஓடினாள்.

46

"உலகமே அழிந்து விடும் போலல்லவா இருக்கிறது? இன்றைக்கா நீங்கள் ஊர் புறப்படுகிறீர்கள் பேசாமல். அந்தச் சின்ன அறையில் படுத்துக் கொள்ளுங்கள். நானே படுக்கை போட்டுத் தருகிறேன்." என்று ஜன்னலைத் திறந்து பார்த்துக் கூறி விட்டு சமையலைக் கவனிக்கச் சென்றாள் பாரதி.

டாக்டர் அதற்குப் பதிலே சொல்லவில்லை.

உணவு தயாரானதும் டாக்டர் "பாரதி, இன்றும் நாம் அனைவரும் ஒன்றாக உட்கார்ந்து சாப்பிட வேண்டும். நீ உணவு பரிமாறுகிறேன் என்று சொல்லித் தப்பிக்க முடி யாது" என்றார்.

"சரி பாபு, அப்படியே ஆகட்டும். நாம் நால்வரும் வட்டமாக உட்கார்ந்து சாப்பிடலாம்."

“நீ சொன்ன விதம் செய்யலாம். ஆனால் பிராம்மணச் சந்நியாசி அபூர்வபாபு தகராறு செய்யாமலிருக்க வேண்டுமே!”

அபூர்வன் சிரித்து விட்டான். பாரதிக்கும் சிரிப்பு வந்தது. “இதைப் பற்றி நாங்கள் பயப்படலாம். ஆனால் உங்களுடன் சேர்ந்து சாப்பிடும் போது யார் சச்சரவு செய்ய முடியும்?” என்றாள்.

எல்லாரும் சாப்பிடத் தொடங்கினார்கள். அப்போது அபூர்வன் பேசத் தொடங்கினான் “இரண்டு தினங்களுக்கு முன் பத்திரிகைகளில் ஒரு செய்தி படித்தேன் டாக்டர் பாபு. அது உண்மையானால் உங்கள் புரட்சி பயனற்றதாகி விடும். அரசாங்கம் தங்கள் அரசியல் முறையை அடியோடு மாற்ற போகிறார்களாம்.”

“பொய்ப்பிரச்சாரம், ஏமாற்று வித்தை” என்று உரத்த குரலில் சொன்னான் சசி.

பாரதி அவ்விதம் நினைக்கவில்லை.

“அப்படிச் சொல்லக் கூடாது சசிபாபு. உண்மையாகவும் இருக்கலாம். அரை நூற்றாண்டு காலமாகத் தலைவர்கள் செய்த கிளர்ச்சிக்குப் பலன் கிடைக்காமல் போகுமா? அன்னிய அரசாங்கமாக இருந்தாலும் ஆங்கிலேயர்களும் மனிதர்கள் தானே? நியாயம், சமயோசித புத்தி, காலத்திற் கேற்ற மாறுதல் – இவை அவர்களிடமும் ஏற்பட முடியாத தல்ல.”

“பொய்ப் பிரசாரம் ஏமாற்று வித்தை” என்றான் சசி மீண்டும்.

“எல்லாரும் இப்படித்தான் நினைக்கிறர்கள். ஆனால் மாறுதல் செய்யப் போவது உண்மை” என்றான் அபூர்வன்.

“அவர்கள் சந்தேகம் தவறானது. கடவுள் ஒருவர் இல்லையா? ஆட்சி முறையில் மாறுதல், சீர்திருத்தம் ஆகியவை நடைபெற்றால் புரட்சி, கலகம் எல்லாம் அடியோடு மறைந்து விடும்” என்றாள் பாரதி.

“ஆமாம், ஆமாம்” என்றான் சசி.

டாக்டரைப் பார்த்து பாரதி “இனி நீங்கள் பயங்கரப் பாதையை விட்டு அமைதியான முன்னேற்ற மார்க்கத்தைப் பின்பற்றுவீர்களா?” என்று கேட்டாள்.

சுவரிலிருந்த கடிகாரத்தைப் கடிகாரத்தைப் பார்த்து மனதிற்குள் ஏதோ கணக்கிட்டார் டாக்டர் பாபு. பிறகு "அதிக நேரம் தாமதிக்க முடியாது. பாரதி. இது என் பயங்கரமான பாதையா, அமைதியான தோற்றமா என்பது எனக்குத் தெரியாது. இந்த வாழ்க்கையில் என்னிடம் ஒரு மாறுதலும் ஏற்படுவதற்கில்லை. உன்னுடைய வணக்கத்திற்குரிய தலைவர்களைக் கேலி செய்ய எனக்கு அவகாசமில்லை. மனநிலையும் அப்படியில்லை. அன்னிய அரசாங்கம் என்ன சீர்திருத்தத்தைச் செய்யப் போகிறது? தலைவர்கள் செய்த பெரிய கிளர்ச்சிக்குப் பதிலாக அரசாங்கம் கொடுக்க விரும்பும் நன்மைகள் யாவை?

அவர்கள் வாக்குறுதிகளுடன் எவ்வளவு பொய், ஏமாற்றுவித்தை சேர்த்தால் சசிக்கு உண்மையானதாக இருக்கும்? வணக்கத்திற்குரிய தலைவர்களின் அழுகையும் நிற்கும். அன்னிய அரசாங்கத்திற்கு எதிராக அவர்கள் பிரசாரம் செய்கிறார்கள். நாமும் இப்பொழுது தூங்காமல் விழித்துக் கொண்டிருக்கிறோம். நம்முடைய சுயமரியாதைக்குத் தீமை ஏற்பட்டிருக்கிறது. ஒன்று எங்களுடன் சேர்ந்து கொள்ளுங்கள், இல்லாவிட்டால் பாரத அன்னையின் மீது ஆணையிட்டு சுதந்தரத்தை அடைந்தே தீருவோம். நம்மை யார் தடுக்க முடியும் என்று அவர்கள் கூறுகிறார்கள். இது என்ன பிராத்தனை. இதன் தோற்றம் என்ன? எனக்கு இவை விளங்கவே இல்லை. இப்படிக் கெஞ்சிக் கேட்பதிலும் பெறுவதிலும் எனக்கு ஒரு இன்பமுமில்லை" என்றார்.

சிறிது நேர மௌனத்திற்குப் பிறகு மீண்டும் டாக்டர் பேசினார். "சீர்திருத்தம் என்பது ஏதோ போனது வந்ததை ஒட்டுப் போட்டுப் பூசி மறைப்பதில்லை. மனிதனால் பொறுத்துக் கொள்ள முடியாத குற்றத்தைப் பொறுத்துக் கொள்ள வைக்க வேண்டும். பழுதடைந்த யந்திரத்தைப் பழுது பார்த்து அதை இயங்கச் செய்வதுதான் அரசாங்கம் சீர்திருத்தம் என்று சொல்கிறது போலும். இப்படிப்பட்ட ஏமாற்றத்தை நான் எதிர்பார்த்ததே இல்லை. நமது சிறைச் சாலையின் சுவரை பெரிதாக்கினால் திருப்தியடைவேன் என்று நான் சொன்னதே இல்லை. பாரதி, என்னுடைய எண்ணத்தில் என் விரதத்தில் வஞ்சனைக்கு இடமே இல்லை. என் விரதம் நிறைவேற இரண்டே மார்க்கங்கள் தான் இருக்கின்றன. ஒன்று என் மரணம். மற்றது தாய்நாட்டின் விடுதலை."

“பாபு, உங்களை விட்டு ஒவ்வொருவராக விலகிச் சென்று கொண்டிருக்கிறார்களே. நீங்கள் தனியாக எதைச் செய்ய முடியும்?” என்று கேட்டாள் பாரதி.

“போகிறவர்கள் போகட்டும். என் தெய்வம் ஏமாற்றத்தை ஏற்றுக் கொள்ளாது”என்று கூறிச் சாப்பாட்டை முடித்துக் கையைச் சுத்தம் செய்து கொண்டார் டாக்டர். பிறகு நாற்காலிக்குச் சென்று உட்கார்ந்து கொண்டார். அவர் கீழ் பக்கம் உன்னிப்பாகக் காது கொடுத்துக் கேட்டுக் கொண்டிருந்தார். ஏதோ கதவு தட்டும் சப்தம் கேட்டது.

“கீழே அபூர்வ பாபுவின் வேலைக்காரன் இருக்கிறான் அல்லவா? அனுமந்தா கதவைத்திற” என்றார் டாக்டர்.

சுமித்திராவும் பாரதியும் படுக்க படுக்கையைப் போட்டுக் கொண்டிருந்தார்கள். பாரதி ஆச்சரியத்துடன் “யார் பாபு? யார் வருகிறார்கள்?” என்று கேட்டாள்.

“ஹீராசிங், அவரைத்தான் நான் எதிர்பார்த்துக் கொண்டிருக்கிறேன். என்ன சசி. ஏதாவது கவிதை சொல்லக் கூடாதா?”

“காற்றிலும் மழையிலும் அவதிப் பட்டுக் கொண்டிருக்கிறோம். கவிதையை யார் கேட்பது? இந்த தூதன் எங்கேயிருந்து வருகிறான்?” என்றாள் பாரதி.

“இவனைக் கேவலமாக நினைக்காதே பாரதி. அவன் இல்லா விட்டால் போராட்டமே நடைபெறாது” என்றான் சசி.

கதவு திறக்கப்பட்டதும் ஹீராசிங் உள்ளே வந்தான். மாடிக்கு வந்து அனைவருக்கும் வந்தனம் தெரிவித்தான். டாக்டர் அவர் முன் கரங்குவித்து வணங்கினான். அரசாங்க உடை உடுத்தியிருந்தான். தாடி மீசையிலிருந்து மழைத்தண்ணீர் கொட்டிக் கொண்டிருந்தது. அதை கையினால் வழித்து விட்டான். பிறகு “தயார்” என்றான்.

டாக்டருக்கு குதித்து எழுந்தார். “நன்றி. சர்தார்ஜி, எப்பொழுது?” என்றார்.

“இப்போதே.”

“என்ன சர்தாஜி இப்போதே?” என்று மற்றவர் கேட்டனர்.

ஹீராசிங்கின் கழுத்தில் கத்தியால் குத்தினால் ரத்தம் வருமே தவிர வாயிலிருந்து ஒரு சொல்லும் வெளி வராது. என்று அனைவருக்கும் தெரியும். அதனால் அவன் தாடி மீசைக்கிடையே பற்களைக் காட்டியதைக் கண்டு மௌனமானார்கள்.

ஹீராசிங்குக்கு மானம், அவமானம், இகழ்ச்சி, புகழ்ச்சி, நட்பு, விரோதம் எதுவுமே ஒன்றும் செய்யாது நாட்டின் விடுதலைக்கு ஸ்வயசாசி தலைவர், அவருடைய படையின் ஒரு சிப்பாய் என்று தன்னை எண்ணிக் கொண்டிருப்பவன். அவன் எதையும் விவாதிக்க மாட்டான். சிந்திக்கவும் மாட்டான். எந்த ஒரு நேரமும் அவனுக்குக் கிடையாது. எப்படிப்பட்ட கடினமான காரியத்தையும் செய்யும் பொறுப்பை அவனிடம் ஒப்படைத்தாலும் கலங்காமல் செய்து முடிக்கக் கூடியவன்.

அனைவருடைய ஆவலையும் போக்க டாக்டர் சுருக்கமாக விவரத்தைச் சொன்னார்.

அவர்களுக்குச் சொல்ல முடியாத துன்பங்கள் ஏற்பட்டிருக்கின்றன. சிங்கப்பூரிலுள்ள சங்கத்தின் கிளையைக் காப்பாற்றியே தீர வேண்டும். விரஜேந்திரனைக் தேடிக் கண்டு பிடித்தாக வேண்டும். நதியின் தென் பகுதியில் சீனக்கப்பல் ஒன்று சாமான்களை ஏற்றிக் கொண்டு அதிகாலையில் புறப்படுகிறது. அதில் டாக்டர் பாபு செல்ல ஏற்பாடு செய்யப்பட்டிருக்கிறது. இதுதான் ஹீராசிங் சொன்னதன் சுருக்கம்.

இதைக் கேட்டு சுமித்திராவின் முகம் வெளிறி விட்டது. விரஜேந்திரன் கட்டாயம் சிங்கப்பூரில்தான் இருப்பான். அவனைத் தேடிப்போகும் மனிதரிடமிருந்து அவன் மூவுலகத்திற்குச் சென்றாலும் தப்ப முடியாது. துரோகிக்கு என்ன தண்டனை என்று அனைவருக்கும் தெரியும். அதே சமயம் விரஜேந்திரனும் சாமான்யப்பட்டவனில்லை. அவனுக்குத் தன்னைக் காப்பாற்றிக் கொள்ளத் தெரியும் அவனிடமும் துப்பாக்கியிருக்கிறது. கொடுமை குணம் படைத்த அவன் எதற்கும் துணிந்தவன்.

டாக்டர் கால் நடையாகவே இந்த ஊரிலிருந்து சென்று விட்டார் என்று விரஜேந்திரன் எண்ணினான். இப்போது டாக்டர் இருக்குமிடம் அவனுக்குத் தெரிந்தால் அவன் கொலையும் செய்வான்.

சசி வந்த தூக்கத்தைக் கலைத்துக் கொண்டு "எல்லாம். வெளிப்படையாகத் தெரிந்து விட்டது டாக்டர்" என்றான். டாக்டர் சிரித்தார்.

“நீங்கள் சிரியுங்கள். நீங்கள் அருகில் இல்லாவிட்டால் எல்லாமே சூன்யமாகத் தோன்றுகிறது. வாடி வதங்கிப் போய் விடுகின்றன... உங்கள் கட்டளைப்படி நான் நடப்பேன்” என்றான் சசி.

“எப்படி நடப்பாய்? “என்று டாக்டர் கேட்டார்.

“மதுவைத் தொடமாட்டேன். அரசியலில் பங்கு கொள்ள மாட்டேன். பாரதியுடன் இருப்பேன். கவிதை எழுதுவேன்”

“சசி, விவசாயிகளைப்பற்றி கவிதை எழுதுவாயல்லவா?” என்று கேட்டார் டாக்டர்.

“இல்லை. அவர்களே முடிந்தால் எழுதிக் கொள்ளட்டும். நீங்கள் கூறியதைப் பல முறை சிந்தித்துப் பார்த்தேன். தங்களுடைய லட்சியத்திற்கு உதவக் கூடியவர்கள் படித்த மத்திய வர்க்கம் தான். கல்வியறிவில்லாத விவசாயி அல்ல.

“அப்படியே செய். மனிதனுடைய வளர்ச்சி அத்துடன் நின்று விடாது. விவசாயிகளுக்கும் ஒரு காலம் வரும். அப்பொழுது நாட்டின் நன்மை தீமை சுமையை அவர்களிடம் ஒப்படைக்கலாம்” என்றார் டாக்டர்.

அவர் எழுந்து சசியின் அருகில் சென்று அவன் தோளில் கையை வைத்தார். ஆனால் ஒன்றும் சொல்லவில்லை.

அபூர்வன் அதுவரை பேசவில்லை. சசி சொன்னதைக் கேட்டு அவன் பேசத் தொடங்கினான். “மது அருந்துவது தவறு. அதை விடட்டும். காவிய சர்ச்சை செய்யட்டும். கிராமங்கள் நிறைந்த பாரத நாட்டில் விவசாய சமூகத்தை அவ்வளவு கேவலமாக ஒதுக்கித் தள்ளலாமா? அவர்களால் பங்கு கொள்ள முடியவில்லை என்றால் உங்கள் புரட்சியை யார் தான் நடத்துவது? விவசாயிகளுக்காக நான் விரதம் எடுத்துக் கொண்டிராவிட்டால் என் வாழ்க்கையின் லட்சியம் உங்கள் புரட்சி இயக்கமாகத்தான் இருக்கும்”

டாக்டர் முகம் மலர்ந்தது. “உன்னுடைய நல்ல பணி வெற்றி பெற பகவானைத் துதிக்கிறேன். புரட்சி விவகாரம் அலட்சியம் செய்யக் கூடியதல்ல. நாட்டிற்காக, நாட்டு மக்களுக்காகப் பணிபுரிய விரதம் எடுத்துக் கொண்டு அதன்படி நடந்தால் உன்னை யாராலும் எதிர்க்க

முடியாது. அபூர்வ பாபு, நான் சொல்வது இதுதான். எல்லா மனிதர்களும் எல்லா வேலைகளுக்கும் தகுதியானவர்கள் இல்லை.''

அபூர்வன் இதை ஒப்புக் கொண்டான். ''எனக்குக் கிடைத்த படிப்பினை வேறு யாருக்கும் கிடைத்திருக்க முடியாது. உங்கள் கருணை இல்லாதிருந்தால் நான் என்றைக்கோ எனக்குண்டான தண்டனையைப் பெற்றிருப்பேன்'' என்றான்.

சசிக்கு அந்த பயங்கரச் சம்பவம் ஒன்றும் தெரியாது. ஆனாலும் அவன் தன் மனப் போக்கின்படி ''பல தவறு செய்கிறார்கள். அதன் தண்டனையை அனுபவிப்பது பிறந்த பொன்னாடுதான். டாக்டர், தங்களை விட தகுதியானவர் யார் இருக்கிறார்? அரசியல் சமூகம் பொருளாதாரம் எதை வேண்டுமானாலும் உங்களால் அலசிச் சொல்ல முடியும். உங்களுக்குள்ள அரசியல் தந்திரம் யாரிடம் இருக்கிறது? தேசத்தைப்பற்றி யார் இரவு பகலாகக் கவலைப்படுகிறார்கள். சீனா, பினாங்க் முதலிய இடங்களில் செய்த பணிகள் வீணாகிவிட்டன. பர்மாவிலும் இனி ஒன்றும் நடக்கப் போவதில்லை. இவ்வளவு கால முயற்சிகள் பயனற்றுப் போய் விட்டன. உங்கள் உயிர்தான் மீதமிருக்கிறது. அதுவும் என்றைக்குப் போய்விடுமோ?

டாக்டர் சிரித்தார்.

''சிரியுங்கள் டாக்டர் பாபு. நான் என் மனக் கண்ணில் பார்க்கிறேன்'' என்றான் சசி.

''உன் மனக்கண்களில் வேறு ஒன்றும் தென்படவில்லையா?''

''தென்படுகிறது. உங்களைக்கண்டதும் அமைதி நிறைந்த நமது வாழ்க்கையில் வழி வேண்டுவோர் சங்கத்தின் பாதை சிறிதளவு திறந்திருக்கக் கூடாதா என்று தோன்றுகிறது.''

''ஒன்றுக்கு ஒன்று முரண்பாடானவை'' என்றான் அபூர்வன்.

சுமித்திரா பொங்கிவந்த சிரிப்பை மறைக்க வேறு பக்கம் திரும்பிக் கொண்டாள்.

டாக்டரும் சிரித்து விட்டார். ''இதற்கு இரண்டு தனித் தனி உண்மைகள் இருப்பதே காரணம். ஒன்று சசியுடையது. மற்றது கவியினுடையது. அபூர்வபாபு, உங்களை நான்முன்பே தெரிந்து

கொண்டேன். சுமித்திராவால் தெரிந்து கொள்ள முடியவில்லை. பாரதி, உன் வாழ்க்கையில் ஏதாவது துயரம் ஏற்பட்டால் என்னை மறந்து விடாதே. இப்பொழுது விடை பெறுகிறேன். கரையில் படகு கட்டப் பட்டிருக்கிறது. கடல் கொந்தளிப்பில் வேகமாகப் படகைச் செலுத்தாவிட்டால் பொழுது விடிவதற்குள் கப்பலைப் பிடிக்க முடியாது''

பாரதி அச்சத்துடன் ''இந்த இரவிலா? மழை, புயல், கடல் கொந்தளிப்பு இதிலா?'' என்று கேட்டாள்.

பாரதியின் அச்சம் நிறைந்த கேள்வி சுமித்திராவின் கடினமான உள்ளத்தையும் சிதைத்து விட்டது. அவள் வெளிறிய முகத்துடன், தயங்கிய குரலில், ''உண்மையாகச் சிங்கப்பூர் போகிறீர்களா? இவ்வளவு துணிவான காரியத்தைச் செய்யவே கூடாது. அங்குள்ள போலீஸாருக்கு உங்களை நன்றாக அடையாளம் தெரியும். இம்முறை அவர்களிடம் அகப்பட்டால்...'' என்றாள்.

டாக்டர் குறுக்கிட்டு ''இங்கேயிருக்கும் போலீஸாருக்கு என்னைத் தெரியாதா?'' என்று கேட்டார்.

இந்த விவகாரத்தைக் குறித்துச் சர்ச்சை செய்ய சுமித்திரா விரும்பவில்லை. அதற்குப் பதில் தன் மனதிலிருந்ததை வெளியிடத் தீர்மானித்தாள். ''டாக்டர் பாபு. ஒரு முறை என்னிடம் நம்பிக்கையுங்கள். உங்களைச் சுரபாயாவுக்கு அழைத்துச் செல்கிறேன். பிறகு பணத்தினால் என்ன தான் செய்ய முடியாது?'' என்றாள்.

டாக்டர் குனிந்து பூட்ஸின் நாடாக்களைக் கட்டிக் கொண்டார். பிறகு நிமிர்ந்து ''பணத்தினால் எல்லாம் நடைபெறும் சுமித்திரா. பணத்தை வீணாகச் செலவு செய்யாதே'' என்றார்.

சுமித்திரா கன்னங்களில் கண்ணீர் பெருகிற்று. பாரதி உணர்ச்சி வசமாகி ''பாபு, என்னை ஆழ்கடலில் தள்ளிவிட்டுப் போகிறீர்கள். என்னிடம் மட்டுமல்ல. எல்லாப் பெண்களிடமுமே உங்களுக்கு அன்பு இருப்பதாகக் கூறுகிறீர். உங்கள் அன்பு இப்படிப் பட்டதுதானா?'' என்றாள்.

டாக்டர் அவள் சொன்னதை ஆதரித்து ''ஆமாம். பெண்களிடம் எனக்கு அன்பும் மரியாதையும் உண்டு. அவர்களிடம் எனக்கு எவ்வளவு

நம்பிக்கை என்பதை நான் சொன்னால் நன்றாக இருக்காது. உன்னால் முடிந்தால் சந்தர்ப்ப நிலை ஏற்பட்டால் நீ வெளியிட்டுச் சொல்லு" என்றார்.

பாரதி கோவென்று அழுது விட்டாள். "வெளியிடுவேன் பாபு, என்னைப் பலி கொடுக்க விரும்புகிறீர் என்று வெளியிடுவேன்"

டாக்டர் அவள் முகத்தை ஒரு கணம் பார்த்து "சரி, அப்படியே செய். பாரத நாட்டிலுள்ள ஒரு பெண்ணாவது இதன் கருத்தைத் தெரிந்து கொண்டால் போதும். நான் மகிழ்ச்சியடைவேன்" என்று சொல்லிக் கொண்டே பெரிய மூட்டையை எடுத்துத் தோளில் வைத்துக் கொண்டார்.

அவரைப் பின் தொடர்ந்து அனைவரும் கீழே இறங்கி வந்தார்கள். பாரதி கடைசி முயற்சியாக "தாய் நாட்டுப் பணி சீர்கெட்ட பிறகு வேறு நாட்டுப்பணி செய்வதால் என்ன நன்மை ஏற்படப் போகிறது? நெருங்கிய நண்பர்கள் போய் விட்டார்கள். இப்பொழுது நீங்கள் தன்னந்தனியனாகி விட்டீர்கள்" என்றாள்.

டாக்டர் சிரித்துக் கொண்டே "ஆரம்பமும் தனி மனிதன்தான். வேற்றுநாடா? பகவான் அருள் இருக்கிறது. கண்களுக்கு எட்டிய தூரம் வரை கடவுளின் பாதை ஒரு இடையூறுமின்றி இருக்கிறது. அதில் செல்வதைத் தடுக்கும் சக்தியை மனிதனுக்குக் கடவுள் அளிக்கவில்லை. இந்த இயற்கையின் நியதி சொந்த நாடு, வேற்று நாடு என்ற பாகுபாடுகளை மதிக்காது" என்றார்.

வெளியில் மழையும் காற்றும் மின்னலும் இடியும் யுகப் பிரளயம் போல் இருந்தது. டாக்டர் வாயில் கதவைத் திறந்ததுமே காற்றில் வந்த நீரால் அனைவருடைய ஆடைகளும் நனைந்து விட்டன. வீட்டிலிருந்த விளக்கும் அணைந்து விட்டது.

"சர்தார்ஜி" என்றார் கம்பீரமாக டாக்டர்.

"இதோ டாக்டர்," என்று வெளியிலிருந்து குரல் வந்தது.

"சரி, நேரமாகிறது வருகிறேன்" என்று டாக்டர் வெளியில் அடியெடுத்து வைத்தார். அப்போது அபூர்வன் வருத்தம் நிறைந்த குரலில் "ஒருநாள் எனக்கு நீங்கள் உயிர்ப் பிச்சை அளித்தீர்கள். இதை நான் என்றைக்கும் மறக்கவே மாட்டேன்" என்றான்.

"அந்த சாதாரண விவசாரத்தைப் பெரிது பண்ணாதே. உண்மையில் உன் உயிரை காப்பாற்றிய அவளை மறக்காமலிருந்தால் போதுமானது" என்று இருளிலிருந்து டாக்டரின் குரல் வந்தது.

"என் வாழ்நாளில் அவளை மறக்கவே மாட்டேன். நான் உயிர் போகும் வரை அந்தக் கடனை..."

"அப்படியே செய். உனக்கு உயிரளித்தவரை புரிந்து கொள்ள பகவானைப் பிரார்த்திக்கிறேன் அபூர்வபாபு. அன்று ஸ்வயசாசியின் கடன்..."

அவர் கடைசியாகக் கூறியது காற்று மழை இரைச்சலில் கணநேரம் கேட்கவில்லை. கண நேரம் ஒருவரும் ஒன்றும் பேசவில்லை திடீரென்று பாரதி கூச்சலிட்டுக் கொண்டே மாடிக்கு ஓடினாள். அவளைப் பின் தொடர்ந்து மற்றவர்கள் சென்றனர்.

மாடிக்கு வந்து ஜன்னல் கதவுகளைத் திறந்து கண்ணுக்கு எட்டிய தூரம் வரை வெகு உன்னிப்பாகப் பார்த்தாள் பாரதி, திடீரென்று பயங்கரமாக இடி இடித்து விழுந்தது அதன் ஒளி, நிலம் முதல் வானம் வரை பரவிற்று. அந்தக்கண நேர ஒளியில் ஸ்வயசாசியை அனைவரும் கண்டனர்.

கண நேரம் தான். அதன் பிறகு எங்கும் இருள் சூழ்ந்து கொண்டது.

தீடீரென்று சசி ஒரு பெருமூச்சு விட்டு "ஆபத்துக்கு உதவும் உத்தம நண்பனே, உன்னை வணங்குகிறேன்" என்றான்.

அபூர்வன் இரு கரங்களையும் தலைக்கு மேல் தூக்கிக் குவித்து சர்தார் ஹீராசிங்கிற்கு வணக்கம் செலுத்தினான். அப்போது அவன் மனதிலிருந்து பெரிய சுமை இறங்கியது போலாயிற்று.

பாரதி கற்சிலைபோல் நின்றிருந்தாள். அவளைப்போலவே மற்றொரு பெண்மணியும் இருட்டில் கண்ணீர் பெருக்கிக் கொண்டிருந்தாள்.

குறிப்பிற்க்காக